D1679823

வழக்கறிஞர் கே. சுப்ரமணியன்

ஆசிரியர் கே. சுப்ரமணியன் கோவை அரசினர் கலைக்கல்லூரியில் பி.காம். பட்டமும், சென்னை சட்டக்கல்லூரியில் பி.எல். பட்டமும் பெற்றவர். கடந்த 42 வருடங்களாக தொழிலாளர் நீதிமன்றங்களிலும், குடும்ப நீதிமன்றங்களிலும் வழக்குகளை நடத்தி வருகிறார்.

சென்னை துறைமுகத் தொழிலாளர் சங்கத்தில் பொதுச் செயலாளராகவும், பின்னர் ஒன்றுபட்ட கோவை மாவட்டத்தில் பொறியியல் பொதுத் தொழிலாளர் சங்கம் (AITUC), அச்சகத் தொழிலாளர் சங்கம், தனியார் போக்குவரத்துத் தொழிலாளர் சங்கம், அரசுப் போக்குவரத்து தொழிலாளர் சங்கம், பஞ்சாலைத் தொழிலாளர் சங்கம் (AITUC) ஆகிய பல்வேறு தொழிற் சங்கங்களில் முக்கியப் பொறுப்புகளில் செயல்பட்டு வருகிறார்.

இந்தியக் கலாசார நட்புறவுக கழகம், தமிழ்நாடு கலை இலக்கியப் பெருமன்றம் ஆகியவற்றில் செயல்பட்டு வருபவர். சென்னையின் முன்னாள் மேயர், தொழிற்சங்க மாமேதை சக்கரைச் செட்டியார், மாவீரன் நேதாஜி ஆகியோர் வாழ்க்கை வரலாறுகளையும், இந்தியக் கம்யூனிஸ்டுகள் சந்தித்த சதிவழக்குகள் பற்றியும் புத்தகங்களை எழுதியிருப்பவர்.

இந்தியக் கம்யூனிஸ்ட் இயக்கத்தின் முப்பெரும் ஆளுமைகள்

வழக்கறிஞர் கே. சுப்ரமணியன்

எதிர் வெளியீடு

இந்தியக் கம்யூனிஸ்ட் இயக்கத்தின் முப்பெரும் ஆளுமைகள்
வழக்கறிஞர் கே. சுப்ரமணியன்

முதல் பதிப்பு: பிப்ரவரி 2022
எதிர் வெளியீடு,
96, நியூ ஸ்கீம் ரோடு, பொள்ளாச்சி – 642 002
தொலைபேசி: 04259 226012, 99425 11302

விலை: ரூ.275

Indhiya Communist Iyakkathin Mupperum Aalumaikal
K. Subramanian

Copyright © K. Subramanian
First Edition: February 2022

Published by
Ethir Veliyeedu, 96, New Scheme Road, Pollachi- 642 002
email: ethirveliyedu@gmail.com
www.ethirveliyedu.in

ISBN: 978-93-90811-64-9
Cover Design: Harisankar
Printed at Jothy Enterprises, Chennai.

All rights reserved. No part of this book may be reprinted or reproduced or utilised in any form or by any electronic, mechanical or other means, now known or hereafter invented, including Photocopying and recording, or in any information storage or retrieval system, without permission in writing from the Publisher.

அணிந்துரை

1925ஆம் ஆண்டு டிசம்பர் 26ஆம் நாள் உ.பி. மாநிலம் கான்பூர் நகரில் செங்கொடியேற்றி இந்தியக் கம்யூனிஸ்ட் கட்சியின் முதல் அமைப்பு மாநாட்டைச் சிந்தனைச் சிற்பி சிங்காரவேலர் தொடங்கி வைத்தார். தமிழினத்துக்குக் கிடைத்த வரலாற்றுச் சிறப்புமிக்க பெருமையிது!

1925ஆம் ஆண்டு முதல் 1947ஆம் ஆண்டு இறுதிவரை இந்தியக் கம்யூனிஸ்ட் கட்சிக்கு அடித்தளமிட்டு, வழிகாட்டி, வளர்த்த மூன்று பொதுச் செயலாளர்கள் தோழர் எஸ்.வி. காட்டே (1925 – 1933) டாக்டர் கங்காதர் அதிகாரி (1933 – 1936) மற்றும் பி.சி. ஜோஷி (1936 – 1947) ஆகிய தலைவர்களின் சுருக்கமான வாழ்க்கை வரலாறு, அவர்கள் தலைமை நடத்திய இயக்கங்கள், போராட்டங்கள், போராட்டங்களின் வெற்றி தோல்விகள், ஆங்கிலேயர் ஆட்சியில் அவர்கள் சந்தித்த அடக்குமுறைகள், சதி வழக்குகள், அனுபவித்த சிறைத்தண்டனைகள், சுதந்திரப் போராட்டத்தில் கலந்துகொண்டு செய்த தியாகங்கள் மற்றும் பல முக்கியமான சம்பவங்கள் குறித்து இந்தப் புத்தகத்தில் நூலாசிரியர் வழக்கறிஞர் தோழர் கே. சுப்ரமணியன் பதிவு செய்திருக்கிறார்.

1932ஆம் ஆண்டில் லண்டனில் காந்தியடிகளைப் பேட்டி கண்ட உலகப்புகழ் பெற்ற ஆங்கிலேய எழுத்தாளர் H.G. வெல்ஸ் "இப்படியும் ஒரு மனிதன் இந்த உலகில் வாழ்ந்தான் என்று எதிர்கால சந்ததியினர் நம்புவது கடினம்" என்று எழுதினார்.

என்.கே. கிருஷ்ணன், பார்வதி கிருஷ்ணன், மோகன் குமாரமங்கலம், கே.டி.கே. தங்கமணி, பூபேஷ் குப்தா, இந்திரஜித் குப்தா, ஜோதிபாசு, சி.எஸ். சுப்ரமணியம், தேவிபிரசாத் சட்டோபாத்யாயா, திலீப்போஸ் என்று கோடீஸ்வரர்கள் மற்றும் ஜமீன்தார் வீட்டுப் பிள்ளைகள் லண்டனுக்கு மேற்படிப்புப் படிக்கப் போனவர்கள், அங்கு கம்யூனிஸ்ட்டுகளாக மாறி தாய்நாடு திரும்பியவுடன் பொதுவுடைமை இயக்கத்தை வளர்ப்பதற்கு தங்களை முழுமையாக அர்ப்பணித்துக் கொண்டார்கள். H.G. வெல்ஸ் காந்தியடிகள் பற்றி ஆச்சர்யப்பட்டுக் கூறிய புகழுரை இந்தத் தலைவர்களுக்கும் பொருந்தும்!

முதல் தலைமுறை கம்யூனிஸ்ட் தலைவர்களில் பொதுச் செயலாளராகப் பதவி வகித்த தோழர் எஸ்.வி. காட்டே தமிழகத்தோடு நெருங்கிய தொடர்பு கொண்டவர். பிரிட்டிஷ் ஆட்சியாளர்களின் தடையுத்தரவால் 1936ஆம் ஆண்டு

முதல் 1940ஆம் ஆண்டு வரை தமிழகத்தில் அவர் தங்கியிருந்த காலத்தில் தமிழகத்திலும் கேரளாவிலும் கம்யூனிஸ்ட் கட்சியைத் தொடங்கியவர். அமரர்கள் ஜீவா, ராமமூர்த்தி, சீனிவாசராவ், ஏ.எஸ்.கே. அய்யங்கார், நாகை முருகேசன், சி.எஸ். சுப்ரமணியம், புதுச்சேரி வ. சுப்பையா போன்ற புகழ்பெற்ற தலைவர்களை உருவாக்கிய தலைவரவர். தமிழகத்தில் ஏ.ஐ.டி.யு.சி. தொழிற்சங்க இயக்கத்துக்கும் பலமான அடித்தளமிட்டவர். தமிழகத்தில் நியூசெஞ்சுரி புத்தக நிறுவனம், டெல்லியில் பியூப்பிள்ஸ் பப்ளிஸிங் ஹவுஸ் நிறுவனங்களை உருவாக்கியவர். ஜனசக்தி, நியூ ஏஜ் ஏடுகளைத் தொடங்கியவர். கட்சி வாழ்க்கைக்காக திருமணமே செய்துகொள்ளாமல் கட்சியையே குடும்பமாக ஏற்றுக்கொண்டு வாழ்ந்தவர்.

இரண்டாவது பொதுச்செயலாளர் டாக்டர் கங்காதர் அதிகாரி, ஜெர்மனி பல்கலைக் கழகத்தில் விஞ்ஞானி பட்டம் பெற்றவர். நோபல் பரிசு பெற்ற உலகப் புகழ்பெற்ற விஞ்ஞானி ஐன்ஸ்டீனால் பாராட்டப்பட்டவர். அமெரிக்கா சென்று பேராசிரியர் பணியில் கோடி கோடியாகச் சம்பாதித்து வசதியான வாழ்க்கையையும் புகழ்பெறும் வாய்ப்பையும் உதறித் தள்ளிவிட்டு, தாய்நாடு திரும்பி பொதுவுடைமை இயக்கத்தைக் கட்டுவதில் தன்னை முழுமையாக ஈடுபடுத்திக் கொண்ட மாபெரும் தியாகி! வாழ்க்கையின் இறுதிக் காலத்தில் கண்பார்வை மங்கிவிட்ட நிலையிலும் இந்தியக் கம்யூனிஸ்ட் கட்சியின் வரலாற்றைப் பல பாகங்களாக எழுதி ஆவணப்படுத்திய அறிஞர்! இந்த புத்தகங்கள் அவருடைய வாழ்நாள் சாதனையாகும்!

மூன்றாவது பொதுச் செயலாளர் தோழர் பி.சி. ஜோஷியின் காலம் கம்யூனிஸ்ட் கட்சியின் பொற்காலம் என்பதை, அவரைக் கடுமையாக விமர்சனம் செய்பவர்கள்கூட ஒத்துக் கொள்கிறார்கள். கம்யூனிஸ்ட் கட்சியில் எந்தவொரு முடிவும் செயல்பாடும் வெற்றியும் தனியொரு தலைவரின் உழைப்பின் விளைவு என்பதை பொதுவுடமைத் தத்துவம் ஏற்றுக் கொள்வதில்லை. தலைமைப் பொறுப்பில் செயல்படும் தோழர் மற்ற தோழர்களுடன் இணைந்து கூட்டாக விவாதித்து எடுக்கும் முடிவுகளே செயல்பாட்டுக்கு வருகின்றன. தலைமை தாங்கும் தலைவரின் முன்முயற்சி கட்சி நடத்தும் இயக்கங்களுக்கு உந்து சக்தியாக அமைகிறது. தனிநபருக்கு ஒரு பாத்திரம் உண்டு என்பதை நாம் மறுப்பதற்கில்லை.

அந்த வகையில் தோழர் பி.சி. ஜோஷியின் காலத்தில் அகில இந்திய விவசாயிகள் சங்கம் [1936], அனைத்திந்திய மாணவர் பெருமன்றம் [1936], இந்திய முற்போக்கு எழுத்தாளர் சங்கம் [1936], இந்திய மக்கள் நாடக மன்றம் [1943 – INDIAN PEOPLES THEATRE ASSOCIATION] போன்ற புதிய புதிய அமைப்புகள் தோற்றுவிக்கப்பட்டன. சுதந்திரப் போராட்டத்திலும்

கம்யூனிஸ்டுகளும், அவர்கள் தலைமையில் இயங்கிய மேற்கண்ட அமைப்புகளின் செயல்பாடுகளும், இந்தியக் கம்யூனிஸ்ட் கட்சியை நாடு தழுவிய வெகுமக்கள் கட்சியாக உயர்த்தின.

தேசிய அரசியல் நிகழ்ச்சிகளில் கம்யூனிஸ்ட் கட்சியின் பங்களிப்பு பெருமளவில் இருந்தது. மேலும், பி.சி. ஜோஷி காலத்தில் ஆந்திரத்தில் தெலுங்கானா ஆயுதந் தாங்கிய போராட்டம் [1946], கேரளாவில் புன்னபுரா வயலாறு போராட்டம் [1943], வங்கத்தில் குத்தகை விவசாயிகள் போராட்டம் [1945 தெபாகா], மராட்டியத்தில் வோர்லி பழங்குடி மக்கள் போராட்டம் [1946], அன்னிய ஆட்சியாளரை நடுநடுங்க வைத்த கப்பற்படையெழுச்சி [1946] என்று பல தீவிரமான போராட்டங்கள் நடைபெற்றன. உலக நாடுகளின் கவனத்தை ஈர்த்தன! இந்த போரட்டங்கள் அனைத்திலும் பி.சி. ஜோஷியின் உழைப்பும், பங்களிப்பும் வழிகாட்டுதலும் மகத்தானது!

கம்யூனிஸ்ட் இயக்கத்தில் நமது மூத்த தலைமுறைத் தோழர்கள் நெருப்பாற்றில் எதிர் நீச்சலடித்தவர்கள். அன்னியராட்சியின் அடக்குமுறையைத் துணிச்சலுடன் சந்தித்து பல்லாண்டுகள் சிறையில் இருந்தவர்கள். சொத்து சுகங்களை இழந்து பொதுவுடைமை இயக்கத்துக்காக தங்கள் வாழ்க்கையை முழுவதுமாக அர்ப்பணம் செய்தவர்கள்! அவர்களால் பயிற்சியளிக்கப்பட்டு உருவாக்கப்பட்ட பல தலைவர்கள், கம்யூனிஸ்ட் இயக்கத்தை முன்னெடுத்துச் சென்றார்கள்.

இந்த புத்தகத்தில் முதல் மூன்று பொதுச்செயலாளர்களைப் பற்றி படிக்கும்போது நாம் எவ்வளவு புகழ் மிக்க பரம்பரையின் வாரிசுகளாக இந்தியக் கம்யூனிஸ்ட் கட்சி இயக்கத்தில் இருக்கிறோம் என்று தலை நிமிர்ந்து பெருமைப்பட்டுக் கொள்ள முடியும்!

அந்த மாவீரர்களின் தியாகம் இன்றைய தலைமுறையால் போற்றப்பட வேண்டும். அந்த மாபெரும் தலைவர்களை நாம் முன்னுதாரணமாகக் கொண்டு செயல்பட வேண்டும். அவர்கள் எந்த லட்சியத்துக்காக தங்கள் வாழ்நாள் முழுவதும் உழைத்தார்களோ, அந்த லட்சியம் இன்னமும் தொலை துரத்தில் இருக்கிறது. அந்த உயர்ந்த லட்சியம் நிறைவேற இளைய தலைமுறை மேலும் உற்சாகத்துடன் வேலை செய்ய இந்தப் புத்தகம் தூண்டும் என்ற நம்பிக்கை எனக்குண்டு. வழக்கறிஞர் தொழில், தொழிற்சங்க வேலைகள் மற்றும் கட்சிப் பணிகளுக்கிடையே நேரமொதுக்கி புத்தகத்தின் இறுதியில் கண்டுள்ள பல்வேறு புத்தகங்களையும் ஆவணங்களையும் தேடிப் படித்து இந்தப் புத்தகத்தை இவர் எழுதியிருக்கிறார். கட்சி வாழ்க்கையில் இளைய தலைமுறைத் தோழர்களுக்கு உற்சாகமளிக்க வேண்டும் என்ற நல்ல நோக்கத்துடன் இந்தப் புத்தகத்தை எழுதியிருக்கும் வழக்கறிஞர் தோழர்

கே. சுப்ரமணியத்துக்கு நம் இயக்கத்தின் சார்பில் வாழ்த்துகளையும் பாராட்டுகளையும் தெரிவித்துக் கொள்கிறேன். படித்துப் பயன் பெறுக! மற்றவர்களையும் படிக்கத் தூண்டுங்கள்! உங்களுடைய வரவேற்பு அவர் மேலும் பல புத்தகங்களை எழுதி வெளியிடத் தூண்டுதலாக அமையும்!

இவண்

வி.பி. குணசேகரன்

தலைவர்,

தமிழ்நாடு பழங்குடி மக்கள் சங்கம்,

ஈரோடு மாவட்டம்.

20-10-2021

முன்னுரை

1925 டிசம்பர் 26ஆம் நாள் இந்த நாட்டில் உ.பி. மாநிலம், கான்பூர் மாநாட்டில் தொடங்கப்பட்ட இந்தியக் கம்யூனிஸ்ட் கட்சிக்கு இன்று வயது 96. விரைவில் நூற்றாண்டு விழா (2024) கொண்டாட இருக்கிறோம். இந்தக் கட்சியை கருவிலேயே அழித்தொழித்துவிட ஆங்கிலேயரின் காலனியாட்சி எத்தனையோ அடக்குமுறைகளைக் கட்டவிழ்த்துவிட்டது. பொய்யான சதிவழக்குகள், கொடிய சிறைத் தண்டனை, சித்ரவதைகள், நாடு கடத்துதல், தூக்கு தண்டனை என்று பல அடக்குமுறைகளைச் சந்தித்து, கட்சியின் மூத்த தலைவர்கள் தங்கள் வாழக்கையையே தியாகம் செய்து கட்சியை வளர்த்தார்கள்.

தொழிலாளர்கள், விவசாயிகளை சங்கங்களில் அணிதிரட்டி வர்க்கப் போராட்டத்திற்கு அவர்களைத் தயார் செய்து கொண்டிருந்த அதே வேளையில், ஆங்கிலேயரின் காலனியாட்சியிலிருந்து இந்த நாடு முழு விடுதலையடைய தேசிய முதலாளிகளின் தலைமையில் நடந்து கொண்டிருந்த சுதந்திரப் போராட்டத்திலும் தீவிரமாகப் பங்கேற்றுப் போராடினார்கள்.

இந்தியக் கம்யூனிஸ்ட் கட்சி தோன்றுவதற்கு முன்பே மாஸ்கோவிலிருந்து தாய்நாடு திரும்பிய இந்திய முஸ்லிம் இளைஞர்கள் மீது 1922ஆம் ஆண்டில் பெஷாவர் சதிவழக்கு, 1924ஆம் ஆண்டில் கான்பூர் சதிவழக்கு, பின்னர் 1929ஆம் ஆண்டில் மீரட் சதிவழக்கு என்று தொடர்ந்து சதிவழக்குகளைப் போட்டு கம்யூனிஸ்ட் கட்சியின் முன்னணித் தலைவர்களை ஒட்டுமொத்தமாகப் பல வருடங்கள் சிறையில் தள்ளி, கட்சி பகிரங்கமாக மக்களிடையே செயல்படுவதை ஆங்கிலேய ஆட்சியாளர்கள் தடுத்தார்கள்.

“மாங்குயில் கூவிடும் பூஞ்சோலை எம்மை மாட்ட நினைத்திடும் சிறைச்சாலை” என்று புரட்சிக் கவிஞன் பாரதிதாசன் பாடிய வரிகள் கம்யூனிஸ்ட் தலைவர்களுக்கு முற்றிலும் பொருந்தும்!

ஆங்கிலேயரின் ஆட்சிக் காலத்தில் 1925ஆம் ஆண்டு முதல் 1947ஆம் ஆண்டு வரை பொதுச் செயலாளர்களாகப் பொறுப்பு வகித்து கட்சியின் வளர்ச்சிக்கு அடித்தளமிட்ட முதல் மூன்று பொதுச் செயலாளர்களின் வாழ்க்கை வரலாறு, அவர்கள் சந்தித்த அடக்குமுறைகள், சதி வழக்குகள், சிறைத் தண்டனைகள், சவால்கள், தலைமை தாங்கி நடத்திய இயக்கங்கள் பற்றி சுருக்கமான வரலாற்றை இந்தப் புத்தகத்தில் பதிவு செய்திருக்கிறேன்.

மூவரும் கம்யூனிஸ்ட் கட்சி நடத்திய ஆங்கில ஏடுகளில் எழுதிய நூற்றுக்கணக்கான கட்டுரைகளில் சிலவற்றை மட்டும் தேர்வு செய்து வெளியிட்டிருக்கிறேன்.

இந்த புத்தகத்தை எழுதி முடிப்பதில் எனக்கு அவ்வப்பொழுது ஆலோசனைகள் வழங்கி ஊக்குவித்த அன்புத் தோழர்கள் எஸ். ராதாகிருஷ்ணன் [இஸ்கப் – தமிழ் மாநிலப் பொதுச் செயலாளர்] ப.பா. ரமணி [தமிழ்நாடு கலை இலக்கிய பெருமன்ற மாநிலப் பொருளாளர்] மார்க்சீயக் கல்வியாசிரியர் எஸ். பாலச்சந்திரன், ஓடை.பெ. துரையரசன் ஆகியோருக்கு என் நன்றியும் அன்பும்! கணினியில் அச்சிட்டு உதவி செய்த உடன் பிறவாத தங்கை பி. சுமதி, மெய்ப்புத் திருத்தி உதவி செய்த தோழர் எல். ஜான் மற்றும் எனது உதவியாளர் ஏ. ராமு ஆகியோருக்கும் நன்றி!

இந்தப் புத்தகத்தை எழுதி முடிக்க எனக்கு கூடுதல் நேரம் கிடைப்பதற்காக வழக்கம்போல் அலுவலக வழக்குகள் அனைத்தையும் தன்னுடைய வழக்குகளோடு சேர்த்துப் பொறுப்புடன் கவனித்துக் கொண்ட வழக்கறிஞர் தோழர் டி. சதீஷ் சங்கருக்கும் நன்றி.

மலைவாழ் மக்களின் வாழ்க்கையோடும், அவர்களின் இன்பதுன்பங்களிலும் போராட்டங்களிலும் இரண்டறக் கலந்து களப்பணியாற்றி வரும் அருமைத் தோழர் வி.பி. குணசேகரன் அவர்கள் வழங்கியிருக்கும் சிறப்பான அணிந்துரைக்கு என் நெஞ்சார்ந்த நன்றி!

இந்த புத்தகத்தை வெளியிட முன்வந்த ‘எதிர்’ பதிப்பக உரிமையாளர் அன்புக்குரிய அனுஷ் அவர்களுக்கும், தட்டசுப்பிரதிகனை கணினியில் மாற்றியமைத்து மிகுந்த உதவி செய்த சீனிவாசனுக்கும் என் நன்றியும், அன்பும். அழகுற அச்சிட்ட அச்சகப் பணியாளர்கள் அனைவருக்கும் என் மனமார்ந்த நன்றி!

இந்தியப் பொதுவுடைமை இயக்கத்தில் இணைந்துள்ள இளைஞர்கள் தாங்கள் தேர்ந்தெடுத்துக் கொண்டுள்ள அரசியல் பாதையில் உற்சாகத்துடன் பயணம் செய்ய இந்தப் புத்தகம் ஓரளவுக்குத் தூண்டுமானால், அதுவே எனது உழைப்பிற்கு கிடைத்த பாராட்டு என்பதுடன், நாம் நமது மூத்த பரம்பரைக்குச் செய்யும் நன்றியுமாகும்!

87 E – கிரே டவுன் – 2வது மாடி,
கோவை – 641 018
63748 32622

கே. சுப்ரமணியன்,
வழக்கறிஞர்
20–10–2021

உள்ளடக்கம்

1. முதல் பொதுச் செயலாளர் தோழர் எஸ்.வி. காட்டே 13
2. ஒரு விஞ்ஞானியின் அரசியல் பயணம் 65
3. மண்ணுக்கேற்ற மார்க்சீயத்தின் பிதாமகன் பி.சி. ஜோஷி 167

- லண்டனில் உயர்கல்வி கற்ற மார்க்சீய மேதை;
- 1936இல் தமிழகத்தில் தோன்றிய இந்தியக் கம்யூனிஸ்ட் கட்சியின் முதல் கிளையின் செயலாளர்;
- சிந்தனைச் சிற்பி சிங்காரவேலர், பாரதியின் நண்பர் எம்.பி.டி. ஆச்சார்யா வாழ்க்கை வரலாற்றை எழுதிய அறிஞர்;
- மார்க்சீய ஆய்வியல் அறிஞர்கள் பலருக்கு வழிகாட்டி;
- 101 வயதுவரை பயனுள்ள வாழ்க்கை வாழ்ந்த எனது அறிவுலக ஆசான் தோழர் சி.எஸ். சுப்ரமணியம் அவர்களுக்கு காணிக்கையாக!

முதல் பாகம்

முதல் பொதுச் செயலாளர் தோழர் எஸ்.வி. காட்டே
(1925 – 1933)

பிறப்பும் கல்வியும்

1925 டிசம்பர் மாதம் 26ஆம் நாள், உ.பி. மாநிலம் கான்பூர் தொழில் நகரத்தில் இந்தியக் கம்யூனிஸ்ட் கட்சியின் முதல் அமைப்பு மாநாட்டைத் தமிழகத்தின் சிந்தனைச் சிற்பி சிங்காரவேலர் செங்கொடியை ஏற்றித் தொடங்கி வைத்தார். இந்த மாநாட்டில் தோழர் எஸ்.வி. காட்டே கட்சியின் இரண்டு செயலாளர்களில் ஒருவராகத் தேர்ந்தெடுக்கப்பட்டார். பின்னர் 1928ஆம் ஆண்டில் பம்பாயில் கூடிய இந்தியக் கம்யூனிஸ்ட் கட்சியின் உயர்மட்ட மத்தியக் குழுக்கூட்டத்தில் பொதுச் செயலாளராகத் தேர்ந்தெடுக்கப்பட்டார். 1934ஆம் ஆண்டில் மீரட் சதி வழக்கு முடிவடையும் வரை தோழர் எஸ்.வி. காட்டே பொதுச் செயலாளர் பொறுப்பில் செயல்பட்டு வந்தார்.

தோழர் எஸ்.வி. காட்டே இன்றைய கர்நாடக மாநிலம், தென்கனரா மாவட்டத்தில், மங்களூர் நகரில் “கரடா” எனும் மாரட்டிய பிராமணக் குடும்பத்தில் 1896ஆம் ஆண்டு செப்டம்பர் மாதம் 14ஆம் நாள் பிறந்தார். அவருக்குப் பெற்றோர் வைத்த பெயர் சச்சிதானந்த் விஷ்ணு காட்டே.

காட்டேயின் தந்தை காலமான பின்பு சிறுவன் காட்டே, அவனது சித்தப்பா மற்றும் அண்ணன் சிந்தாமணியால் வளர்க்கப்பட்டார். அந்தக் குடும்பம் பழமையான ஆசாரம் மற்றும் சாதி மற்றும் சமயச் சடங்குகள், சம்பிரதாயங்களைக் கடுமையாகப் பின்பற்றி வந்த வைதீகக் குடும்பம். கோவில் அர்ச்சகர் வேலைதான் குலத்தொழில். சித்தப்பா, ஆரம்பப் பள்ளி ஆசிரியர் வேலையும் பார்த்து வந்தார். குலதெய்வம் கோவிலில் வைக்கப்பட்டிருக்கும் சின்னச்சின்ன விக்கிரங்கள் மற்றும் சாமி சிலைகளைத் தினசரி குளிப்பாட்டி, பூஜைக்கு வேண்டிய பொருட்களை வரிசையாக எடுத்து வைக்க வேண்டிய வேலை, சிறுவன் காட்டேவுக்கு கொடுக்கப்பட்டிருந்தது. சிறுவன் காட்டே இந்த தினசரி வேலையை வெறுத்தான். ஒருநாள் கோபத்தில் ஒரு சிறிய சாமி சிலையை எடுத்துப்போய் கிணற்றில் வீசியெறிந்துவிட்டான். இதனால் வீட்டில் அடிஉதை வாங்கினான். பரம்பரை பரம்பரையாக ஆண்கள் தலையில்

குடுமி வைத்துக் கொள்வது அவர்கள் சாதி வழக்கம். சிறுவன் காட்டே ஒரு நாள் தனது குடுமியை எடுத்துவிட்டு, மற்ற சாதிச் சிறுவர்களைப்போல் நவீன பாணியில் "கிராப்" சிகையலங்காரம் செய்து கொண்டு வந்து நின்றான். இதனால் சிறுவன் காட்டே சித்தப்பா, அண்ணனிடம் அடிஉதை வாங்கினான். பள்ளியில் மற்ற சாதிச் சிறுவர்களுடன் சரிசமமாக உட்கார்ந்து தொட்டுப்பேசி பழகிய காரணத்திற்காக, வகுப்பு ஆசிரியரான அவனது சித்தப்பாவிடம் பிரம்படி வாங்கினான். சிறுவனாக இருந்த பொழுதே, பள்ளிப் பருவத்தில் இவ்வாறு கலகக்காரச் சிறுவனாக வளர்ந்த சில மலரும் நினைவுகளை காட்டே பிற்காலத்தில் தன்னிடம் பகிர்ந்து கொண்டதை சகதோழர் எஸ்.ஏ. டாங்கே பதிவு செய்திருக்கிறார்.

சொந்த ஊர் மங்களூரில் மெட்ரிக்குலேசன் படிப்பையும், இன்டர்மீடியட் வகுப்பையும் (இளங்கலைப் பட்டப்படிப்பில் முதல் இரண்டு ஆண்டுகள் மட்டும்) படித்து முடித்துவிட்ட காட்டே உயர்கல்விக்காக பம்பாய்க்கு வந்து சேர்ந்தார். அவர்களது குடும்ப நண்பர் கோபாலபட்ஜி பம்பாயில் நடத்திவந்த ஸ்ரீகிருஷ்ணா உணவு மற்றும் தங்கும் விடுதியின் மேற்பார்வையாளராக வேலை பார்த்துக் கொண்டு அங்கேயே தங்கி, அந்தக் காலத்தில் புகழ்பெற்ற செயின்ட் சேவியர் கல்லூரியில் சேர்ந்து வரலாற்றுப் பாடத்தில் முதுகலைப் பட்டம் (M.A.) பெற்றார்.

ஸ்ரீகிருஷ்ணா விடுதியில் வேலை பார்த்துக் கொண்டே கல்லூரியில் படித்து வந்த மாணவன் காட்டே, விடுதிக்கு எதிரில் இருந்த "பெடிட்" என்ற நூலகத்துக்குச் சென்று படிப்பது வழக்கம். அங்கு கிடைத்த சோசலிச அரசியல் சம்பந்தப்பட்ட புத்தகங்கள் சிலவற்றைப் படிக்கும் வாய்ப்பு அவருக்குக் கிடைத்தது. 1914ஆம் ஆண்டில் முதலாவது உலகப் போர் தொடங்கிய காலத்தில் பிரிட்டிஷ் ராணுவத்திற்கு கோதுமை மாவு மூட்டைகளை விற்பனை செய்யும் தொழிலைச் செய்துவந்த பெரிய கோடீஸ்வரர் ஆர்.பி. லோட்வாலா என்பவரது ஆடம்பரமான மாளிகை, காட்டே தங்கி வேலை செய்துவந்த ஸ்ரீகிருஷ்ணா விடுதிக்கருகிலேயே இருந்தது. லோட்வாலா, அவரது பெரிய மாளிகையின் கீழ்தளத்தில் மாணவர்கள் தங்கும் விடுதியொன்றையும் "நித்தியானந்தா" என்ற பெயரில் பெரிய நூலகம் ஒன்றையும் தொடங்கி நடத்தி வந்தார்.

கோடீஸ்வரர் ஆர்.பி. லோட்வாலா அடிக்கடி தனது தொழில் விஷயமாக லண்டன் போய்வரும் போதெல்லாம் சோசலிசம், கம்யூனிசத் தத்துவம், மார்க்சீய அரசியல் பற்றிய புதுப்புது புத்தகங்களை வாங்கி வந்து தனது நூலகத்தில் சேகரித்து வந்தார். அந்த நூலகத்தின் பொறுப்பாளராக வேலை செய்து வந்த சி.ஜி. ஷா என்ற மாணவர், காட்டேவுக்கு நெருங்கிய நண்பரானார். அந்த மாணவர் சி.ஜி. ஷா தான் காட்டேவுக்கு முதன் முதலாக சோசலிசம் மற்றும் கம்யூனிஸம் பற்றிய புத்தகங்களைக் கொடுத்து அரசியல் விழிப்புணர்வை ஏற்படுத்தினார். இந்த நூலகத்தில் இங்கிலாந்து நாட்டின் கம்யூனிஸ்ட் கட்சி அரசியல், தொழிற்சங்க இயக்கம், சோவியத் ரஷ்யா பற்றிய நிறைய செய்திகள் வெளியான லண்டன் பத்திரிகைகளும், வார, மாத இதழ்களும் காட்டேவுக்கு படிக்கக் கிடைத்தன. மேலும், லண்டனிலிருந்து சில்வியா பாங்க்ஹாட் என்பவர் (கம்யூனிஸ்ட்) ஆசிரியராக இருந்து வெளியிட்டுவந்த "ஒர்க்கர்ஸ் டிரெட்நாட்" (தொழிலாளர்களே அஞ்சாதீர்) என்ற இங்கிலாந்து கம்யூனிஸ்ட் கட்சியின் ஆங்கில வார இதழையும் காட்டே தொடர்ந்து படித்து வந்தார். இவையனைத்தும் காட்டேவின் மனதில் ஆரம்பகட்ட மார்க்சீய தத்துவ விதைகளை விதைத்தன. கல்லூரி மாணவன் காட்டேவுக்கு முற்போக்கான அரசியல் அறிவையும் அறிமுகம் செய்தது.

இந்த காலகட்டத்தில், பம்பாய் வில்சன் கல்லூரியில் புகழ்பெற்ற மாணவர் தலைவராகச் செயல்பட்டுவந்த எஸ்.ஏ. டாங்கேவும் அவரது சகதோழர்களும், காந்தியடிகள் அறிவித்த ஒத்துழையாமை இயக்கப் போராட்டத்தை கல்லூரியில் தலைமை தாங்கி நடத்தியதால் வெளியேற்றப்பட்டிருந்தார்கள். அப்போது டாங்கே திலகரின் சீடர். 1920ஆம் ஆண்டு காலகட்டத்தில் மாமேதை லெனின் ரஷ்யப் புரட்சி பற்றி எழுதிய புத்தகங்களையும், காரல் மார்க்ஸ், ஏங்கல்ஸ் எழுதிய புத்தகங்கள் அனைத்தையும் ஐரோப்பிய நாடுகளிலிருந்தும், லண்டனிலிருந்தும் இந்தியாவுக்குள் கொண்டு வருவதைத் தடுக்க "கடற்சுங்கவரிச் சட்டம்" என்ற புதிய சட்டத்தின் மூலம் ஆங்கிலோய அரசு தடை செய்திருந்தது. ஆங்கிலேய ஆட்சியை ஆதரித்து உள்நாட்டில் வெளியான பத்திரிகைகள் அனைத்தும் ரஷ்யப் புரட்சிக்கு எதிராகவும், லெனினுக்கு எதிராகவும் அவதூறுகளையும், அபாண்டமான பொய்ச் செய்திகளைப் பரப்பும் கட்டுரைகளையும் வெளியிட்டு வந்தன.

லெனின் ஒரு சர்வாதிகாரியாக, கொடுங்கோலனாகச் சித்தரிக்கப்பட்டார். சோவியத் ரஷ்யாவில் புரட்சிக்குப் பின்னர் பெண்கள் அனைவரும் பொதுவுடமையாக்கப்பட்டு விட்டதாகவும், குடும்ப அமைப்பே முற்றிலுமாகச் சிதைந்து சின்னாபின்னமாகிவிட்டதாகவும், விவசாயிகளின் விளைநிலங்களை கம்யூனிஸ்ட் ஆட்சியாளர்கள் பலவந்தமாக எடுத்துக்கொண்டு, அவர்களை கூலித் தொழிலாளர்களாக மாற்றிவிட்டதாகவும், ரஷ்ய நாடு முழுவதும் பஞ்சமும், பசியும், பட்டினியும் நிலவி வருவதாகவும், இளம் ஆண், பெண்கள் மாடுகளுக்குப் பதிலாக ஏரில் கட்டப்பட்டு விவசாய வேலைகள் நடைபெறுவதாகவும் இன்னும் படுமோசமான விமர்சனக் கட்டுரைகளும், பொய்ச் செய்திகளும் இந்தியப் பத்திரிகைகளில் வெளிவந்தன. ஆனால், ஆங்கிலேயர் ஆட்சி, சோவியத் ருஷ்யாவையும், புரட்சியையும் லெனினையும் படுமோசமாக சித்தரித்ததை சுதந்திரப் போராட்டத்தில் ஈடுபட்டிருந்த காங்கிரஸ் கட்சித் தலைவர்களும், தொண்டர்களும், பொதுமக்களும், அறிஞர்களும் நம்ப மறுத்தனர். சோவியத் ரஷ்யாவுக்கே ஆதரவு தெரிவித்தார்கள். அன்னியர் ஆட்சியைக் கடுமையாக எதிர்த்த சோவியத் ரஷ்யாவுக்கு மாணவர்கள், தொழிலாளர்கள், அறிவு ஜீவிகளிடையே அந்த நாட்டின் மீது அனுதாபத்தையும் ஆதரவான கருத்துகளையுமே ஏற்படுத்தின.

மாணவர் தலைவர் டாங்கே சோசலிசம், லெனின், ரஷ்யப் புரட்சி பற்றி தனக்குக் கிடைத்த சில அரிய புத்தகங்கள், செய்தித் தாள்களில் வெளியான கட்டுரைகளின் சாரத்தை உள்வாங்கிக் கொண்டு, 1921 ஏப்ரல் மாதத்தில் "காந்தியா - லெனினா?" என்ற புத்தகத்தை எழுதி வெளியிட்டார். இதுதான் இந்திய மண்ணில் சோவியத் ரஷ்யப் புரட்சி பற்றி முதன் முதலாக ஆங்கிலத்தில் வெளிவந்து அரசியல் அரங்கில் பெரும் புயலைக் கிளம்பிய புத்தகம். எஸ்.ஏ. டாங்கே, முஸாபர் அகமது, சௌகத் உஸ்மானி, நளினி குப்தா ஆகிய நால்வர் மீது 1924ஆம் ஆண்டில் பிரிட்டிஷ் ஆட்சியாளர்கள் நடத்திய கான்பூர் சதி வழக்கில் குற்றச்சாட்டிற்கு ஆதாரமான சாட்சியமாக எஸ்.ஏ. டாங்கேயின் இந்த புத்தகத்தை அரசு வழக்கறிஞர் நீதிமன்றத்தில் தாக்கல் செய்தார்.

கோடீஸ்வர வணிகர் ஆர்.பி.லோட்வாலே "இந்து பிரகாஷ்" என்ற மராத்தி நாளிதழை எஸ்.ஏ. டாங்கே பொறுப்பில் வெளியிட்டார். அந்த இதழில் மாணவர் வி.டி. சதாயே, தலைவர் லெனின் வாழ்க்கை வரலாற்றை 8 கட்டுரைகளாக

எழுதினார். சோசலிசம், ரஷ்யப் புரட்சி பற்றிய கட்டுரைகள் வெளிவந்தன. இந்து பிரகாஷ் அச்சகத்திலிருந்து "சோசலிஸ்ட்" என்ற ஆங்கிலம் மற்றும் மராத்தி வார இதழ்களை டாங்கே குழுவினர் (கே.என். ஜோக்லேக்கர், ஆர்.எஸ். நிம்ப்கார், டி.வி. பர்வாடே, வி.டி. சதாயே, எஸ்.எஸ். மிராஜ்கர்) 1922 ஆகஸ்ட் மாதம் முதல் வெளியிட்டு வந்தனர். "சோசலிஸ்ட்" வார இதழ் வெளிப்படையாகவும், ஒளிவு மறைவின்றியும் மார்க்சீயத் தத்துவத்தை அச்சிட்டு வெளியிடும் இதழாக மலர்ந்தது. ஆங்கிலேய ஆட்சிக்கு ஆதரவான ஆங்கிலம் மற்றும் மராத்தி இதழ்களுக்கு சவாலாக அமைந்து அவர்களுக்கு எரிச்சலூட்டின. ஆனால், மாணவர்கள், தொழிலாளர்கள், அறிவுஜீவிகள் மற்றும் சுதந்திரப் போராட்ட வீரர்களிடையே இந்த இதழ் பெரும் வரவேற்பைப் பெற்றது. இந்த வார இதழ்தான் டாங்கே குழுவினரை காட்டேவுக்கு அறிமுகப்படுத்தியது. டாங்கேயும், மேற்சொன்ன மாணவர் தலைவர்களும் – கிருஷ்ணா விடுதிக்கு நேரில் சென்று காட்டேயைச் சந்தித்தனர். டாங்கே தலைமையிலான பம்பாய் கம்யூனிஸ்டுகள் குழு எஸ். வி. காட்டேவுடன் இணைந்து தங்கள் நடவடிக்கைகளை விரிவுபடுத்தி செயல்படத் தொடங்கினார்கள்.

கல்கத்தா, மெட்ராஸ், லாகூர், பம்பாய் நகரங்களில் செயல்பட்டுக் கொண்டிருந்த கம்யூனிஸ்ட் கட்சித் தோழர்கள் 1923ஆம் ஆண்டில் கயாவில் கூடிய காங்கிரஸ் கட்சியின் தேசீய மாநாட்டில் காங்கிரஸ் கட்சியின் பிரதிநிதிகளாகக் கலந்து கொண்டனர். சென்னையிலிருந்து கலந்து கொண்ட சிந்தனைச் சிற்பி சிங்கார வேலர் அந்த காங்கிரஸ் மாநாட்டில் உரையாற்றினார். "உலகத்தின் பல்வேறு நாடுகளில் இயங்கிவரும் கம்யூனிஸ்டுகள் சார்பில் மாநாட்டுப் பிரதிநிதிகளுக்கு வாழ்த்துச் சொல்வதாக" தனது உரையைத் தொடங்கினார். பிரதிநிதிகள் பெருத்த ஆரவாரத்துடன் அவரது உரையைக் கைத்தட்டி வரவேற்றார்கள். தோழர் டாங்கேயும், சிங்காரவேலரும் கூட்டாகத் தயாரித்த அரசியல் வேலைத் திட்டம் மற்றும் கொள்கைப் பிரகடனங்களை அச்சிட்டு மாநாட்டுப் பிரதிநிதிகளிடம் விநியோகித்தார்கள். மெட்ராஸில் சிங்காரவேலர் தலைமையில் செயல்பட்டு வந்த கம்யூனிஸ்டுகள் குழு, கல்கத்தாவில் முஸாபர் அகமது தலைமையில் இயங்கிய கம்யூனிஸ்ட் குழு, கான்பூரில் சௌகத் உஸ்மானி தலைமையில் இயங்கிய கம்யூனிஸ்டுகள் குழு, லாகூரில் பேராசிரியர் குலாம் முகமது தலைமையில் இயங்கிய கம்யூனிஸ்டுகள் குழு, பம்பாயில் டாங்கே தலைமையில் இயங்கிவந்த

கம்யூனிஸ்டுகள் குழு ஆகிய குழுக்களை ஒன்றிணைத்து அகில இந்தியக் கம்யூனிஸ்ட் கட்சியை உருவாக்குவது என்று அந்த மாநாட்டில் கலந்து கொண்ட டாங்கே, சிங்காரவேலர் மற்றும் கம்யூனிஸ்டுகளிடையே கருத்துப் பரிமாற்றம் நடந்தது. இந்தக் குழுக்களை ஒன்றிணைத்து நாடு தழுவிய ஒரு கம்யூனிஸ்ட் கட்சியை தோற்றுவிக்கும் ஒருங்கிணைப்பாளர் பொறுப்பு தோழர் டாங்கேவுக்கு கொடுக்கப்பட்டது. அவரும் மற்ற மாநிலக் குழுத் தோழர்களோடு கடிதத் தொடர்பு வைத்து, கம்யூனிஸ்ட் குழுக்களை ஒருங்கிணைக்கும் நடவடிக்கையில் இறங்கினார்.

மாவீரன் லெனின் தலைமையில் ரஷ்யாவில் 1917 அக்டோபரில் புரட்சி வெற்றி பெற்று உலக நாடுகளில் முதன் முதலாக ஒரு பாட்டாளி வர்க்க அரசு நிறுவப் பெற்றது. 1920இல் லெனின் தலைமையில் 3- வது கம்யூனிஸ்ட் அகிலம் தோற்றுவிக்கப்பட்டது. கம்யூனிஸ்ட் கட்சி தோன்றாத நாடுகளில் புதிதாக கம்யூனிஸ்ட் கட்சியைத் தொடங்குவதற்கும், ஏற்கனவே தொடங்கப்பட்டு செயல்பட்டு வந்தால், அவர்களுக்கு வழிகாட்டி உதவி செய்வதும் இந்தக் கம்யூனிஸ்ட் அகிலத்தின் நோக்கமும், செயல் திட்டமுமாகும். கம்யூனிஸ்ட் அகிலத்தின் வழிகாட்டுதலில் இந்தியா, துருக்கி, ஈரான், ஈராக், சீனா, கொரியா, இந்தோனேசியா, வியத்நாம் நாடுகளில் கம்யூனிஸ்ட் கட்சியைத் தொடங்குவதற்கான நடவடிக்கைகள் மேற்கொள்ள தனிப்பிரிவு ஏற்படுத்தப்பட்டது *(BUREAU FOR EASTERN COUNTRIES)* வங்கத்தில் பிறந்து அமெரிக்கா, மெக்ஸிகோ நாடுகளில் வாழ்ந்து, பின்னர் மாஸ்கோவில் குடியேறிய எம்.என். ராயிக்கு இந்தியாவில் கம்யூனிஸ்ட் கட்சியைத் தொடங்கும் பொறுப்பை மாஸ்கோ கம்யூனிஸ்ட் அகிலம் வழங்கியது. சென்னையில் சிங்காரவேலர், பம்பாயில் எஸ்.ஏ. டாங்கே, கல்கத்தாவில் முஸாபர் அஹமது, கான்பூரில் சௌகத் உஸ்மானி. லாகூரில் பேராசியர் குலாம் முகமது ஆகிய கம்யூனிஸ்ட் தலைவர்களோடு எம்.என். ராய் மாஸ்கோவிலிருந்து கடிதத் தொடர்பை மேற்கொண்டதுடன், அவரது பிரதிநிதியாக நளினி குப்தா என்பவரையும் மேற்கண்ட தலைவர்களை நேரில் சந்தித்து விவாதிக்க இந்தியா அனுப்பி வைத்தார்.

இந்தியக் கம்யூனிஸ்ட் கட்சி என்ற பெயரில் வெளிப்படையாக கட்சியைத் தொடங்கி நடத்தினால் அன்னிய ஆட்சியாளரின் அடக்குமுறைக்கும், தடை செய்யப்படுவதற்குமான நெருக்கடியான சூழ்நிலை ஏற்படும் என்று கருதிய எம்.என். ராய் "தொழிலாளர் விவசாயிகள் கட்சி" அல்லது "மக்கள் கட்சி" என்ற பெயரில் கட்சியைத் தொடங்கி, அதைக் கம்யூனிஸ்டுகள்

முக்கியப் பொறுப்பிலிருந்து இயக்குவதென்ற யோசனையை எம்.என்.ராய் முன் வைத்தார். அவரது யோசனையை இந்தியத் தோழர்கள் ஏற்றுக் கொண்டனர். சென்னையில் சிங்காரவேலர் தலைமையில் தொழிலாளர் விவசாயிகள் கட்சி (LABOUR KISAN PARTY) 1923ஆம் ஆண்டில் தொடங்கப்பட்டது. வங்கத்தில் முஸாபர் அகமது முன்முயற்சியால் 1926 இலும், அஜாய் கோஷ், பாரத்வாஜ் மற்றும் பி.சி. ஜோஷி முன்முயற்சிகளால் உ.பி. மாநிலத்தில் 1928இலும், பஞ்சாப் மாநிலத்தில் 1927ஆம் ஆண்டில் சந்தோக் சிங் தலைமையிலும் தொழிலாளர் விவசாயிகள் கட்சி தொடங்கப்பட்டது. 1928 டிசம்பர் கடைசி வாரத்தில் தொழிலாளர் விவசாயிகள் கட்சியின் தேசிய மாநாடு கல்கத்தாவில் நடைபெற்றது. அகில இந்திய தொழிலாளர் விவசாயிகள் கட்சி உதயமானது. கம்யூனிஸ்டுகள், சோசலிஸ்டுகள், காங்கிரஸ் கட்சியின் இடதுசாரி ஜனநாயக முற்போக்குத் தலைவர்கள் மற்றும் முற்போக்கு சமூக சிந்தனையாளர்களின் பொதுமேடையாக இந்த அமைப்பு செயல்பட்டது. ஆங்கிலேயர் ஆட்சியிலிருந்து இந்தியா முழுவிடுதலையடைவதே தங்கள் லட்சியம் என்றும் பகிரங்கமாக அறிவித்தார்கள்.

கம்யூனிஸ்ட் கட்சி மற்றும் தொழிற்சங்கப் பணிகளின் தொடக்கம்

பம்பாயில் தோழர் டாங்கே தலைமையில் கல்லூரி மாணவர்களின் போராட்டங்களை நடத்தி வந்த மாணவர் தலைவர்கள் கே.என். ஜோக்லேக்கர், ஆர்.எஸ். நிம்ப்கார், ஆர். வி. நட்கர்னி தியோதார், வி.டி. சதாயே ஆகியோர் வட்டம் எஸ்.வி. காட்டே இணைந்த பிறகு மேலும் விரிவடைந்தது. V.H. ஜோஷி, லால்ஜி பென்ட்ஸே, கட்தரே பட்டவர்த்தன், ஜுலேகர், எஸ்.டி. தாம்லே அகிய புதிய இளம் தலைவர்கள் தீவிரமாக தொழிற்சங்க வேலைகளில் ஈடுபடத் தொடங்கினார்கள். இந்த கம்யூனிஸ்ட் குழுத் தோழர்கள் 20 முதல் 25 வயதேயான இளைஞர்கள். துடிப்புமிக்க துணிச்சல்காரர்கள். மார்க்சீயம் சம்பந்தமான அறிமுக கட்டுரைகள் நிறைந்த “சோசலிஸ்ட்” வார இதழை மாணவர்களிடையே கொண்டு சென்றதுடன், பம்பாய் தொழிலாளர்களின் அடிப்படை உரிமைகளுக்காகவும் போராடத் தொடங்கினார்கள்.

பம்பாய் நகரில் பஞ்சாலைத் தொழிலாளர்களின் வேலை நிரந்தரம், சம்பள உயர்வு, பணிக்கொடை, சம்பளத்துடன் கூடிய

வார விடுமுறை, வேலைப்பளுக் குறைப்பு, வேலையிடத்தில் ஏற்படும் விபத்துக்களுக்கான நட்டஈடு, 8 மணி நேர வேலை போன்ற அடிப்படை உரிமைகளுக்காக தோழர் டாங்கே, எஸ்.வி. காட்டே, கே.என். ஜோக்லேக்கர், ஆர்.எஸ். நிம்ப்கார் மற்றும் பி.சி. ஜோஷி ஆகிய இளம் கம்யூனிஸ்ட் தலைவர்கள் போராட்டங்களை நடத்தத் தொடங்கினார்கள். சில பஞ்சாலைகளில் முதலாளிகளின் அடக்குமுறைகளை எதிர்த்து வேலை நிறுத்தங்கள் வெடித்தன.

பஞ்சாலைத் தொழிலாளர்களின் உரிமைகளுக்காக சங்கம் தொடங்கிய அதே காலகட்டத்தில் எஸ்.வி. காட்டே பம்பாய் நகரிலும், சுற்று வட்டார நகரங்களிலும் அச்சகங்களில் பணிபுரிந்து வந்த அச்சுத் தொழிலாளர்களையும் மாநகராட்சி துப்புரவுப் பணியாளர்களையும் சங்கத்தில் அணிதிரட்ட அதிக கவனம் செலுத்தினார். இந்தியாவில் அச்சகத் தொழிலாளர்களின் தொழிற்சங்கத் தந்தையென்றே தோழர் எஸ்.வி. காட்டேவைச் சிறப்பாகக் குறிப்பிட்டுச் சொல்லாலம். எஸ்.வி. காட்டே பெரிய சொற்பொழிவாளர் அல்ல என்றும், பத்திரிகைகளில் பெரிய கட்டுரைகளை எழுதும் வழக்கம் இல்லையென்றும், ஆனால் அவர் தொழிலாளரின் போராட்டங்களைத் தொடங்குவதற்கு முன்னர் அதற்கான தயாரிப்பு வேலைகளில் திட்டமிடுவதிலும், போராட்டத்தை முன்னின்று தலைமை தாங்கும் தோழர்களின் கூட்டத்தில் ஆழமான விவாதங்களை நடத்தி அவர்களுக்கும் போராட்டத்தில் ஈடுபடும் தொழிலாளர்களுக்கும் வழிகாட்டுவதிலும் தோழர் காட்டே தனித்திறமை படைத்த தலைவர் என்று தோழர் டாங்கே எஸ்.வி. காட்டேயின் திறமைகளையும், அருங்குணங்களையும் தனது மலரும் நினைவுகளில் பதிவு செய்திருக்கிறார்.

கான்பூர் சதிவழக்கு

பம்பாய், கல்கத்தா, மெட்ராஸ், கான்பூர், லாகூர், நகரங்களில் தனித் தனியாகச் செயல்பட்டுக் கொண்டிருந்த கம்யூனிஸ்ட் குழுக்களை ஒன்றிணைக்கும் திட்டத்துடன் டாங்கே தீவிரமாகச் செயல்பட்டுக் கொண்டிருந்ததை பிரிட்டிஷ் ஆட்சியாளர்களின் உளவுத்துறை தொடர்ந்து கண்காணித்து வந்தது. நாடு தழுவிய ஒரு கம்யூனிஸ்ட் கட்சியை உருவாக்கும் முயற்சியை முளையிலேயே கிள்ளியெறியும் நோக்கத்தோடு 1924 மார்ச்

மாதத்தில் பம்பாயில் டாங்கேவையும், கல்கத்தாவில் முஸாபர் அகமதுவையும், கான்பூரில் சௌகத் உஸ்மானியையும், நளினி குப்தாவையும் பிரிட்டிஷ் ஆட்சியாளர்கள் கைது செய்து சிறையில் தள்ளினார்கள். கம்யூனிஸ்ட் கட்சி வரலாற்றில் இந்த சதிவழக்கு "கான்பூர் போல்ஸ்விக் சதிவழக்கு" என்று புகழ் பெற்றது. மாட்சிமை பொருந்திய பிரிட்டிஷ் மன்னரின் ஆட்சியை இந்தியாவில் ஒரு வன்முறைப் புரட்சி மூலம் தூக்கியெறிய சதித்திட்டம் தீட்டினார்கள் என்று குற்றஞ் சாட்டப்பட்டது. இந்த வழக்கில் தமிழகத்தின் சிந்தனைச் சிற்பி சிங்காரவேலரும், மாஸ்கோவிலிருந்த எம்.என். ராயும், குற்றவாளிகளாகச் சேர்க்கப்பட்டார்கள். சிங்காரவேலரின் உடல்நிலை மோசமாக இருந்ததால் அவர் கைது செய்யப்படவில்லை. எம்.என். ராய் 1937ஆம் ஆண்டில் இந்தியா திரும்பியதும் அவர் மீதும் தனியாக வழக்கு நடைபெற்று அவருக்கும் தண்டனை வழங்கப்பட்டது. இன்னொரு குற்றவாளியான அமீர் ஹைதர்கான் (பஞ்சாப்) உளவுத்துறை போலிசின் கைகளில் சிக்காமல் கடல் மார்க்கமாக மாஸ்கோவுக்கு தப்பிச் சென்றுவிட்டார்.

டாங்கே மற்றும் மூவர் மீதும் தாக்கல் செய்யப்பட்ட கான்பூர் சதி வழக்கை நீதிமன்றத்தில் எதிர்த்துப் போராட பம்பாயில் காட்டே தலைமையில் கே.என். ஜோக்லேக்கர், ஆர்.எஸ். நிம்ப்கார், V.H. ஜோஷி அடங்கிய பாதுகாப்புக் குழு அமைக்கப்பட்டது. தொழிலாளர்களிடம் நிதி வசூல் செய்யப்பட்டது. காங்கிரசில் இருந்த இடதுசாரித் தலைவர்களும், லண்டன் மற்றும் ரஷ்யத் தொழிலாளர்களும் ஓரளவு நிதியுதவி செய்தனர்.

களப்பணியில் எஸ்.வி. காட்டே

ஆங்கிலேய ஆட்சியாளர்கள் விரும்பியபடியே டாங்கே, முஸாபர் அகமது, சௌகத் உஸ்மானி மற்றும் நளினி குப்தா நால்வருக்கும் நீதிமன்றத்தால் நான்காண்டுகள் கடுங்காவல் சிறை தண்டனை கொடுக்கப்பட்டுத் தண்டிக்கப்பட்டார்கள். எஸ்.வி. காட்டேவுக்கு அடைக்கலம் கொடுத்துவந்த ஸ்ரீகிருஷ்ணா லாட்ஜ் மிகுந்த நட்டத்தால் திவாலாகி மூடப்பட்டது. காட்டேவுக்கு தங்குமிடம் மற்றும் உணவு இதர தேவைகளை மருத்துவக் கல்லூரி மாணவர் நாராயணராவ் கவனித்துக் கொண்டார். இந்த மாணவர், பிற்காலத்தில் பிரபல மருத்துவராகப்

புகழ்பெற்று காட்டேவின் இறுதிக்காலம் வரை குடும்ப நண்பராக வாழ்ந்தார். டாங்கே சிறைப்பட்டிருந்ததால், கம்யூனிஸ்ட் கட்சியை உருவாக்கும் பணிகளை காட்டே தொடர்ந்து மேற்கொள்ளத் தொடங்கினார்.

மாஸ்கோவில் தங்கியிருந்த எம்.என். ராய் 1924ஆம் வருடம் முதலே காட்டேவுடன் கடிதப் போக்குவரத்து வைத்திருந்தார். காட்டே 1925ஆம் ஆண்டில் சில மாதங்கள் பம்பாயில் காகித ஏற்றுமதி இறக்குமதி நிறுவனமொன்றில் தலைமை எழுத்தராகப் பணிபுரிந்து வந்தார். பம்பாய் துறைமுகத்துக்கு கப்பல்களில் வந்திறங்கும் காகிதச் சரக்கை இறக்கி இருப்பு வைக்கும் வேலையும் அவருக்கிருந்தது. இதன் மூலம் அன்னிய நாடுகளிலிருந்து வந்து போகும் கப்பல் மாலுமிகள் மற்றும் ஊழியர்களோடு காட்டே நெருங்கிய நட்பை வளர்த்துக் கொண்டார். இந்தியாவில் தடை செய்யப்பட்டிருந்த மார்க்சீய நூல்கள், பத்திரிகைகள், துண்டுப் பிரசுரங்கள் ஆகியவற்றை காட்டேவுடன் தொடர்பிலிருந்த கப்பல் மாலுமிகள் மூலம் மாஸ்கோவிலிருந்து எம்.என். ராய், காட்டேவுக்கு தொடர்ந்து அனுப்பி வந்தார். ஒரு நாள் கப்பலில் வந்திறங்கிய காகிதக் கட்டுகளுடன் மார்க்சீய புத்தகங்களையும் பார்த்த கம்பனி முதலாளி மிரண்டு போய் காட்டேவை வேலையிலிருந்து நீக்கினார். நல்லவேளையாக அந்த முதலாளி காட்டேவை காவல்துறைக்குக் காட்டிக் கொடுக்கவில்லை.

மாஸ்கோவிலிருந்த எம்.என். ராயுடன் தொடர்பு வைத்திருந்த சத்யபக்தா எனும் இன்னொரு நபர் சென்னை, பம்பாய், கல்கத்தா, கான்பூர், லாகூர் கம்யூனிஸ்ட் குழுக்களுடன் தொடர்பு கொண்டு 1925 டிசம்பர் 26ஆம் நாள் கான்பூரில் கம்யூனிஸ்ட் கட்சியின் முதல் அமைப்பு மாநாட்டைக் கூட்டினார். இந்த மாநாட்டில்தான் தமிழன் சிங்காரவேலர் மாநாட்டுச் செங்கொடியை ஏற்றி வைத்து கம்யூனிஸ்ட் கட்சி அமைப்பை இந்த நாட்டில் முதன் முதலாகத் தொடங்கி வைத்தார். மாநாட்டில் பம்பாயிலிருந்து கலந்து கொண்ட எஸ்.வி. காட்டேவும், ஜே.பி. பானர்கட்டா என்ற மற்றொருவரும் புதிய கட்சியின் இணைச் செயலாளர்களாகத் தேர்ந்தெடுக்கப்பட்டார்கள். உண்மையில், ஜே.பி. பானர்கட்டா போலீஸ் உளவுத்துறையின் ஒற்றன். அவனது நடவடிக்கைகளில் சந்தேகம் ஏற்பட்டவுடன் 1927ஆம் ஆண்டில் கம்யூனிஸ்ட் கட்சியின் மத்திய நிர்வாகக் குழுவைக் கூட்டி அவனைக் கட்சியிலிருந்து வெளியேற்ற காட்டே நடவடிக்கையெடுத்தார்.

மத்திய நிர்வாகக் குழு தோழர் எஸ்.வி. காட்டேவையே ஒரே பொதுச்செயலாளராகத் தேர்வு செய்தது.

கிர்னி காம்கர் சங்கத்தின் உதயம்

1923ஆம் வருடத்திலிருந்தே டாங்கே குழுவினருடன் கே.என். ஜோக்லேக்கர், ஆர்.எஸ். நிம்ப்கார், எஸ்.எஸ். மிராஜ்கர், V.H. ஜோஷி ஆகியோருடன் காட்டே பம்பாயில் இணைந்து பஞ்சாலைத் தொழிலாளர்கள், அச்சகத் தொழிலாளர்கள், நகரசுத்தித் தொழிலாளர்களிடையே தொழிற்சங்க வேலைகள் செய்து வந்தார். 1927ஆம் ஆண்டில் அங்கொன்றும் இங்கொன்றுமாகப் பஞ்சாலைகளில் ஆட்குறைப்பு, சம்பளவெட்டு, கூடுதல் வேலைப்பளு ஆகிய முதலாளிகளின் தாக்குதலை எதிர்த்து சில வேலை நிறுத்தங்கள் நடைபெற்றன.

முதலாளித்துவப் பொருளாதாரத்தைப் பின்பற்றிய அமெரிக்கா, இங்கிலாந்து, ஜெர்மனி பிரான்ஸ், ஜப்பான் நாடுகளில் ஏற்பட்ட பெருமளவு தொழில் மந்தம் காரணமாக இந்தியாவிலும் பஞ்சாலை, ரயில்வே, பொறியியல், சணல் ஆலைத் தொழில்கள் நெருக்கடிக்குள்ளாயின. முதலாளிகள் தொழில் நெருக்கடியைக் காரணங்காட்டி தொழிலாளர்களை ஆட்குறைப்பு செய்வதிலும், சம்பளத்தை வெட்டுவதிலும், அதிக வேலைப்பளுவைத் திணிப்பதிலும் மும்முரமாக ஈடுபட்டார்கள். தனித்தனியாக ஒரு சில பஞ்சாலைகளில் நடைபெற்றுவந்த வேலை நிறுத்தங்களால் மட்டும் முதலாளிகளின் தாக்குதல்களை முறியடிப்பதில் தொழிலாளர்கள் முழுமையாக வெற்றி பெற முடியவில்லை. பஞ்சாலைத் தொழிலாளர்கள் அனைவரையும் பொது வேலை நிறுத்தப் போராட்டத்தில் இறக்குவது ஒன்றுதான் இதற்கு ஒரே வழியென்று எஸ்.வி. காட்டேவும் மற்ற முன்னணித் தோழர்களும் முடிவுக்கு வந்தார்கள்.

துரதிருஷ்டவசமாக, பஞ்சாலைத் தொழிலாளர்கள் மத்தியில் ஓரளவுக்கு செல்வாக்குப் பெற்ற மிதவாதத் தலைவர் என். எம். ஜோஷி தலைமையில் செயல்பட்டுவந்த “கிர்னி காம்கர் மகாபஞ்சாயத்” என்ற தொழிற்சங்கம், ஒன்றுபட்ட பொது வேலை நிறுத்தப் போராட்டத்துக்கு இணங்கிவர மறுத்துவிட்டது. வேறுவழியில்லாமல் எஸ்.வி. காட்டேவும் மற்ற தோழர்களும் வரலாற்றுச் சிறப்புமிக்க “கிர்னி காம்கர் யூனியனைத்” தொடங்கினார்கள். அனைத்துப் பஞ்சாலைகளிலும் ஒரே நேரத்தில் முதலாளிகளின் ஆட்குறைப்பு நடவடிக்கை,

சம்பள வெட்டு, அதிக வேலைப்பளு திணிப்பை எதிர்த்து ஒன்றுபட்ட பொது வேலை நிறுத்தமே முதலாளிகளின் தாக்குதலை முறியடிக்க உடனடித் தேவையென்பதை பஞ்சாலைத் தொழிலாளர்களிடையே தீவிரமாகப் பரப்புரை செய்தார்கள். டாங்கே மற்றும் காட்டேவின் அறைகூவலைப் பெரும்பான்மையான தொழிலாளர்கள் ஏற்றுக் கொண்டார்கள். "கிர்னி காம்கர் சங்கம்" பெரும்பான்மைத் தொழிலாளர்கள் அங்கம் வகிக்கும் வலிமையான சங்கமாக வளர்ந்து நின்றது. இந்தியாவில் மட்டுமல்லாது, ஆசியாக் கண்டத்திலேயே இது மிகப்பெரிய சங்கமாகும்.

பஞ்சாலைத் தொழிலாளர்களின் பெரிய வேலை நிறுத்தம்

1928 ஏப்ரல் 24ஆம் நாள் பம்பாயிலுள்ள அனைத்து பஞ்சாலைகளிலும் பொது வேலைநிறுத்தம் தொடங்கியது. 90 சதவீத பஞ்சாலைகள் ஆங்கிலேய முதலாளிகளுக்குச் சொந்தமாக இருந்தன. 10 சதவீத பஞ்சாலைகள் மட்டுமே இந்திய சுதேசி முதலாளிகளுக்குச் சொந்தமாக இருந்தன. பஞ்சாலை முதலாளிகள் ஆட்சியாளருக்குக் கொடுத்த அழுத்தத்தின் காரணமாக பம்பாயில் ஜுவாரி என்ற இடத்தில் வேலை நிறுத்தத்தில் ஈடுபட்ட தொழிலாளர்கள் மீது காவல்துறை கண் மூடித்தனமாகத் துப்பாக்கிச்சூடு நடத்தி அடக்கமுறையைக் கட்டவிழ்த்துவிட்டது. போலீஸ் துப்பாக்கிச் சூட்டில் பரசுராம் ஜாதவ் எனும் 22 வயது தொழிலாளி கொல்லப்பட்டான். பஞ்சாலை முதலாளிகள் மற்றும் ஆட்சியாளர்களின் எதிர்பார்ப்புகளுக்கு மாறாக இந்த துப்பாக்கிச் சூடும், உயிரிழப்பும் ஒட்டுமொத்தப் பஞ்சாலைத் தொழிலாளர்களையும் தீவிரமாக வேலை நிறுத்தத்தில் குதிக்கச் செய்ததுடன் போராட்டத்தில் கலந்து கொள்ளாமல் விலகியிருந்த "கிர்னி காம்கர் மகாமண்டலைச்" சேர்ந்த தொழிலாளர்களையும் போராட்டத்தில் கலந்துகொள்ளச் செய்தது எஸ்.வி. காட்டே, என்.எம். ஜோஷி மற்றும் மகாமண்டல் தலைவர்களோடு இணக்கமாகப் பேசி போராட்டத்தைத் தீவிரமாக நடத்தப் போராட்டக் கூட்டுக்குழுவை ஏற்படுத்தினார்.

20ஆம் நூற்றாண்டின் தொடக்கத்தில் அமெரிக்காவில் டெட்ராய்டு நகரத்தில் இரும்பு, உருக்கு, சுரங்கத் தொழிலாளர்களின் மிக நீண்டகாலப் போராட்டத்திற்குப்பின், பம்பாய் பஞ்சாலைத் தொழிலாளர்களின் வீரஞ்செறிந்த

வேலை நிறுத்தப் போராட்டம் ஆறு மாத காலம் நடைபெற்று வெற்றியில் முடிந்தது. இந்தியாவில் 1921ஆம் ஆண்டில் தமிழ் தென்றல் திரு.வி.க., சக்கரை செட்டியார், சிங்காரவேலர் வ.உ.சி. ஆகிய தலைவர்கள் பின்னி மில்லில் தலைமை தாங்கி நடத்திய 6 மாத வேலை நிறுத்தம் போலவே இந்த வேலை நிறுத்தமும் இந்திய தொழிற்சங்க வரலாற்றில் முத்திரை பதித்த போராட்டமாகும்.

பம்பாய் பஞ்சாலைத் தொழிலாளர்களின் 6 மாத கால வேலை நிறுத்தப் போராட்டம் டாங்கே, எஸ்.வி. காட்டே, கே.என். ஜோக்லேக்கர், ஆர்.எஸ். நிம்ப்கார், எஸ்.எஸ். மிராஜ்கர் தலைமையில் வெற்றி பெற்றதுடன் இந்திய தொழிலாளி வர்க்கத்துக்கு ஒரு வேலை நிறுத்தப் போராட்டத்தை எவ்வாறு திட்டமிட்டு நடத்துவது என்ற அருமையான அனுபவப் படிப்பினையையும் கற்றுக்கொடுத்தது. பொதுமக்களிடமும், வணிகர்கள், காங்கிரஸ்காரர்களிடமிருந்தும் போராட்ட நிதி வசூல் செய்யப்பட்டது. தொழிலாளர்களின் குடும்பங்களை பசிபட்டினியிலிருந்து பாதுகாக்க அரிசி, பருப்பு மற்றும் அத்தியாவசியப் பொருட்கள் வழங்கப்பட்டன. ஆண் தொழிலாளர்கள் கைது செய்யப்பட்டு சிறையில் தள்ளப்பட்ட பஞ்சாலைகளில், அவர்களது குடும்பப் பெண்களை போராட்டக் களத்திற்குக் கொண்டுவந்து, பஞ்சாலைகளை முற்றுகையிட்டு புதிய வகைப் போராட்டத்தை டாங்கே மற்றும் எஸ்.வி. காட்டே தொடர்ந்து நடத்தினார்கள். பம்பாய் தொழிலாளர்கள் எஸ். வி. காட்டேவிடம் காட்டிய அன்பும், பாசமும்தான் அவரது இறுதிக்காலத்தில் "டெல்லியில் இறப்பதைவிட, முதன் முதலாகத் தான் அரசியல், தொழிற்சங்க அனுபவம் பெற்ற அந்தத் தொழிலாளர்களிடையே தனது மரணம் நிகழ வேண்டும்" என்று அவர் விரும்பியதாக டாக்டர் அதிகாரி தெரிவித்திருக்கிறார். பம்பாயில் பஞ்சாலை, ரயில்வே, டிராம்வே, அச்சகங்கள் நகராட்சித் துப்புரவுப் பணியாளர்களிடையே காட்டே பெற்ற தொழிற்சங்க அனுபவம்தான், பின்னர் 1936 - 1940 வரை சென்னையில் அவர் தங்கியிருந்த காலத்தில், தமிழகத்தில் பல்வேறு தொழில்களில் ஏ.ஐ.டி.யு.சி. தொழிற்சங்க அமைப்பை வலுவாகக் கட்டியமைக்க அவருக்கு உதவி செய்தது என்று காட்டே தனது மலரும் நினைவுகளில் பதிவு செய்திருக்கிறார்.

இரண்டு அடக்குமுறைச் சட்டங்கள்

கான்பூர் சதி வழக்கில் (1924) 4 வருடங்கள் தண்டனை பெற்று 1927 ஏப்ரலில் விடுதலையான டாங்கே மற்றும் எஸ்.வி. காட்டே, கே.என். ஜோக்லேக்கர், ஆர்.எஸ். நிம்ப்கர், எஸ்.எஸ். மிராஜ்கர் தலைமையில் பம்பாயில் அலை அலையாக வெடித்த தொழிலாளர் போராட்டங்களையும், வங்கத்தில் முஸாபர் அகமது தலைமையில் கம்யூனிஸ்டுகள் தலைமை தாங்கி நடத்திய வேலை நிறுத்தப் போராட்டங்களையும், கான்பூரில் பி.சி. ஜோஷி மற்றும் ஆர்.டி. பாரத்வாஜ் தலைமையில் நடத்திய வேலை நிறுத்தப் போராட்டங்களையும், சென்னையில் தமிழ்த்தென்றல் திரு.வி.க., சிங்காரவேலர், சக்கரை செட்டியார், இ.எல்.ஐயர் தலைமையில் நடைபெற்ற வேலை நிறுத்தப் போராட்டங்களையும் அடக்கியொடுக்கவும், முதலாளிகளின் நலன்களைப் பாதுகாக்கவும், வளர்ந்து வந்த கம்யூனிஸ்டுகளின் செல்வாக்கைத் தடுத்து நிறுத்தும் உள்நோக்கத்தோடு பிரிட்டிஷ் அரசாங்கம் 1927ஆம் ஆண்டில் தொழில் தாவா மசோதா (Trade Disputes Bill) மற்றும் 1928ஆம் ஆண்டில் பொதுப் பாதுகாப்பு மசோதா இரண்டையும் இந்திய வைஸ்ராய் அவசரச் சட்டங்களாகக் கொண்டு வந்தார்.

இந்த இரண்டு அவசரச் சட்டங்களின் மூலம் தொழிலாளர்களின் நியாயமான வேலை நிறுத்தங்களைக்கூட சட்டவிரோதமானவை என்று அறிவிக்கும் அளவுகடந்த அதிகாரம் ஆட்சியாளருக்கு வழங்கப்பட்டது. பம்பாய் மற்றும் வங்கத்தில் கம்யூனிஸ்டுகள் தலைமையில் வளர்ந்து வந்த தொழிற்சங்க இயக்கத்துக்கு வழி காட்டவும், இளங்கம்யூனிஸ்ட் தலைவர்களுக்கு பயிற்சியளிக்கவும் இங்கிலாந்து நாட்டின் தலைசிறந்த கம்யூனிஸ்ட் தலைவர்கள் பென் பிராட்லி, பிலிப் ஸ்பிராட் மற்றும் பத்திரிகையாளர் லெஸ்டர் ஹட்சின்ஸ்டன் ஆகிய மூவரையும் இங்கிலாந்து கம்யூனிஸ்ட் கட்சி இந்தியாவுக்கு அனுப்பியிருந்தது. அவர்கள் 1926ஆம் ஆண்டு முதல் பம்பாயிலும், வங்கத்திலும் தங்கியிருந்து இளங்கம்யூனிஸ்ட் தலைவர்களுக்கு தொழிற்சங்க நடவடிக்கைகளில் பயிற்சி கொடுத்து உதவி செய்தனர். இவ்வாறு இங்கிலாந்திலிருந்து வந்திருந்த மேற்கண்ட மூன்று கம்யூனிஸ்ட் தலைவர்களை இந்தியாவை விட்டு வெளியேற்றும் கெட்ட உள்நோக்கம் கொண்டதுதான் "பொதுப் பாதுகாப்பு அவசரச் சட்டம்". சட்டம் ஒழுங்குக்குக் குந்தகம் ஏற்படுத்துவதாக அரசு சந்தேகப்படும் யாரை வேண்டுமானாலும் விசாரணை

எதுவுமில்லாமல் இந்த சட்டப்படி ஒரு வருடம் வரை ஜாமீன் கூட இல்லாமல் சிறையில் தள்ள முடியும்; நாடு கடத்த முடியும்.

இந்த இரண்டு அவசரச் சட்டங்களும் முழுமையான சட்ட வடிவம் பெற டெல்லி மத்திய சட்டமன்றத்தில் 1929 ஏப்ரல் 8ஆம் நாள் விவாதத்துக்கு வந்தது. இந்த நாட்டு மக்களின் எதிர்ப்புக் குரலைப் பதிவு செய்ய பகத்சிங்கும், பட்டுகேஸ்வர் தத்தும் சட்டமன்றத்தில் அன்று வெடிகுண்டு வீசிக் கைதாகினர் என்பது வரலாறு. 1929 மார்ச் 20ஆம் நாளன்றே டாங்கே, எஸ்.வி. காட்டே உட்பட கம்யூனிஸ்ட் தலைவர்கள் மற்றும் அவர்களை ஆதரித்த கம்யூனிஸ்ட் ஆதரவு தொழிற்சங்கத் தலைவர்கள் 31 பேரை அன்னிய ஆட்சியாளர்கள் இரவோடு இரவாகக் கைது செய்து சிறையில் தள்ளியது. மீரட் சதிவழக்கு போடப்பட்டது. இந்த இரண்டு மசோதாக்களை எதிர்த்தும், கண்டித்தும் மோதிலால் நேரு டெல்லி மத்திய சட்டமன்றத்தில் அன்று ஆற்றிய உரை வரலாற்றுச் சிறப்புமிக்கது.

“கம்யூனிஸ்ட் கருத்துகளை ஏற்றுக்கொண்டு செயல்பட்டதற்காக இந்த அரசு 31 இளைஞர்களைக் கைது செய்து சிறையில் தள்ளியிருப்பதன் மூலம், இந்த நாட்டில் கம்யூனிஸக் கருத்துகள் பரவுவதை பிரிட்டிஷ் அரசாங்கம் தடுத்து நிறுத்திவிட முடியும் என்று நம்புவது முட்டாள்தனம்” என்று மோதிலால் நேரு சாடினார். 1928 அக்டோபரில் தானும் மகன் நேருவும் சோவியத் ரஷ்யா சென்று அங்கு நேரில் பார்த்த சமூக வளர்ச்சியைப் புகழ்ந்துரைத்தார். ஜவஹர்லால் நேருவும் இந்தக் கருத்துகளைத் தனது சுயசரிதையில் பதிவு செய்திருக்கிறார்.

சைமன் கமிசன் எதிர்ப்பில் உழைப்பாளி மக்கள்

பம்பாய் தொழிலாளர்களின் பொருளாதாரக் கோரிக்கைக்களுக்காகப் போராட்டங்கள் நடத்திய காட்டே மற்றும் அவரது குழுத் தோழர்கள், தொழிலாளர்கள் நாட்டின் விடுதலைக்காகவும் அன்னியர் ஆட்சியை எதிர்த்துப் போராடவும் தொழிலாளர்களிடையே அரசியல் விழிப்புணர்ச்சியையும் ஏற்படுத்தி வந்தனர். பிரிட்டன் நாடாளுமன்ற உறுப்பினர் சர் ஜான் சைமன் தலைமையில் 7 நாடாளுமன்ற உறுப்பினர்கள் குழு 1928 பிப்ரவரி 3ஆம் நாள் பம்பாய் துறைமுகம் வந்திறங்கியது. பம்பாய் தொழிலாளர்கள் சைமன் கமிசன் வருகையைக் கண்டித்து பொதுவேலை நிறுத்தம் செய்யும்படி எஸ்.வி. காட்டே வேண்டுகோள் விடுத்தார். வேலை

நிறுத்தம் வெற்றிகரமாக நடந்ததுடன் 15000 தொழிலாளர்கள் கைகளில் கருப்புக்கொடியேந்தி "சைமன் கமிசனே திரும்பிப் போ" என்ற ஆவேச முழக்கத்துடன் பங்கெடுத்த பேரணி ஒன்றையும் நடத்தினர். அதன் இறுதியில் "சைமன் கமிசன்" உறுப்பினர்களின் 7 உருவ பொம்மைகளைத் தீ வைத்து எரித்த நிகழ்ச்சியும் நடந்தேறியது. தொழில் தாவா மசோதா மற்றும் பொதுப் பாதுகாப்பு மசோதா ஆகிய இரண்டு அவசரச் சட்டங்களுக்கு எதிர்ப்பு, சைமன் கமிசனுக்கு எதிர்ப்பு, அலை அலையான வேலை நிறுத்தங்களை தலைமை தாங்கி நடத்தியது ஆகிய காரணங்களால் ஆத்திரமடைந்த அன்னியர் ஆட்சி டாங்கே, எஸ்.வி. காட்டே குழுவினர் அனைவர் மீதும் மீரட் சதிவழக்கை ஜோடித்து 1929 மார்ச் 20ஆம் நாள் சிறையில் தள்ளியது.

மதக்கலவரத்தைத் தடுத்த காட்டே

பஞ்சாலைத் தொழிலாளர்களின் ஒற்றுமையைச் சீர்குலைக்க பஞ்சாலை முதலாளிகள் தங்கள் கையாட்கள் மூலம் 'இந்து - முஸ்லீம் மதக்கலவரத் தீயை' மூட்டிவிட்டார்கள். இந்து மதத்தைச் சேர்ந்த தொழிலாளர்களின் மனைவியரை, தாய்மார்களை, குழந்தைகளை முஸ்லீம் மக்கள் தங்கள் குடியிருப்புப் பகுதிக்குக் கடத்திக்கொண்டு போனதாகவும், கற்பழிப்பு மற்றும் மானபங்கச் செயல்களில் ஈடுபட்டதாகவும், குழந்தைகளைக் கொன்றுவிட்டதாகவும் மில்லுக்குள் வேலை செய்து கொண்டிருந்த இந்து மதத்தைச் சேர்ந்த தொழிலாளர்களிடம் புரளியைக் கிளப்பிவிட்டார்கள். வதந்திகளால் ஆத்திரம் தலைக்கேறி ஆலைக்குள்ளிருந்து வெளியே வந்த ஆயிரக்கணக்கான இந்து மதத்தைச் சேர்ந்த தொழிலாளர்கள் கைகளில் தடிகளுடனும், இரும்புக் கம்பிகளுடனும் ஆவேசத்துடன் முஸ்லீம்கள் அதிகமாக வசிக்கும் "பெத்தி பஜாரை" நோக்கி ஊர்வலமாகப் போகத் தொடங்கினர். சங்க அலுவலகத்துக்குத் தகவல் கிடைத்தவுடன் டாங்கே, காட்டே, மிராஜ்கர் மற்றும் ஜோக்லேக்கர் ஊர்வலம் வந்து கொண்டிருந்த இடத்துக்கு விரைந்து சென்றனர். சாலை நடுவில் அமர்ந்து ஊர்வலத்தைத் தடுத்தனர். தலைவர்களின் உறுதியான தலையீடும், வேண்டுகோளும் பலனளித்தது. பொய்யான வதந்திகளை நம்பி, முதலாளிகளின் சூழ்ச்சி வலையில் தொழிலாளர்கள் சிக்கக்கூடாது என்று எச்சரித்து ஆவேச ஊர்வலத்தைக் கலைந்து போகச் செய்தனர்.

இரவு முழுவதும் சாலையிலேயே தலைவர்கள் தூங்காமல் அமர்ந்திருந்தனர். மிகப்பெரிய மதக்கலவரம் தவிர்க்கப்பட்டது. உரிய காலத்தில் அவர்கள் தலையிடாமற் போயிருந்தால் ரத்த ஆறு ஓடியிருக்கும். உயிர்ப்பலிகள் ஏற்பட்டிருக்கும். தொழிலாளர் ஒற்றுமை சீர்குலைந்து போயிருக்கும். முதலாளிகளின் சூழ்ச்சி காலத்தே முறியடிக்கப்பட்டது. சாதி, மதவேற்றுமையைத் தாண்டி தொழிலாளர்களின் ஒற்றுமை பாதுகாக்கப்பட்டது.

சங்கத்தின் முன்னணி ஊழியர்களைப் பழி வாங்கும் உள்நோக்கத்துடன் அவர்களுக்கு மட்டும் கூடுதல் வேலைப்பளுவைக் கொடுத்துச் செய்ய வைப்பது, அபராதம் விதிப்பது, தாற்காலிக வேலைநீக்கம் செய்வது, உரிய காலத்தில் சம்பளத்தைக் கொடுக்க மறுப்பது, வேலை நேரத்தில் மேலதிகாரிகளால் கேவலமாக அவமரியாதை செய்வது போன்ற அடக்குமுறைகளைத் தங்கள் அதிகாரிகள் மூலமாக பஞ்சாலை முதலாளிகள் ஏவிவிட்டார்கள். மோதி (MODI) மில்லுக்குள் ஒரு ஸ்பின்னிங் மாஸ்டர் அதிகாரி அளவுமீறித் தொழிலாளர்களைக் கசக்கிப் பிழிந்து வேலை வாங்கிக் கொடூரமாக நடந்து கொண்டான். பாபா மியான் மற்றும் பாபு மாருதி என்ற இரண்டு தொழிலாளர்கள் ஆத்திரம் மிகுதியால் பொறுமையிழந்து, ஆலைக்குள்ளேயே அவனை அடித்துக் கொன்றுவிட்டனர். டாங்கேவையும் இந்தக் கொலை வழக்கில் மாட்டிவிட முதலாளிகள் முயற்சித்தனர். ஆனால் அது நடக்கவில்லை. காட்டேவும், டாங்கேவும் மற்ற தலைவர்களும் தொழிலாளர்களிடம் நிதி வசூல் செய்து அந்த இரண்டு தொழிலாளர்களின் வழக்கை நடத்த பிரபலமான வழக்கறிஞரை நியமித்து அனைத்து முயற்சிகளையும் மேற்கொண்டனர். செசன்ஸ் நீதிமன்றம் அவர்களுக்கு மரண தண்டனை வழங்கியது. பம்பாய் உயர்நீதிமன்றத்தில் செய்து கொண்ட மேல்முறையீடும் தள்ளுபடி செய்யப்பட்டது. 1929 மார்ச் 20ஆம் நாள் மீரட் சதி வழக்கில் காட்டேவும், டாங்கேவும் மற்ற தோழர்களும் கைது செய்யப்படுவதற்கு இரண்டு நாட்கள் முன்பாக (மார்ச் 18) குற்றஞ் சாட்டப்பட்ட இரண்டு தொழிலாளர்களும் தூக்கிலிடப்பட்டனர். இந்த சம்பவம் தனது நெஞ்சில் ஆறாத வடுவாகப் பதிந்து வாழ்நாள் முழுவதும் வருத்தப்படச் செய்தது என்று எஸ்.வி. காட்டே தெரிவித்திருக்கிறார்.

மீரட் சதிவழக்கில் எஸ்.வி. காட்டே

1929 மார்ச் 20ஆம் நாள் பம்பாயிலிருந்து எஸ்.ஏ. டாங்கே, எஸ். வி. காட்டே, பென் பிராட்லி (லண்டன்) எஸ்.எஸ். மிராஜ்கர், கே.என். ஜோக்லேக்கர், ஆர்.எஸ். நிம்ப்கார், ஏ.ஏ. ஆல்வே, ஜி.ஆர். கஸ்லே, டி. தெங்கடி, ஸ்பார்க் பத்திரிகையின் ஆசிரியர் எம்.ஜி. தேசாய், டாக்டர் கங்காதர் அதிகாரி மற்றும் எஸ்.எச். ஜாப்வாலா ஆகிய 12 கம்யூனிஸ்ட் தொழிற்சங்கத் தலைவர்களும், வங்கத்திலிருந்து முஸாபர் அகமது உட்பட 9 தோழர்களும், உ.பி. மாநிலம் - கான்பூரிலிருந்து பி.சி. ஜோஷி உட்பட 7 தோழர்களும், பஞ்சாப் மாநிலத்திலிருந்து சோஹன் சிங் ஜோஸ் உட்பட 3 தோழர்களும் ஆக மொத்தம் 31 தோழர்கள் கைது செய்யப்பட்டு மீரட் சிறையில் தள்ளப்பட்டனர்.

கைது செய்யப்பட்ட தோழர்கள் மீரட் மாவட்டச் சிறை வாளகத்தில் பல மாதங்கள் தனிமைச் சிறையில் அடைத்து வைக்கப்பட்டிருந்தனர். சிறைக் கொட்டடி 8 அடிக்கு 4 அடி அளவில் மிகச்சிறிய அறை. 12 அடி உயரச் சுவற்றின் உச்சியில் ஒரு சிறிய துவாரம் வழியாக கொஞ்சம் வெளிச்சம் மட்டுமே வரும். காற்றோட்டமில்லாத புழுக்கமான அறை. பயங்கரமான கொசுத் தொல்லை. அறையின் ஒரு மூலையில் இயற்கை உபாதைகளைக் கழித்துக் கொள்ள சிறிய கழிப்பறை மேடை. இன்னொரு மூலையில் சிறுநீர் கழிக்க ஒரு மண் சட்டி. மதிய உணவுக்கு மட்டும் கதவு திறக்கப்பட்டு வெளியில் ஒரு மணி நேரம் இருக்க அனுமதி. கொஞ்சம் பருப்பும், முள்ளங்கியும் கலந்த தண்ணீர் சாம்பார். கோதுமைக் களி. தினசரி ஒரே மாதிரியான சத்தில்லாத உணவு. இப்படிப் பல மாதங்கள் தொடர்ந்து படுமோசமான சூழ்நிலையில் வைக்கப்பட்டிருந்த எஸ்.வி. காட்டே, உடல் மெலிந்து நலிந்து, இதயம் பாதிக்கப்பட்டு கடுமையாக நோய்வாய்ப்பட்டார். சிறை மருத்துவரே அவரது மோசமான உடல்நிலையைக் கருதி அவரை ஜாமீனில் அனுப்பிவிடலாம் என்று நீதிமன்றத்துக்கு பரிந்துரை செய்ததன் பேரில் காட்டே ஜாமீனில் வெளிவந்து சில மாதங்கள் பம்பாயில் தங்கியிருந்தார்.

கம்யூனிஸ்ட் கட்சி மற்றும் தொழிற்சங்கப் பணிகளைக் கவனித்து வந்த தலைமைக் குழுத் தோழர்கள் அனைவரும் கூண்டோடு கைது செய்யப்பட்டு சிறையில் தள்ளப்பட்டதால் வளர்ந்து வந்த கம்யூனிஸ்ட் கட்சி அமைப்பும், வலிமையான தொழிற் சங்கங்களும் வழிகாட்டுதல் இல்லாமல் சின்னாபின்னமாகிச்

சிதறுண்டு நெருக்கடியில் செயலிழந்து கிடந்தன. புதிதாகக் கட்சிக்குள் வந்த இளம் தோழர்கள் பி.டி. ரணதிவே, எஸ். வி. தேஷ்பாண்டே மற்றும் சுஹாசினி நம்பியாரும் தங்களது அனுபவக் குறைவால் மார்க்சீய அணுகுமுறை மற்றும் திட்டமிட்ட செயல்பாடுகளுக்கு மாறாக, தன்னிச்சையாகவும், தனித்த குறுங்குழுவாகவும் (செக்டேரியன்) செயல்பட்டு வந்தனர். காந்தியடிகள் தலைமையில் நடைபெற்றுவந்த சுதந்திரப் போராட்டங்களில் கம்யூனிஸ்ட் கட்சி ஊழியர்களும், தொழிலாளர்களும் பங்கெடுப்பதைத் தடுத்தனர். இதனால் விடுதலைப் போராட்ட நிகழ்ச்சிகளில் கலந்து கொள்ளாமல், தொழிலாளர்கள் தனிமைப்பட்டு நின்றனர். மேலும் கட்சிக்குள் கட்சி கட்டும் கோஷ்டிப் போக்குகளும் தலை தூக்கியிருந்தன. இதனால் கோஷ்டி மோதல்களைச் சகிக்க முடியாத பல கட்சி உறுப்பினர்களும், தொழிலாளர்களும் விரக்தியடைந்து விலகியிருந்தனர். இந்த சோதனையான, நெருக்கடியான காலகட்டத்தில் உடல்நலப் ஜாமீனில் வெளிவந்த எஸ். வி. காட்டே, கம்யூனிஸ்ட் கட்சியையும் தொழிற்சங்க அமைப்புகளையும் மீண்டும் புனரமைக்கும் பணிகளில் தன்னைத் தீவிரமாக ஈடுபடுத்திக் கொண்டார். காங்கிரஸ் நடத்திய காலனியாதிக்க எதிர்ப்புப் போராட்டங்களில் தொழிலாளர்கள் மீண்டும் பங்கெடுத்துக் கொள்ள வழி காட்டினார். கட்சிக்குள் நிலவிவந்த கோஷ்டிப் போக்குகளுக்குக் காரணமான பி.டி. ரணதிவே, எஸ்.வி. தேஷ்பாண்டே மற்றும் சுஹாசினி நம்பியார் ஆகியோர் மீது பொதுச் செயலாளர் எஸ்.வி. காட்டே அவர்கள் மீது ஒழுங்கு நடவடிக்கையெடுத்து ஓராண்டு காலம் தலைமைப் பொறுப்பிலிருந்து நீக்கி வைத்தார். அவர்கள் சாதாரண உறுப்பினர்களாக இருந்து கட்சி மற்றும் தொழிற்சங்க வேலைகளைக் கவனிக்கும்படி செய்தார். "கம்யூனிஸ்ட் கட்சி மிகவும் சிறிய கட்சி. கடுமையான ஒழுங்கு நடவடிக்கை மூலம் அவர்களைக் கட்சியை விட்டு ஒரேயடியாக நீக்கினால் எந்தக் காலத்திலும் கம்யூனிஸ்ட் கட்சி வளராது" என்று அன்றைய காலகட்டத்தில் தான் பெற்ற அனுபவத்தை எஸ்.வி. காட்டே பிற்காலத்தில் பதிவு செய்திருக்கிறார்.

சில மாதங்கள் மருத்துவ சிகிச்சை எடுத்துக் கொண்டு ஓரளவுக்கு உடல் நலம் தேறிய பின்னர், மீண்டும் மீரட் நகருக்குச் சென்று மீரட் சதி வழக்கில் வாதாட வழக்கறிஞர்களை தேர்வு செய்து நியமிப்பதிலும், வழக்கு சம்பந்தமான விவரங்களை அவர்களுக்கு விளக்கிச் சொல்வதிலும் ஈடுபட்டார். ஜாமீனில் இருந்து கொண்டே இந்த மாதிரியான வேலைகளில் காட்டே ஈடுபட்டு

வந்ததைக் கண்டுபிடித்த ரகசியப் போலீசார், நீதிமன்றம் மூலம் காட்டேயின் ஜாமீனை ரத்து செய்து மீண்டும் அவரைக் கைது செய்து சிறைக்குள் தள்ளினர்.

சிறை மீண்டதும் போராட்டக் களத்தில் காட்டே

உலகப்புகழ் பெற்ற இந்த மீரட் சதி வழக்கில், மாவட்ட செசன்ஸ் நீதிபதி R.L. யார்க் 1933 ஜனவரி 16ஆம் நாள் ஒரு கொடூரமான தீர்ப்பை வழங்கினார். வங்கத்தில் கம்யூனிஸ்ட் கட்சிக்கு வித்திட்ட முஸாபர் அகமதுவை ஆயுட் காலம் முழுவதற்கும் நாடு கடத்தி சிறையில் வைத்தல் தண்டனையும், பிலிப் ஸ்பிராட் (இங்கிலாந்திலிருந்து வந்து கல்கத்தாவில் தங்கி இளங் கம்யூனிஸ்ட் தலைவர்களுக்கு தொழிற்சங்கப் பயிற்சியளித்த பிரிட்டன் கம்யூனிஸ்ட் கட்சித் தலைவர்) எஸ்.ஏ. டாங்கே, எஸ்.வி. காட்டே, கே.என். ஜோக்லேக்கர் மற்றும் ஆர்.எஸ். நிம்ப்கார் ஆகிய ஐந்து பேரையும் நாடு கடத்தி 12 ஆண்டுகள் சிறைத் தண்டனையும், ஒரு சிலருக்கு நாடு கடத்தி 7 முதல் 10 ஆண்டுகள் வரை சிறைத் தண்டனையும் வழங்கப்பட்டது. அந்தக் காலத்தில் நாடு கடத்துதல் என்றால் பிரிட்டனின் ஆளுகைக்குட்பட்ட அந்தமான் சிறை அல்லது பர்மாவில் இருந்த மாண்டலே சிறை என்று அர்த்தம். மாண்டலேயில்தான் திலகர் 1908 முதல் 1914 வரை 6 ஆண்டுகள் சிறை வைக்கப்பட்டிருந்தார். இங்குதான் 1858இல் சிப்பாய்க் கலகம் என்றழைக்கப்பட்ட இந்தியாவின் முதல் சுதந்திரப் போர் அடக்கியொடுக்கப்பட்ட பின்னர் இந்தியாவில் கடைசி முகலாய மன்னர் பகதூர் ஷா சிறை வைக்கப்பட்டு மாண்டார். 31 பேரில் கம்யூனிஸ்டுகள் அல்லாத 3 பேரை மட்டுமே அந்த வெள்ளைக்கார நீதிபதி விடுதலை செய்தான். (குறிப்பு: மீரட் சதிவழக்கின் முழுமையான விவரங்கள் இந்த புத்தகத்தில் 2-வது பாகத்தில் கொடுக்கப்பட்டுள்ளன.)

இந்தக் கொடூரமான தண்டனையை எதிர்த்து அலாகாபாத் உயர்நீதிமன்றதுக்கு மேல்முறையீடு செய்யப்பட்டது. 1933 ஆகஸ்ட் 3ஆம் நாள் உயர்நீதிமன்ற பெஞ்ச் ஒரு சிலருக்கு தண்டனைக் குறைப்பும், பலரை விடுதலை செய்தும் தீர்ப்பளித்தது. எஸ்.வி. காட்டேவுக்கு வழங்கப்பட்ட 12 ஆண்டு நாடு கடத்துதல் தண்டனை ரத்து செய்யப்பட்டு 1933 செப்டம்பர் மாதம் விடுதலையானார். அவருடன் எஸ்.ஏ. டாங்கே, கே.என். ஜோக்லேக்கர், ஆர்.எஸ். நிம்ப்கார், எஸ்.எஸ்.

மிராஜ்கர் ஆகிய பம்பாய் தோழர்களும் விடுதலையானார். "மாங்குயில் கூவிடும் பூஞ்சோலை எமை மாட்ட நினைத்திடும் சிறைச்சாலை" என்று புரட்சிக் கவிஞன் பாரதிதாசன் பாடிய வைர வரிகள் இந்த இளங்கம்யூனிஸ்ட் தலைவர்களுக்கு மிகவும் பொருத்தமாக அமைந்தது. "மீரட் சிறை வாழ்க்கையில் நாங்கள் மகிழ்ச்சியாகத்தான் காலங் கழித்தோம்" என்று பத்திரிகைகளுக்குப் பேட்டியளித்தார்கள். சிறைவாசம் இந்த இளங்கம்யூனிஸ்ட் தலைவர்கள் ஏற்றுக் கொண்டிருந்த லட்சியத்தில் மேன்மேலும் அவர்களை உறுதிப்படுத்தியது.

சிறை மீண்டதும் எஸ்.வி. காட்டே, டாங்கே மற்றும் தோழர்கள் சோர்வுற்றிருந்த கம்யூனிஸ்ட் கட்சி மற்றும் தொழிற்சங்க முன்னணி ஊழியர்களை வீடுவீடாகச் சென்று நேரில் சந்தித்து நம்பிக்கையூட்டினார்கள். பழைய தோழர்கள் ஒன்று கூடினார்கள். நம்பிக்கையும், உற்சாகமும் பிறந்தது. பஞ்சாலைத் தொழிலாளர்கள் மீண்டும் போராடத் தயாரானார்கள். முதலாளிகளின் தாக்குதல்களை முறியடிக்கப் பஞ்சாலைத் தொழிலாளர்கள் செங்கொடிச் சங்கத்தில் இணைந்து அலை அலையாகப் போராட்டக் களத்தில் குதித்தார்கள். வேலை நிறுத்தப் போராட்டங்களுக்கு உந்துசக்தியாக செயல்பட்ட எஸ்.வி. காட்டேவின் தொழிற்சங்க நடவடிக்கைகளை முடக்கிவைக்கும் சதித்திட்டத்தை பஞ்சாலை முதலாளிகளும் அரசும் கூட்டாக அரங்கேற்றினார்கள். எஸ்.வி. காட்டே இந்திய பாதுகாப்புச் சட்டத்தின் கீழ் நாட்டின் பாதுகாப்புக்கே அச்சுறுத்தலாக இருந்தார் என்று குற்றஞ்சாட்டி, அவரை மராட்டிய மன்னன் சிவாஜி ஆட்சி செய்த சதாரா கோட்டை வளாகத்தில் திறந்த வெளிச் சிறையில் அடைத்தார்கள். 1200 ஆங்கிலேய ராணுவ வீரர்கள் தங்கியிருந்த ராணுவ முகாமது. ராணுவ வீரர்கள் காலி செய்த பின்னர் பயன்படுத்தப்படாமல் கிடந்த அந்த பரந்தவெளி முகாமில் காட்டே ஒருவர் மட்டுமே 6 மாத காலம் வைக்கப்பட்டிருந்தார். அவரைக் கண்காணிக்க காலை 6 மணி முதல் மாலை 6 மணிவரை 2 சி.ஐ.டி. போலீசாரும் இரவு நேரம் காவல் காக்க 2 சிஐடி போலீசாரை மட்டுமே சதாரா மாவட்ட காவல் கண்காணிப்பாளர் (S.P) நியமித்திருந்தார். சதாரா மாவட்ட ஆட்சித்தலைவர் அல்லது S.P. முன்னனுமதியில்லாமல் காட்டே யாரையும் சந்திக்கக் கூடாது, வெளியில் எங்கேயும் போகக் கூடாது என்று நிபந்தனை விதிக்கப்பட்டிருந்தது.

இரண்டு ஷிப்டுகளிலும் வேலை செய்துவந்த சி.ஐ.டி. போலீசார் நால்வரும் காட்டேவுடன் தினசரி பழகியதில் அவரது கடந்த கால தொழிற்சங்கப் போராட்டங்கள், மீரட் சதிவழக்கை அவர் சந்தித்த வரலாறு, அவர் எம்.ஏ. படித்த கல்லூரி வாழ்க்கை அனைத்தையும் அறிந்து வியந்தார்கள். சின்னஞ்சிறு நோஞ்சான் உருவங் கொண்டவரின் நெஞ்சில் பற்றியெரிந்து கொண்டிருந்த லட்சியத் தீயை அடையாளங் கண்டார்கள். எஸ்.வி. காட்டேயை மரியாதையோடும் அன்போடும் நடத்தினார்கள். அவர் பாதுகாப்புக் கைதியாக அடைக்கப்பட்டிருந்த காலத்தில், ஒருநாள் தோழர் எஸ்.ஏ. டாங்கே சதாராவில் ஒரு பொதுக் கூட்டத்தில் பேசுவதற்காக வந்திருக்கும் செய்தியை சி.ஐ.டி கள் காட்டேவுக்கு தெரிவித்ததுடன் “அவர்களிருவரும் ரகசியமாக ஒரு இடத்தில் சந்தித்து நீண்ட நேரம் விவாதம் நடத்துவதற்கும் உதவி செய்தனர்” என்றும் பிற்காலத்தில் காட்டே தனது மலரும் நினைவுகளில் பதிவு செய்திருக்கிறார். சதாராவில் 6 மாதக் காவல் முடிந்தவுடன் காட்டே மராட்டிய மாநில எல்லைக்குள் நுழையக் கூடாது என்று ஆங்கிலேய ஆட்சியாளர்கள் தடையுத்தரவு விதித்து 1936 ஏப்ரல் மாதத்தில் காட்டேவை விடுதலை செய்தார்கள்.

தமிழ்நாடு, ஆந்திரம், கேரளம் மற்றும் கர்நாடகம் ஆகிய தென் மாநிலங்களில் கம்யூனிஸ்ட் கட்சிக் கிளைகளைத் தொடங்கவும், வலிமையான தொழிற்சங்க அமைப்பைக் கட்டி வளர்க்க வேண்டும் என்று கட்சியின் மத்தியக்குழு எடுத்த முடிவை காட்டே ஏற்றுக் கொண்டார். 1936ஆம் ஆண்டு சென்னை வந்து சேர்ந்தார்.

தென்னகத்தில் காட்டேயின் கட்சி மற்றும் தொழிற்சங்கப் பணிகள்

சென்னை நகரம் அவருக்குப் புதிதல்ல. 1923ஆம் வருடத்திலிருந்தே அவர் தென்னகத்தின் முதல் கம்யூனிஸ்ட் சிங்காரவேலரை டாங்கே மூலமாக அறிந்திருந்தார். 1925 டிசம்பரில் கான்பூரில் கம்யூனிஸ்ட் அமைப்பு மாநாட்டைத் தொடங்கி வைத்த சிங்காரவேலருடன் அங்கு நேரடித் தொடர்பு ஏற்பட்டது. 1927 டிசம்பரில் இந்திய தேசீய காங்கிரஸ் மாநாடு சென்னையில் கூடிய சமயத்தில் இந்தியக் கம்யூனிஸ்ட் கட்சியின் மத்திய செயற்குழுக் கூட்டம் சிங்காரவேலரின் வசதியான இல்லத்தில்தான் தலைமறைவாக நடைபெற்றது. அப்போதும் காட்டே சிங்காரவேலருடன் நெருங்கிப் பழகியிருந்தார்.

சென்னை வந்து சேர்ந்ததும் தோழர் சிங்காரவேலரைச் சந்தித்து சென்னை, ஆந்திரம், கேரளம் மற்றும் கர்நாடகத்தில் கம்யூனிஸ்ட் கட்சிக் கிளைகளைத் தொடங்கும் தனது திட்டத்தை அவருடன் விவாதித்தார். தோழர் எஸ்.வி. காட்டேவின் செயல் திட்டத்துக்கு சிங்காரவேலர் முழுமையான ஆதரவைத் தெரிவித்ததுடன் அவருடைய செயல்பாடுகளில் அவரும் முழுஒத்துழைப்புக் கொடுத்து பங்கெடுத்துக் கொள்வதாகவும் மகிழ்ச்சியுடன் தெரிவித்தார்.

1934ஆம் ஆண்டில் ஹைதராபாத்திலிருந்து தோழர் ஏ.எஸ்.கே. அய்யங்கார் சென்னை வந்து "தொழிலாளர் பாதுகாப்புக் குழு" என்ற அமைப்பை சிங்காரவேலர் உதவியுடன் தொடங்கிச் செயல்பட்டு வந்தார். தோழர்கள் ஜீவாவும், பி. ராமமூர்த்தியும் மற்றும் சீனிவாசராவும், ஜெயப்பிரகாஷ் நாராயணன் மற்றும் எம்.ஆர். மசானி, தலைமையில் இயங்கிவந்த "காங்கிரஸ் சோசலிஸ்ட் கட்சியிலும்" தமிழ்நாடு காங்கிரஸ் கட்சியிலும் முக்கியமான பொறுப்புகளுடன் தமிழகத்தில் தீவிரமாகச் செயல்பட்டுக் கொண்டிருந்தார்கள்.

காங்கிரஸ் சோசலிஸ்ட் கட்சி மற்றும் தொழிலாளர் பாதுகாப்புக் குழு இரண்டு அமைப்புகளின் தலைமை அலுவலகம் சென்னை, பிராட்வே, 2/65 முகவரியில் ஒரு வாடகைக் கட்டிடத்தில் செயல்பட்டு வந்தது. தமிழகத்தில் 1936ஆம் ஆண்டு தோன்றிய இந்தியக் கம்யூனிஸ்ட் கட்சியின் முதல் கிளையும், தமிழ்நாடு ஏ.ஐ.டி.யு.சி.க்கு முன்னர் மதராஸ் பிரதேச தொழிற்சங்க காங்கிரஸ் (MPTUC) என்ற தொழிற்சங்க அமைப்பும் தோன்றிய வரலாற்றுச் சிறப்புமிக்க இடம்தான், சென்னையில் இந்த பிராட்வே அலுவலகம். கம்யூனிஸ்ட் கட்சி அலுவலக முகவரி அன்று யாருக்கும் தெரியாது. ஏனெனில் பொதுமக்கள் இந்த முகவரி அலுவலகத்தை "ஸ்டிரைக் ஆபீஸ்" என்ற பெயரில் அழைத்து வந்தனர்.

தமிழகத்தின் கம்யூனிஸ்ட் கட்சியின் முதல் கிளை

அன்றைய பஞ்சாப் மாநிலத்தில் ராவல்பிண்டியில் (இன்றைய பாகிஸ்தான்) 1900 மார்ச் 2ஆம் நாள் ஒரு சாதாரண ஏழை விவசாயக் குடும்பத்தில் பிறந்த அமீர் ஹைதர்கான் பம்பாய் துறைமுகத்தில் கப்பலில் ஊழியராக வேலைக்குச் சேர்ந்து பல உலக நாடுகளைச் சுற்றியவர். அமெரிக்காவில் கம்யூனிஸ்டாக மாறினார். புரட்சிக்காரன் லெனின் வழி

காட்டுதலில் 1920ஆம் ஆண்டு மாஸ்கோவில் தொடங்கப்பட்ட "கீழ்திசை நாடுகள் பாட்டாளிகள் பல்கலைக்கழகத்தில்" படித்தவர். பம்பாய் வந்தபோது 1929ஆம் ஆண்டு பிரிட்டிஷ் அரசாங்கம் தொடுத்த மீரட் கம்யூனிஸ்ட் சதிவழக்கிலும் அவர் முக்கியக் குற்றவாளியாகச் சேர்க்கப்பட்டார். ஆனால், அவர் கைதாவதிலிருந்து தப்பித் தலைமறைவாக 1931 மார்ச் மாதம் சென்னைக்கு வந்து சேர்ந்தார். "சங்கர்" என்ற புனைப் பெயரை வைத்துக் கொண்டார். தமிழே தெரியாத அந்த புரட்சியாளன்தான் அச்சகத் தொழிலாளர்கள் ராஜவடிவேலு, அவரது தம்பி மாணிக்கம் ஆகியோரோடு தொடர்பை ஏற்படுத்திக் கொண்டு அவர்களை கம்யூனிஸ்டுகளாக மாற்றினார். 1932 மே மாதம் கைது செய்யப்பட்டு சென்னை சிறையில் வைக்கப்பட்டிருந்தார். 1934ஆம் ஆண்டு விடுதலையானவுடன், மீண்டும் தலைமறைவாக வாழ்ந்துகொண்டே, ஆந்திர மாநிலம் பி. சுந்தரைய்யா, சீனியர் கம்மம்பாடி சத்யநாராயணா, லண்டனிலிருந்து ICS படித்துவிட்டுத் திரும்பியிருந்த சி.எஸ். சுப்ரமணியம் ஆகியோருடன் நெருங்கிய தொடர்பை ஏற்படுத்திக் கொண்டு 'இளம் தொழிலாளர் கழகம்' என்ற அமைப்பைத் தொடங்கி நடத்தி வந்தார். புதுச்சேரியிருந்த தோழர் வ. சுப்பையாவுடனும், அமீர் ஹைதர் கான் தொடர்பை ஏற்படுத்திக் கொண்டார். 'தொழிலாளர் பாதுகாப்புக் குழு' மற்றும் 'இளந் தொழிலாளர் கழகம்' அமைப்புகள் மூலம் தொழிலாளர்களிடையே மார்க்சீய தத்துவம் பற்றிய பரப்புரையைத் தீவிரமாக மேற்கொண்டார்.

தமிழகத்தின் தலைநகரம் சென்னையில் ஒரு கம்யூனிஸ்ட் கட்சிக் கிளை உருவாக்குவதற்கு அடிக்கல் நாட்டிய புரட்சிக்காரன் அமீர் ஹைதர்கானைக் கைது செய்ய உளவுத் துறையினர் வலை வீசித் தேடிக் கொண்டிருந்தனர். அவர்களது கழுகுப் பார்வையிலிருந்து தப்பி கடல் மார்க்கமாக கப்பலில் வெவ்வேறு வழிகளில் பிரயாணம் செய்து மாஸ்கோ சென்றடைந்தார். அமீர் ஹைதர்கான் தொடங்கிப் பாதியில் நின்று போயிருந்த கம்யூனிஸ்ட் கட்சிக் கிளை மற்றும் தொழிற்சங்க அமைப்புப் பணிகளைத் தோழர் எஸ்.வி. காட்டே சென்னை வந்தடைந்ததும், அமீர் ஹைதர்கானால் கம்யூனிஸ்டான பி. சுந்தரையாவும் தொடர்ந்தனர். தமிழ்நாட்டின் முதல் கம்யூனிஸ்ட் கட்சிக் கிளை 1936 ஜூலை மாதம் சென்னையில் தோன்றியது. தோழர்கள் ஜீவா, சீனிவாசராவ், பி. ராமமூர்த்தி, ஏ.எஸ்.கே. அய்யங்கார், நாகை முருகானந்தம் ஆகியோர் உறுப்பினர்கள். தோழர் சி.எஸ். சுப்ரமணியம் முதல் கிளையின் முதல் செயலாளர்.

புதிய செங்கொடிச் சங்கங்களின் வழிகாட்டி

தலைநகரம் சென்னை மற்றும் அதைச் சுற்றியுள்ள பகுதிகளில் வேலை செய்து வந்த தொழிலாளர்கள் தொழிற்சாலையில் தங்களுக்கு ஏற்பட்ட எந்தப் பிரச்சனையானாலும் சென்னை, பிராட்வே கம்யூனிஸ்ட் கட்சி அலுவலகத்துக்குப் படையெடுத்தார்கள். புதிய தொழிற்சங்கங்களை அமைப்பதற்கு தோழர்கள் ஜீவா, பி. ராமமூர்த்தி, சீனிவாசராவ், சி.எஸ். சுப்ரமணியம் ஆகிய இளங் கம்யூனிஸ்ட் தலைவர்களை அணுகினார்கள். தோழர் எஸ்.வி. காட்டேவின் வழிகாட்டுதலில் பல புதிய தொழிற்சங்கங்கள் உருவாகின. தோழர் ஏ.எஸ்.கே. தொடங்கிய அச்சுத் தொழிலாளர் சங்கம் வலிமை வாய்ந்த பெரிய சங்கமாக வளர்ந்தது. ஏற்கனவே பம்பாயில் அச்சகத் தொழிலாளர் சங்கத்தைத் தொடங்கி அவர்களது உரிமைகளை வென்றெடுக்க பல போராட்டங்களை நடத்தி அனுபவம் பெற்ற காட்டேயின் வழி காட்டுதலும் ஆலோசனைகளும் அச்சுத் தொழிலாளர் சங்கம் வலிமையாக வளர உதவி செய்தன. தோழர் காட்டே, ஏ.எஸ்.கே. முன்முயற்சியால் 1937ஆம் ஆண்டு அச்சகத் தொழிலாளர்களின் தேசீய மாநாடு மிகச் சிறப்பாக சென்னையில் நடைபெற்றது.

காட்டேயின் வழி காட்டுதலில் 1937ஆம் ஆண்டு சென்னை நகரில் நடைபெற்ற கள்ளிறக்கும் தொழிலாளர்களின் போராட்டம் மிகமுக்கியமானது. அந்தக் காலத்தில் கள்ளுக்கடைகளை ஏலம் எடுத்து நடத்தி வந்த முதலாளிகள் சென்னையைச் சுற்றியுள்ள கிராமங்களில் தென்னந் தோப்புகளைக் குத்தகைக்கு எடுத்திருந்தார்கள். கள்ளிறக்கும் தொழிலாளி நாள் ஒன்றுக்கு 20 மரங்களில் ஏறி இறங்கிக் கள்ளிறக்க வேண்டும். ஒரு நாள் கூலி 10 அணா (அன்று ஒரு ரூபாய் என்பது 16 அணா) கள்ளிறக்கும்போது மரத்திலிருந்து விழுந்து அடிப்பட்டு உடல் ஊனமுற்றாலோ, மரணமடைந்தாலோ கள்ளுக்கடை முதலாளிகள் நட்டஈடு எதுவும் கொடுப்பதில்லை. விபத்துக்கள் தொடர்கதையாக இருந்தன.

கள்ளிறக்கும் தொழிலாளர்கள் தோழர் காட்டேவையும், ஜீவா, ஏ.எஸ்.கே., பி.ராமமூர்த்தி, சீனிவாசராவ் மற்றும் நாகை கே. முருகேசன் ஆகியோரைச் சந்தித்து முறையிட்டார்கள். 1937 ஜனவரி மாதம் சென்னை மற்றும் சுற்றுவட்டார கிராமங்களைச் சேர்ந்த 3000 தொழிலாளர்கள் சங்கத்தில்

சேர்ந்தனர். கள்ளிறக்குவோர் சங்கம் உதயமாயிற்று. காட்டே வழி காட்டுதலில் சங்கத்தின் தலைவராக பி. ராமமூர்த்தியும், துணைத் தலைவர்களாக ஜீவாவும், சீனிவாச ராவும், பொதுச் செயலாளராக கள்ளிறக்கும் தொழிலாளி நடேசனும், துணைச் செயலாளராக நாகை கே. முருகேசனும் தேர்ந்தெடுக்கப்பட்டனர்.

கள்ளிறக்கும் தொழிலாளிக்கு நாளொன்றுக்கு கொடுத்து வந்த 10 அணாக் கூலியை ஒரு ரூபாயாக (16 அனா) உயர்த்திக் கொடுக்க வேண்டும், ஒவ்வொரு தொழிலாளியும் 20 தென்னை மரங்களில் ஏறிக் கள்ளிறக்குவதற்குப் பதிலாக 15 மரங்களில் மட்டுமே கள்ளிறக்குவார்கள், வேலை நேரத்தில் அடிப்பட்டால் அல்லது மரணம் ஏற்பட்டால் போதிய நட்டஈடு வழங்க வேண்டும் ஆகிய 3 கோரிக்கைகள் அடங்கிய கடிதத்தைச் சங்கம் கள்ளுக்கடை முதலாளிகளுக்கு அனுப்பியது. கோரிக்கைகள் அனைத்தையும் முதலாளிகள் ஏற்க மறுத்தனர். மாறாக, ஆத்திரமூட்டும் வகையில் பொதுச் செயலாளர் நடேசன் உட்பட சங்க முன்னணி ஊழியர்கள் அனைவரும் வேலை நீக்கம் செய்யப்பட்டார்கள்.

வேறுவழியின்றி வேலை நிறுத்தப் போராட்டம் வெடித்தது. ஆந்திர மாநிலத்தைச் சேர்ந்த சர் கே.V. ரெட்டி என்பவர் தமிழகத்தின் இடைக்கால முதலமைச்சராக இருந்தார். பி. ராமமூர்த்தி, ஜீவா, சீனிவாசராவ், ஏ.எஸ்.கே. மற்றும் கே. முருகேசன் ஆகிய தலைவர்கள் சென்னை நகரம் மற்றும் அதன் சுற்றுவட்டாரப் பகுதிகளில் நூற்றுக்கணக்கான பொதுக்கூட்டங்களை நடத்தி பொதுமக்கள் ஆதரவைத் திரட்டினார்கள். பஞ்சாலை, ரயில்வே, டிராம்வே, அச்சகத் தொழிலாளர்கள் ஆதரவு தெரிவித்ததுடன் காட்டேவின் அறைகூவலால் நிதி வசூலும் செய்து கொடுத்தார்கள். நகரம் முழுவதும் கோரிக்கைப் பேரணியும், கண்டன ஆர்பாட்டங்களும் நடத்தப்பட்டன. அரசாங்கம் 144 தடையுத்தரவு பிறப்பித்து ஊர்வலங்களையும், பொதுக் கூட்டங்களையும் தடை செய்தது. பட்டினி கிடந்த கள்ளிறக்கும் தொழிலாளர் குடும்பங்களுக்கு உணவுப் பொருட்கள் வழங்கி உதவி செய்ய காட்டே போராட்ட நிதி திரட்டினார். அரிசி, பருப்பு இதர அத்தியாவசிய உணவுப் பொருட்கள் தொழிலாளர் குடும்பங்களுக்கு பிரித்து வழங்கப்பட்டன. இரண்டு மாதங்கள் நீடித்த வேலை நிறுத்தப் போராட்டம் அரசின் அடக்குமுறையால், கள்ளுக்கடை முதலாளிகளின்

பிடிவாதத்தால் தோல்வியில் முடிந்தது. வேறு வழியில்லாமல் போராட்டம் திரும்பப் பெறப்பட்டது. பழி வாங்கப்பட்ட ஒரு சில தொழிலாளர்களைத் தவிர மற்றவர்கள் வேலைக்குத் திரும்பினர்.

தமிழ்த்தென்றல் திரு.வி.க. சிங்காரவேலர், சக்கரை செட்டியார், வ.உ.சி. இ.எல். ஐயர் (பார்-அட்-லா) ராஜாஜி ஆகியோர் தலைமையில் பின்னி மில் தொழிலாளர் சங்கம், டிராம்வே தொழிலாளர்கள் சங்கம், சென்னை மின்சாரத் தொழிலாளர் சங்கம், நகரசுத்தித் தொழிலாளர் சங்கம் SIR மற்றும் MSM ரயில்வே தொழிலாளர் சங்கம் என்று அனைத்துத் தொழில்களிலும் தொழிற்சங்கங்கள் தோன்றி ஏற்கனவே செயல்பட்டுக் கொண்டிருந்தன.

சிங்காரவேலர் ஒருவர்தான் இந்தத் தலைவர்களில் கம்யூனிஸ்ட். மற்ற தொழிற்சங்கத் தலைவர்கள் அனைவரும் காங்கிரஸ் கட்சியில் நாடறிந்த தலைவர்களாகவும், முற்போக்கான இடதுசாரி ஜனநாயக கருத்துகளைக் கொண்ட தலைவர்களாகவும் இருந்தார்கள். பம்பாயில் தொழிலாளர் போராட்டங்கள் வெற்றிபெற பல்வேறு அரசியல், கருத்தோட்டம் கொண்ட தலைவர்களையும் ஒன்றிணைத்து செயல்பட்ட அனுபவம் காட்டேவுக்கு ஏராளமாக உண்டு. தொழிலாளர் பாதுகாப்புக் குழு என்ற பெயரில் ஜீவா, பி. ராமமூர்த்தி, ஏ.எஸ்.கே., நாகை கே. முருகேசன் ஆகிய இளங் கம்யூனிஸ்ட் தலைவர்கள் தொழிற்சங்க அரங்கத்தில் தீவிரமாகச் செயல்பட்டுக் கொண்டிருந்தார்கள். திரு.வி.க., சக்கரைச் செட்டியார், இ.எல். ஐயர், ராஜாஜி போன்ற தலைவர்கள் 1918ஆம் ஆண்டு முதல் பல தொழிற்சங்கங்களைத் தோற்றுவித்து பல போராட்டங்களை நடத்தியிருக்கிறார்கள். தமிழ்நாடு முழுவதும் தொழிலாளர்களிடையே புகழ்பெற்ற தலைவர்களாக இருந்தார்கள். அந்த தலைவர்களோடு சுமுகமான உறவை வளர்த்துக் கொள்வதுடன் அவர்கள் தலைமையில் நடைபெறும் போராட்டங்களில் ஒருங்கிணைந்து செயல்பட வேண்டிய அவசியத்தை இளங் கம்யூனிஸ்ட் தலைவர்கள் ஜீவா, ராமமூர்த்தி, சீனிவாச ராவ், நாகை முருகேசன் ஆகியோருக்கு காட்டே புரிய வைத்தார். காட்டே தொழிலாளர்களின் ஒற்றுமைதான் மிக முக்கியம் என்பதை வலியுறுத்தினார். இதன் காரணமாக, கம்யூனிஸ்ட்டல்லாத மேற்கண்ட தலைவர்கள் தலைமை தாங்கி நடத்திய, தொழிற்சங்கங்கள் நடத்திய பல போராட்டங்களிலும் ஜீவா, ராமமூர்த்தி, ஏ.எஸ்.கே., நாகை

கே. முருகேசன் போன்ற தலைவர்களும் கலந்து கொண்டு செல்வாக்குச் செலுத்த முடிந்தது. இந்த அணுகுமுறையின் விளைவாக சக்கரை செட்டியார் பிற்காலத்தில் தமிழக ஏ.ஐ.டி.யு.சி தலைவராகவும், அகில இந்தியத் தலைவராகவும் உயர்ந்தார்.

புதுச்சேரியுடன் காட்டேயின் தொடர்பு

சென்னையில் 1931 முதல் 1934 வரை சங்கர் என்ற புனைப்பெயரில் தங்கியிருந்து கம்யூனிஸ்ட் கட்சிக்கு தமிழ்நாட்டில் அடிதளமிட்டவர் அமீர் ஹைதர்கான் என்பதை முன்பே பார்த்தோம். இவர் மாஸ்கோவிலேயே மார்க்சியப் பயிற்சி பெற்ற திறமைமிக்க கம்யூனிஸ்ட். அமீர் ஹைதர்கான் தொடர்பால் புதுச்சேரி வ.சுப்பையா கம்யூனிஸ்டாக மாறியிருந்தார்.

பின்னர் எஸ்.வி. காட்டே வழிகாட்டுதலில் புதுச்சேரியிலிருந்த மூன்று பஞ்சாலைகளிலும் வ. சுப்பையா வலிமையான தொழிற்சங்கத்தைக் கட்டினார். 8 மணிநேர வேலை, தொழிற்சங்கம் அமைத்துக் கொள்ள சட்டப்படி உரிமை, கூலி உயர்வு மற்றும் சில அடிப்படையான கோரிக்கைகளுக்காக வ.சுப்பையா தலைமையில் புதுவை பஞ்சாலைத் தொழிலாளர்கள் வேலை நிறுத்ததை தொடங்கினார்கள். அவர்களை அடக்கியொடுக்க பிரெஞ்ச் இந்தியப் போலிசார் 1936 ஜூலை 30ஆம் நாள் சவானா பஞ்சாலைத் தொழிலாளர்கள் மீது நடத்திய கண்மூடித்தனமான துப்பாக்கிச் சூடு நடத்தினர். 12 தொழிலாளர்கள் வீரமரணம் அடைந்தார்கள்.

தொழிற்சங்க உரிமைகள், 8 மணி நேர வேலை போன்ற அடிப்படையான கோரிக்கைகளை வென்றெடுக்க பண்டிட் நேரு, டாங்கே மற்றும் AITUC தலைவர்களின் உதவியோடு பிரான்சின் தலைநகரம் பாரிசுக்கு வ. சுப்பையா நேரில் சென்று, பிரான்ஸ் நாட்டுப் பிரதமர் மற்றும் அமைச்சர்களையும் சந்திக்க வேண்டும் என்ற யோசனையை எஸ்.வி. காட்டே வ. சுப்பையாவுக்குத் தெரிவித்தார். நேருவுக்கும் டாங்கேவுக்கும் வ. சுப்பையாவை அறிமுகப்படுத்திக் கடிதங்கள் கொடுத்தனுப்பினார்.

புதுச்சேரியைச் சேர்ந்த இருபது வயது இளைஞர் டி.ஆர். சுப்ரமணியம், சென்னையில் தோழர்கள் எஸ்.வி. காட்டே, ஜீவா, பி. ராமமூர்த்தி, சீனிவாசராவ், ஏ.எஸ்.கே. நாகை,

கே. முருகேசன் ஆகியோருடன் தங்கியிருந்து அவர்களின் வழிகாட்டுதலில் பல்வேறு தொழிற்சங்கப் பணிகளில் பயிற்சி பெற்றுக் கொண்டிருந்தார். டி.ஆர். சுப்ரமணியம் கள்ளிறக்கும் தொழிலாளர் போராட்டத்தில் தீவிரமாகப் பங்கெடுத்து வேலை செய்தவர். புதுச்சேரியிலிருந்து வ. சுப்பையா பிரான்ஸ் நாட்டுக்குச் சென்று திரும்பும்வரை, புதுச்சேரியில் தொழிற்சங்கப் போராட்டங்களைத் தொடர்ச்சியாக நடத்தும் பொருட்டு, டி.ஆர். சுப்ரமணியத்தை எஸ்.வி. காட்டே புதுச்சேரிக்கு அனுப்பி வைத்தார். இந்த இளைஞர் டி.ஆர். எஸ். தான் பிற்காலத்தில் சர்வோதய இயக்கத்தில் முன்னணித் தலைவராக வளர்ந்து தொண்டாற்றினார்.

வ. சுப்பையா 1937 மார்ச் மாதத்தில் பண்டிட் நேரு அவரது பாரிஸ் நண்பர்களுக்கு கொடுத்த அறிமுகக் கடிதங்களுடன் பாரிசுக்குச் சென்றார். பிரெஞ்ச் நாட்டுக் கம்யூனிஸ்ட் கட்சிப் பொதுச் செயலாளர் மரிய தொரஸ், வ. சுப்பையா அந்த நாட்டு அமைச்சர்களைச் சந்திக்க உதவி செய்தார். 8 மணி நேர வேலை, தொழிற்சங்கம் அமைத்துக் கொள்ளும் உரிமைகளுக்கு சட்ட அங்கீகாரம் கிடைத்தன. புதுச்சேரி பஞ்சாலைத் தொழிலாளர்கள் நடத்திய வீரஞ்செறிந்த போராட்டத்தின் காரணமாக ஆசியா கண்டத்திலேயே 8 மணிநேர வேலை முதன் முதலாகப் புதுச்சேரியில்தான் 1.1.1938ஆம் நாள் முதல் நடைமுறைக்கு வந்தது என்பது வரலாறு.

மாணவர் இயக்கத்தில் காட்டேயின் பங்களிப்பு

எஸ்.வி. காட்டே சென்னைக்கு வந்து அரசியல், தொழிற்சங்க இயக்கத்தின் வழிகாட்டியாகச் செயல்பட்டுக் கொண்டிருந்த காலத்தில்தான் தமிழக மாணவர் இயக்கத்தில் புதிய வரலாறு படைத்த அண்ணாமலைப் பல்கலைக் கழகப் போராட்டம் 1937இல் வெடித்தது. தென்னகத்தின் பகத்சிங் என்று அழைக்கப்பட்ட பாலதண்டாயுதமும் அவரோடு சேர்த்து 4 மாணவர் தலைவர்களும் பல்கலைக்கழக நிர்வாகத்தால் நீக்கப்பட்டு பெரிய மாணவர் போராட்டம் வெடித்தது. பாலனும் மற்ற மாணவர்களும் சென்னை வந்து காட்டேவைச் சந்தித்தனர். மாணவர்கள் போராட்டம் வெற்றிபெற வேண்டுமென்றால், மாணவர்கள் ஆதரவுடன் அவர்கள் சிதம்பரம் நகரில் பொதுமக்களின் ஆதரவையும் திரட்ட வேண்டிய அவசியத்தை காட்டே வலியுறுத்தினார்.

அதற்காகப் பொதுமக்களிடையே விழிப்புணர்வுப் பிரச்சாரத்தை மேற்கொண்டு ஆதரவைத் திரட்ட நிறையக் கூட்டங்களை நடத்த வேண்டும் என்று காட்டே வழி காட்டினார். அமரர் பாலன் கம்யூனிஸ்ட் கட்சிக்குள் வருவதற்கு காட்டேயின் தொடர்பும், செல்வாக்கும் ஒரு முக்கியக் காரணமாக அமைந்தது.

தமிழகத்தைக் குலுக்கிய அண்ணாமலைப் பல்கலைகழகப் போராட்டத்தின் தொடர்ச்சியாகத்தான் சென்னை மாணவர் சங்கம் (*Madras Students Organization*) என்ற இடதுசாரி மாணவர் அமைப்பு சென்னையில் தோன்றிப் புகழ்பெற்றது. தோழர் காட்டே இந்த அமைப்பு தோன்றுவதற்கு உந்துசக்தியாக இருந்தார். இந்த மாணவர் அமைப்பின் மூலமாகத்தான் மறைந்த தோழர்கள் ப. மாணிக்கம், ஆர்.கே. கண்ணன், NCBH ராதா கிருஷ்ணமூர்த்தி, உமாநாத் போன்ற தலைவர்கள் கம்யூனிஸ்ட் கட்சிக்குள் வந்தார்கள்.

நியூ ஏஜ் மற்றும் ஜனசக்தி பத்திரிகைகள் உதயம்

1936ஆம் ஆண்டு காட்டே சென்னைக்கு வந்த காலத்தில் காங்கிரஸ் தலைவர்களில் ஒருவரான H.T. ராஜா “நியூ ஏஜ்” (*New Age*) என்ற பெயரில் ஒரு ஆங்கில மாத இதழை ஆசிரியராக இருந்து நடத்தி வந்தார். தோழர் பி. ராமமூர்த்தி, சீனிவாசராவ் காங்கிரஸ் கட்சியில் பிரபலமான தலைவர்களாக இருந்ததுடன் எச்.டி. ராஜாவுக்கும் நெருக்கமான நண்பர்களாக இருந்து வந்தார்கள். இருவரும் தோழர் காட்டேவை எச்.டி. ராஜாவுக்கு அறிமுகப்படுத்தி தொடர்பு ஏற்படுத்தித் தந்தார்கள். காட்டே, எச்.டி. ராஜாவின் நியூ ஏஜ் மாத இதழில் பல அரசியல் கட்டுரைகளையும் தொழிற்சங்கப் போராட்ட நிகழ்ச்சிளையும் தொடர்ச்சியாக எழுதி வந்தார். அன்னியர் ஆட்சியைக் கூர்மையாக விமர்சனம் செய்து காட்டே எழுதிய கட்டுரைகள் நியூ ஏஜ் பத்திரிகையில் வெளிவருவதைப் படித்துப் பார்த்த அரசு அதிகாரிகள் அதிர்ச்சியடைந்ததுடன், உளவுத் துறை போலீசார் அடிக்கடி எச்.டி. ராஜாவைச் சந்தித்து காட்டேவைப் பற்றி எச்சரிக்கை செய்தனர். இதனால் மிரண்டுபோன எச். டி. ராஜா அவரது நியூ ஏஜ் மாத இதழ் உரிமை மற்றும் பொறுப்பு அனைத்தையும் காட்டேவிடமே ஒப்படைத்துவிட்டு முற்றிலுமாக விலகிக் கொண்டார்.

இந்தியக் கம்யூனிஸ்ட் கட்சியின் பொதுச் செயலாளர் பி.சி. ஜோஷியும், காட்டேவும் கலந்துபேசி நியூ ஏஜ் மாத இதழின் உரிமையை வாங்கி, அந்த இதழையே இந்தியக் கம்யூனிஸ்ட் கட்சியின் மாதப் பத்திரிகையாக வெளிவரச் செய்தார்கள். ஜோசியை ஆசிரியராகக் கொண்டு பம்பாயிலிருந்து வெளிவந்த நேசனல் பிரண்ட் ஆங்கில ஏட்டுடன் நியூ ஏஜ் மாத இதழும் கம்யூனிஸ்ட் கட்சியின் இதழ்களாக வெளிவரத் துவங்கின.

சென்னையில் மட்டுமல்லாது 1937ஆம் ஆண்டில் கோயமுத்தூர், மதுரை, திருநெல்வேலி மாவட்டங்களிலும் பஞ்சாலைத் தொழில் வளர்ந்ததோடு அந்த நகரங்களிலும் பஞ்சாலைத் தொழிலாளர் போராட்டங்கள் பல வெடித்தன. பஞ்சாலைத் தொழிலாளர் போராட்டத்தில் புதிய வரலாறு படைத்த கோயமுத்தூர் லட்சுமி மில் தொழிலாளர் போராட்டத்தைத் தலைமை தாங்கி வழி நடத்த ஜீவாவையும், ஏ.எஸ்.கே.வையும் காட்டே கோவைக்கு அனுப்பி வைத்தார். பின்னி மில் தொழிலாளர்களின் போராட்டம் போல் கோவை லட்சுமி மில் தொழிலாளர் போராட்டமும் புதிய வரலாறு படைத்தது.

வளர்ந்து வரும் கம்யூனிஸ்ட் கட்சி மற்றும் தொழிற்சங்க இயக்கச் செய்திகளை மக்களிடம் கொண்டு செல்ல காட்டேவின் முன் முயற்சியால் 1937ஆம் ஆண்டில் ஜீவாவை ஆசிரியராகக் கொண்டு “ஜனசக்தி” இதழ் பிறந்தது. பத்திரிகை நிர்வாகத்தை சீனிவாசராவ் கவனித்துக் கொண்டார். ஜனசக்தியை தனியார் முதலாளிக்குச் சொந்தமான பி.என்.கே. அச்சகத்தில் அச்சிட்டு வந்தனர். ஆனால், அங்கு அச்சிட முடியாத அளவுக்கு அரசாங்கம் அந்த அச்சக உரிமையாளருக்கு பல நெருக்கடிக்களைக் கொடுத்தது. அதன் பின்னர், சொந்தமாக அச்சகம் தொடங்கி ஜனசக்தியைப் பிரசுரம் செய்ய பி.சி. ஜோஷி மூலம் காட்டே ஏற்பாடு செய்தார். புதிய அச்சகம் ஒன்றையே செலவு செய்து நிறுவினார்கள். அச்சகம் தொடங்குவதற்கு அரசின் அனுமதியைப் பெறுவதற்கு, அச்சகத்தின் பெயரை “இயேசு அச்சகம்” என்று பெயர் வைத்து விண்ணப்பித்தார்கள். அரசின் அனுமதியும் கிடைத்தது.

யுத்த எதிர்ப்புக் கைதியாக காட்டே

1939 செப்டம்பர் 1ஆம் நாள் ஜெர்மனியின் சர்வாதிகாரி ஹிட்லர் போலந்து நாட்டின் மீது படையெடுத்து 2ஆம் உலகப் போரைத் தொடங்கி வைத்தான். ஜெர்மனி, இத்தாலி மற்றும்

ஜப்பான் நாடுகள் "அச்சு நாடுகள் கூட்டணி" என்ற பெயரில் ஒருபுறமும் இங்கிலாந்து, அமெரிக்கா, பிரான்ஸ் ஆகியவை "நேச நாடுகள்" என்ற பெயரில் கூட்டணியாகவும் போரில் மோதிக் கொண்டன. 1939ஆம் ஆண்டில் இங்கிலாந்து, இந்திய நாட்டு மக்களின் அனுமதியில்லாமல் இந்தியாவையும் போரில் ஈடுபடுத்தியதைக் கண்டித்து இந்தியக் கம்யூனிஸ்ட் கட்சி யுத்த எதிர்ப்புப் பிரச்சாரத்தில் ஈடுபட்டது. இதனால் கம்யூனிஸ்ட் கட்சி தடை செய்யப்பட்டதுடன், அதன் முன்னணித் தலைவர்கள் அனைவரும் சிறையில் தள்ளப்பட்டனர்.

தமிழகத்தில் ஜீவா, பி. ராமமூர்த்தி, சீனிவாசராவ், ஏ.எஸ்.கே. மற்றும் பல தலைவர்கள் கைது செய்யப்பட்டு வேலூர் சிறையில் வைக்கப்பட்டனர். காட்டே தனது சொந்த ஊர் மங்களூரில் தங்கியிருக்க அரசு உத்தரவிட்டது. பின்னர், அவரும் கைது செய்யப்பட்டு வேலூர் சிறைக்குக் கொண்டுவரப்பட்டார்.

வேலூர் சிறையிலிருந்து காட்டேவையும், ஏ.எஸ்.கே. இருவரை மட்டும் பிரித்து ராஜஸ்தான் மாநிலம், பிகானீர் மாவட்டம், தியோலி சிறைக்குக் கொண்டு செல்லப்பட்டார்கள். சுமார் 6 மாதங்கள் அங்கிருந்தபோது சிறையதிகாரிகளுக்கு அடங்கிப் போகாத காட்டே ஒரு சிறையதிகாரியோடு மோதிய துணிச்சலான சம்பவத்தை தோழர் ஏ.எஸ்.கே. பதிவு செய்திருக்கிறார்.

தியோலி சிறையில் ஏராளமான கொசுக்களின் தொல்லையால் கைதிகள் இரவில் நிம்மதியாகத் தூங்க முடியவில்லை. கைதிகள் எல்லோரும் தங்களுக்குக் கொசு வலை வேண்டும் என்று காட்டே மூலம் சிறையதிகாரி கர்னல் கிராஸ்டாரிடம் கோரிக்கையெழுப்பினார்கள். சக கைதிகள் முன்னிலையில் "இந்தச் சிறையில் கொசுத் தொல்லையே இல்லையே... பொய் சொல்லுகிறீர்கள்... என்னைக் கொசுக்கள் கடிப்பதேயில்லையே" என்று அலட்சிமாகக் காட்டேவிடம் சொல்லியிருக்கிறான்.

"நீங்கள் 24 மணி நேரமும் மதுவின் போதையில் இருப்பதால், உங்களைக் கடிக்கும் கொசுக்களும் போதையேறி மயக்கத்திலேயே கிடக்கின்றன. குடிபோதையில் கொசுக்கள் கடித்தது உங்களுக்கு உறைத்திருக்காது" என்று காட்டே சிரித்துக்கொண்டே சொன்னாராம். வழக்கமாக எதற்கும் கைதிகளிடம் கோபமாக எகிறிக் குதிக்கும் அந்த சிறையதிகாரி "காட்டே, நீ ரொம்ப மோசமான ஆளய்யா" என்று விழுந்து விழுந்து சிரித்துக் கொண்டே அனைத்துக் கைதிகளுக்கும்

கொசுவலை வாங்கிக் கொடுக்க ஏற்பாடு செய்தானாம். 6 மாதம் கழித்து காட்டே, ஏ.எஸ்.கே. இருவரும் மீண்டும் வேலூர் சிறைக்கு மாற்றப்பட்டார்கள்.

1941 ஜுன் மாதம் 21ஆம் நாள் ஹிட்லர் சோவியத் ரஷ்யா மீது போர் தொடுத்தான். ரஷ்யாவும் பிரிட்டன், பிரான்ஸ் மற்றும் அமெரிக்காவுடன் "நேசநாடுகள் அணியில்" சேர்ந்து போர்க் களத்தில் இறங்கியது. உலகின் முதலாவது சோசலிசக் குடியரசைக் காக்க கம்யூனிஸ்ட் கட்சிகளும் அவரவரது தாய் நாடுகளில் சோவியத் அரசுக்கு ஆதரவாக அணிதிரள வேண்டும் என்று முடிவு செய்தன. இந்தியக் கம்யூனிஸ்ட் கட்சியும் சோவியத் ரஷ்யாவுக்கு ஆதரவாக 2ஆம் உலகப் போரை "மக்கள் யுத்தம்" என்று விளக்கம் கொடுத்து பிரிட்டன் ஆட்சியை இந்த நாட்டில் எதிர்த்துப் போராடுவதை தாற்காலிகமாக ஒத்திவைத்து ஆதரவு கொடுத்தது. கம்யூனிஸ்ட் கட்சி மீது 1939ஆம் ஆண்டில் விதித்திருந்த தடையை ஆங்கிலேய அரசு திரும்பப் பெற்றுக் கொண்டு கட்சி சட்டப்பூர்வமாக இயங்க அனுமதித்தது. 1939ஆம் ஆண்டில் கைது செய்யப்பட்டிருந்த தலைவர்கள் 1942 இறுதியில் விடுதலை செய்யப்பட்டார்கள். ஆனால் காட்டேவை மட்டும் 1944 ஏப்ரல் மாதத்தில்தான் விடுதலை செய்தார்கள்.

1936 ஜுன் மாதம் பி.சி. ஜோஷி பொதுச் செயலாளராகத் தேர்ந்தெடுக்கப்பட்டார். அவரது கடின உழைப்பாலும், தொலைதூரப் பார்வையாலும் தலைமைக் குழுத் தலைவர்களின் ஒத்துழைப்பு மற்றும் கூட்டு முயற்சியாலும் இந்தியக் கம்யூனிஸ்ட் கட்சி மிக வேகமான வளர்ச்சியைk கண்டது. இந்தித் திரைப்படக் கலைஞர்கள் புகழ்பெற்ற இயக்குனர்கள், நடன மேதைகள், இசை மேதைகள், நாடகக் கலைஞர்கள், நாட்டுப்புறக் கலைஞர்கள், பலரும் கம்யூனிஸ்ட் கட்சிக்கு ஆதரவாக இருந்தார்கள். 1936ஆம் ஆண்டில் அவர் பொதுச் செயலாளர் பொறுப்பேற்கும் போது 600 உறுப்பினர்கள் இருந்த கட்சி, 1943 மே மாதத்தில் பம்பாயில் முதல் அகில இந்திய மாநாடு நடைபெற்ற நேரத்தில் 15000 உறுப்பினர்களைக் கொண்ட தேசீயக் கட்சியாக வளர்ந்திருந்தது. முதலாவது தேசீய மாநாடு நடைபெற்ற போது காட்டே சிறையிலிருந்து விடுவிக்கப்படவில்லை. இருப்பினும், கட்சியின் மத்திய நிர்வாகக் குழுவுக்கு அவர் தேர்ந்தெடுக்கப்பட்டார்.

1944ஆம் ஆண்டில் விடுதலையான காட்டே, கட்சியின் பம்பாய் தலைமை அலுவலக நிர்வாகப் பொறுப்பை ஏற்றுக் கொண்டார்.

கட்சியின் அரசியல் தலைமைக் குழுவில் பொதுச் செயலாளர் பி.சி. ஜோஷியும், டாக்டர் அதிகாரியும், பி.டி. ரணதிவே ஆகிய மூவரும் இருந்தார்கள். இந்தியக் கம்யூனிஸ்ட் கட்சி பல்வேறு மாநிலங்களில் 11 மொழிகளில் நடத்தி வந்த நாளிதழ், வார இதழ், மாத இதழ்களின் வெளியிட்டை மேற்பார்வையிட்டு அவற்றின் வளர்ச்சிக்கு வழிகாட்டவும், கட்சியின் சார்பில் புதிய பதிப்பகங்கள் தொடங்கவும் மற்றும் கட்சிப் பிரசுரங்களை வெளியிடும் முக்கியமான பொறுப்பை காட்டேயிடம் அரசியல் தலைமைக் குழுவும் மத்திய நிர்வாகக் குழுவும் ஒப்படைத்தது. இந்த முக்கியமான பொறுப்பையும் திறம்படச் செய்து முடிக்க வங்காளம், தமிழகம், கேரளம், ஆந்திரம் மற்றும் இதர மாநிலங்களுக்குப் பலமுறை அவர் பயணம் செய்தார். கட்சியின் வேலைத் திட்டம், கொள்கைகள், உள்நாட்டு - வெளிநாட்டு அரசியல் சம்பவங்கள் பற்றி கட்சித் தலைவர்கள் எழுதிய பல பிரசுரங்களையும் புத்தகங்களையும் அச்சிட்டு வெளியிடும் வேலையை காட்டே மிகுந்த அக்கறையுடன் செய்து வந்தார்.

கட்சியின் மத்திய நிர்வாகக் குழு உறுப்பினர் பொறுப்புடன் 1944 முதல் 1948ஆம் ஆண்டு வரை கட்சியின் பொருளாளராகவும் பணியாற்றினார். 1948 பிப்ரவரி 28 முதல் மார்ச் 7ம் நாள் வரை கல்கத்தா நகரில் கட்சியின் 2-வது தேசீய மாநாடு நடைபெற்றது. இந்த மாநாட்டில் தோழர் காட்டே மத்திய நிர்வாகக் குழுவுக்கு தேர்வு செய்யப்பட்டதுடன், கட்சிக்குள் ஒழுங்கையும், கட்டுப்பாட்டையும் கண்காணிக்கவும், தவறு செய்யும் உறுப்பினர்கள் யாராக இருந்தாலும் அவர்கள் மீது எழும் குற்றச்சாட்டுகளை விசாரித்து ஒழுங்கு நடவடிக்கையெடுக்கும் கட்டுப்பாட்டுக் குழு உறுப்பினராகவும், (Control Commission) பின்னர் அந்தக் குழுவின் தலைவராகவும் 1970ஆம் ஆண்டில் அவர் மறையும் வரை திறம்படச் செயல்பட்டார். கட்சியின் மாநிலக் கட்டுப்பாட்டுக் குழுக்கள் எடுக்கும் ஒழுங்கு நடவடிக்கைகள் மீதும், கட்சி விதிகள் மீது விளக்கம் கோரியும் வரும் மேல்முறையீடுகளை நடுநிலை தவறாது, எந்தப் பக்கமும் சாயாது, விருப்பு வெறுப்பின்றி முறையாக விசாரணை செய்து முடிவுகள் எடுப்பதில் கட்சியின் அனைத்து மட்டங்களிலும் செயல்பட்ட தோழர்கள் பாராட்டும்படி தனது கடமைகளைச் செய்து வந்தார்.

1948இல் அதிதீவிரப்பாதையில் கம்யூனிஸ்ட் கட்சி

காங்கிரஸ் கட்சி நடத்தி வந்த விடுதலைப் போராட்டங்களில் பி.சி. ஜோஷியின் முன்முயற்சியால் 1936ஆம் ஆண்டு முதல் கம்யூனிஸ்ட் கட்சியும், விவசாயிகள் சங்கம், மாணவர், இளைஞர் சங்கங்கள், தொழிற்சங்க அமைப்புகளும் அதிகளவில் பங்கெடுத்துக் கொண்டன. வலிமையான ஏகாதிபத்திய எதிர்ப்பு ஐக்கிய முன்னணியைக் கட்டுவதில் கம்யூனிஸ்ட் கட்சியை பொதுச் செயலாளர் ஜோஷி முழுமையாக ஈடுபடுத்தினார். தேச விடுதலைப் போராட்டத்தில் கம்யூனிஸ்ட் கட்சி தீவிரமாகப் பங்கெடுத்துக் கொண்டு, மக்களிடையே செல்வாக்குப் பெற்று தேசிய அந்தஸ்த்தைப் பெற்றது. கம்யூனிஸ்ட் கட்சி ஒரு மக்களியக்கமாக வளர்ந்திருந்தது. காந்தியடிகள், ஜவகர்லால் நேரு, நேதாஜி போன்ற தலைவர்களுக்கு மக்களிடையே கிடைத்த அன்பும், மரியாதையும், ஆதரவும், பி.சி. ஜோஷி மற்றும் கம்யூனிஸ்ட் தலைவர்களுக்குக் கிடைத்தன.

1947 ஆகஸ்ட் 15ஆம் நாள் சுதந்திரம் பெற்றதை கம்யூனிஸ்ட் கட்சியும் தேசியக் கொடியை ஏற்றிக் கொண்டாடியது. ஆனால், கம்யூனிஸ்ட் கட்சித் தலைமையிலிருந்த பெரும்பான்மையான தோழர்கள் காங்கிரஸ் கட்சியுடன் பி.சி. ஜோஷியின் ‘ஒன்றுபடுதல் - போராடுதல்’ பாதையை எதிர்க்கத் தொடங்கினார்கள். கம்யூனிஸ்ட் கட்சி புரட்சிகரமான நடவடிக்கைகள் மூலம் தீவிரமாகச் செயல்படுவதற்கு மாறாக பி.சி. ஜோஷி, சீர்திருத்தப் பாதையில், வர்க்க சமரசப் பாதையில் கட்சியை வழி நடத்துவதாகவும், அவர் மீது குற்றஞ் சாட்டினார்கள். காங்கிரசுடன் எந்தவிதமான ஒட்டும் உறவும் இருக்கக் கூடாதென பெரும்பான்மையான தலைவர்கள் கருதினார்கள். கம்யூனிஸ்ட் கட்சி தலைமைக் குழுத் தோழர்களில் பெரும்பான்மையோர் கொடுத்த நெருக்கடியால் 1947 டிசம்பர் மாதம் பி.சி. ஜோஷி பொதுச் செயலாளர் பதவியிலிருந்து ராஜினாமாச் செய்தார். அவருக்கு பதிலாக தோழர் பி.டி. ரணதிவே இடைக்கால பொதுச் செயலாளராகத் தேர்வு செய்யப்பட்டார். பின்னர், 1948 பிப்ரவரி மாத இறுதியில் கல்கத்தா நகரில் தொடங்கிய கட்சியின் 2வது தேசிய மாநாட்டில் அவர் பொதுச் செயலாளராகத் தேர்ந்தெடுக்கப்பட்டார். 1936ஆம் ஆண்டு முதல் 1947 முடிய கட்சி கடைபிடித்து வந்த செயல்திட்டம் மற்றும் கொள்கை முடிவுகளிலிருந்து முற்றிலும் மாறுபட்டு, அதிதீவிரமான அரசியல் சாகச நடவடிக்கையில் இறங்குவதற்குப் பல

தீர்மானங்கள் மாநாட்டில் நிறைவேற்றப்பட்டன. கட்சியின் புதிய பாதை "BTR லைன்" என்று அழைக்கப்பட்டது. மாநாட்டில் நிறைவேற்றப்பட்ட தீர்மானங்கள் மற்றும் முடிவுகளின் சாரம்: 'இந்திய மக்கள் சோசலிசத்தை விரும்புகிறார்கள். புதிதாக ஆட்சிக்கு வந்த ஜவகர்லால் நேரு ஏகாதிபத்திய நாடுகள் மற்றும் காலனியாதிக்க நாடுகளின் ஏஜண்டாக, இளைய பங்காளியாகச் செயல்படுகிறார். 1947 ஆகஸ்ட் 15ஆம் நாள் இந்தியா பெற்றதாகச் சொல்லப்படும் சுதந்திரம், உண்மையான சுதந்திரமேயல்ல. அது போலியானது. நகரங்களில் வேலை செய்யும் தொழிலாளர்கள் வேலை நிறுத்தங்கள் செய்வதன் மூலமும் மற்றும் கம்யூனிஸ்ட் கட்சி தலைமையில் ஆயுதம் தாங்கிய போராட்டங்களின் மூலமும் நேருவின் அரசாங்கத்தைப் பலவந்தமாகத் தூக்கியெறிய வேண்டும். தொழிலாளர்களின் ஆயுதம் தாங்கிய போராட்டங்களுக்கு கிராமப்புற விவசாயிகள் ஆதரவு தெரிவிப்பார்கள்' என்று அந்த தேசிய மாநாடு முடிவு செய்தது. இந்த முடிவுகளை நிறைவேற்றும் அதிதீவிரமான பாதையில் கட்சி நடைபோடத் துவங்கியது.

மாநாட்டின் தீவிரமான முடிவுகள் தெரியவந்த அடுத்த நாள், நேருவின் அரசாங்கம் கம்யூனிஸ்ட் கட்சியை சட்ட விரோதமானது என்று அறிவித்துத் தடை செய்தது. மாநாடு முடிந்தவுடன் கம்யூனிஸ்ட் கட்சித்தலைவர்கள், பிரதிநிதிகளில் பலரும் தலைமறைவாகி அவரவர் சொந்த மாநிலத்திற்குத் திரும்பினர். ஒரு சில தலைவர்களும் கட்சியின் முன்னணி ஊழியர்களும் கைது செய்யப்பட்டு சிறையில் தள்ளப்பட்டார்கள். ஒரு சிலர் போலீசாரால் சுட்டுக் கொல்லப்பட்டார்கள். கம்யூனிஸ்ட் கட்சி மற்றும் தொழிற்சங்க அலுவலகங்களுக்கு இரவோடிரவாகப் பூட்டு போடப்பட்டது. 1949 ஜுன் மாதத்தில் கம்யூனிஸ்டுகள் தலைமையிலிருந்த ரயில்வே தொழிற்சங்கம் நேருவின் அரசுக்கெதிராக அறைகூவல் விடுத்த அகில இந்தியப் பொது வேலை நிறுத்தம் முற்றிலும் தோல்வியில் முடிந்தது. வேலை நிறுத்தத்தில் 90 சதவீதத் தொழிலாளர்கள் கலந்து கொள்ளவில்லை. வேலை நிறுத்தத்தில் கலந்து கொண்ட கம்யூனிஸ்ட் கட்சி உறுப்பினர்கள் கைது செய்யப்பட்டு சிறையில் தள்ளப்பட்டனர். பலர் வேலை நீக்கம் செய்யப்பட்டனர். ஒருசில முன்னணி ஊழியர்கள் போலீசாரால் சுட்டுக் கொல்லப்பட்டனர். 1948 பிப்ரவரி மாதம் கல்கத்தா மாநாட்டின் போது கம்யூனிஸ்ட் கட்சியில் இருந்த

90000 உறுப்பினர்களின் எண்ணிக்கை கரைந்து போய் வெறும் 9000 உறுப்பினர்களாகக் குறைந்தது.

கம்யூனிஸ்ட் கட்சியின் இந்த அதிதீவிரப் பாதை, ஒரு சிலமுன்னணித் தலைவர்களுக்கு அதிர்ச்சியைக் கொடுத்தது. கம்யூனிஸ்ட் கட்சி தவறான பாதையில் போவதை உணர்ந்த தோழர் ஜோதிபாசு, பூபேஷ் குப்தா இருவரும் இந்தத் தவறான அதிதீவிர நடவடிக்கை குறித்து தங்களுக்குள் விவாதித்துக் கொண்டதுடன், இங்கிலாந்து கம்யூனிஸ்ட் கட்சித் தலைவர்களை தொடர்பு கொண்டு விவாதிக்க வேண்டும் என்று தாங்கள் நினைத்ததாகத் தோழர் ஜோதிபாசு தன்னுடைய சுயசரிதையில் பதிவு செய்திருக்கிறார். (ஜோதிபாசுவின் நினைவுக்கு எட்டியவரை நூல் பக்கம் - 90)

கட்சியின் மத்திய செயற்குழு உறுப்பினர்கள் அஜாய் கோஷ், எஸ்.வி. காட்டே மற்றும் எஸ்.ஏ. டாங்கே மூவரும் மாராட்டிய மாநில எரவாடா சிறையில் வைக்கப்பட்டிருந்தார்கள். "இந்த காலகட்டம் கட்சிக்குள் மிகவும் குழப்பமான சூழ்நிலை. கட்சிக்குள் யாருக்கும் எவர் மீதும் நம்பிக்கை இல்லை. அதிதீவிரம் என்ற பிரளயம் கட்சியை அடித்துச் சென்றது. கட்சி முழுவதுமே அடிப்பட்டுச் சிதறிக் கிடந்தது. கட்சியின் பம்பாய் தலைமையகத்தில் ஊழியர்கள் யாரும் இல்லை. பொறுப்பான ஊழியர்கள் அதிர்ச்சியும் விரக்தியும் அடைந்து கட்சியைவிட்டே விலகிச் சென்றனர்" என்று எஸ்.வி. காட்டே அன்றைக்கு கட்சி இருந்த அபாயகரமான நிலைபற்றி எழுதியிருக்கிறார். சிறைக்குள் இருந்த காட்டே, டாங்கே மற்றும் அஜாய் கோஷ் ஆகிய மூவரும் கூட்டாக விவாதித்து சிறைக்குள்ளேயே ஒரு அறிக்கையைத் தயார் செய்தனர். அதை வெளியிலிருந்த கட்சி தலைமைக்குழுத் தோழர்களின் விவாதத்திற்கு அனுப்பி வைத்தனர். இந்த முக்கியமான ஆவணம் கம்யூனிஸ்ட் கட்சி வரலாற்றில் "மூன்று P" ஆவணம் என்று (Three P's document) குறிப்பிடப்படுகிறது. கம்யூனிஸ்ட் கட்சி 1948ஆம் ஆண்டில் தடை செய்யப்பட்ட பிறகு, தலைமறைவாகச் செயல்பட்டு வந்த டாங்கே "பிரசாத்" என்றும், அஜாய் கோஸ் "பிரதாப் சந்திரன்" என்றும் காட்டே "புருசோத்தமன்" என்றும் புனைப்பெயர்களால் அழைக்கப்பட்டு வந்தனர். அந்த மூவரின் புனைப்பெயர்களில் இருந்த முதல் எழுத்து "P" காரணமாக, அவர்களது கூட்டறிக்கை "மூன்று P" அறிக்கை என்று அழைக்கப்படுகிறது. அந்த முக்கியமான அறிக்கை 1950 டிசம்பர் மாதத்தில் கல்கத்தாவில் தலைமறைவாகக் கூடிய

சிறப்பு மாநாட்டில் விவாதிக்கப்பட்டு ஏற்றுக் கொள்ளப்பட்டது. அதிதீவிரத் தற்கொலைப் பாதையிலிருந்து கட்சி ஓரளவுக்கு மீண்டது. இந்த சிறப்பு மாநாட்டின் இறுதியில் பி.டி. ரணதிவே பொதுச் செயலாளர் பொறுப்பிலிருந்து நீக்கப்பட்டார். அவருக்குப் பதிலாக தோழர் சி. ராஜேஷ்வர ராவ் புதிய பொதுச் செயலாளராகத் தேர்ந்தெடுக்கப்பட்டார்.

1951 பிப்ரவரி மாதத்தில் பொதுச் செயலாளர் சி. ராஜேஷ்வர ராவ், மத்திய செயற்குழு உறுப்பினர்கள் எஸ்.ஏ. டாங்கே, அஜாய் கோஷ் மற்றும் பசவபுன்னைய்யா ஆகிய நால்வர் குழு கல்கத்தா துறைமுகத்திலிருந்து கப்பலில் ரகசியமாகப் பயணம் செய்து மாஸ்கோ சென்றடைந்தது. சோவியத் கம்யூனிஸ்ட் கட்சிப் பொதுச் ,செயலாளர் ஸ்டாலின் மற்றும் அரசியல் தலைமைக்குழுத் தோழர்களுடன் பல நாட்கள் விவாதம் நடத்தினார்கள். சில முக்கியமான முடிவுகளோடு நால்வரும் நாடு திரும்பினார். ஸ்டாலின் யோசனையின்படி, தெலுங்கானாவில் கம்யூனிஸ்ட் கட்சி 1946ஆம் ஆண்டு முதல் நடத்திவந்த ஆயுதம் தாங்கிய போராட்டம் 1951ஆம் ஆண்டில் வாபஸ் பெற்றுக் கொள்ளப்பட்டது. கம்யூனிஸ்ட் கட்சி 1951 - 52ஆம் ஆண்டு நடைபெற்ற பொதுத்தேர்தலில் பங்கெடுத்துக் கொள்ள வேண்டும் என்றும் ஸ்டாலின் யோசனை சொல்லியிருந்தார். இந்தியக் கம்யூனிஸ்ட் கட்சித் தலைமையும் அதை ஏற்றுக்கொண்டது. சிறையிலிருந்து மீண்ட டாங்கே, அஜாய் கோஸ், காட்டே ஆகியோர் கம்யூனிஸ்ட் கட்சியில் எஞ்சியிருந்த தோழர்களையும் விரக்தியால் கட்சியிலிருந்து விலகிப் போயிருந்த தோழர்களையும் நேரில் சந்தித்து மீண்டும் கட்சிக்குத் திரும்பிவரச் செய்தனர்.

1948ஆம் ஆண்டில் கட்சியை இவ்வாறு அதிதீவிரப் பாதையில் கொண்டு சென்று கட்சிக்கு அழிவை ஏற்படுத்தியதற்கு “பி. டி. ரணதிவே, டாக்டர் அதிகாரி, பவானி சென், என்.கே. கிருஷ்ணன், சோமநாத் லாஹிரி ஆகியோர் மட்டும் முக்கியக் காரணம்” என்று சில தலைவர்கள் செய்த விமர்சனத்தைக் காட்டே முழுமையாக ஏற்றுக் கொள்ளவில்லை. “கம்யூனிஸ்ட் கட்சியின் செயல் திட்டங்களுக்கு சில தனிநபர்களை மட்டும் பொறுப்பாக்கக் கூடாது என்றும், தவறான முடிவுகள் எடுத்தால் அந்த காலகட்டத்தில் கட்சித் தலைமையில் இருக்கும் அனைத்துத் தோழர்களுக்கும் அந்தத் தவறுகளில் பங்கு உண்டு” என்றும் சுயவிமர்சனத்தோடு காட்டே தனது கருத்துக்களை முன்வைத்தார். “கம்யூனிஸ்ட் கட்சியின் முடிவுகள் எப்போதும்

தலைமைக்குழுத் தோழர்களின் கூட்டு முடிவே என்றும், ஒரு சிலர் மீது மட்டும் குறிப்பிட்டுக் குற்றஞ்சாட்டுவது சரியல்ல” என்றும் காட்டே கூறினார்.

1952 பொதுத் தேர்தலுக்குப் பின்னர், கம்யூனிஸ்ட் கட்சி தலைமையகம் பம்பாயிலிருந்து டெல்லிக்கு மாற்றப்பட்டது. காட்டே கட்சியின் ஒழுங்கு மற்றும் கட்டுப்பாட்டுக் குழு உறுப்பினராகவும், பின்னர், 1970ஆம் ஆண்டில் அவர் காலமாகும் வரை அதன் தலைவராகவும், மிகச்சிறப்பாகப் பணியாற்றினார். டெல்லிக்குச் சென்ற பிறகு, தனது இறுதிக்காலம் வரை கம்யூனிஸ்ட் கட்சியின் புத்தகங்களை வெளியிடும் பதிப்பகங்களை கட்சி வலுவாக இருக்கும் ஒவ்வொரு மாநிலத்திலும் நிறுவுவதிலும், அவற்றின் செயல்பாடுகளைக் கவனிக்கும் பொறுப்பும் அவருக்கு வழங்கப்பட்டது. காட்டே 1951ஆம் ஆண்டில் புகழ்பெற்ற *Peoples Publishing House* எனும் ஆங்கிலம், இந்தி மற்றும் உருது மொழி புத்தகங்களை வெளியிடும் நிறுவனத்தை டெல்லியிலும் 1951 ஜுன் மாதத்தில் சென்னையில் நியூசெஞ்சுரி புக் ஹவுஸ் (NCBH) எனும் புத்தக வெளியீட்டு நிறுவனத்தையும் தொடங்கக் காரணமாக இருந்தார். டெல்லியில் கட்சிக்குச் சொந்தமான தலைமை அலுவலகமான “அஜாய் பவன்” கட்டிடத்திற்கு காட்டேதான் அடிக்கல் நாட்டினார். ஆனால் பிரமாண்டமான அந்த 5 மாடிக் கட்டிடம் முழுமையாகக் கட்டி முடிக்கும் முன்பே 1970 நவம்பர் 28ஆம் நாள் தனது 73ஆம் வயதில் இயற்கை எய்தினார். மரணமடைவதற்குச் சிலநாட்கள் முன்பு, தனது அரசியல் வாழ்க்கை தொடங்கிய பம்பாய் நகரில் உழைப்பாளி மக்களின் நடுவே தனது உயிர் பிரிய வேண்டும் என்று விருப்பப்பட்டார். ஆனால் அவரது உடல்நிலை மோசமாகி மருத்துவமனையில் சேர்க்கப்பட்டதால் அவரது கடைசி விருப்பம் நிறைவேறவில்லை.

தோழர் எஸ்.வி. காட்டே – உணர்ச்சியூட்டும் நினைவுகள்

– சி. ராஜேஸ்வர ராவ் (இந்தியக் கம்யூனிஸ்ட் கட்சியின் முன்னாள் பொதுச் செயலாளர்)

தென்மாநிலங்களில் நமது கட்சியைக் கட்டி வளர்த்துக் காக்கும் பணியில் சென்னையில் அவர் 1936ஆம் ஆண்டு முதல் தங்கியிருந்தபோதுதான் முதன்முதலில் நான் அவரை நேரில் சந்தித்தேன். அவரிடம் லட்சியத்திற்காகப் போராடும்

உள்ளத்தையும், எடுத்த காரியத்தைக் கண்ணும் கருத்துமாகச் செய்யும் முனைப்பையும், மகிழ்ச்சி ததும்பும் நடத்தையையும், எளிமையையும், எந்தப் பிரச்சனைக்கும் கேள்விக்கும், விரைந்து விடையளிக்கும் நுண்ணறிவையும் மற்றும் பிற மனங்கவரும் குணங்களையும் தொலைவில் இருந்தபடியே கண்டு, இத்தகைய அருங்குணங்களைக் கொண்டவராக உண்மையில் அவரிருப்பதை என் உள்ளத்திலே பாராட்டிக் கொண்டிருப்பதுண்டு.

நமது கம்யூனிஸ்ட் கட்சியின் முன்னோடிகளும் முதல் தலைமுறைக் கம்யூனிஸ்டுகளும் நடத்திவந்த நாடோடி வாழ்க்கையையும் மிகுந்த தன்னம்பிக்கையையும், இடுக்கண் வருங்கால் நகைத்து தளராத திண்மையைப் பெற்றிருந்ததையும், வழக்கமான பழக்கவழக்கங்களைச் சட்டை செய்யாதபடி தம் வாழ்வை நடத்தி வந்ததையும் நான் எப்போதும் பாராட்டுவதுண்டு. அளவற்ற வேதனை, கொடுந் துன்பங்கள், கலகலத்துப் போகச் செய்யும் தொல்லைகள், துயரங்கள் அனைத்தையும் தாங்கிக்கொண்டு அவர்கள் செய்த பெரிய தியாகங்கள் மூலம் நம்முடைய நாட்டின் கம்யூனிஸ்டு இயக்கத்திற்கு அஸ்திவாரம் போட்டனர், இரண்டாந் தலைமுறையினராகிய நாமோ அந்த அடித்தளத்தின் மீது கம்யூனிச இயக்கத்தைக் கட்டி விரிவாக்கியிருக்கிறோம். வளர்த்திருக்கிறோம். கம்யூனிச இயக்கத்தின் முன்னோடிகளின் வரிசையில், காட்டே முக்கியமான இடத்தைப் பெற்றவர். அவரின் உறுதியும், திண்மையும் கலங்காத துணிச்சலும் எனக்கு மிகுந்த ஊக்கத்தை ஊட்டியது. கடினமான, நெருக்கடியான சமயங்களில் தைரியத்துடன் முன்னோக்கிச் செல்வதற்கு எனக்கு ஊக்கமளித்தது.

நமது கட்சியை தவிரப் புறத்தே எதன் மீதும் காட்டேக்குப் பற்றில்லை என்பதே யாவற்றினுஞ் சிறப்பான விஷயம். கட்சியே அவருக்கு எல்லாமுமாகும். உயிரும் வாழ்வும் எல்லாமே அவருக்குக் கட்சிதான்! எந்த வகையிலும் கறைபடிந்து விடாத அப்பழுக்கற்ற பிரமச்சாரியாகவே வாழ்நாள் முழுவதும் இருந்தவர் அவர். ஆனால் வாழ்க்கையைத் தலைகீழ்ப் பாடமாக அறிந்திருந்தார். நமது கட்சியில் இளந்தம்பதிகளிடையே தோன்றும் சிக்கல்களையும் நுணுக்கமாக அறிந்திருந்தார். கண்டிப்பான மரபுவழிக் கட்டுப்பாடுகள், ஒருதலைப்பட்சமான ஒழுக்க நெறிகளை நிலைநாட்ட விரும்பும் வீரரல்ல அவர்.

கம்யூனிஸ்ட் நெறிகளின் சின்னமாகவே அவர் எப்போதும் திகழ்ந்தவர்.

தோழர் காட்டே பரந்த இதயம் படைத்தவர். தம்முடைய பழக்க வழக்கத்திற்கு நேர்மாறாக இருந்தாலும், தோழர்களின் பழக்கவழக்கங்களைப் பொறுத்துக் கொள்ளும் தாராள மனப்பான்மை உடையவர் அவர். சாப்பாட்டில் அவர் கண்டிப் பான சைவம். ஒரு மேஜையிலேயே மற்ற தோழர்கள் அசைவ உணவு உண்பதை எதிர்க்க மாட்டார். தொடக்கத்தில், அவர் பக்கத்தில் உட்கார்ந்து மட்டன் எலும்பைக் கடிப்பதற்கு நான் கூச்சப்பட்டேன். சில நாட்களுக்குப் பின்னர், நான் அப்படி உண்பதால் அவர் மனம் சங்கடப்படவில்லை என்று அறிந்து நிம்மதியடைந்தேன். என்னைப் பற்றிச் சிறப்பான அக்கறை எடுத்துக் கொள்வார். எனக்குத் தனிச்சிறப்பான உணவுப் பதார்த்தங்களைப் பரிமாறச் சொல்லிச் சமையல்காரனுக்குக் கட்டளையிடுவார். உண்மையில், மற்றவர் விஷயத்திலும் அக்கறையுடன் அப்படியே செய்தார். அவரது அந்த குணம் என் மனதைத் தொட்டது. அவர் எனது தாயைப் போன்றவர் என்ற உணர்வு எனக்கு ஏற்பட்டது.

இந்தச் சந்தர்ப்பத்தில் 1938ஆம் ஆண்டில் ஒரு நாள் நிகழ்ந்த ஒரு சிறுநிகழ்ச்சி என் நினைவிற்கு வருகிறது. நமது கட்சிக் கூட்டங்களுக்காக அவர் விஜயவாடா வந்திருந்தார். விஜயவாடாவில் ஒருசில நாட்கள் முன்னர்தான் எனது முதல் மகன் பிறந்திருந்தான். என் மனைவி மருத்துவமனையில் இருந்தாள். கொசுக்கள் ஈக்களிடமிருந்து குழந்தையை பாதுகாக்க ஒரு சிறிய கொசுவலையை வாங்கினேன். கட்சி அலுவலகத்திற்கு அதைக் கொண்டு போனேன். அங்கே காட்டே தோழர்களுடன் கொஞ்சம் ஒய்வாக அரட்டை அடித்துக் கொண்டிருந்தார். தோழர்கள் என் கையில் கொசுவலையைப் பார்த்ததும், என்னைக் கொஞ்சம் கேலி செய்யத் துவங்கினர். “இனி உன் புரட்சியுணர்ச்சி தணிந்துவிடும்” என்று கேலி செய்தார்கள். நான் சற்று சங்கடப்பட்டு கலக்கம் அடைந்தேன். அந்நாட்களில் கட்சி ஊழியர்கள் “திருமணம் செய்து கொள்ளக் கூடாது, திருமணமாகி இருந்தால் பிள்ளைப்பேறு பெறலாகாது, அப்படி தப்பித் தவறிப் பிள்ளைப்பேறு உண்டாகிவிட்டால் குழந்தைகளைப் பற்றி அதிக அக்கறையுடன் கவனித்துக் கொள்ளக்கூடாது” என்ற கருத்துகளே புரட்சித் தன்மை வாய்ந்த கருத்துக்கள் என்று நினைக்கப்பட்டது. காட்டே எனக்கு ஆறுதல் கூறி தோழர்களின் சொற்களை வெறும்

வேடிக்கைப் பேச்சாக எடுத்துக் கொள்ளுமாறு கூறினார். "திருமணஞ் செய்து கொள்ளுதலும், பிள்ளை பெறுதலும் ஒரு மனிதனுக்கிருக்க வேண்டிய இயற்கையான குணம்" என்று தோழர்களுக்குக் கூறினார். வாழ்நாள் முழுவதிலும் தூய்மையான பிரம்மச்சாரியாகவே வாழ்ந்த அவர் இப்படிக் கூறினார் என்பதே வியப்புக்குரிய செயலாகும். நான் மகிழ்ச்சியடைந்து சிரித்தேன். என் மனச்சங்கடமும் ஒழிந்தது.

இந்தியக் கம்யூனிஸ்ட் இயக்கத்திற்குத் தோழர் காட்டே மிகப் பெரிய அரசியல் பங்கினைக் கொடுத்திருக்கிறார். முதற் பொதுச் செயலாளர் என்ற பொறுப்பில் இந்தியக் கம்யூனிஸ்ட் கட்சிக்கு ஆழமான, உறுதியான அடிப்படைக் கட்டமைப்பையும், திட்டமிட்ட வேலையையும், ஒப்பற்ற பணியையும் ஆற்றி முடித்தார். அதுவும், மிகக் கஷ்டமான காலச் சூழ்நிலையில், அவர் ஆற்றிய பணி ஈடு இணையற்றது. கொஞ்சமும் தயக்கமில்லாமல் கம்யூனிஸ்ட் கட்சியை வலுப்படுத்துவதற்கு அவர் தேவைப்படும் இடங்களுக்கெல்லாம் போனார். அந்த அர்ப்பணிப்பு மனப்பான்மையை நம்கட்சித் தோழர்கள் இன்று முன்மாதிரியாகப் பின்பற்ற வேண்டும். அவர் ஆற்றிய கட்சிப் பணிகள் நம் தோழர்களுக்கு சிறந்த, நிகரற்ற எடுத்துக்காட்டாகும். அவர் பல மாநில மொழிகளை விரைவாகவும், எளிதாகவும் கற்றுக் கொண்டார். இந்தி, கன்னடம், தமிழ், வங்கமொழி, தனது தாய்மொழி மராத்தி (துளு மொழி உட்பட) பிற மொழிகளை அவரால் பேசவும் படிக்கவும் முடியும். ஒழுங்கு மற்றும் கட்டுப்பாட்டுக் குழுத் தலைவராகவும், *(Chairman of Control Commission)* கட்சியின் பொருளாளராகவும் தேர்ந்தெடுக்கப்பட்டு பெருமை பெற்றார். பல்லாண்டுகளாக அப்பதவிப் பொறுப்புகளை பெருமையுடனும், பொறுப்புடனும் இறுதி மூச்சு வரை சிறப்பாகச் செய்து வந்தார்.

அவருடைய பொன் போன்ற போற்றத்தக்க பண்புகளை நம் தோழர்கள் தவறாமல் பின்பற்றுதலே அனுபவம் மிக்க முதுபெரும் தலைவர், தியாகி தோழர் காட்டேக்கு நாம் செய்யக் கூடிய மிகச் சிறந்த மரியாதையும் புகழஞ்சலியுமாகும்.

கம்யூனிஸ்ட் குடும்பத்தின் மூத்த தலைவன்

(பி.சி. ஜோஷி – இந்தியக் கம்யூனிஸ்ட் கட்சியின் 3–வது பொதுச் செயலாளர் 1936 – 1947)

இந்தியக் கம்யூனிஸ்ட் கட்சியை இந்த நாட்டில் 1925ஆம் ஆண்டில் தொடங்கிய தலைவர்களில், மறைந்த தோழர் எஸ். வி. காட்டேவும் ஒருவர். அவர் நமது கட்சியின் முதல் பொதுச் செயலாளர். அவரது உடலுக்கு இறுதி மரியாதை செலுத்தக் காத்திருந்த தலைவர்கள், தோழர்கள் ஒவ்வொருவர் முகத்திலும் தங்களது குடும்பத்தின் மூத்த தலைவரை இழந்த சோகத்தை நான் பார்த்தேன்.

நல்ல அறிவாற்றல் மிக்கவர்கள் சமுதாய மாற்றத்துக்கான சிறந்த வழியெதுவென்று தேடும் போது, அவர்கள் நிச்சயமாக மார்க்சீயப் பாதையைத்தான் தேர்ந்தெடுப்பார்கள். ஏழை எளிய மக்களின் பரிதாபமான நிலமையை மாற்ற வேண்டுமென்று அவர்களின் இதயம் ஏங்கித் துடிக்குமானால், அவர்கள் வந்து சேருமிடம் கம்யூனிஸ்ட் கட்சியாகக்தானிருக்க முடியும்..!

தோழர் காட்டேவுக்கு கட்சிக்கப்பாற்பட்டு வேறெந்த வாழ்க்கையுமில்லை. அவர் கம்யூனிஸ்ட கட்சிக்காகவே வாழ்ந்தார். கட்சிதான் அவருக்கு உயிர்மூச்சு. இதன் காரணமாகவே அவரோடு பழகிய அனைத்துத் தோழர்களிடமும் அவர் இதயப் பூர்வமான, ஆழமான அன்பு செலுத்தினார். அவர்களும் அவரிடம் கூடுதல் அன்பு காட்டினர்.

மீரட் சதிவழக்கில் நாங்கள் ஐந்து ஆண்டுகள் ஒன்றாக சிறையில் கழித்த காலம், என் வாழ்க்கையில் மறக்க முடியாத மகிழ்ச்சி நிறைந்த காலம். சிறையில் தினசரி காலை ஆளுக்கொரு பெரிய கப்பில் தேனீர் தருவார்கள். எனக்கு அந்த ஒரு கப் தேனீர் போதாது. காட்டேவின் சின்ன வயிறுக்கு ஒரு கப் தேனீரே அதிகம். நான் அதிகம் தேனீர் குடிப்பவனாக இருந்ததால், அவரது கப்பிலிருக்கும் தேனீர் சூடு ஆறுவதற்குள் வேகவேகமாக எனது கப்பில் இருக்கும் தேனீரை என்னைக் குடித்து முடிக்க சொல்லுவார். கொதிக்கக் கொதிக்க நான் அதை அவசரம் அவசரமாக குடித்து விழுங்கியவுடன் தனது கப்பிலிருந்து பாதியை எனக்குக் கொடுத்துவிட்டு மீதியை அவர் குடிப்பார். மற்ற தோழர்கள் இதைப் பார்த்து சிரித்து ரசிப்பார்கள்.

இப்படி வேடிக்கையாகத் தொடங்கியது எங்கள் தோழமை. சிறைக்குள் ஒரு கையெழுத்துப் பத்திரிகையை நானும், காட்டேவும், டாக்டர் அதிகாரியும் கலந்து பேசித் தொடங்கினோம். டாக்டர் அதிகாரிதான் அதன் ஆசிரியர். பத்திரிகையின் பெயர் "ஆர்காம்" (ARCOM).

நாங்கள் மூவருமே மிகுந்த நகைச்சுவையுணர்வு மிக்கவர்கள். டாக்டர் அதிகாரி, நீதிபதி, அரசு வழக்கறிஞர்கள், போலீஸ் அதிகாரிகளைக் கிண்டல் செய்து கார்ட்டூன் படங்கள் வரைவார். ஆங்கிலத்தில் புதுக்கவிதை எழுதுவார். அரசியல் நையாண்டித் துணுக்குகளையும் எழுதுவார். நானும், காட்டேவும், சில அரசியல் நிகழ்வுகளையும், நையாண்டியாகப் பல செய்திகளையும் எழுதுவோம். சில நேரங்களில், சிறையில் சிடுமூஞ்சிகளாகவிருந்த சில தோழர்களைக் கேலியும், கிண்டலுமாக அந்த கையெழுத்துப் பத்திரிகையில் எழுதியும், கார்ட்டூன்களை வரைந்தும் போடுவோம். இதனால் சிறைக்குள்ளிருந்த பாதிக்கப்பட்ட மற்ற தோழர்களால் கண்டிக்கப்பட்டோம். எங்களது சொற் சித்திரங்களால் பாதிக்கப்பட்டதாகக் குற்றச்சாட்டு சொல்லும் தோழர்களிடம் காட்டே, உடனே வருத்தம் தெரிவித்துச் சிரித்துக்கொண்டே கைகுலுக்கிச் சமாதானப்படுத்துவார். இவ்வளவு பரந்த இதயம் படைத்த அந்த மனிதனிடம் யாருக்காவது கோபங் கொள்ள முடியுமா?

மீரட் சதிவழக்கிலிருந்து விடுதலையான சில மாதங்களில் மராட்டிய மாநிலத்துக்குள் அவர் நுழையக் கூடாது என்று அரசு தடை விதித்தது. அதனால் அவர் தென் மாநிலங்களில் கட்சிக் கிளைகளைத் தொடங்குவதற்காக சென்னையில் தங்கி வாழ்ந்தார். தென் மாநிலங்களில் இந்தியக் கம்யூனிஸ்ட் கட்சிக்கும், தொழிற்சங்க இயக்கத்துக்கும் வலிமையான அடித்தளம் ஏற்படுத்திய முக்கியமான பணியை அவர் வெற்றிகரமாகச் செய்து முடித்தார். தோழர்கள் இ.எம்.எஸ். நம்பூதிரிபாத், பி. ராமமூர்த்தி மற்றும் பி. சுந்தரையா போன்ற தலைவர்களை கட்சிக்குள் கொண்டு வந்து அவர்கள் தீவிரமாகச் செயல்பட காட்டே காரணமாகவும் உந்துசக்தியாக இருந்தார்.

கட்சியின் மீதிருந்த வெள்ளையர் அரசின் தடை நீக்கப்பட்டு (1942) கட்சி சட்டப்பூர்மாக இயங்கத் தொடங்கியதும் கட்சியில் பம்பாய் தலைமையகத்தில், அவர் பொருளாளராகப் பணியாற்றினார். பணம் வரவு செலவில் மிகக் கறாராக

இருப்பார். பொதுச் செயலாளராகிய நானே கட்சிச் செலவுகளுக்காக பணம் கேட்டால், அந்தச் செலவு தேவையற்றது என்று அவர் கருதினால் பணம் தரமாட்டார். அவருடைய இந்த கட்டுப்பாடு கட்சிக்குள் மிகவும் பாராட்டப்பட்டது.

கட்சிக்குள் என் மீது எடுக்கப்பட்ட சில ஒழுங்கு நடவடிக்கைகள் விலக்கிக் கொள்ளப்பட்ட பின்னர், சில ஆண்டுக் கழித்து (1956) நான் மீண்டும் கட்சியின் டெல்லி மத்திய தலைமை அலுவலகத்தில் வேலை செய்யத் தொடங்கினேன். எனது அரசியல் கருத்துக்களும், நடவடிக்கைகளும் அதிகமாக வலதுபக்கமாக சாய்ந்திருப்பதாக காட்டே நினைத்தார். விமர்சனம் செய்தார். நான் அவர் இறுக்கமாக இடதுசாரி திசைவழியில் இருப்பதாகச் சொல்வேன். மேலும் எனது கட்சி நடவடிக்கைகள் ஒழுங்குமுறையில்லாமல் அராஜகமாக இருப்பதாக காட்டே விமர்சனம் செய்வார். காட்டேவின் நடவடிக்கைகள் இறுக்கமான அதிகாரவர்க்க மனோபாவத்துடன் இருப்பதாக நான் விமர்சனம் செய்வேன்.

கட்சியின் உயர்மட்டக் குழுக்கூட்டங்களில், தனக்கு சரியென்றுபட்ட கருத்துக்களை எந்தவிதமான ஒளிவு மறைவுமில்லாமல் கறாராக எனது நடவடிக்கைகளை விமர்சனம் செய்வார். அப்போது நான் இதய நோயால் பாதிக்கப் பட்டிருந்தேன். கட்சிக் கூட்டம் முடிந்து வெளியே வந்ததும் அனைத்தையும் மறந்து விட்டு நான் வேலை செய்யும் அறைக்குள் வருவார். “தோழர் ஜோஷி, நீங்கள் இப்படி ஓய்வு ஒழிச்சலில்லாது வேலை பார்ப்பது உங்கள் உடல்நலத்துக்கு நல்லதல்ல. ஒய்வெடுத்துக் கொள்ளுங்கள். மற்ற வேலைகளைப் பின்னால் பார்த்துக் கொள்வோம்” என்று பாசத்துடன் சொல்வார். நானும் சரியென்று சொல்லி விட்டு வழக்கம் போல் எழுதிக் கொண்டிருப்பேன். சிறிது நேரங்கழித்து மீண்டும் எனது அறைக்குள் வந்து நிற்பார். “நீங்கள் இப்போது கட்டாயமாக ஓய்வு எடுத்துக் கொள்ள வேண்டும். இது என் உத்தரவு, தவறினால் நமது செந்தொண்டர்களை அழைத்து உங்களை பலவந்தமாக வெளியே தூக்கிக்கொண்டு போகச் சொல்வேன்” என்று உரத்த குரலில் மிரட்டுவார். உடன் பணிபுரியும் தோழர்கள் நலனின் அவரைப்போல் அக்கறை செலுத்தும் தோழரை நான் இனி எங்கே காண்பேன்?

உள்ளூரிலிருந்தால் நான் எந்தக் காலத்திலும் இதய நோய்க்கு ஒழுங்காக சிகிட்சையெடுக்க மாட்டேன் என்று கருதிய

காட்டே, மற்ற தலைமைக்குழுத் தோழர்களுடன் கலந்து பேசி எனக்கு சிறப்பான சிகிச்சை கிடைக்க என்னை மாஸ்கோவுக்கு அனுப்ப தோழர் காட்டேதான் அனைத்து ஏற்பாடுகளையும் செய்தார்.

தோழர் காட்டே இயற்கையெய்தியபோது அவர் கட்சியின் பொருளாளர். மேலும், அவர் கட்சியின் ஒழுங்கு மற்றும் கட்டுப்பாட்டுக் குழுத் தலைவர். *(Chairman of Control Commission)* இந்த பொறுப்பு மிகவும் நம்பிக்கைக்குரிய கடமையாகும். ஒவ்வொரு மாநாட்டிலும் தொடர்ந்து அவர் இந்த நம்பிக்கைக்குரிய பொறுப்புக்கு ஒருமனதாக அனைவராலும் தேர்ந்தெடுக்கப்பட்டார். அனைத்துத் தோழர்களின் நம்பிக்கைக்குரிய முறையில் அந்தப் பொறுப்பில் மிகச் சிறப்பாகச் செயல்பட்டார். கட்சியின் தலைமை அலுவலகமான அஜாய் பவனை கட்டி முடித்து அழகு பார்க்க வேண்டுமென்பது அவரது இறுதி ஆசை. அந்த ஆசை நிறைவேறாமலேயே அவர் காலமாகிவிட்டார்.

தோழர் காட்டே நம்மைவிட்டு நிரந்தரமாகப் பிரிந்து விட்டாலும் நம் எல்லோருக்குள்ளும் அவரது சிறந்த குணங்களின் ஒரு பகுதியை விட்டுச் சென்றிருக்கிறார். அவர் ஒரு தலைசிறந்த விசுவாசமிக்க, நம்பிக்கைக்குரிய மற்ற தோழர்களுக்கு முன்னுதாரணமாக வாழ்ந்த கம்யூனிஸ்ட்.

கம்யூனிஸ்ட் கட்சிதான் அவருக்கு வாழ்க்கையே

– டாக்டர் ஜி. அதிகாரி (இந்தியக் கம்யூனிஸ்ட் கட்சியின் 2–வது பொதுச் செயலாளர் 1934 – 1936)

தோழர் எஸ்.வி. காட்டே ஒப்பற்ற தலைவர். அவர் கட்சி ஊழியர்கள் அனைவருக்கும் எடுத்துக்காட்டான, முன்மாதிரியான தலைவர், காட்சிக்கு மிகவும் எளியவர். கட்சியைத் தவிர அவருக்கு வேறெந்த வாழ்க்கையும் இல்லை. அவரைப் போன்று மிகச்சிலரால்தான் வாழ முடியும்.

அவரது வாழ்வு “கட்சி ஒன்றே என் நினைவு” என்ற வாழ்வு, கட்சி தான் அவரது மூச்சு. கட்சி நலனைத் தவிர்த்து வேறு வாழ்க்கைக் குறிக்கோள் அற்றவர், அவரது விசுவாசம் அனைத்தும் கட்சிக்கே. தொழிலாளர்கள் மற்றும் உழைக்கும் மக்கள் நலன்களுக்காகவும், தேச சுதந்திரத்திற்காகவும, பெற்ற

சுதந்திரத்திற்கு வலிவும் ஆக்கமும் தந்து அதனைக் காக்க தமது வாழ்வை அர்ப்பணித்தார். கம்யூனிஸ்ட் தத்துவம் அதன் பெருமை வாய்ந்த கொள்கைகள் இவற்றின்பால் உறுதியான விஸ்வாசமும் நம்பிக்கையுங்கொண்ட வாழ்க்கை அவருடையது. மிகமிக எளிய வாழ்க்கை, ஈடற்ற தன்னல மறுப்பாளர். தியாகத்தின் திருவுருவம்.

கட்சிக்குப் புறத்தே அவருக்கு வேறு வாழ்க்கை இல்லை. கட்சிக் குடும்பத்திற்கும் அப்பால் வேறு குடும்பம் அவருக்கு இல்லை. கட்சியைத் தவிர்த்து அவருக்கு வேறு ஆதரவோ, ஊன்றுகோலோ இல்லை. இவ்வாறுதான் இந்த மெல்லிய வலிமையற்ற மேனியுடைய மனிதர்தான் பல ஆண்டுக்கணக்கான கடுமையான உழைப்பாலும் அனுபவத்தாலும் கட்சியின் ஸ்தாபன அமைப்பிற்கும், கட்சியின் ஒற்றுமைக்கும் உரமேற்றி கட்சியைத் தாங்குவதற்கு ஊக்கந்தந்த வற்றாத ஊற்றாக அவர் விளங்கினார்.

அவர் கட்சி உறுப்பினர்கள், இளைஞர்கள், முதிய தோழர்கள், ஆண்கள், பெண்கள் அனைவரின் நம்பிக்கைக்கும் உரியவர். அதாவது ஒருவரின் தனிப்பட்ட வாழ்க்கையில், நடந்த எதனையும் அவரிடம் நம்பிக்கையோடு கூறலாம். இரகசியங்களைப் பாதுக்காக்கக்கூடிய நம்பிக்கைக்குரிய தோழர். சங்கடமானவற்றை அம்பலப்படுத்தமாட்டார். அவரிடம் நிறைவும் நேர்மையும் மிகுந்திருந்தபடியால், ஆயிரக்கணக்கான நம் கட்சி அனுதாபிகளின் பெருமதிப்பைப் பெற்றிருந்தார். இப்படித்தான் இவர் பல்லாண்டுகளாகக் கட்சியின் மத்தியக் கமிட்டியில் உறுப்பினராக இடையறாமல் இருந்து வந்தார். கட்சித் தலைவர்களின் நம்பிக்கைக்குரிய பொருளாளர் பொறுப்பில் இறுதி மூச்சுவரை இருந்தார். கடைசி பத்து ஆண்டுகளாகக் கட்சியின் ஒழுங்கு மற்றும் கட்டுப்பாட்டுக்குழுத் (கண்ட்ரோல் கமிஷன்) தலைவராகவும் சிறப்பாகச் செயல்பட்டார்.

அவரது வாழ்நாளின் கடைசி நாட்களில் காட்டே அடிக்கடி “நான் பம்பாய்க்குப் போய் அங்கே சாக விரும்புகிறேன்” என்று கூறுவதுண்டு. பம்பாய்த் தொழிலாளிகளிடம் அவர் தம் உறவினர் போன்று நீடித்ததொரு பாசங்கொண்டதால் இறுதி நாட்களிலும் அவருடைய மனதை பம்பாய் நகரம் ஈர்த்ததில் வியப்பில்லை. மேலும் காலஞ்சென்ற டாக்டர் நாராயணராவ் மீதும் அவர் குடும்பத்தின் மீதும் மிகுந்த பற்றுக்கொண்டதாலும்

பம்பாய்க்குப் போக இறுதி நாட்களில் விரும்பினார். ஏனெனில் நாராயண ராவ் 1925 க்குப் பிறகு கிட்டத்தட்ட 50 வருட காலமாக இந்தத் தன்னலமற்ற கம்யூனிஸ்ட் புரட்சிக்காரப் பக்கிரியை அரவணைத்துப் பாதுகாத்து அவர் அன்பும், பாசமும் செலுத்தி வந்தார்.

காட்டேயின் வாழ்க்கையும், 1925 டிசம்பர் மாதத்தில் தொடங்கப்பட்ட கட்சியின் வரலாறும் ஒன்றே என்று சொல்லாம். கட்சி வரலாற்றின் ஒவ்வொரு திருப்பு முனையிலும், கட்சியின் ஒவ்வொரு நெருக்கடி நேரத்திலும், கட்சிக்குள் ஒற்றுமையைப் பாதுகாக்கப் போராடுதலிலும் அதன் புரட்சி அம்சத்தைப் பாதுகாப்பதிலும் முனைந்து இயங்கியுள்ளதைக் காண்கிறோம்.

அவர் தனிமனித ஒழுக்கத்திலும், கட்டுப்பாட்டிலும் உறுதியான தோழர். கட்சியிலும் அதனை நிலைநாட்ட முனைந்தவர். காலத்தைப் பாழாக்குபவர்கள், கடமையைத் தட்டிக் கழிப்பவர்கள், பொறுப்பேற்க மறுப்பவர்கள், ஆகியோரைக் காட்டேவுக்கு அறவே பிடிக்காது. உண்மையான கட்சி ஊழியர்களுக்கும், கட்சியின் வளர்ச்சிக்காக உழைத்துப் பாடுபடும் தொண்டர்களுக்கும் இதயபூர்வமான நண்பராகவும், தோழராகவும் திகழ்ந்தார்.

இந்த மனிதர் மெல்லிய நோஞ்சான் உடம்பைக் கொண்டவர். ஆடம்பரமெதுவும் இல்லாத எளியவர். 40 ஆண்டுகளாகக் கட்சிக்குத் தெம்பூட்டி ஊக்கமளிக்கும் ஆற்றலின் ஊற்றாகத் திகழ்ந்தவர். கட்சி என்ற தேருக்கு உறுதி வாய்ந்த அச்சாணியாகத் திகழ்ந்தவர். கட்சி அமைப்புகள் அவரது தியாக வாழ்க்கையால் ஆக்கமும் ஊக்கமும் பெற்றதென்றால் மிகையாகாது. காட்டே இல்லாத கட்சியின் மைய அலுவலகத்ததைக் கற்பனை செய்தலும் முடியாத காரியம். அவர் இன்றில்லை என்ற கடினமான உண்மையை ஏற்பதே பெருந்துயரமாக இருக்கிறது.

அவருக்கு நம் கட்சித் தோழர்கள் ஆற்றவேண்டிய உண்மையான அஞ்சலி எது? அவரது கட்சித் தோழர்களாகிய நாம், இளையவராயினும் முதியவராயினும, ஆடவர் மகளிராயினும் அவரது மரணத்தைக் குறித்துத் துயரப்படுகிறோம். தொழிலாளி வர்க்க நலன்களுக்கும், நசுக்கப்பெற்ற அடித்தட்டு மக்களின் நலன்களுக்கும் தன் முழு வாழ்க்கையையும் அர்ப்பணித்தார். அந்த அருஞ்செயலையும், அளவிறந்த

ஆற்றலையும் அவரது தன்னலமற்ற தியாகத்தையும் தளராத கடுமையான உழைப்பையும் பின்பற்றி நடப்பதே, அவருக்கு நாம் செய்யக்கூடிய உண்மையான அஞ்சலி. யாவற்றினும் மேலாக, அவரது பரந்த இதயத்தையும், இரக்கத்தையும், அருளையும் மனிதநேயத்துடன் தம் கூட்டாளிகளையும் தோழர்களையும் உடன் போராடியவர்களை அன்புடனும் நடத்திய இந்தத் தன்னலமற்ற கம்யூனிஸ்ட் துறவியை, கம்யூனிஸ்ட் புரட்சிக்காக உழைத்த உத்தமனை அப்படியே பின்பற்றுதல்தான் நாம் அவருக்கு அளிக்கக்கூடிய தகுந்த அஞ்சலியாக அமையும்.

தலைசிறந்த வழிகாட்டி காட்டே

(சி.எஸ். சுப்ரமணியம் – லண்டனில் படிக்கச் சென்று கம்யூனிஸ்டாக மாறியவர் – இந்திய கம்யூனிஸ்ட் கட்சி 1936ஆம் ஆண்டில் தமிழ்நாட்டில் தொடங்கப்பட்ட முதல் கிளையின் செயலாளர்)

தோழர் காட்டே 1936ஆம் ஆண்டில் தமிழகம் வந்து 1940 வரை சென்னையில் தங்கியிருந்து தமிழ்நாடு, ஆந்திரம், கேரளா, கர்நாடகா ஆகிய பகுதிகளில் கம்யூனிஸ்ட் கட்சிக் கிளைகளையும், தொழிற்சங்கங்களையும் நிறுவிய பணி, இந்தியக் கம்யூனிஸ்ட் கட்சியின் வரலாற்றிலும் அவரது வாழ்விலும் மிக முக்கியமான காலகட்டமாகும்.

தோழர் அமீர் ஹைதர்கான் வழிகாட்டுதலில் நாங்கள் ஏற்கனவே இளந் தொழிலாளர் கழகம் என்றும், பின்னர் தொழிலாளர் பாதுகாப்புக் குழு என்ற அமைப்பையும் தொடங்கி நடத்திக் கொண்டிருந்தோம்.

தோழர் ஜீவா, ராமமூர்த்தி, சீனிவாசராவ், ஏ.எஸ்.கே. அய்யங்கார், நாகை கே. முருகேசன், டி.ஆர். சுப்ரமணியன் ஆகிய தோழர்களோடு நானும் சென்னை தொழிலாளர்களின் போராட்டங்களை நடத்திக் கொண்டிருந்தோம். எங்களது அன்றாட தொழிற்சங்கப் பணிகளில் காட்டேயின் பயிற்சியும், வழிகாட்டுதலும் இருந்தது.

எங்களையெல்லாம் முறையாக ஒரு கம்யூனிஸ்ட் கட்சிக் கிளையில் இணைத்து திட்டமிட்ட தொழிற்சங்கப் பணிகளிலும், மார்க்சீய தத்துவப் பயிற்சியிலும் அனுபவம் பெற காட்டே உந்துசந்தியாக இருந்தார்.

மார்க்சீயத்தை புத்தகங்களின் மூலம் தெரிந்து கொள்வதுடன். தொழிற்சங்கப் போராட்டங்களின் மூலம் நாங்கள் நேரடியாக அனுபவம் பெறுவதற்கும் காட்டே உந்து சக்தியாக இருந்தார். மார்க்சீய தத்துவத்தை தொழிலாளர் போராட்டங்கள் மூலம் நாங்கள் கற்றுக்கொள்ள தோழர் காட்டே வழி காட்டினார்.

❏ ❏ ❏

இரண்டாம் பாகம்

ஒரு விஞ்ஞானியின் அரசியல் பயணம்
(1933 – 1936)

பிறப்பும், கல்வியும்

இந்தியக் கம்யூனிஸ்ட் கட்சியின் இரண்டாவது பொதுச் செயலாளர் (1933 – 36) டாக்டர் கங்காதர் அதிகாரி இன்றைய மராட்டிய மாநிலம், கொலாபா மாவட்டத்தில், பான்வெல் என்ற ஊரில் 1898 டிசம்பர் மாதம் 8ஆம் நாள் பிறந்தார். அவரது தந்தை B.A. பட்டம் பெற்று, பம்பாய் உயர்நீதிமன்றத்தில் ஒரு எழுத்தராகப் பணிக்குச் சேர்ந்தார். படிப்படியாகப் பதவி உயர்வு பெற்று பிற்காலத்தில் உதவிப் பதிவாளராகப் பதவி வகித்தார். அவரது குடும்பம் ஒரு மத்தியதர வர்க்கக் குடும்பம். பம்பாயில் மிகவும் புகழ்பெற்ற வில்சன் கல்லூரி நிர்வாகத்தின்கீழ் செயல்பட்டு வந்த உயர்நிலைப் பள்ளியில் அதிகாரி மெட்ரிகுலேசன் படிப்பை முடித்தார். மெட்ரிகுலேசன் தேர்வில் மாராட்டிய மாநிலத்திலேயே 8-வது ரேங்க்கில் தேர்ச்சி பெற்றதால் பட்டப்படிப்பு படிப்பதற்கு அரசாங்கத்தின் கல்வி உதவித்தொகை அவருக்குக் கிடைத்தது. வில்சன் கல்லூரியிலேயே அறிவியல் பாடத்தைத் தேர்வு செய்து பட்டவகுப்பில் சேர்ந்தார்.

வில்சன் கல்லூரியில் அவர் BSC வகுப்பில் படித்துக் கொண்டிருந்த காலத்திலேயே முதல் அரசியல் அறிமுகம் தொடங்கியது. அன்றைய தீவிரக் காங்கிரஸ் தலைவராக இருந்த பாலகங்காதர் திலகரின் எழுச்சிமிக்க அரசியல் பொதுக் கூட்டம் ஒன்றை முதன் முதலாகக் கேட்டார். அவரது ஆவேசப் பேச்சால் கவரப்பட்டார். நாட்டின் சுதந்திரத்துக்காகப் போராட வேண்டும் என்ற உணர்வு பெற்றார். அவர் படித்துவந்த காலத்திலேயே அதே கல்லூரியில் தோழர் எஸ்.ஏ. டாங்கே புகழ்பெற்ற மாணவர் தலைவராக இருந்தார். ஆனால், இருவருக்கும் இடையே அப்போது நெருக்கமான தொடர்பு எதுவும் ஏற்பட்டிருக்கவில்லை. மாணவர் தலைவர் டாங்கே மராத்தி இலக்கிய மன்றம் ஒன்றை கல்லூரியில் தொடங்கி நடத்தி வந்தார். அதன் கூட்டங்களுக்கு புகழ்பெற்ற இலக்கியவாதிகள், அரசியல் தலைவர்களை அழைத்து வந்து சொற்பொழிவாற்றச் செய்து வந்தார். டாங்கே நடத்தி வந்த இந்த இலக்கிய மன்றத்தில் மாணவர் அதிகாரி ஒருமுறை கலந்து

கொண்டு மராத்தி மொழிக் கவிதைகள் சிலவற்றைப் பற்றி சொற்பொழிவாற்றியிருக்கிறார். டாங்கே அந்தக் காலத்திலேயே மாணவர்களிடையே பிரபலமான பேச்சாளராக புகழ் பெற்றிருந்தார்.

இந்தியாவின் பின்தங்கிய பொருளாதார நிலைக்கும், வறுமைக்கும் முக்கியமான காரணமே, இந்தியா நவீன தொழில் வளர்ச்சியடையாமலிருப்பதுதான் என்று அதிகாரி கருதினார். இந்தியாவை அந்தப் பாதையில் முன்னேற்ற தன்னாலானதைச் செய்ய வேண்டும் என்ற ஆர்வமே அவருக்கு அதிகமாக இருந்தது. அதனால் கல்லூரி மாணவப் பருவத்தில் அரசியலில் நேரடியாக அவர் அதிகமாக ஈடுபடாமல் படிப்பில் மிகவும் அக்கறையும், கவனமும் செலுத்தி வந்தார். இருப்பினும், அவரைச் சுற்றி நடைபெற்று வந்த அரசியல் நிகழ்ச்சிகளைக் கூர்மையாகப் பார்க்கவும் செய்தார். நாட்டின் சுதந்திரப் போராட்டத்தில் இளம் வயதில் தூக்கு தண்டனை பெற்ற வங்காள இளைஞன் குதிராம் போஸின் வீரம் அவரைக் கவர்ந்தது. “சுயராஜ்ஜியம் எனது பிறப்புரிமை” என்று முழங்கிய திலகரின் அரசியல் உரைகள் அவருக்கு பிடித்திருந்தாலும், சமூக சீர்திருத்தங்களில் அவருக்கிருந்த மிதவாத, பிற்போக்கான கருத்துக்களையும் அதிகாரி தெரிந்தே வைத்திருந்தார். பூனாவின் அறிஞர் R.G. பண்டார்கர் என்பவர் கடவுள் நம்பிக்கையில் உருவ வழிபாடு கூடாது என்று அவரது “பிரார்த்தனை சமாஜம்” மூலம் மக்களிடையே பிரச்சாரம் செய்து வந்தார். அவரது எழுத்துகளும், போதனையும் அதிகாரியை ஈர்த்தன. அவருடைய அறிவியல் கண்ணோட்டம் வளர்ந்து வந்தது. அதே சமயத்தில், நோபல் பரிசு பெற்ற உலகப்புகழ் பெற்ற இந்திய விஞ்ஞானி ஜெகதீஸ் சந்திர போஸின் அறிவியல் கண்டுபிடிப்புகளும், அவரது அறிவியல் வாழ்க்கையும் அவரை ஈர்த்தன. இதனால் அவரது சிந்தனை வளர்ச்சி மெல்ல மெல்ல கடவுள் நம்பிக்கையிலிருந்து விடுபட்டு நாத்திகராக அதிகாரி பாரிணாம வளர்ச்சி பெற்றார்.

1920ஆம் ஆண்டில் அறிவியலில் இளங்கலைப் பட்டம் பெற்றார். மராட்டிய மாநிலத்திலேயே முதல் மதிப்பெண் பெற்ற மாணவனாகத் தேர்ச்சி பெற்றதுடன் மேற்கொண்டும் முதுகலை ஆராய்ச்சிப் படிப்புக்கும் அரசின் கல்வி உதவித் தொகை பெறுவதற்கும் தகுதி பெற்றார். இந்த கல்வி உதவித் தொகை மூலமே அந்தக் காலத்தில் இந்தியாவில் புகழ் பெற்றிருந்த பெங்களூரு அறிவியல் ஆராய்ச்சிக் கல்வி நிறுவனமான இந்திய

விஞ்ஞான ஆராய்ச்சி பல்கலைக் கழகத்தில் (INDIAN INSTITUTE OF SCIENCES) வேதியியல் பிரிவு M.Sc. ஆராய்ச்சி மாணவனாகச் சேர்ந்தார்.

இந்தியா ஒரு தொழில் வளர்ச்சி பெற்ற நாடாக வளரவேண்டுமானால், புதிய நவீன தொழிற்சாலைகளின் உற்பத்திக்கு மூலப்பொருட்கள் அவசியம் என்று கருதினார் அதிகாரி. அந்த மூலப் பொருட்கள் கண்டுபிடிப்பு அறிவியலில் இங்கிலாந்துக்கு அடுத்த படியாக ஜெர்மன் நாடுதான் உலகத்திலேயே இரண்டாவது இடத்திலிருந்தது. மேலும் அந்த நாட்டின் விஞ்ஞானிகள் மின்இயல் துறையிலும் (ELECTRONICS) மூலப்பொருட்கள் அறிவியல் தொழில்நுட்பத்திலும் சிறப்பான இடத்தைப் பெற்றிருந்தார்கள். உதாரணமாக, பூமியில் கிடைக்கும் ஜிப்சம் என்ற உப்பிலிருந்து தொழில் உற்பத்திக்குத் தேவைப்படும் முக்கிய மூலப்பொருளான கந்தகத்தைப் பிரித்தெடுப்பதில் ஜெர்மனி விஞ்ஞானிகள் பல சாதனைகளைப் புரிந்திருந்தார்கள். இதனால் கவரப்பட்ட ஆராய்ச்சி மாணவன் அதிகாரி அந்த நாட்டு விஞ்ஞானிகளின் அறிவியல் கட்டுரைகளைப் படிக்க வேண்டி, ஆர்வத்துடன் ஜெர்மன் மொழியைக் கற்றுக் கொண்டார். மேலும் அந்த பெங்களூரு கல்லூரி நூலகத்தில் ஜெர்மன் மொழியில் வெளிவந்த ZENTRAL HLATT என்ற அறிவியல் இதழ் கிடைத்து வந்தது. அந்த இதழில் வெளிவந்த அறிவியல் வளர்ச்சிக் கட்டுரைகளைக் கற்றுத் தேர்ந்ததுடன், அதிகாரி அவற்றை ஆங்கிலத்தில் மொழி பெயர்த்து சகமாணவர்களும் நவீன அறிவியலில் கூடுதல் அறிவு பெறவும் உதவி செய்தார்.

அதிகாரி படித்த பல்கலைக்கழகத்தில் M.Sc. வேதியியல் படிக்கும் ஒவ்வொரு மாணவனும் பட்டம் பெற ஏதாவது ஒரு குறிப்பிட்ட திடப்பொருள் மீது ஆய்வு நடத்தி கட்டுரை தாக்கல் செய்ய வேண்டும். ஆந்திர மாநிலம், கர்நூல் மாவடத்தில், சின்னச் சின்ன சுரங்கங்களில் பைரைட் உப்புப் படிவங்கள் ஏராளமாகக் கிடைத்து வந்தன. அந்த பைரைட் உப்புப் படிவங்களிலிருந்து சல்பேட் உப்புகளைத் தனியாக பிரித்தெடுப்பதும், பின்னர் அந்த சல்பேட்டிலிருந்து தொழிற்சாலைகளில் இரும்பு உருக்கு உற்பத்திக்குப் பயன்படும் கந்தகக் கற்களைத் தனியாகப் பிரித்தெடுக்கும் முறையையும் மாணவன் அதிகாரி தனது ஆராய்ச்சி மூலம் கண்டுபிடித்து, அதையே தனது M.Sc. பட்டத்துக்கு ஆய்வுக்கட்டுரையாகத் தாக்கல் செய்தார். பல்கலைக்கழக அறிவியல்துறை பேராசியர்கள் அனைவரும்

அவரது ஆராய்ச்சித் திறமையைக் கண்டுணர்ந்து பாராட்டியதோடு, அதிகாரிக்கு வேறெந்தவிதமான வாய்மொழித் தேர்வும் வைக்காமல் 'முதல் மாணவனாக' அதிகாரி தேர்ச்சி பெற்றதாக அறிவித்தார்கள். இந்தியாவைத் தொழில்வளமிக்க நாடாக மாற்ற முடியும் என்று அதிகாரி மேலும் நம்பிக்கையுடையவரானார்.

ஜெர்மனிக்குச் சென்ற இளம்விஞ்ஞானி

MSc முதுகலைப் பட்டம் பெற்றவுடன் வேதியியல் பொருட்கள் சம்பந்தமான தனது ஆராய்ச்சிப் படிப்பை ஜெர்மனி நாட்டுப் பல்கலைக்கழகம் ஏதாவதொன்றில் தொடர அதிகாரி ஆசைப்பட்டார். அவரது ஆராய்ச்சி அறிவாற்றலைக் கண்டு வியந்த அவரது தந்தையின் நெருங்கிய குடும்ப நண்பர், பம்பாய் நகரில் புகழ்பெற்ற அறுவை சிகிச்சை நிபுணரான மருத்துவர் திரு. பி.என். பேஜேகர், மாணவர் அதிகாரி ஜெர்மனி நாட்டுக்கு கப்பல் பயணம் மேற்கொள்வதற்கும், அங்கு தேவைப்படும் ஆரம்பகட்ட செலவுகளுக்குமாக ரூ.5,000- கொடுத்து உதவினார். அந்தக் காலத்தில் அது பெரிய தொகை. 1920ஆம் ஆண்டில் இங்கிலாந்தைவிட ஜெர்மனி நாட்டில் படிப்பது செலவு குறைவாக இருந்ததால், அதிகாரி தான் விரும்பியபடியே மேற்படிப்பைத் தொடர ஜெர்மனி சென்றடைந்தார். ஜெர்மனியில் வேதியியல் பொருள்களின் விரிவான அகராதியைத் தயார் செய்த உலகப் புகழ் பெற்ற வேதியியல் விஞ்ஞானி பேராசியர் உஸ்மானுக்கும் மற்றும் சில ஜெர்மன் நாட்டுப் பேராசிரியர்களுக்கும் பெங்களூரு கல்லூரியின் பேராசிரியர்கள் அதிகாரியின் ஆராய்ச்சியறிவைப் பாராட்டியும், பரிந்துரை செய்தும் அறிமுகக் கடிதங்களையும் கொடுத்தனுப்பினார்கள்.

ஜெர்மனி நாட்டில், சார்லட்டன்பர்க் என்ற நகரில் புகழ்பெற்ற "டெக்னிச்சே" ஹோச்சுலே பல்கலைக்கழகத்தில் அதிகாரிக்கு இயற்பியல் ரசாயனத்தில் (*Physical chemistry*) டாக்டர் பட்டம் பெற ஆராய்ச்சி மாணவனாகச் சேர்ந்தார். இவருக்கிருந்த ஆராய்ச்சியறிவையும், சரளமான ஜெர்மனி மொழியறிவையும் கண்ட அந்தப் பல்கலைக்கழகப் பேராசியர்கள் வியப்படைந்தார்கள். பல்கலைக்கழக நுழைவுத் தேர்வில் அதிகாரி மிகச் சுலபமாகத் தேறினார். அவருக்கிருந்த சிறப்பான ஆராய்ச்சியறிவால் கவரப்பட்ட பேராசிரியர்கள் அந்த

பல்கலைகழகத்தில் 6 வருடங்கள் படித்து முடிக்க வேண்டிய முனைவர் ஆராய்ச்சிப் பட்டப்படிப்பை இவருக்கு மட்டும் மூன்றே வருடங்களில் படித்து முடிக்க விதிவிலக்காக சிறப்பு அனுமதி கொடுத்தார்கள்.

அந்தப் பல்கலைக்கழகத்தின் இயற்பியல் வேதியியல் பாடத்துறைத் தலைவர் பேராசியர் வோல்மர், இளம் விஞ்ஞானி அதிகாரிக்கு ஆராய்ச்சிப் பாட வழிகாட்டியாக அமைந்தார். அவர் அதிகாரிக்கு அவரது ஆராய்ச்சிப் படிப்பில் வழிகாட்டியாக அமைந்ததுடன் படிப்பைத் தொடரப் பணக் கஷ்டத்திலிருந்த அதிகாரிக்கு அவ்வப்பொழுது தேவைப்படும் பண உதவிகளையும் செய்து வந்தார். டாக்டர் பட்டம் பெற்று அவர் இந்தியாவுக்குத் திரும்பி கம்யூனிஸ்ட் கட்சித் தலைவராகப் புகழ்பெற்ற பின்னரும் தனது வழிகாட்டி, பேராசிரியர் வோல்மருடன் அதிகாரி கடிதப் போக்குவரத்தைத் தொடர்ந்து வைத்திருந்தார். 2ஆம் உலகப் போருக்குப் பின்னர் ஜெர்மனி மேற்கு ஜெர்மனி மற்றும் கிழக்கு ஜெர்மனியென இரண்டு நாடுகளாகப் பிரிக்கப்பட்டன. கிழக்கு ஜெர்மனி, ஜெர்மன் ஜனநாயகக் குடியரசு என்ற பெயரில் 1945ஆம் ஆண்டில் சோசலிச நாடாக மலர்ந்தது. புதிதாக அமைந்த அந்த சோசலிச நாட்டில் தோழர் அதிகாரியின் முன்னாள் பேராசிரியர் வோல்மர், சோசலிசக் குடியரசின் மிக முக்கியமான விஞ்ஞானிகள் குழுவின் தலைவராகப் பணியமர்த்தப்பட்டார். அந்த சோசலிச நாட்டில் விஞ்ஞானக் கல்வி பரவுவதற்கு வலிமையாக அடித்தளமிட்டார். 1964 அக்டோபர் மாதம் டாக்டர் அதிகாரி, ஜெர்மன் ஜனநாயகத் குடியரசின் அழைப்பின்பேரில் இந்தியக் கம்யூனிஸ்ட் கட்சி தூதுக்குழுத் தலைவராக பெர்லின் சென்றிருந்தார். அதுசமயம் தனது முன்னாள் பேராசிரியர் டாக்டர் வோல்மரைச் சந்திக்கும் வாய்ப்புப் பெற்று, டாக்டர் அதிகாரி மிகுந்த மகிழ்ச்சியடைந்தார்.

1922 – 1925ஆம் ஆண்டுகளில் பேராசிரியர் வோல்மரின் வழிகாட்டுதலில் மாணவர் அதிகாரி, பூமியின் மேற்பரப்பில் உள்ள பொருட்களின் மீது சூரிய ஒளியால் ஏற்படும் வேதியியல் மாற்றங்கள் குறித்து ஆய்வு செய்து டாக்டர் பட்டம் பெற்றார். இந்த மாதிரி கடினமான ஆராய்ச்சியில் அந்தக் காலத்தில் டாக்டர் பட்டம் பெற்றவர்கள் உலக நாடுகளில் மிகச் சிலரே! அதிகாரி டாக்டர் பட்டத்துக்கு படித்துக் கொண்டிருந்த அதே காலகட்டத்தில் உலகப் புகழ் பெற்ற விஞ்ஞானி

ஐன்ஸ்டீன், குவான்ட்டம் தியரியைத் கண்டுபிடித்த விஞ்ஞானி மேக்ஸ் பிளாங்க் ஆகியோருடனும் ஜெர்மனியில் நெருங்கிய தொடர்பு வைத்திருந்தார். ஐன்ஸ்டீனும், மேக்ஸ் பிளாங்க்கும் விஞ்ஞானக் கண்டுபிடிப்புகள் சம்பந்தமாக பெர்லினில் நடத்தி வந்த கருத்தரங்களுக்கும் அதிகாரி தவறாமல் சென்று வந்தார். இதன் மூலம் 20ஆம் நூற்றாண்டின் தொடக்கத்தில் மேற்கத்திய நாடுகளில் ஏற்பட்டுவந்த நவீன விஞ்ஞான வளர்ச்சிகளிலும் அதிகாரி குறிப்பிடத்தக்க அறிவாற்றலைப் பெற்றிருந்தார். டாக்டர் பட்டம் பெற்ற பிறகும் ஜெர்மனியில் புகழ்பெற்றிருந்த பேராசிரியர்கள் டாக்டர் லீஸிலார்டு மற்றும் யூஜின் வீக்னர் ஆகியவர்களோடு இணைந்து தனது ஆராய்ச்சிப் பணிகளைத் தொடர்ந்து அனுபவ அறிவைப் பெற்றார். மேற்சொன்ன இரண்டு விஞ்ஞானிகளும் பிற்காலத்தில் அமெரிக்கா சென்று, அனுகுண்டு தயாரிக்கும் "மன்ஹாட்டன் திட்டத்தில்" பங்கெடுத்துக் கொண்டார்கள் என்பது ஒரு துயரமான வரலாறு. இருப்பினும், 2ஆம் உலகப்போரின் போது அமெரிக்கா. ஹிரோஷிமா - நாகசாகி நகரங்களின் மீது அனுகுண்டு வீச்சுத் தாக்குதலை நடத்தி மிகப்பெரும் மனிதகுலப் பேரழிவை ஏற்படுத்திய நிகழ்ச்சிக்குப் பின்னர் டாக்டர் லீ-ஸிலார்டு அனுஆயுதத் தயாரிப்புகளுக்கு எதிராகவும், உலக சமாதானத்துக்காகவும் குரல் கொடுத்த இயக்கங்களில் தன்னை ஈடுபடுத்திக் கொண்டார் என்பது வரலாறு.

ஜெர்மனியில் ஆராய்ச்சிப் பட்டத்துக்கு படித்துக் கொண்டிருந்தபோது தினசரி இன்றியமையாத செலவுகளுக்குக் கூட பணமில்லாமல் அதிகாரி சிரமப்பட்டுக் கொண்டிருந்தார். அவருடைய தந்தையும் படிப்புச் செலவுக்குப் பணம் அனுப்பும் பணவசதி இல்லாமல் இருந்தார். மூன்று வேளை உணவுக்குப் பணம் செலவு செய்ய வசதியில்லாமல் ஒரே வேளை மட்டும் உணவு உட்கொண்டு, அதிகாரி தனது ஆராய்ச்சிப் படிப்பைத் தொடர்ந்தார். படிப்புச் செலவுக்காக நகரத்தில் கிடைக்கும் ஏதாவதொரு பகுதிநேர வேலையைச் செய்து அதன் மூலம் கிடைத்த சிறிய வருமானத்தில் வாழ்க்கையை ஓட்டிக் கொண்டிருந்தார். சத்துணவு பற்றாக்குறையால் உடல்நலம் பாதிக்கப்பட்டிருந்த அவரது மோசமான நிலமை தெரியவந்த அவரது பேராசிரியர் டாக்டர் வோல்மர் தனது மாணவன் அதிகாரிக்கு அவ்வப்பொழுது சிறிது பணஉதவி செய்து வந்தார். மேலும், பீங்கான் தொழிற்சாலை ஒன்றில் அதிகாரிக்குப் பகுதிநேர வேலை வாங்கிக் கொடுத்தார். அவரது படிப்பைத் தொடர கொஞ்சம் வருமானம் கிடைத்தது. அதிகாரியும் சில

இளம் விஞ்ஞானிகள் பரிசோதனைச் சாலைகளில் செய்ய வேண்டிய ஆராய்ச்சிப் பணிகளுக்கு உதவியாளராக வேலை பார்த்து அதன் மூலம் கிடைத்த சொற்ப வருமானத்தில் படிப்பு, இருப்பிட வாடகை மற்றும் உணவுச் செலவுகளையும் சமாளித்தார்.

ஜெர்மனியில் டாக்டர் பட்டம் பெறுவதற்கு அவர் தங்கியிருந்த காலம் முழுவதும் இப்படி ஏதாவதொரு பகுதிநேர வேலை செய்து கொண்டே, அதில் வரும் குறைந்த வருமானத்திலேயே படித்துப் பட்டம் வாங்கினார். பல்கலைக்கழகத்தில் பகுதிநேர வேலை கிடைக்காத காலங்களில் ஸ்டேடிக் மெக்னீசியா என்றொரு தனியார் கம்பனியில் ரசாயனப் பரிசோதகர் வேலை செய்திருக்கிறார். அந்த வேலையும் இல்லாத போது, இந்திய மாணவர்களுக்கு மாலை நேரங்கள் மற்றும் விடுமுறை நாட்களில் டியூசன் சொல்லிக் கொடுத்து கிடைத்த வருமானத்தில் வெற்றிகரமாக தனது ஆராய்ச்சிப் பட்டப்படிப்பை முடித்தார். 1927ஆம் ஆண்டில் அவரிடம் டியூசன் வகுப்பில் பயின்ற இந்திய மாணவர்களில் டாக்டர் ஹுசைன் ஜாஹிர் பிற்காலத்தில் இந்திய விஞ்ஞானம் மற்றும் தொழில் நுட்ப ஆராய்ச்சிக் கழகத்தின் (CSIR) மேலாண்மை இயக்குனராகப் பதவி வகித்தார். இன்னொரு மாணவன் ஹீராலால் ராய் பிற்காலத்தில் மேற்கு வங்காளம் ஜாதவ்பூர் பல்கலைக்கழகத்தில் இயற்பியல் வேதியியல் பேராசிரியர் மற்றும் துறைத் தலைவராகப் பதவி வகித்தார். ஜெர்மனியில் இவரிடம் டியூசன் படித்த இந்த மாணவர்கள் தாய்நாடு திரும்பி பெரிய பெரிய பதவிகளில் அமர்ந்த பின்னரும் டாக்டர் அதிகாரியுடன் நட்புறவைத் தொடர்ந்து வைத்திருந்தனர். டாக்டர் அதிகாரி மூலம் கம்யூனிஸ்ட் கட்சிக்கு அவ்வப் பொழுது நன்கொடையும் கொடுத்து வந்தார்கள்.

ஜெர்மனி கம்யூனிஸ்ட் கட்சியுடன் தொடர்பு

வீரேந்திரநாத் சட்டோபாத்யாயா, காங்கிரஸ் தலைவரும் "இந்தியாவின் கவிக்குயில்" என்றும் புகழப்பட்ட சரோஜினி நாயுடுவின் அண்ணன். ஹைதராபாத் நிஜாம் கல்லூரியின் முதல்வர் பேராசிரியர் டாக்டர் அகோர்நாத்தின் மூத்த மகன். 1906ஆம் ஆண்டில் லண்டனுக்கு ICS மற்றும் சட்டம் படிக்கச் சென்றவர். ஆனால், இந்திய நாடு ஆங்கிலேயரின் காலனியாதிக்க ஆட்சியிலிருந்து விடுதலை பெறவேண்டும்

என்ற லட்சியத்துக்காக லண்டனில் உழைத்துக் கொண்டிருந்த சுதந்திரப் போராட்ட வீரர் ஷியாம்ஜி கிருஷ்ணவர்மாவுடன் தொடர்பு ஏற்பட்டு, உயர்படிப்புக் கனவுகளைக் கைவிட்டவர். ஷியாம்ஜி கிருஷ்ண வர்மாவுடன் பாரிசுக்குக் குடிபெயர்ந்து இந்திய வீராங்கனை மேடம் காமாவுடன் இருவரும் இணைந்தனர். ஐரோப்பிய நாடுகளில் வாழ்ந்து கொண்டிருந்த இந்திய மக்களிடம் சுதந்திர தாகத்தை ஏற்படுத்த பத்திரிகைகளை நடத்தியவர். பின்னர், 1914ஆம் ஆண்டில் முதல் உலகப் போர் தொடங்கிய காலத்தில் சட்டோபாத்தியா ஜெர்மனியின் தலைநகரம் பெர்லினுக்குக் குடிபெயர்ந்தார். ஜெர்மனி நாட்டு அதிபர் கெய்ஸர் மன்னரின் ராணுவம் மற்றும் நிதியுதவியுடன் இந்தியா மீது ஒரு ராணுவத் தாக்குதல் நடத்தி ஆங்கிலேயரிடமிருந்து நாட்டை விடுவிக்க வேண்டும் என்ற திட்டத்துடன் செயல்பட்டவர்.

ஜெர்மனியில் புலம்பெயர்ந்த இந்திய தேசிய புரட்சியாளர்களை ஒன்றிணைத்து “பெர்லின் கமிட்டி” என்ற இந்திய சுதந்திரப் போராட்ட அமைப்பைத் தோற்றுவித்து அதன் முக்கிய உந்துசக்தியாகச் செயல்பட்டவர். “பெர்லின் புரட்சிக் கமிட்டியில்” வீரேந்திரநாத் சட்டோபாத்யாவுடன் ராஜா மகேந்திர பிரதாப், எம்.பி.டி. ஆச்சார்யா (மகாகவி பாரதியின் நண்பர்) செண்பகராமன் பிள்ளை (நாஞ்சில் நாடு) பேராசிரியர் முகமது பர்கதுல்லா, முகமதலி, வீரத்துறவி விவேகானந்தரின் தம்பி பூபேந்திரநாத் தத்தா, பேராசிரியர் லூஹானி ஆகிய தேசீயப் புரட்சியாளர்களும் செயல்பட்டுக் கொண்டிருந்தனர்.

முதல் உலகப் போரின் இறுதியில் ஜெர்மனி தோல்வியடைவது உறுதி என்று தெரிந்தவுடன் சட்டோபாத்யாயா சோவியத் ரஷ்யப் புரட்சியை நடத்திய தலைவர்களுடன் ஸ்டோக்ஹோம் நகரிலிருந்து தொடர்பு கொண்டார். 1920ஆம் ஆண்டில் அவர் மாஸ்கோ சென்று ரஷ்யப் புரட்சித் தலைவர்களை நேரில் சந்தித்ததுடன் 1921ஆம் ஆண்டில் பெர்லின் கமிட்டியைச் சேர்ந்த இந்திய தேசீயப் புரட்சியாளர்கள் மாஸ்கோவுக்கு வந்து லெனின் மற்றும் சோவியத் கம்யூனிஸ்ட் கட்சித் தலைவர்களை சந்திக்கவும் ஏற்பாடு செய்துவிட்டு பெர்லினுக்குத் திரும்பினார்.

ஆராய்ச்சிப் பட்டத்துக்காகப் படித்துக் கொண்டிருந்த காலத்திலேயே 1925ஆம் வருடத்தில் வீரேந்திரநாத் சட்டோபாத்தியாவை அதிகாரி முதன் முதலாக பெர்லினில் சந்தித்தார். 1922ஆம் வருடம் முதலே வீரேந்திரநாத்

சட்டோபாத்யாயா ஜெர்மனி கம்யூனிஸ்ட் கட்சியில் உறுப்பினராகச் சேர்ந்து செயல்பட்ட விவரத்தைத் தெரிந்து கொண்டார். மேலும், ஜெர்மனிக்கு படிக்க வரும் இந்திய மாணவர்கள் அவர்கள் விரும்பும் பல்கலைக்கழகத்தில் சேர்ந்து படிப்பதற்கும், அவர்கள் தங்குவதற்கும் மற்றும் பல உதவிகளை சட்டோபாத்யாயா மகிழ்ச்சியோடு உதவிவந்த விவரங்களையும் அதிகாரி தெரிந்து கொண்டார். ஐரோப்பியாவின் பல்வேறு நாடுகளில் வாழ்ந்து வந்த இந்தியப் பிரமுகர்களைச் சந்தித்து இந்திய விடுதலைப் போராட்டத்துக்கு ஆதரவு திரட்டினார் என்பதையும், ஐரோப்பிய நாடுகளில் செயல்பட்டு வந்த ஜனநாயக சோசலிசக் கட்சிகள் மற்றும் கம்யூனிஸ்ட் கட்சித் தலைவர்களுடன் சட்டோபாத்யாயா நெருங்கிய உறவும், தொடர்பும் வைத்திருந்தார் என்பதையும் அதிகாரி நன்கு தெரிந்து கொண்டார்.

இவ்வாறு சட்டோபாத்யாயா மூலம் ஜெர்மனி கம்யூனிஸ்ட் கட்சித் தலைவர்களுக்கு அதிகாரி அறிமுகமானார். மெல்ல மெல்ல அதிகாரி, மார்க்சீயத் தத்துவத்தால் ஈர்க்கப்பட்டார். சட்டோபாத்யாயா இந்திய மாணவர்களை அடிக்கடி சந்தித்து கலந்துரையாடுவதற்கு "இந்திய இல்லம்" என்ற ஒரு கட்டிடத்தைப் பயன்படுத்தி வந்தார். இங்கு நடைபெற்ற மாணவர்கள் கூட்டத்தில் டாக்டர் அதிகாரிக்கு ஜாஹிர் ஹீசைன், அபீத் ஹீசைன், முகமது முஜிப் ஆகிய பொருளாதாரப் பாட ஆராய்ச்சியில் ஈடுபட்டிருந்த இந்திய மாணவர்கள் அறிமுகமானார்கள், பிற்காலத்தில் அவர்கள் இந்தியா திரும்பியவுடன் இந்திய தேசீயக் கல்வி நிறுவனங்களைத் துவங்குவதில் ஆர்வம் காட்டியதுடன், டெல்லியில் புகழ் பெற்ற "ஜமீயா மிலீயா இஸ்லாமியா" பல்கலைக் கழகத்தையும், கல்லூரியையும் நிறுவினார்கள் என்பது வரலாறு.

சட்டோபாத்யாயாவுடன் அதிகாரிக்கு நெருங்கிய தொடர்பு ஏற்பட்டதிலிருந்து அவர் ஜெர்மனி கம்யூனிஸ்ட் கட்சித் தலைவர்கள் நடத்திய மார்க்சீயத் தத்துவக் கல்வி வகுப்புகளுக்கும் சென்றுவரத் தொடங்கினார். ஜெர்மன் கம்யூனிஸ்ட் கட்சியின் முன்னணித் தலைவர்களில் ஒருவரான மேக்ஸ் பீயர், அதிகாரி மற்றும் இதர மாணவர்களுக்கு மார்க்சீயம் சம்பந்தமான வகுப்புகளை ஜெர்மன் மொழியிலேயே நடத்தினார். அவரது சொற்பொழிவுகளை, தலைசிறந்த அமெரிக்கப் பெண் பத்திரிகையாளர் ஆக்னி ஸ்மெட்லி ஆங்கிலத்தில் மொழிபெயர்ப்பு செய்து வந்தார். பிற்காலத்தில்

இந்த ஆக்னி ஸ்மெட்லிதான் *1949*ஆம் ஆண்டில் சீனப் புரட்சியை நேரில் கண்டவர். தோழர் மாஸே துங் மற்றும் சீனக் கம்யூனிஸ்ட் தலைவர்களைப் பேட்டி கண்டு, அமெரிக்கா மற்றும் ஐரோப்பிய நாடுகளின் பத்திரிகைகளுக்குப் பல கட்டுரைகளை எழுதிப் புகழ் பெற்றவர். அமெரிக்கப் பத்திரிகையாளர் ஆக்னி ஸ்மெட்லி சீனாவில் *1950*ஆம் ஆண்டில் மரணமடைந்த போது சீனத் தலைநகர் பெய்ஜிங்கில் சீனப் புரட்சியாளர்கள் சதுக்கத்தில் நல்லடக்கம் செய்யப்பட்ட பெருமைக்குரியவர்.

அதிகாரி ஜெர்மன் கம்யூனிஸ்ட் கட்சித் தலைவர்கள் நடத்திய அரசியல் வகுப்புகளுக்கு தொடர்ந்து சென்று மார்க்சீயத் தத்துவத்தை ஆழமாகக் கற்றுக் கொண்டார். இந்த மார்க்சீய வகுப்புக்களில் கலந்து கொண்ட இன்னொரு இந்திய மாணவரான ஆனந்த பத்தூரி என்பவர் இங்கிலாந்து நாட்டு கம்யூனிஸ்ட் கட்சியின் முன்னணித் தலைவர்களில் ஒருவரான ரஜனி பாமிதத் (மூத்த டாடாவின் அக்காள் மகன்) எழுதிய “நவீன இந்தியா” *(Modern India)* என்ற புத்தகத்தை அதிகாரிக்குக் கொடுத்துப் படிக்கச் செய்தார். இந்த புத்தகம்தான் தன் எதிர்காலக் கனவுத் திட்டங்களைத் தலைகீழாகப் புரட்டிப் போட்டு, ஒரு திருப்புமுனையை ஏற்படுத்தியதாக டாக்டர் அதிகாரி தனது வாழ்க்கைக் குறிப்புகளில் தெரிவித்துள்ளார். விதவிதமான மூலப்பொருட்களை தனது விஞ்ஞான ஆராய்ச்சி மூலம் கண்டுபிடித்து இந்தியாவில் புதிய புதிய தொழிற்சாலைகளில் உற்பத்தியைப் பெருக்க உதவ வேண்டும் என்ற அவரது இளமைக் காலக் கனவு தகர்ந்து போனது.

“இந்தியாவை ஆங்கிலேயரது காலனியாதிக்கத்திலிருந்து விடுதலை செய்யவும், மக்களின் வாழ்க்கையில் ஒரு மறுமலர்ச்சியான முன்னேற்றத்தைக் கொண்டு வரவும். தீவிரமான சமூக சீர்திருத்தங்களைக் கொண்டுவரவும் ஒரு வலிமையான கம்யூனிஸ்ட் இயக்கமும், புரட்சியும் இந்தியாவுக்கு உடனடியாகத் தேவையென்பதையும்” அதிகாரிக்கு ‘நவீன இந்தியா’ புத்தகம் உணர்த்தியது. சுதந்திரப் போராட்டத்திற்கு தலைமை தாங்கும் தேசீய முதலாளிகள் அன்னிய ஆட்சியாளர்களை எதிர்த்துப் போராட்டங்கள் நடத்துவதில் சில ஊசலாட்டங்கள் இருந்தாலும், அவர்களுடன் கூட்டணியாக இணைந்து தேசீய ஜனநாயகப் புரட்சியை வெற்றி பெறச்செய்ய உறுதியான செயல்திட்டத்துடன் தொழிலாளர்கள், விவசாயிகளை கம்யூனிஸ்டுகள் அமைப்புரிதியாக அணி திரட்ட

வேண்டும் என்றும் அந்தப் புத்தகம் அதிகாரிக்குத் தெளிவாக உணர்த்தியது.

இந்தப் புத்தகம் ஏற்படுத்திய விழிப்புணர்வின் காரணமாக அதிகாரி ஜெர்மனி கம்யூனிஸ்ட் கட்சியில் உறுப்பினராகச் சேர்ந்தார். அவரைக் கட்சி உறுப்பினராக்குவதற்கு வீரேந்திரநாத் சட்டோபாத்தியாயா முன்மொழிந்தார். அவரது பெயரை ஜெர்மனி கம்யூனிஸ்ட் கட்சியின் இளைஞர் மன்றத் தேசியச் செயலாளர் வில்லி மூஷென்பர்க் வழிமொழிந்தார். 1927ஆம் ஆண்டில் கம்யூனிஸ்ட் கட்சியில் உறுப்பினராகச் சேர்ந்தவுடன் மார்க்ஸ், ஏங்கல்ஸின் கம்யூனிஸ்ட் கட்சி அறிக்கையையும், இதர மார்க்சீய நூல்களையும் காரல் மார்க்ஸின் தாய் மொழியான ஜெர்மன் மொழியிலேயே அதிகாரி கற்றுத் தேர்ந்தார்.

அரசியல் நடவடிக்கைகளின் தொடக்கம்

டாக்டர் அதிகாரி பெர்லினில் இயங்கி வந்த “இந்திய மக்கள் சங்கத்திற்கும்” தலைவராகத் தேர்ந்தெடுக்கப்பட்டார். ஜெர்மனிக்கு வருகைதரும் இந்திய நாட்டு அரசியல் தலைவர்களுக்கு சிறப்பாக வரவேற்புக் கூட்டங்களை நடத்தியதுடன், அவர்கள் இந்திய நாட்டின் விடுதலை இயக்கம் குறித்து சொற்பொழிவுகள் ஆற்றவும் இந்தச் சங்கம் ஏற்பாடுகளைச் செய்து வந்தது. இப்படி அவர் அந்தச் சங்கத்தின் தலைவராக இருந்தபோதுதான் காங்கிரஸ் தலைவர் மோதிலால் நேரு, சீனிவாச அய்யங்கார், முகமதலி ஆகியோர் இந்திய மக்கள் சங்க வரவேற்புக் கூட்டங்களில் பேசியிருக்கிறார்கள். சங்கத்தின் தலைவர் என்ற முறையில் கூட்ட இறுதியில் தொகுப்புரை வழங்குவதற்கு அதிகாரிக்கு வாய்ப்புகள் கிடைத்தன. அந்தச் சமயங்களில் சோவியத் ரஷ்யாவின் தொழில் வளர்ச்சி பற்றியும், அங்கு வெற்றிகரமாக நிறைவேற்றப்பட்ட ஐந்தாண்டுத் திட்டங்கள் பற்றியும், இந்தியா உட்பட ஆசிய ஆப்பிரிக்க நாடுகளில் அடிமைப்பட்டுக் கிடந்த காலனி நாடுகள் விடுதலையடைய சோவியத் சோசலிசக் குடியரசு நாடு அனைத்து உதவிகளையும் செய்யும் என்பதையும் மிக அழுத்தமாகவும் தெளிவாகவும் அதிகாரி பேசுவதை வழக்கமாகக் கொண்டிருந்தார். டாக்டர் அதிகாரியும் மற்ற கம்யூனிஸ்ட் தலைவர்கள் மற்றும் தொழிற்சங்கத் தலைவர்கள் 31 பேர் 1929இல் மீரட் சதி வழக்கில் கைது செய்யப்பட்டு மீரட் மாவட்ட மத்திய சிறையில் வைக்கப்பட்டிருந்தனர்.

அவர்களைச் சந்திக்க ஒருமுறை மோதிலால் நேரு சிறைக்கு வந்திருந்தார். 1927ஆம் ஆண்டில் அவர் ஜெர்மனி நாட்டுக்கு வந்திருந்தபோது டாக்டர் அதிகாரி தலைமையில் நடந்த வரவேற்புக் கூட்டம் பற்றியும் அதில் டாக்டர் அதிகாரி கூட்ட இறுதியில் ஆற்றிய சிறப்பான உரை பற்றியும் மோதிலால் நேரு மகிழ்ச்சியுடன் நினைவு கூர்ந்தார்.

ஜெர்மனி நாட்டின் கம்யூனிஸ்ட் மற்றும் ஜனநாயக சோசலிஸ்ட் கட்சித் தலைவர்களையும் அழைத்து வந்து இந்தியாவின் சுதந்திரப் போராட்டத்திற்கு ஆதரவு தெரிவிக்கும் கூட்டங்களையும் சங்கத்தின் தலைவர் அதிகாரி நடத்தி வந்தார். ஜாலியன்வாலாபாக் படுகொலையின் நினைவு நாள் கூட்டங்களுக்கு ஜெர்மனி நாட்டு கம்யூனிஸ்ட் தலைவர்களை அழைத்து வந்து சொற்பொழிவாற்ற வைத்தார்.

ஜெர்மனி கம்யூனிஸ்ட் கட்சியில் உறுப்பினரான பின்னர், அந்த நாட்டிலேயே தங்கியிருந்து கம்யூனிஸ்ட் கட்சி நடத்தி வந்த அரசியல் இயக்கங்களில் தீவிரமாகப் பங்கெடுத்துக் கொள்ள அவருக்கு அதிக வாய்ப்புகளிருந்தன. ஜெர்மனி நாட்டு கம்யூனிஸ்ட் தலைவர்களும் அதைத்தான் விரும்பினார்கள். ஆனால், புலம்பெயர்ந்து வந்த புரட்சியாளர்கள் தாய்நாட்டை நினைத்து ஏங்கி, அதனால் மன உளைச்சலுடன் நடத்தி வந்த வாழ்க்கையைக் கூர்மையாகக் கவனித்துவந்த அதிகாரி, கட்சிப் பணியாற்றுவதாக இருந்தால் தாய்நாட்டுக்கே திரும்பி முழுநேரப் புரட்சிக்காரனாக வாழ வேண்டுமென்று முடிவு செய்தார்.

ஜெர்மனியிலிருந்து தாய்நாட்டுக்குத் திரும்பிய பின் முதலில் ஏதாவதொரு பல்கலைக்கழகத்தில் பேராசிரியராகவோ அல்லது புகழ்பெற்ற விஞ்ஞான ஆராய்ச்சி நிறுவனத்தில் ஆராய்ச்சியாளராகவோ வேலைக்குச் சேரும் முடிவுடன்தான் தாயகம் திரும்பினார். அவர் ஜெர்மனியில் இருந்த காலத்தில்தான் வங்கத்தைச் சேர்ந்த வானவியல் இயற்பியல் விஞ்ஞானியாகப் புகழ்பெற்ற மேக்னாத் சாகா அங்கு ஆராய்ச்சிப் பணிகளில் ஈடுபட்டிருந்தார். இந்தியாவில் டாக்டர் அதிகாரிக்கு ஆராய்ச்சிப் பேராசிரியர் வேலை கிடைக்க அவரும் பரிந்துரைக் கடிதம் கொடுத்தனுப்பினார். அத்துடன் ஜெர்மனியிலிருந்த நோபல் பரிசு பெற்ற விஞ்ஞானி சர்.சி.வி. ராமனும், டாக்டர் அதிகாரியின் ஆராய்ச்சித் திறமைகளைப் பாராட்டி, அவருக்கு இந்தியாவில் தகுதியான

ஆராய்ச்சிப் பேராசிரியர் வேலை கிடைக்க பரிந்துரைக் கடிதம் கொடுத்தனுப்பினார்.

டாக்டர் அதிகாரி கப்பலில் தாய்நாட்டுக்குத் திரும்பி வந்து கொண்டிருக்கும் போதே இந்தியாவில் விஞ்ஞான ஆராய்ச்சியாளர் பணியில் சேர நினைத்த முடிவை முற்றிலுமாக மாற்றிக் கொண்டார். இந்தியக் கம்யூனிஸ்ட் இயக்கத்தில் தன்னை முழுநேரப் புரட்சியாளராக இணைத்துக் கொண்டு கம்யூனிஸ்ட் கட்சியை வலிமையாக வளர்க்கும் பணியில் ஈடுபடுவதென்று முடிவு செய்து கொண்டார். ஜெர்மனியில் டாக்டர் அதிகாரி கம்யூனிஸ்ட்டாக மாறிய செய்தி, அவர் ஜெர்மனி கம்யூனிஸ்ட் கட்சி நடத்திய அரசியல் இயக்கங்களில் தீவிரமாகப் பங்கெடுத்துக் கொண்டது, ஜெர்மனிக்கு வருகை புரிந்த காங்கிரஸ் தலைவர்கள் மோதிலால் நேரு, சீனிவாச அய்யங்கார், முகமதலி ஆகியோருக்கு வரவேற்புக் கூட்டங்களை நடத்தியது ஆகிய அனைத்து விவரங்களும் பிரிட்டிஷ் இந்திய உளவுப் போலீஸார் கைக்கு ஏற்கனவே வந்து சேர்ந்திருந்தன. இந்தியாவில் உளவுத்துறை அதிகாரிகள் தீவிரமாகக் கண்காணிக்கப்பட வேண்டிய கம்யூனிஸ்ட் புரட்சியாளர்கள் பட்டியலில் டாக்டர் அதிகாரியும் இடம் பெற்றிருந்தார்.

1928 டிசம்பர் முதல் வாரத்தில் டாக்டர் அதிகாரி பம்பாய் துறைமுகத்தில் கரையிறங்கியதும் பிரிட்டிஷ் உளவுத்துறைப் போலீஸ் அதிகாரிகள் அவரது பெட்டி படுக்கைக்கள், மூட்டை முடிச்சுகளை 6 மணி நேரம் துருவித் துருவி பரிசோதனை செய்தார்கள். ஜெர்மனி கம்யூனிஸ்ட் கட்சித் தலைவர்களிடமிருந்து இந்தியக் கம்யூனிஸ்ட் கட்சித் தலைவர்களுக்கு அவர் ரகசிய ஆவணங்கள் மற்றும் கடிதங்களை எடுத்து வந்திருக்கக்கூடும் என்று சந்தேக்கப்பட்டுத்தான் தேடினார்கள். உலகப்புகழ் பெற்ற இந்திய விஞ்ஞானிகள் சர். சி.வி. ராமன் மற்றும் வங்கத்தைச் சேர்ந்த விஞ்ஞானி மேக்நாத் சாகா ஆகியோர் டாக்டர் அதிகாரிக்கு பேராசிரியர் வேலை விஷயமாக கொடுத்திருந்த பரிந்துரைக்கடிதங்களைப் பார்த்து அதிர்ச்சியடைந்தார்கள். ஆச்சர்யப்பட்டார்கள்.

1925 டிசம்பர் 26ஆம் தேதியே கான்பூர் நகரில் இந்திய கம்யூனிஸ்ட் கட்சி தொடங்கப்பட்டிருந்தாலும், ஆங்கிலேயர் ஆட்சி கம்யூனிஸ்ட் கட்சியைத் தடை செய்யும் ஆபத்திலிருந்து தப்பிக்கும் நோக்கத்துடன் தொழிலாளர் விவசாயிகள் கட்சி

என்ற பெயரிலேயே பல்வேறு மாநிலங்களில் கம்யூனிஸ்ட்டுகள் செயல்பட்டு வந்தார்கள். தோழர்கள் எஸ்.ஏ. டாங்கே, எஸ்.வி. காட்டே, கே.என். ஜோக்லேக்கர், ஆர்.எஸ். நிம்ப்கார், எஸ்.எஸ். மிராஜ்கர், எம்.ஜி. தேசாய் ஆகியோர் பஞ்சாலை, ரயில்வே, டிராம்வே மற்றும் அச்சகத் தொழில்களில் தொழிற்சங்கங்களைத் தொடங்கி தீவிரமாகப் பல வேலை நிறுத்தப் போராட்டங்களைத் தலைமை தாங்கி நடத்திக் கொண்டிருந்தார்கள். இந்த இளங் கம்யூனிஸ்ட் கட்சித் தலைவர்களுடனும் இங்கிலாந்து நாட்டுக் கம்யூனிஸ்ட் கட்சித் தலைவர்கள் பென் பிராட்லியும், பிலிப் ஸ்பிராட்டும் தொழிற் சங்கங்களில் தீவிரமாகச் செயல்பட்டுக் கொண்டிருந்தார்கள். பம்பாய் வந்து சேர்ந்ததும் டாக்டர் அதிகாரி அந்த இளங் கம்யூனிஸ்ட் தலைவர்களோடு இணைந்து கொண்டார். பஞ்சாலைத் தொழிலாளர்களின் போர்க்குணமிக்க தொழிற் சங்கமாக விளங்கிய கிர்னி காம்கர் சங்க அலுவலகத்திலேயே தோழர் எஸ்.வி. காட்டேவுடன் தங்கிக் கொண்டார். தலைசிறந்த விஞ்ஞானியாக நாடு திரும்பிய அதிகாரி இளங் கம்யூனிஸ்ட் தொழிற்சங்கத் தலைவர்களோடு சங்க அலுவலகத்திலேயே தங்கிக் கொண்ட நடவடிக்கை, அவரது தந்தைக்கு பெருத்த அதிர்ச்சியையும், ஏமாற்றத்தையும் அளித்தது. ஆனாலும், டாக்டர் அதிகாரி தான் தேர்வு செய்த வாழ்க்கை லட்சியத்திலிருந்து பின்வாங்கத் தயாராக இல்லை.

பம்பாய், லாகூர், கான்பூர், கல்கத்தா தொழில் நகரங்களில் ஏற்கனவே இளங் கம்யூனிஸ்ட் தலைவர்கள் 'தொழிலாளர் விவசாயிகள் கட்சி' என்ற பெயரில் அந்தந்த மாநிலங்களில் தொழிலாளர்கள், விவசாயிகள் உரிமைகளை வென்றெடுக்கப் பல தீவிரமான போராட்டங்களை நடத்திக் கொண்டிருந்தார்கள். அந்தந்த மாநில அளவில் செயல்பட்டுக் கொண்டிருந்த தொழிலாளர் விவசாயிகள் கட்சிக் குழுக்களை ஒன்றிணைத்து அகில இந்திய தொழிலாளர் விவசாயிகள் கட்சியை நாடு தழுவிய அளவில் தோற்றுவிப்பதற்காக கல்கத்தா நகரில் 1928 டிஸம்பர் இறுதி வாரத்தில் அகில இந்திய மாநாடு ஒன்றைக் கூட்டினார்கள்.

தொழிலாளர் விவசாயிகள் கட்சியின் கல்கத்தா மாநாடு

கல்கத்தாவில் கூடிய அகில இந்திய மாநாட்டுக்கு மாராட்டிய மாநிலத்திலிருந்து இளங் கம்யூனிஸ்ட் தலைவர் எஸ்.வி. காட்டே, கே.என். ஜோக்லேக்கர், டி.ஆர். தெங்கடி, எஸ்.எஸ். மிராஜ்கர்,

ஆர்.எஸ். நிம்ப்கார், *Dr.G.* அதிகாரி ஆகியோர் மாநாட்டுப் பிரதிநிதிகளாக வந்திருந்தனர். பஞ்சாப் மாநிலத்திலிருந்து சோகன்சிங் ஜோஸ், பாக்சிங் கன்னடியா மற்றும் பெரோசுதின் மஞ்சூர் ஆகியோர் கலந்து கொண்டனர். மேலும் லாகூரிலிருந்து கல்கத்தாவிற்கு புறப்பட்ட கம்யூனிஸ்ட் தலைவர்கள் ராமசந்திர கபூர், *M.A.* மஜித் மற்றும் கேதார்நாத் செகால் ஆகியோர் லாகூரில் உளவுத்துறை போலீசாரால் கைது செய்யப்பட்டனர். ஐக்கிய மாகாணத்திலிருந்து பி.சி. ஜோஷி, கௌரிசங்கர், பல்வந்த் சிங், *L.N.* கதம் ஆகியோர் கலந்து கொண்டனர்.

ஒன்றுபட்ட வங்காளத்திலிருந்து முஸாபர் அகமது, ஹேமந்த் குமார் சர்க்கார், தாரணிகாந்த் கோஸ்வாமி, அப்துல் ரசாக்கர், கோபால்சந்திர பாசக், கோபேந்திர சக்கரவர்த்தி ஆகியோர் பிரதிநிதிகளாகக் கலந்து கொண்டனர். இந்த மாநாட்டில் நம்முடைய கவனத்தை ஈர்க்ககூடிய முக்கியமான பிரதிநிதி, 'மாவீரன் பகத்சிங்' ஆவார். லாகூரில், பஞ்சாப் சிங்கம் லாலாலஜபதி ராய் மீது மிருகத்தனமாக தடியடி நடத்தி, அவரது மரணத்திற்கு காரணமான ஆங்கிலேய *DSP* சான்டர்ஸ்சை சுட்டுக் கொன்ற கொலை வழக்கில் பகத்சிங்கை ஆங்கிலேயே ஆட்சியின் உளவுத்துறை போலீஸ் அதிகாரிகள் வலைவீசித் தேடிக் கொண்டிருந்ததால், வேறொரு பெயரில் மாறுவேட உடையில் பகத்சிங் இந்த மாநாட்டில் கலந்து கொண்டார். தனிப்பட்ட ஆங்கிலேய அதிகாரிகளைச் சுட்டுக் கொல்வதைவிட முழு சுதந்திரம் அடையவும் இந்தியாவில் சோசலிச ஆட்சியை அமைப்பதற்கும் தொழிலாளிகள் விவசாயிகளைச் சங்கங்களில் திரட்டிப் போராடுவதுதான் புரட்சிகரமான வழியென்று பகத்சிங் முடிவுக்கு வந்தார். அதற்கு இந்த மாநாட்டு நிகழ்ச்சிகளில் நடைபெற்ற விவாதங்கள், உரைகள் காரணமாக அமைந்தன.

இந்த மாநாட்டில் அனைத்து பசிபிக் தொழிற் சங்கத்தின் சார்பாக மாநாட்டில் கலந்து கொண்டு *A.* ரியான் (ஆஸ்திரேலிய நாட்டு கம்யூனிஸ்ட் தலைவர்) வாழ்த்துரை வழங்கினார். இந்தியாவில் தங்கி இளம் கம்யூனிஸ்ட் தலைவர்களுக்குத் தொழிற்சங்கப் பயிற்சி அளித்து வந்த பென் பிராட்லி, பிலிப் ஸ்பிராட் மாநாட்டு நிகழ்ச்சிகளை ஒருங்கிணைத்து வழிகாட்டுவதில் முக்கியப் பங்காற்றினார்கள்.

பகத்சிங்கின் நெருங்கிய தோழர் சோகன்சிங் ஜோஸ், அகில இந்திய தொழிலாளர் விவசாயிகள் கட்சியின் தேசியத்

தலைவராகவும், பம்பாயைச் சேர்ந்த ஆர்.எஸ். நிம்ப்கார் செயலாளராகவும் தேர்ந்தெடுக்கப்பட்டனர். ஆங்கிலேயரின் காலனி ஆட்சியிலிருந்து முழு விடுதலை பெறுவதே நமது குறிக்கோள் என்றும், மக்களின் அரசியல் பொருளாதார, சமுக விடுதலையை அடிப்படையாகக் கொண்ட முழுமையான ஜனநாயக ஆட்சிமுறையை ஏற்படுத்துவது, மதவெறி சக்திகளுக்கு எதிராக தொழிலாளர் விவசாயிகளை அணி திரட்டிப் போராடுவது ஆகிய மிக முக்கியமான முடிவுகள் இந்த மாநாட்டில் எடுக்கப்பட்டன.

இந்த மாநாடு நடைபெற்றுக்கொண்டிருந்த போதுதான் காங்கிரஸ் கட்சியின் 43 வது தேசிய மாநாடும் 1928 டிசம்பர் 27 முதல் 1929 ஜனவரி 1ம் நாள் வரை கல்கத்தா நகரில் நடந்தது. டிசம்பர் 31ஆம் நாள் கம்யூனிஸ்டுகள் தலைமையில் 10000 தொண்டர்கள் காங்கிரஸ் மாநாட்டுப் பந்தலுக்குப் பேரணியாகச் சென்றார்கள். முழுசுதந்திரக் கோரிக்கையை முழக்கமிட்ட அந்தப் பேரணி மக்களிடையே காந்தியடிகளும், ஜவஹர்லால் நேருவும், நேதாஜியும், சுவாமி விவேகானந்தரின் தம்பி பூபேந்திரநாத் தத்தாவும் பேருரையாற்றினார்கள்.

காலனி ஆதிக்கத்திலிருந்து இந்தியா முழுமையாக விடுதலை பெற வேண்டும் என்ற லட்சியத்தை இந்தியத் தேசிய காங்கிரஸ் இயக்கம் பிற்காலத்தில் லாகூர் மாநாட்டில் ஏற்றுக் கொள்வதற்கும் இந்த மாநாடு ஒரு உந்து சக்தியாக அமைந்தது என்று சொல்லலாம்.

மீரட் சதிவழக்கு தொடக்கமும் - கைது நடவடிக்கைகளும்

இளங் கம்யூனிஸ்ட் தலைவர்கள் பஞ்சாப், மாராட்டியம் ஒன்றுபட்ட வங்காளம் மற்றும் உ.பி. மாநிலங்களில் தொழிலாளர்களையும் விவசாயிகளையும் தொழிலாளர் விவசாயிகள் கட்சியின் கீழ் அணி திரட்டினார்கள். பஞ்சாலை, இரும்பு உருக்கு தொழிற்சாலைகள், அன்னிய முதலாளிக்குச் சொந்தமாக இருந்த ரயில்வே நிறுவனங்கள் ஆகியவற்றில் வேலை செய்த தொழிலாளர்கள், முதலாளிகளின் தாக்குதலை எதிர்த்து மிகப் பெரிய வேலை நிறுத்தப் போராட்டங்களை கம்யூனிஸ்ட்டுகள் தலைமை தாங்கி நடத்தினார்கள்.

ஆங்கிலேயரின் காலனி ஆட்சியைத் தூக்கியெறிந்து இந்திய மக்கள் முழுவிடுதலை லட்சியம் குறித்து கம்யூனிஸ்டுகள்

தொழிலாளர்கள் விவசாயிகளிடையே வலிமையான கருத்துப் பரப்புரை செய்தார்கள். ஜவகர்லால் நேரு மற்றும் சுபாஷ் சந்திரபோஸ் போன்ற இடதுசாரி தலைவர்களோடு நெருக்கமாகத் தொடர்பு வைத்து காங்கிரஸ் கட்சிக்குள்ளும் முழு விடுதலை கோரிக்கைக்கு ஆதரவு திரட்டினார்கள். காங்கிரஸ் கட்சி இளைஞர்களிடையேயும் கம்யூனிஸ்டுகள் செல்வாக்குப் பெற்றிருந்தனர்.

1928 பிப்ரவரி மாதத்தில் இந்தியாவிற்கு வந்த சைமன் கமிஷனை எதிர்த்தும், முழு விடுதலை கோரிக்கைக்காகவும், பம்பாய், லாகூர், கான்பூர், மெட்ராஸ், கல்கத்தா ஆகிய நகரங்களில் லட்சக்கணக்கானத் தொழிலாளர்களைத் திரட்டி ஆர்ப்பாட்டங்கள், கண்டனப் பேரணிகள், வேலை நிறுத்தங்களையும் கம்யூனிஸ்ட் தலைவர்கள் தலைமை தாங்கி நடத்தினார்கள். தொழிலாளர்கள், விவசாயிகள், பேராசிரியர்கள், அறிவுஜீவிகள், மாணவர்கள், இளைஞர்கள் கலந்து கொண்ட கூட்டங்களில் 1928 ஜனவரியில் இந்தியாவிற்கு வருகை தந்த இங்கிலாந்து நாடாளுமன்ற உறுப்பினர் கம்யூனிஸ்ட் தலைவர் தோழர் சாபூர்ஜி சக்லத்வாலா சிறப்பு விருந்தினராகக் கலந்து கொண்டார். இவர், தொழிலதிபர் மூத்த டாட்டாவின் அக்கால் மகனாவார். இந்தக் கூட்டங்களை சிறப்பாகக் கம்யூனிஸ்டுகள் ஏற்பாடு செய்து நடத்தினர்.

வேலைநிறுத்தங்களைத் தடை செய்யவும், வாரண்ட் இல்லாமல் தொழிற்சங்கத் தலைவர்களை கைது செய்யவும் பொதுப் பாதுகாப்புச் சட்டம் மற்றும் தொழில் தாவா சட்டம் ஆகிய இரண்டையும் ஆங்கிலேயே ஆட்சி கொண்டு வந்தது. இந்தக் கொடூரமான சட்டங்களை எதிர்த்துக் கம்யூனிஸ்ட் தலைவர்கள், தொழிலாளர்கள் விவசாயிகளை அணி திரட்டி மிகப்பெரிய போராட்டங்களை நடத்தினார்கள். மேலே கண்ட காரணங்களால் ஆத்திரமும் அதிர்ச்சியும் அடைந்த ஆங்கிலேய ஆட்சியினர் கம்யூனிஸ்ட் கட்சியின் பொதுவுடைமைக் கருத்துப் பரப்புரையையும், வேலை நிறுத்தப் போராட்டங்களையும் அடக்கி ஒடுக்கவும் இளம் கம்யூனிஸ்ட் தலைவர்களை சிறையில் தள்ளவும் ஆங்கிலேய ஆட்சியினர் முடிவு செய்தனர். இதன் காரணமாக கம்யூனிஸ்ட் தலைவர்களைச் சில வருடங்களுக்கு செயல் இழக்கச் செய்து அவர்களை முடமாக்கும் உள்நோக்கத்துடன் மீரட் சதி வழக்கு அவர்கள் மீது போடப்பட்டது. கம்யூனிஸ்ட் கட்சித் தலைவர்களோடு ஜவஹர்லால் நேருவுக்கிருந்த நெருக்கமான உறவால், அவரையும்

இந்த சதி வழக்கில் குற்றவாளியாகச் சேர்க்க வேண்டும் என்று உளவுப்பிரிவு அதிகாரிகள் அரசுக்குப் பரிந்துரை செய்தனர். ஆனால், நேருவைக் கைது செய்தால் ஒட்டு மொத்த இந்திய மக்களும் கொதித்து எழுவார்கள் என்ற அச்சத்தால் அன்னியர் ஆட்சி அவரது பெயரை மீரட் சதிவழக்கில் சேர்க்காமல் கைவிட்டது.

1929 மார்ச் *20*ஆம் நாள் பிரிட்டிஷ் போலீஸ் அதிகாரிகள் இயந்திரத் துப்பாக்கிகள் ஏந்திய ராணுவம் மற்றும் உளவுப் பிரிவு அதிகாரிகளுடனும் இரவோடு இரவாக லாகூர், பம்பாய், கான்பூர் மற்றும் கல்கத்தா நகரங்களில் செயல்பட்டு வந்த கம்யூனிஸ்ட் கட்சி அலுவலகங்கள் மற்றும் ஒரு சில தலைவர்கள் வசித்துவந்த வீடுகளையும் முற்றுகையிட்டனர். *31* கம்யூனிஸ்ட் தலைவர்கள், தொழிற்சங்கத் தலைவர்கள், விவசாயச் சங்கத் தலைவர்கள், தொழிலாளர் விவசாயிகள் கட்சித் தலைவர்களையும் கைது செய்தனர். அவர்கள் வசமிருந்த புத்தகங்கள், பத்திரிகைகள், கடிதப் போக்குவரத்துக் கோப்புகள் ஆகியவற்றைக் கைப்பற்றிச் சில லாரிகளில் உ.பி. மாநிலம் மீரட் நகருக்குக் கொண்டு வந்து சேர்த்தனர்.

கைது செய்யப்பட்டவர்கள் விவரம்:

அ) வங்காளத்திலிருந்து - பிலிப்ஸ் ஸ்பிராட், முஸாபர் அகமது, தாரணி கோஸ்வாமி, கோபன் சக்கரவர்த்தி, கோபால் பாஸக், ராதா ரமணன் மித்ரா, சிபுனாத் பானர்ஜி, சம்சுல் ஹுடா, கிஷோரிலால் கோஷ்;

ஆ) மாராட்டிய மாநிலத்திலிருந்து - பென் பிராட்லி, எஸ்.வி. காட்டே, எஸ்.ஏ. டாங்கே, டாக்டர் ஜி. அதிகாரி, எஸ்.எஸ். மிராஜ்கர், கே.என். ஜோக்லேக்கர், ஆர்.எஸ். நிம்ப்கார், ஏ.ஏ. ஆல்வி, ஜி.ஆர். கஸ்லே, டி.ஆர். தெங்கிடி, எம்.ஜி. தேசாய் மற்றும் எஸ்.எச். ஜாப்வாலா;

இ) உ.பி. மாநிலத்திலிருந்து - பி.சி. ஜோஷி, அயோத்தியா பிரசாத், கௌரிசங்கர், டாக்டர். விஸ்வநாத் முகர்ஜி, தரம்வீர் சிங், எல். கதம், மற்றும் சௌகத் உஸ்மானி.

ஈ) பஞ்சாப் மாநிலத்திலிருந்து - அப்துல் மஜித், சோஹன் சிங் ஜோஸ் மற்றும் கேதார்நாத் ஷெகால்.

லண்டனிலிருந்து பம்பாய் வந்த பத்திரிகையாளர் லெஸ்ட்டர் ஹட்சின்சன் கம்யூனிஸ்ட் தொழிற்சங்கத் தலைவர்கள் நடத்திய

பல்வேறு போராட்டங்கள் பற்றி ஆங்கிலப் பத்திரிகைகளில் கட்டுரைகள் எழுதி வந்ததால் சில நாட்கள் கழித்து அவரும் கைது செய்யப்பட்டு இந்தச் சதிவழக்கில் குற்றவாளியாகச் சேர்க்கப்பட்டார்.

கைது செய்யப்பட்டவர்களில் 18 பேர் மட்டுமே கம்யூனிஸ்டுகள். 7 பேர் முற்போக்கான எண்ணம் கொண்ட கம்யூனிஸ்ட் கட்சி ஆதரவாளர்கள். கைது செய்யப்படுவதற்கு மூன்று வருடங்களுக்கு முன்பே ஒவ்வொருவரும் தொழிற் சங்கங்கள், விவசாயச் சங்கங்கள் மற்றும் மாணவர் - இளைஞர் மன்றங்களில் தீவிரமாகச் செயல்பட்டு வந்தனர். எஸ்.ஏ. டாங்கே, பம்பாயில் பஞ்சாலைத் தொழிலாளர்களிடையே தீவிரமாகச் செயல்பட்டு வந்த புரட்சிகரமான சங்கமான கிர்னி காம்கர் யூனியனின் பொதுச் செயலாளராகவும், அகில இந்தியத் தொழிற்சங்கக் காங்கிரஸின் (AITUC) தேசியத் துணைச் செயலாளராகவும் செயல்பட்டு வந்தவர். மேலும் தொழிலாளர் விவசாயிகள் கட்சியில் முன்னணித் தலைவராகவும் செயல்பட்டு வந்தார். எஸ்.எஸ். மிராஜ்கர், மாராட்டிய மாநிலத்தில் தொழிலாளர்கள் விவசாயக் கட்சியின் மாநிலச் செயலாளராகச் செயல்பட்டு வந்தார். மேலும் பிரிட்டிஷ் கப்பல் கம்பனி தொழிலாளர் சங்கத்திலும் செயலாளராக செயல்பட்டு வந்தார்.

முஸாபர் அகமது, தொழிலாளர் விவசாயக் கட்சியின் வங்க மாநிலச் செயலாளராகவும், கணவாணி (மக்கள் குரல்) என்ற இதழின் ஆசிரியராகவும் செயல்பட்டு வந்தார். மேலும் கல்கத்தா நகர துப்புரவுப் பணியாளர் சங்கத்தின் துணைத் தலைவராகவும் செயல்பட்டு வந்தார். தாரணி கோஸ்வாமி மற்றும் கோபன் சக்கரவர்த்தி, வங்க மாநில இளைஞர் மன்றத் தலைவராகவும், விவசாயிகள் சங்கத் தலைவராகவும் தீவிரமாகச் செயல்பட்டனர். டாக்டர். ஜி அதிகாரி ஜெர்மனியில் அறிவியல் ஆராய்ச்சிப் பட்டம் பெற்று நாடு திரும்பியவுடன் பம்பாயில் பஞ்சாலைத் தொழிலாளர்களுடன் தங்கி அவர்களிடையே சோவியத் ரஷ்யப் புரட்சி பற்றியும் மார்க்சியத் தத்துவம் குறித்தும் பல பிரசுரங்கள் எழுதிக் கருத்துப் பரப்புரை செய்து வந்தவர். எம்.ஜி. தேசாய், சோசலிசக் கருத்துக்களால் ஈர்க்கப்பட்டு பம்பாயில் தலைசிறந்த பத்திரிகையாளராகவும், ஸ்பார்க் என்ற ஆங்கில இதழை கம்யூனிஸ்ட் கட்சிக்கு ஆதரவாகவும், தொழிற்சங்க போராட்டங்களுக்கு ஆதரவாகவும் நடத்தி வந்தார். கே.எம். ஜோக்லேக்கரும், ஆர்.எஸ். நிம்ப்காரும் அகில இந்தியக் காங்கிரஸ் கட்சியின் தேசியப் பொதுக்

குழு உறுப்பினர்களாகவும் மற்றும் தொழிலாளர் விவசாய கட்சியின் மாராட்டிய மாநிலத் தலைவர்களாகவும் தீவிரமாகச் செயல்பட்டு வந்தார்கள்.

இந்தியாவில் தொழிற்சங்க இயக்கத்தை கட்டுவதற்குப் பயிற்சி கொடுப்பதற்காகவும், தொழிலாளர்களின் வேலை நிறுத்தப் போராட்டங்களுக்கு வழி காட்டவும். இங்கிலாந்து நாட்டின் தொழிற்சங்க இயக்கத்தின் முக்கியத் தலைவர்களான பெஞ்சமின் பிரான்சிஸ் பிராட்லி, பிலிப்ஸ் ஸ்பிராட் மற்றும் பத்திரிகையாளர் லெஸ்ட்டர் ஹட்சின்சன் ஆகியோர் இந்தியா வந்து தொழிலாளர்களிடையே தங்கியிருந்து பல தொழிலாளர்கள் போராட்டங்களைத் தலைமை தாங்கி நடத்தினார்கள். பிராட்லி பம்பாயில் G.I.P. ரயில்வே தொழிலாளர் சங்கத்தின் முக்கிய பொறுப்பாளராகவும், லட்சக்கணக்கான பஞ்சாலைத் தொழிலாளர்களை உறுப்பினர்களாகக் கொண்ட கிர்னி காம்கர் சங்கத்தில் முன்னணிப் பொறுப்பிலும் செயல்பட்டு வந்தார். பிலிப்ஸ் ஸ்பிராட் கல்கத்தாவில் தங்கியிருந்து சணல் ஆலைத் தொழிலாளர்கள் மற்றும் ரயில்வே தொழிலாளர்கள் தொழிற்சங்கத்தினைக் கட்டுவதில் முன்னணியிலிருந்து செயல்பட்டு வந்தார். அவர் எழுதிய "இந்தியாவும் சீனாவும்" என்ற புத்தகத்திற்கு பிரிட்டிஷ் அரசாங்கம் தடை விதித்து அவர் மீது பம்பாய் உயர்நீதிமன்றத்தில் ஏற்கனவே வழக்கு தொடுத்திருந்தது. முகமதலி ஜின்னா இந்த வழக்கில் பம்பாய் உயர்நீதிமன்றத்தில் இலவசமாக ஆஜராகி அவருக்கு விடுதலை பெற்றுத் தந்தார். ஸ்பார்க் ஆங்கில இதழின் ஆசிரியராக இருந்த எம்.ஜி. தேசாய் கைது செய்யப்பட்ட பின்னர் அந்த இதழுக்கு ஆசிரியர் பொறுப்பேற்று தொடர்ந்து நடத்திய காரணத்தால் அவரும் மீரட் சதி வழக்கில் பின்னர் குற்றவாளியாகச் சேர்க்கப்பட்டார்.

பஞ்சாப் மாநிலத்திலிருந்து மீரட் சதிவழக்கில் கைது செய்யப்பட்ட சோகன் சிங் ஜோஷ் தொழிலாளர் விவசாயக் கட்சியின் கல்கத்தா மாநாட்டிற்கு தலைமை தாங்கியதுடன் அந்தக் கட்சியின் பஞ்சாப் மாநிலத் தலைவராகவும் செயல்பட்டார். மேலும், பகத்சிங் மற்றும் சந்திரசேகர ஆசாத் தலைமை தாங்கி நடத்தி வந்த நவஜவான் பாரத் சபா அமைப்பின் பஞ்சாப் மாநிலத் தலைவராகவும் தீவிரமாகச் செயல்பட்டார். தோழர் அப்துல் மஜித் அச்சுத் தொழிலாளர் சங்கம் மற்றும் பல்வேறு தொழில்களில் தொழிற்சங்கத்

தலைவராகவும் தீவிரமாகச் செயல்பட்டு வந்தார். அவர் 1920 லேயே ரகசியமாக மாஸ்கோ சென்றவர். தாஷ்கண்ட் ராணுவப் பயிற்சிப் பள்ளியில் ஆயுதப் பயிற்சியும், மாஸ்கோவில் 'கிழக்கு நாடுகள் பாட்டாளிகள் பல்கலைக்கழகத்தில்' மார்க்சியக் கல்வியும் பெற்று இந்தியா திரும்பியவர். பெஷாவார் கம்யூனிஸ்ட் சதிவழக்கில் ஏற்கனவே தண்டிக்கப்பட்டவர். சௌகத் உஸ்மானியும் அவருடன் மாஸ்கோ சென்று திரும்பியவர். அவரும் ஏற்கனவே பெஷாவர் கம்யூனிஸ்ட் சதிவழக்கில் தண்டனை அடைந்தவர்.

உ.பி. மாநிலத்திலிருந்து கைது செய்யப்பட்ட பி.சி. ஜோஷி (பிற்காலத்தில் 1936 முதல் 1947 வரை 12 ஆண்டு காலம் இந்தியக் கம்யூனிஸ்ட் கட்சியின் பொதுச் செயலாளர்) அலகாபாத் பல்கலைகழகத்தில் சட்டக் கல்லூரி மாணவனாகப் படித்துக் கொண்டிருந்தார். தொழிலாளர் விவசாயிகள் கட்சியில் உ.பி. மாநிலத் தலைவராகவும் செயல்பட்டு வந்தார். கிராந்திகாரி (புரட்சி) என்ற இந்தி மொழி இதழையும் ஆசிரியராக இருந்து நடத்தி வந்தார். எஸ்.எச். ஜாப்வாலா பம்பாய் மாநிலத்தில் 50 தொழிற்சங்கங்களின் தலைவராக இருந்து செயல்பட்டு வந்தார். அவர் தொழிற்சங்கங்களின் தந்தை என்று அழைக்கப்பட்டவர். டி.ஆர். தெங்காடி என்ற கம்யூனிஸ்ட் தோழர் AITUC தொழிற்சங்கத்தின் முன்னணித் தலைவராகவும், தொழிலாளர் விவசாயிகள் கட்சியின் செயலாளராகவும் செயல்பட்டார். கல்கத்தாவிலிருந்து கைது செய்யப்பட்ட வழக்கறிஞர் கிசோரிலால் கோஷ் பத்திரிகையாளராகவும் செயல்பட்டு வந்தார். இவ்வாறே கேதாரிநாத் செகால் பஞ்சாபில் நவஜவான் பாரத் சபாவிலும் பல்வேறு தொழிற்சங்கங்களிலும் தீவிரமாகச் செயல்பட்டவர்.

தொழிலாளர் போராட்டங்களையும் விவசாயிகள் போராட்டங்களையும் தலைமை தாங்கி நடத்தி வந்த இளம் கம்யூனிஸ்ட் தலைவர்களைக் கைது செய்வதற்கு முக்கியமான காரணம்: கொஞ்ச காலத்திற்கு இந்தத் தொழிலாளர் விவசாயிகள் இயக்கங்களை செயல்படாமல் முடக்குவதுதான். மேலும் வளர்ந்து வந்த கம்யூனிஸ்ட் கட்சியின் கொள்கைகள் இந்திய அரசியலுக்கும், மக்களுக்கும் ஒத்துவராதவை என்று அவதூறுப் பிரச்சாரம் செய்யும் உள்நோக்கத்தையும் கொண்டதாகும்.

கம்யூனிஸ்ட் மற்றும் முன்னணித் தொழிற்சங்கத் தலைவர்கள் 1929 மார்ச் 20 ந் தேதி இரவோடு இரவாக துப்பாக்கி முனையில் கைது செய்யப்பட்டதைக் கண்டித்து பம்பாய், ஆமதாபாத், சென்னை, கான்பூர், லாகூர், கல்கத்தா நகரங்களில் பஞ்சாலை ரயல்வே மற்றும் சணல் ஆலைகளில் தொழிலாளர்கள் வேலை நிறுத்தத்தில் குதித்தார்கள். அவர்கள் விடுதலையை வலியுறுத்திக் கண்டனப் பேரணிகளை நடத்தினார்கள்.

டெல்லி மத்திய சட்டசபைக் கூட்டத்தில் மோதிலால் நேரு, மீரட் சதி வழக்குக் கைதிகளை விடுவிக்க வேண்டும் என்ற தீர்மானத்தைக் கொண்டுவந்தார். அரசு தரப்பில் அதற்கு ஒத்துக் கொள்ளவில்லை. தீர்மானம் முறியடிக்கப்பட்டது.

குற்றச்சாட்டுகளும் விசாரணையின் தொடக்கமும்

1929 ஜுன் 12ஆம் நாள் மீரட் நகர குற்றவியல் நீதிமன்ற நீதிபதி மில்னர் ஒயிட் முன்னிலையில் 31 எதிரிகள் மீது குற்றப்பத்திரிகை தாக்கல் செய்யப்பட்டது. குற்றப் பத்திரிகையின் சாரம்: (1) ரஷ்ய நாட்டில் ‘கம்யூனிஸ்ட் அகிலம்’ என்ற பெயரில் ஒரு அமைப்பு செயல்பட்டு வருகிறது. உலக நாடுகளில் ஜனநாயக முறையில் சட்டப்படி அமைந்துள்ள அரசாங்கங்களை ஆயுதப் புரட்சி மூலம் தூக்கியெறிந்துவிட்டு, அந்த இடத்தில் மாஸ்கோவின் உத்தரவுப்படி அவர்கள் சொல்லுகிற சோவியத் குடியரசு பாணியிலான கம்யூனிஸ்ட் அரசாங்கங்களை அமைப்பதற்கு எதிரிகள் கூட்டாகச் சதி செய்து செயல்பட்டார்கள். (2) மாஸ்கோவில் இயங்கி வந்த கம்யூனிஸ்ட் அகிலத்தின் வழிகாட்டுதலின் கீழ் இந்தியக் கம்யூனிஸ்ட் கட்சித் தலைவர்கள் தங்கள் தலைமையில் செயல்படும் பல்வேறு தொழிற்சங்கங்கள், விவசாயச் சங்கங்கள் மற்றும் மாணவர், இளைஞர் அமைப்புகள் மூலம் இந்தியாவில் பிரிட்டிஷ் மன்னரின் ஆட்சியதிகாரத்தை வன்முறைப் புரட்சி மூலம் தூக்கியெறிய வேண்டுமென்று எதிரிகள் பிரச்சாரம் செய்து வந்தார்கள். ரஷ்யக் கம்யூனிஸ்ட் அகிலத்தின் கீழ் செயல்பட்டு வரும் இங்கிலாந்து கம்யூனிஸ்ட் கட்சி மற்றும் சர்வதேச சிவப்புத் தொழிற்சங்கச் சம்மேளனம் ஆகியவை செயல்பட்டு வருகின்றன. இவர்களின் வழிகாட்டுதலில் இந்தியக் கம்யூனிஸ்ட் கட்சித் தலைவர்களும் சதித் திட்டம் தீட்டி அரசுக்கெதிராகச் செயல்பட்டு வந்தார்கள். (3) இந்தியக் கம்யூனிஸ்ட் கட்சித் தலைவர்கள் தலைமையில் செயல்பட்டு

வந்த தொழிற்சங்கங்கள் மூலம் பொது வேலை நிறுத்தம் செய்தும், தொழிலாளர்கள் மற்றும் விவசாயிகளை ஆயுதம் தாங்கிய புரட்சிகளில் ஈடுபடவும் தூண்டி, எதிரிகள் சதித் திட்டம் தீட்டிச் செயல்பட்டு வந்தார்கள். முதலாளிகளுக்கும் தொழிலாளர்களுக்குமிடையில் திட்டமிட்டு பகைமை உணர்வைத் தூண்டிவிட்டார்கள். இதன் மூலம், ஆட்சியை பலவந்தமாகக் கவிழ்க்கவும் சதிச்செயல்களில் ஈடுபட்டார்கள்.

மேற்கண்ட லட்சியங்களை நிறைவேற்றுவதற்கு, குற்றம் சாட்டப்பட்ட கம்யூனிஸ்ட் தலைவர்கள், தொழிலாளர் விவசாயிகள் கட்சி, மாணவர் இளைஞர் மன்றங்கள் மற்றும் தொழிற்சங்கங்கள் போன்ற அமைப்புகளைத் தங்களுடைய சதித் திட்டத்திற்குப் பயன்படுத்திக் கொண்டார்கள். முக்கியமான தொழில் நகரங்களில் வேலை நிறுத்தங்களையும் தூண்டிவிட்டார்கள். இந்த நாட்டின் அரசாங்கத்திற்கு எதிராகப் போராடி வரும் இந்திய தேசிய காங்கிரஸ் அமைப்புக்குள் ஊடுருவி அந்த அமைப்புகளைக் கம்யூனிஸ்டுகள் கைப்பற்றி, அரசுக்கு எதிராகத் திருப்பும் முயற்சிகளைச் செய்தார்கள்.

*(4)1921*ஆம் ஆண்டில் மாஸ்கோவில் செயல்பட்டு வந்த கம்யூனிஸ்ட் அகிலத்தின் கிளை அமைப்பை இந்தியாவில் உருவாக்க முடிவு செய்து, குற்றம் சாட்டப்பட்ட எதிரிகளில் எஸ்.ஏ. டாங்கே, சௌகத் உஸ்மானி, முஸாபர் அகமது மற்றும் எதிரிகள் சதித் திட்டத்தில் ஈடுபட்டார்கள். மாட்சிமை பொருந்திய பிரிட்டிஷ் சக்கரவர்த்தியின் ஆட்சி அதிகாரத்தை சட்ட விரோதமாக ஆயுதந் தாங்கிய போராட்டங்கள் மூலம் தட்டிப் பறிக்க சதி செய்ததாகவும், *(5)* மாஸ்கோ கம்யூனிஸ்ட் அகிலத்தின் வழிகாட்டுதலில் இயங்கிய பிலிப்ஸ் பிராட் மற்றும் பெஞ்சமின் பிரான்சிஸ் பிராட்லி (பென் பிராட்லி) ஆகிய இங்கிலாந்து கம்யூனிஸ்டுகள் தங்கள் நோக்கங்களை நிறைவேற்றுவதற்காக மற்ற இந்திய நாட்டு எதிரிகளுடன் இணைந்து செயல்பட்டார்கள்.

குற்றம் சாட்டப்பட்ட எதிரிகள் அனைவரும் இந்தியாவில் பல்வேறு நகரங்களில் வசித்து வந்தார்கள். இந்தியாவிற்குள்ளும் வெளிநாட்டுகாரர்களுடன் ரகசியத் தொடர்பு கொண்டு சதித் திட்டம் தீட்டி இந்தியாவில் பிரிட்டிஷ் மன்னரின் ஆட்சியைக் கவிழ்ப்பதற்குச் செயல்பட்டார்கள். இதற்காகத் தொழிலாளர்கள், விவசாயிகள் மாணவர்கள், இளைஞர்கள்

மற்றும் இதர மக்களிடம் கம்யூனிசப் பிரசாரத்தை மேற்கொண்டார்கள்.

குற்றம் சாட்டப்பட்ட எதிரிகள் பிரிட்டிஷ் இந்தியாவிற்குள்ளும் வெளியேயும் பல இடங்களில் சந்தித்து தங்களது நோக்கங்களை நிறைவேற்றிக் கொள்ள சதித் திட்டத்தில் ஈடுபட்டார்கள். மீரட் நகரிலும் சந்தித்து சதித் திட்டம் தீட்டினார்கள். தங்களது சதித் திட்டத்தை நிறைவேற்றுவதற்கு மீரட் நகரிலும் தொழிலாளர் மற்றும் விவசாயி கட்சியைத் தொடங்கி, உ.பி. அதன் மாநில மாநாட்டை நடத்தினார்கள்.

குற்றம் சாட்டப்பட்ட எதிரிகள் மீரட் நகரிலும் சந்தித்து மாட்சிமை பொருந்திய மன்னரின் ஆட்சியைச் சட்ட விரோதமாக தூக்கியெறிவதற்கு சதித் திட்டம் தீட்டிய காரணத்தால் அவர்கள் அனைவரும் இந்திய தண்டனைச்சட்டம் பிரிவு 121 (A) ன் கீழ் (அரசாங்கத்திற்கு எதிராக போர் தொடுத்தல்) குற்றம் இழைத்தவர்களாகக் கருதி இந்த நீதிமன்றம் அவர்களுக்கு தண்டனை வழங்க வேண்டும் என்று குற்றப்பத்திரிகையில் காட்டப்பட்டிருந்தது.

குற்றஞ்சாட்டப்பட்ட 32 எதிரிகளில் தரம்வீர் சிங் (உ.பி. மாநிலம்) தான் அஹிம்சை தத்துவத்தில் நம்பிக்கையுடைய காந்தியவாதி என்று கூறி மன்னிப்புக் கேட்டு மனு தாக்கல் செய்ததால், அவரை மட்டும் நீதிபதி மன்னித்து வழக்கிலிருந்து விடுவித்தார்..

மாவட்டத் துணை நீதிபதி மில்னர் ஒயிட் முன்னிலையில் 1929 ஜூன் 12ஆம் நாள் சதி வழக்கு விசாரணை தொடங்கியது. அன்று ஜவஹர்லால் நேரு வழக்கறிஞர் உடையில் நீதிமன்றத்தில் எதிரிகளுக்காக ஆஜரான போது மிகுந்த பரபரப்பு ஏற்பட்டது. ஏனெனில் லண்டனில் பாரிஸ்டர் பட்டம் பெற்று இந்தியா திரும்பியதும் அவர் தீவிரமாக சுதந்திரப் போராட்டத்தில் தன்னை ஈடுபடுத்திக் கொண்டதால் எந்த நீதிமன்றத்திலும் அவர் எந்த வழக்கிலும் வாதாடியதில்லை. முதன்முறையாக கம்யூனிஸ்ட் தலைவர்களுக்கு ஆஜரானதால் இந்தியாவில் மட்டுமல்லாது இங்கிலாந்து மற்றும் ஐரோப்பிய நாடுகளில் மீரட் சதி வழக்குக்கு மிகப்பெரிய விளம்பரம் கிடைத்தது. மேலும் அவர் AITUC தொழிற்சங்கத்தின் தேசீயத் தலைவராகவும், காங்கிரஸ் கட்சியின் பொதுச் செயலாளராகவும் இருந்தார்.

குற்றஞ் சாட்டப்பட்டவர்களுக்கு வழக்கறிஞர்களை நியமிக்கவும், இதர நீதிமன்ற செலவுகளுக்கும் நிதி திரட்டவும் காங்கிரஸ் கட்சி "மீரட் வழக்கு பாதுகாப்புக் குழுவை" நியமித்தது. அந்த குழுவின் தலைவர் மோதிலால் நேரு. மகன் ஜவஹர்லால் நேரு செயலாளர். இவர்களுக்கு உதவி புரிய காங்கிரஸ் தலைவர் எம்.ஏ. அன்சாரி தலைமையில் இன்னொரு குழுவையும் காங்கிரஸ் கட்சி நியமித்தது. அதில் நேரு, சவுத்திரி ரகுபீர் நாராயண சிங், பியாரிலால் சர்மா, டாக்டர் முகமது ஆலம் லாலா ஆகிய தலைவர்கள் உறுப்பினர்களாக இருந்து செயல்பட்டனர்.

மீரட் சதிவழக்கு விசாரணையில் கம்யூனிஸ்ட் தலைவர்களைப் பாதுகாக்க மக்கள் தாராளமாக நிதியுதவி செய்ய வேண்டும் என்று காங்கிரஸ் தலைவர்கள் மோதிலால் நேரு, மதன் மோகன் மாளவியா, சீனிவாச அய்யங்கார், எம்.ஏ. அன்சாரி, என்.சி. கேல்கர் ஆகிய நாடறிந்த தலைவர்கள் வேண்டுகோள் விடுத்தனர். பொது மக்களும், தொழிலாளர்கள் விவசாயிகளும் வழக்கு நிதிக்கு வாரி வழங்கினார்கள்.

மேற்கண்ட 8 குற்றச்சாட்டுகள் மீது மீரட் நீதிபதி மில்னர் ஒயிட் முன்பு சுமார் 7 மாதம் ஆரம்பகட்ட விசாரணை நடைபெற்றது. 31 எதிரிகள் மீது சாட்டப்பட்ட குற்றச்சாட்டுகள் மீது மீரட் மாவட்டத் துணை நீதிபதி மில்னர் ஒயிட் முன்னிலையில் அரசாங்கத்தின் சிறப்பு வழக்கறிஞர் லாங்போர்டு ஜேம்ஸ், தொடர்ந்து 7 நாட்கள் தனது வாதங்களை முன்வைத்தார். எதிரிகள் மீது சாட்டப்பட்ட குற்றச்சாட்டுகள் மீது தனது வாதங்களை அழுத்தம் திருத்தமாக வைப்பதற்குப் பதிலாக, அவர் மார்ச்சியத் தத்துவத்தின் மீதும், இந்தியக் கம்யூனிஸ்ட் கட்சியின் கொள்கைகள், திட்டங்கள், அவர்களது நடைமுறை அரசியல் மீதும், சோவியத் ரஷ்யா மீதும், கம்யூனிஸ்ட் தத்துவத்தின் பிதாமகன் காரல் மார்க்ஸ் மீதும் ஏங்கல்ஸ் மற்றும் மாமேதை லெனின் மீதும் சரமாரியாக வசைமாரி பொழிந்தார். மார்ச்சீயத் தத்துவத்தை இழிவுப்படுத்தியதுடன், இந்தத் தத்துவம் இந்திய மண்ணுக்கு ஒத்துவராது என்றும் வாதாடினார்.

மேலும், கம்யூனிசத் தத்துவம் மக்களின் மதநம்பிக்கைக்கு விரோதமானது என்றும், ஒருவனுக்கு ஒருத்தி என்ற திருமணமுறைக்கு எதிரானது என்றும், நாகரிகமான குடும்ப அமைப்புக்கே எதிரானது என்றும், ஒரு நாட்டின் வழிவழி வந்த பாரம்பரியம், கலாசாரம் மற்றும் பண்பாடுகளுக்கு

எதிரானது என்றும் குற்றஞ்சாட்டி வாதாடினார். இந்த வழக்கில் குற்றம் சாட்டப்பட்ட எதிரிகள் அனைவரும் தேசவிரோதிகள் என்றும், அவர்களுக்கு நாட்டுப்பற்று சிறிதும் இல்லையென்றும், அவர்கள் சோவியத் ரஷ்யாவிடமிருந்து நிதியுதவி பெற்று வரும் ஏஜண்டுகள் என்றும், அவ்வாறு பெற்ற பணத்தைக் கொண்டு இந்த நாட்டில் தொழிலாளர்கள், விவசாயிகள் அனைவரையும் தூண்டிவிட்டு ஆயுதம் தாங்கிய போராட்டத்தின் மூலம் மாட்சிமை பொருந்திய இங்கிலாந்து மன்னரின் ஆட்சியைச் சட்டவிரோதமாகவும், பலவந்தமாகவும் தூக்கியெறியவும் சதிச்செயலில் ஈடுபட்டார்கள் என்றும், மொத்தத்தில் மார்க்சீயத் தத்துவமே மனித குலத்திற்குப் பேரழிவை உண்டாக்கும் ஒரு மோசமான தத்துவம் என்றும் தனது வாதங்களை முன் வைத்தார். “இவர் அரசு வழக்கறிஞரா அல்லது கம்யூனிஸ்ட்டுகளைக் கண்டிக்க நடத்தப்படும் பொதுக்கூட்டச் சொற்பொழிவாளரா?” என்று ஜவஹர்லால் நேரு நீதிமன்றத்திலேயே கிண்டல் செய்தார்.

அரசு வழக்கறிஞரின் இத்தகைய கம்யூனிசத் தத்துவ விரோதக் கருத்துகளை பல அரசு ஆதரவு முதலாளித்துவப் பத்திரிகைகள் இந்தியாவிலும், வெளிநாடுகளிலும் வெளியிட்டன. அவற்றைப் படித்த மக்களிடம் கம்யூனிசத் தத்துவத்தின் மீது எதிர்ப்பும், வெறுப்பும் ஏற்படுவதற்குப் பதிலாக அந்தத் தத்துவத்தை மேலும் தெரிந்து கொள்ள வேண்டுமென்ற ஒரு ஆர்வத்தை உண்டாக்கியது என்று சொல்லலாம். மேலும் லாங்போர்டு ஜேம்ஸ் வாதங்கள், இங்கிலாந்து மற்றும் ஐரோப்பிய நாடுகளின் பத்திரிகைகளில் பரவலாகப் பிரசுரிக்கப்பட்டு, மீரட் சதிவழக்கின் மூலம் பிரிட்டிஷ் அரசாங்கம் இந்திய கம்யூனிஸ்ட் கட்சித் தலைவர்களையும் அவர்களுடன் இணைந்து வேலை செய்த தொழிற்சங்கத் தலைவர்களையும் பழிவாங்கும் கெட்ட உள்நோக்கம் கொண்ட பொய் வழக்கு என்ற உண்மையும் அம்பலமானது என்றும் சொல்லலாம்.

மீரட் சதிவழக்கு விசாரணையின் தொடக்கம் முதலே பிரிட்டிஷ் அரசாங்கத்தின் அடக்குமுறையைக் கண்டித்தும், சதிவழக்கின் உள்நோக்கத்தை அம்பலப்படுத்தியும் இங்கிலாந்து கம்யூனிஸ்ட் தலைவர்கள் ரஜனி பாமிதத், சக்லத்வாலா, வெட்ஜ்வுட் மற்றும் பலர் இங்கிலாந்து கம்யூனிஸ்ட் கட்சியின் பத்திரிகைகளான *Daily Worker, Monthly Receiver* மற்றும் இதர பத்திரிகைகளிலும் விரிவான கட்டுரைகளை எழுதி மீரட் கைதிகளுக்கு ஆதரவாக இங்கிலாந்து நாட்டுப் பொதுமக்கள் மற்றும்

தொழிலாளர்களிடையே விழிப்புணர்வை ஏற்படுத்தினார்கள். மீரட் கைதிகளை விடுதலை செய்யக் கோரி பல்வேறு நகரங்களில் தொழிலாளர்கள் கண்டன ஆர்ப்பாட்டங்களை நடத்தினார்கள். இங்கிலாந்து நாட்டின் பாராளுமன்றத்தில் திருமதி. லீ M.P மற்றும் சில நாடாளுமன்ற உறுப்பினர்கள் மீரட் சதிவழக்கைக் கண்டித்துப் பேசினார்கள். இங்கிலாந்து நாட்டில் கம்யூனிஸ்ட் கட்சி சட்டப்பூர்வமாக இயங்குவதற்கும், அதன் உறுப்பினர்கள் நாடாளுமன்ற தேர்தலில் போட்டியிடுவதற்கும் உரிமை இருக்கும் போது, இந்தியாவில் மட்டும் கம்யூனிஸ்ட் கட்சி செயல்படக் கூடாது என்று தடை விதிப்பதற்கு பிரிட்டிஷ் ஆட்சியாளர்களுக்கு சட்டப்படி எந்தவிதமான உரிமையும் கிடையாது என்றும் வலியுறுத்தி பேசினார்கள். இங்கிலாந்து கம்யூனிஸ்ட் கட்சித் தலைவர்கள் மீரட் கைதிகளின் பாதுகாப்புக் குழு என்ற அமைப்பைத் தொடங்கி, அதன் மூலம் இங்கிலாந்து நாட்டுத் தொழிலாளர்களிடம் நிதி வசூல் செய்து மீரட் சதிவழக்கை நடத்துவதற்கு உதவி செய்தார்கள். அதைப் போலவே சோவியத் ரஷ்ய நாட்டிலும் தொழிலாளர்கள் பல்வேறு நகரங்களில் பிரிட்டிஷ் அரசாங்கத்தின் மீரட் சதி வழக்கைக் கண்டித்தும், மீரட் கைதிகளை உடனே விடுதலை செய்யக் கோரியும் பிரமாண்டமான ஆர்ப்பாட்டங்களை நடத்தினார்கள். மீரட் சதிவழக்கை நடத்துவதற்கும் நிதி வசூல் செய்தும் உதவினார்கள்.

1924ஆம் ஆண்டில் பிரிட்டிஷ் அரசாங்கம் கம்யூனிஸ்ட் தலைவர்கள் எஸ்.ஏ. டாங்கே, முஸாபர் அகமது, சௌகத் உஸ்மானி மற்றும் நளினி குப்தா ஆகியோருக்கு தண்டனை வழங்கிய கான்பூர் கம்யூனிஸ்ட் சதிவழக்கைவிட, மீரட் சதிவழக்கு உலகின் பல்வேறு நாடுகளில் உழைப்பாளி மக்கள், ஜனநாயக சக்திகள் மற்றும் அறிஞர்களின் கவனத்தைப் பரவலாகப் பெற்றது குறிப்பிடத்தக்கது ஆகும்.

மேல்விசாரணைக்காக மீரட் சதிவழக்கு மாவட்ட செசன்சு நீதிமன்றத்திற்கு 1930 ஜனவரி இரண்டாவது வாரத்தில் மாற்றப்பட்டது. அந்தக் காலத்தில் செசன்சு நீதிமன்றங்களில் நீதிபதிக்கு உதவி செய்ய, பொது மக்களின் பிரதிநிதிகளாக ஒரு சிலரை அரசாங்கமே தேர்வு செய்து நியமிப்பது வழக்கமாகும். இவ்வாறு நியமிக்கப்பட்ட பிரதிநிதிகளுக்கு ஜுரி (Jury) என்று பெயர். நீதிமன்றத்தில் விசாரிக்கப்படும் சாட்சியத்தின் அடிப்படையில் ஜுரி என்று அழைக்கப்படும் இந்த நடுவர்கள், நீதிபதியின் தீர்ப்புக்கு மாறாகவும் எதிராகவும் தீர்ப்புச் சொல்ல

சட்டப்படி அதிகாரம் கொடுக்கப்பட்டிருந்தது. கம்யூனிஸ்ட் தலைவர்கள் மீது தொடுக்கப்பட்ட சதிவழக்கை பம்பாய் அல்லது கல்கத்தா செசன்சு நீதிமன்றத்தில் அரசு நடத்தியிருந்தால் அந்த செசன்சு நீதிமன்றங்களில் பொதுமக்களின் பிரதிநிதிகளான நடுவர்களும் (*Jury*) இருந்திருப்பார்கள். மீரட் சதிவழக்கில் முக்கியமான சம்பவங்கள் அனைத்தும் பம்பாய் மற்றும் கல்கத்தா நகரங்களில் நடந்தவை. பிரிட்டிஷ் ஆட்சியாளர்கள் திட்டமிட்டு உள்நோக்கத்துடன் மீரட் சதிவழக்கை நடுவர்களே (ஜுரிகள்) இல்லாத மீரட் மாவட்ட செசன்சு நீதிமன்றத்தில் வழக்கை நடத்தினார்கள். இந்திய மக்களின் பிரதிநிதிகளாக நடுவர்கள் நீதிபதியோடு அமர்ந்து தீர்ப்புச் சொன்னால், அரசின் உள்நோக்கம் நிறைவேறாதல்லவா?

ஜுரிகள் இல்லாத மீரட் செசன்சு நீதிமன்றத்தில் இந்த சதி வழக்கை நடத்தக் கூடாது என்றும், பொது மக்களின் பிரதிநிதிகளான ஜுரிகள் இருக்கும் பம்பாய் அல்லது கல்கத்தா செசன்சு நீதிமன்றத்துக்கு வழக்கை மாற்றி விசாரணையை நடத்த வேண்டும் என்றும் கேட்டு, குற்றம் சாட்டப்பட்டவர்கள் சார்பில் தலைசிறந்த காங்கிரஸ் தலைவர்கள் வழக்கறிஞர்கள் மோதிலால் நேருவும், தேஜ் பகதூர் சப்ரு ஆகிய இருவரும் அலாகாபாத் உயர்நீதிமன்றத்தில் ரிட் மனு தாக்கல் செய்தார்கள். ஆனால் அந்த ரிட் மனு தள்ளுபடி செய்யப்பட்டது.

மீரட் செசன்சு நீதிமன்றத்தில் சதிவழக்கின் விசாரணை

மீரட் மாவட்ட செசன்சு நீதிபதி ஆர்.எல். யார்க் I.C.S. முன்னிலையில் 1930 ஜனவரி 15ஆம் நாள் இறுதிக்கட்ட வழக்கு விசாரணை தொடங்கியது. அரசாங்கத் தரப்பில் வெளிநாடுகளைச் சேர்ந்த 13 சாட்சிகள் உட்பட 281 சாட்சிகள் விசாரிக்கப்பட்டார்கள். அவர்களது சாட்சியம் மட்டும் 900 பக்கங்களில் பதிவு செய்யப்பட்டன, (25 தொகுப்புகள்) அரசாங்கத் தரப்பில் குற்றச்சாட்டை நிரூபிக்க 4859 ஆவணங்கள் தாக்கல் செய்யப்பட்டன. காரல் மார்சும் ஏங்கல்சும் இணைந்து 1948இல் நடத்திய நியூ ரைன்லாந்து கெஜட் என்ற பத்திரிகையை தடை செய்வதற்காக ஜெர்மனி நாட்டின் கோலோன் நகரில் அவர்கள் மீது அரசாங்கம் ஒரு சதிவழக்கைத் தொடுத்தது. அந்த வழக்கில் காரல் மார்சும், ஏங்கல்சும் நேரில் ஆஜராகி வாதாடியதுடன் நீதிமன்றததையே தங்களது கம்யூனிசத் தத்துவத்தையும் வேலைத் திட்டத்தையும்

பரப்புரைச் செய்வதற்கான மேடையாகப் பயன்படுத்திக் கொண்டார்கள்.

மீரட் சதிவழக்கு கம்யூனிஸ்ட் கைதிகளும் மேற்கண்ட கோலோன் சதி வழக்கை நடத்திய காரல் மார்க்ஸ், ஏங்கல்ஸ் ஆகிய மேதைகளையே முன்னுதாரணமாகக் கொண்டு அரசு தரப்புச்சாட்சிகளை வழக்கறிஞர்கள் யாரையும் வைத்துக் கொள்ளாமல் தாங்களே குறுக்கு விசாரணை செய்தனர். மாபெரும் ரஷ்யப் புரட்சியையும், இந்தியக் கம்யூனிஸ்ட் கட்சியின் திட்டம் மற்றும் கொள்கைகளையும், சோசலிசம் மற்றும் கம்யூனிஸ்ட் ஆட்சி இந்தியாவில் அமைய வேண்டிய அவசியம் பற்றியும் விரிவாகப் பரப்புரை செய்வதற்கான மேடையாக நீதிமன்றத்தைப் பயன்படுத்திக் கொண்டனர். குற்றஞ்சாட்டிய ஆங்கிலேய ஆட்சியாளர்கள் மீதே குற்றஞ் சுமத்தி குற்றவாளிக் கூண்டிலே நிறுத்தினார்கள்.

அரசுதரப்பு சாட்சியம் முடிந்த பின்னர், சதிக் குற்றஞ்சாட்டப்பட்ட எதிரிகள் சார்பில் கம்யூனிஸ்ட் தலைவர்கள் நீதிமன்ற விசாரணையில் கூட்டாகவும், தனித்தனியாகவும் கொடுத்த வாக்குமூல அறிக்கைகள் மட்டும் 3092 பக்கங்களில் பதிவு செய்யப்பட்டன. (மொத்தம் 4 தொகுப்புகள்) சுமார் 3 வருடங்களாக நடைபெற்ற நீதிமன்ற விசாரணையின் இறுதியில் 1933 ஜனவரி 16ஆம் நாள் தீர்ப்பு வழங்கப்பட்டது. நீதிபதியின் தீர்ப்பு 626 பக்கங்களில் தட்டச்சு செய்யப்பட்டு படிக்கப்பட்டது. (2 தொகுப்புகள்) இந்தத் தீர்ப்பை எழுதவே நீதிபதி 5 மாதங்கள் எடுத்துக் கொண்டார். அன்னிய ஆட்சியாளர்களின் நீதிமன்ற வரலாற்றில் நடைபெற்ற வழக்குகளிலேயே இந்த சதிவழக்குத்தான் மிகப் பெரிய வழக்காகும்.

ஆரம்பகட்ட விசாரணையை நடத்திய நீதிபதி மில்னர் ஒயிட் கம்யூனிஸ்ட் கைதிகளிடம் பரிவுடன் நடந்து கொண்டார். அரசுதரப்பு வழக்கறிஞரின் குற்றச்சாட்டுகளுக்கும், வாதங்களுக்கும் பதில் சொல்லவும், தங்கள் தரப்பு நியாயங்களை நீதிமன்றத்தில் எடுத்துரைக்கவும், எழுத்து மூலமான வாக்குமூல அறிக்கைகளைத் தாக்கல் செய்யவும், இந்தியாவிலும், இங்கிலாந்திலிருந்தும் தங்களுக்குத் தேவைப்படும் சில முக்கியமான புத்தகங்களை அரசாங்கமே செலவு செய்து வரவழைத்துக் கொடுக்க உத்தரவிட வேண்டுமென்று கேட்டு, புத்தகங்களின் பட்டியல் ஒன்றை இணைத்து கம்யூனிஸ்ட்

தலைவர்கள் நீதிபதியிடம் மனு தாக்கல் செய்தார்கள். இந்தப் பட்டியலைத் தயார் செய்ததே டாக்டர் அதிகாரி தான். அந்தப் புத்தகங்களின் பட்டியலைப் படித்துப் பார்த்த அரசு வழக்கறிஞர் லாங்போர்டு ஜேம்ஸ் அதிர்ச்சியும், ஆத்திரமுமடைந்தார். கடுமையாக ஆட்சேபனை செய்தார். காரணம்: குற்றஞ்சாட்டப்பட்ட கம்யூனிஸ்ட் தலைவர்கள் கேட்டிருந்த புத்தகங்கள் அனைத்தும் மார்க்சியம், சோவியத் ரஷ்யப்புரட்சி மற்றும் லெனின் படைப்புகள் பற்றியதாகும். பல புத்தகங்கள் இங்கிலாந்து நாட்டு கம்யூனிஸ்ட் தலைவர்கள் எழுதியவை. ஆங்கிலேய முதலாளிகள் இந்த நாட்டில் தொடங்கிய தொழில்களில் போட்ட முதலீடு, தொழிலாளர்களுக்குக் அவர்கள் கொடுத்துவந்த குறைந்த கூலி, அதிக வேலை நேரம் அவர்கள் சம்பாதித்த கொள்ளை லாபம் சம்பந்தப்பட்ட புத்தகங்களாகும். அவர்கள் கேட்டிருந்த மார்க்சீய தத்துவப் புத்தகங்களனைத்தும் இந்தியாவில் தடை செய்யப்பட்டிருந்தன. லண்டனில் விற்பனைக்குக் கிடைத்தன.

கம்யூனிஸ்ட் கைதிகள் கேட்ட அனைத்துப் புத்தகங்களையும் அரசாங்கம் தனது செலவில் வரவழைத்து அவர்களுக்கு கொடுக்க வேண்டுமென்றும், அவற்றைக் குற்றஞ்சாட்டப்பட்டவர்களில் ஒருவரான டாக்டர் அதிகாரி தனது சிறையறைக்குள் ஒரு அலமாரியில் பத்திரமாகப் பாதுகாத்து வைத்துக் கொள்ள வேண்டுமென்றும் மற்ற கைதிகள் அவரிடம் பெற்றுப் படித்துக் கொள்ளலாம் என்றும் நீதிபதி மில்னர் ஒயிட் உத்தரவிட்டார். இது மிகப்பெரிய உதவியாகும். சிறைக்குள், அதுவும் அரசாங்கச் செலவில் அரசாங்கம் ஏற்கனவே இந்தியாவுக்குள் தடை செய்யப்பட்டிருந்த மார்க்சீய தத்துவப் புத்தகங்கள் மற்றும் மாபெரும் சோவியத் ரஷ்யப் புரட்சி பற்றிய அரிய புத்தகங்களனைத்தும் கம்யூனிஸ்ட் தலைவர்களுக்குக் கிடைத்தன.

இந்தப் புத்தகங்களனைத்தையும் கம்யூனிஸ்ட் தலைவர்கள் தனித்தனியாகவும், கூட்டாகவும் ஆர்வத்துடன் மிகுந்த கவனத்துடன் ஆழமாகப் படித்துக் குறிப்பெடுத்துக் கொண்டார்கள். மேலும் அன்னிய முதலாளிகள் இந்தியாவில் முக்கியமான தொழில்களில் செய்த முதலீடுகளின் அளவு, இங்கிலாந்துக்குக் கொண்டு போன கொள்ளை லாபம் மற்றும் அன்னிய முதலாளிகளின் உழைப்புச் சுரண்டலை அம்பலப்படுத்த அந்தப் புத்தகங்கள் உதவின. தங்களுக்குள் பல நாட்கள் கூட்டாக விவாதங்கள் நடத்தி மார்ச்சியத் தத்துவ

அறிவை வளர்த்துக் கொண்டார்கள். அதன் காரணமாகத்தான் குற்றஞ் சாட்டப்பட்ட கம்யூனிஸ்ட் தலைவர்கள் கூட்டாகவும், தனித் தனியாகவும் மாவட்ட செசன்ஸ் நீதிபதி ஆர்.எல். யார்க் முன்னிலையில் எழுத்து மூலமாகக் கொடுத்த வாக்குமூலம் மட்டும் 3092 பக்கங்களில் நான்கு தொகுதிகளாக உள்ளன. இதில் தோழர் எஸ்.ஏ. டாங்கே தனியாகத் தாக்கல் செய்த வாக்குமூல அறிக்கை மட்டும் 509 பக்கம் வருகின்றன.

அவர்கள் கொடுத்த வாக்குமூலத்தில், மார்க்சீய தத்துவத்தின் அடிப்படைக் கோட்பாடுகளை விளக்கியிருந்தார்கள். "நாங்கள் அனைவரும் அந்தத் தத்துவத்தில் அசைக்க முடியாத நம்பிக்கையுடையவர்கள். உளவுப்பூர்வமாக ரஷ்யப் புரட்சியை வரவேற்பதுடன், அந்த மாதிரியான சோசலிச புரட்சியை இந்தியாவில் ஏற்படுத்த தொழிலாளர் - விவசாயிகளை சங்கங்களில் திரட்டிப் போராடுவது எங்கள் வாழ்க்கையின் லட்சியம். பிரிட்டிஷ் காலனியாதிக்கத்திலிருந்து இந்தியா முழு விடுதலை பெறப் போராடுவது எங்கள் உடனடிக் கடமை, சோசலிசம் மற்றும் கம்யூனிசத் தத்துவம் மட்டுமே இந்தியாவின் சிக்கல்கள், பிரச்சனைகளனைத்தையும் தீர்க்க கூடிய மாமருந்து. நாங்கள் மாஸ்கோவின் ஏஜண்டுகளல்ல, மாறாக இந்த நாட்டு மக்களின் விடுதலைக்காகப் போராடும் நாட்டுப்பற்றுமிக்க புரட்சிகரப் போராளிகள்" என்றும் திட்டவட்டமாகத் தெரிவித்திருந்தார்கள்.

"இங்கிலாந்தில் கம்யூனிஸ்ட்கட்சி செயல்படுவதற்கும் தொழிற்சங்கங்கள் செயல்படுவதற்கும் சட்டப்படி எந்த தடையுமில்லாதபோது இந்தியாவில் மட்டும் எங்கள் கம்யூனிஸ்ட் கட்சி மற்றும் தொழிற்சங்க நடவடிக்கைகள் ஏன் சட்ட விரோதமானவை?" என்று அடிப்படையான கேள்வியைத் தங்கள் வாக்குமூலத்தில் எழுப்பினார்கள்.

மீரட் மாவட்ட செசன்சு நீதிமன்றத்தில் குற்றவாளிகளுக்கு 1933 ஜனவரி 16ஆம் நாள் தண்டனை வழங்கப்பட்டது. பின்னர் அவர்கள் அலகாபாத் உயர்நீதிமன்றத்தில் மேல்முறையீடு செய்த பின்னர் 1933 ஆகஸ்ட் 3ஆம் நாள் வழங்கிய தீர்ப்பின் மூலம் கிடைத்த தண்டனைக் குறைப்பு அல்லது விடுதலையும் ஒவ்வொரு பெயருக்கும் கீழ் அடைப்புக்குள் குறிப்பில் கொடுக்கப்பட்டுள்ளது.

கொடூரமான தீர்ப்பும் பின்னர் தண்டனை குறைப்பும்

(மேல்முறையீட்டில் அலகாபாத் உயர்நீதிமன்றம் வழங்கிய தண்டனைக் குறைப்பு அடைப்புக் குறிக்குள் கொடுக்கப்பட்டுள்ளது)

1) முஸாபர் அஹமது –	வாழ்நாள் முழுவதும் நாடு கடத்துதல் (7 வருடம் சிறைத் தண்டனை)
2) எஸ்.ஏ. டாங்கே –	12 ஆண்டுகள் நாடு கடத்துதல் (3 வருடம் சிறைத் தண்டனை)
3) பிலிப் ஸ்பிராட்– (இங்கிலாந்து)	12 ஆண்டுகள் நாடு கடத்துதல் 2 வருட சிறைத் தண்டனை)
4) எஸ்.வி. காட்டே –	12 ஆண்டுகள் நாடு கடத்துதல் (ஒரு வருட சிறைத் தண்டனை)
5) கே.என். ஜோக்லேக்கர் –	12 ஆண்டுகள் நாடு கடத்துதல் (ஒரு வருட சிறைத் தண்டனை)
6) ஆர்.எஸ். நிம்ப்கார் –	12 ஆண்டுகள் நாடு கடத்துதல் (ஒரு வருட சிறைத் தண்டனை)
7) பெஞ்சமின் பிரான்ஸ் பிராட்லி – (இங்கிலாந்து)	10 ஆண்டுகள் நாடு கடத்துதல் (ஒரு வருட சிறைத்தண்டனை)
8) எஸ்.எஸ். மிராஜ்கர் –	10 ஆண்டுகள் நாடு கடத்துதல் (ஒரு வருட சிறைத்தண்டனை)
9) சௌகத் உஸ்மானி – (இவர் ஏற்கனவே பெஷாவர் கம்யூ சதி வழக்கில் சிறையிலிருந்தவர்)	10 ஆண்டுகள் நாடு கடத்துதல் (3 வருடங்கள் சிறைத்தண்டனை)
10) மீர் அப்துல் மஜித் – (இவரும் ஏற்கனவே பெஷாவர் கம்யூ சதி வழக்கில் சிறையிலிருந்தவர்)	7 ஆண்டுகள் நாடு கடத்துதல் (ஒரு வருட சிறைத்தண்டனை)
11) சோஹன் சிங் ஜோஸ் –	7 ஆண்டுகள் நாடு கடத்துதல் (ஒரு வருட சிறைத்தண்டனை)
12) தாரணி காந்த் கோஸ்வாமி –	7 ஆண்டுகள் நாடு கடத்துதல் (ஒரு வருட சிறைத்தண்டனை)

13) அயோத்தியா பிரசாத் –	5 ஆண்டுகள் நாடு கடத்துதல் (சிறையில் இருந்த காலம் மட்டும் போதுமானது)
14) ஜி. அதிகாரி –	5 ஆண்டுகள் நாடு கடத்துதல் (சிறையில் இருந்த காலம் மட்டும் போதுமானது)
15) பி.சி. ஜோஷி –	5 ஆண்டுகள் நாடு கடத்துதல் (சிறையில் இருந்த காலம் மட்டும் போதுமானது)
16) எம்.ஜி. தேசாய் –	5 ஆண்டுகள் நாடு கடத்துதல் (விடுதலை)
17) கோபன் சக்ரவர்த்தி –	4 ஆண்டுகள் கடுங்காவல் சிறை (7 மாதம் சிறைத் தண்டனை)
18) கோபால் சந்திர பாஸக் –	4 ஆண்டுகள் கடுங்காவல் சிறை (விடுதலை)
19) H.L. ஹட்சின்சன் (இங்கிலாந்து) –	4 ஆண்டுகள் கடுங்காவல் சிறை (விடுதலை)
20) ராதாரமணன் மித்ரா –	4 ஆண்டுகள் கடுங்காவல் சிறை (விடுதலை)
21) எஸ்.எச். ஜாப்வாலா –	4 ஆண்டுகள் கடுங்காவல் சிறை (விடுதலை)
22) கேதார்நாத் ஷெகால் –	4 ஆண்டுகள் கடுங்காவல் சிறை (விடுதலை)
23) சம்சுல் ஹுடா	3 ஆண்டுகள் கடுங்காவல் சிறை (ஏற்கனவே சிறையில் இருந்த காலம் போதுமானது)
24) அர்ஜின் ஆத்மாராம் ஆல்வி –	3 ஆண்டுகள் கடுங்காவல் சிறை (விடுதலை)
25) கோவிந்த ராமசந்திர காஸ்லே –	3 ஆண்டுகள் கடுங்காவல் சிறை (விடுதலை)
26) கௌரிசங்கர் –	3 ஆண்டுகள் கடுங்காவல் சிறை (விடுதலை)

27) லஷ்மண் ராவ் கதம் – 3 ஆண்டுகள் கடுங்காவல் சிறை (விடுதலை)

28) டி.ஆர். தெங்காடி – தீர்ப்புத் தேதிக்கு முன்னரே காலமானார்

29) விஸ்வநாத் முகர்ஜி – விடுதலை

30) ஷிப்நாத் பானார்ஜி – விடுதலை

31) கிஷோரிலால் கோஸ் – விடுதலை

(குறிப்பு: உ.பி. மாநிலத்திலிருந்து கைது செய்யப்பட்டிருந்த தர்மவீர் சிங் நீதிமன்றத்தில் மன்னிப்பு கேட்டு மனு தாக்கல் செய்ததால் குற்றப் பத்திரிகையில் சேர்க்கப்படாமல் ஆரம்பகட்ட விசாரணையிலேயே விடுதலை செய்யப்பட்டார்.)

மீரட் சதிவழக்கில் குற்றஞ்சாட்டப்பட்டவர்களின் வாக்குமூல அறிக்கை

இந்திய நாட்டில் மட்டுமல்லாது உலக நாடுகளில் கம்யூனிஸ்ட் தலைவர்கள் மீது நடைபெற்ற சதிவழக்குகளிலேயே இந்த மீரட் சதிவழக்குதான் மிகப் பெரிய சதிவழக்காகவும், இந்த சதிவழக்கு விசாரணையில் அரசுதரப்பு 281 சாட்சிகளின் சாட்சியம் பதிவு செய்யப்பட்ட பின்னர், குற்றஞ்சாட்டப்பட்ட இளங்கம்யூனிஸ்ட் தலைவர்கள் கூட்டாகவும், தனித்தனியாகவும் தங்களது வாக்குமூலத்தை அறிக்கைகளாக நீதிமன்றத்தில் தாக்கல் செய்தார்கள். அந்த வாக்குமூலம் மட்டும் 3092 பக்கங்கள் வருகின்றன. வரலாற்றுச் சிறப்புமிக்க அந்த வாக்குமூலங்களை முழுமையாக இந்தப் புத்தகத்தில் பதிவு செய்ய இடமில்லை. இருப்பினும் தண்டனையைப் பற்றிக் கவலைப்படாத அவர்களுடைய துணிச்சல், தாங்கள் நம்பிய மார்க்சியத் தத்துவம், தொழிலாளி வர்க்க அரசியல் மற்றும் அவர்களது அறிவுக் கூர்மை பற்றித் தெரிந்து கொள்ள சிலரது வாக்குமூலங்களின் முக்கியமான சில பகுதிகளை மட்டும் நாம் இங்கே பார்க்கலாம்.

குற்றம் சாட்டப்பட்ட கம்யூனிஸ்ட் தலைவர்களில் முஸாபர் அகமது, கோபால் பாசக், ஆர்.எஸ். நிம்ப்கர், டாக்டர் ஜி. அதிகாரி, அயோத்தியா பிரசாத், பென் பிராட்லி, கோபன் சக்கரவர்த்தி, சம்சுல் ஹூடா, தாரணி கோஸ்வாமி, எஸ்.வி. காட்டே, கே.என். ஜோக்லேக்கர், பி.சி. ஜோஷி, எம்.ஏ. மஜித், ராதாரமணன் மித்ரா, பிலிப் பிராட், சோகன் சிங் ஜோஷ், எஸ். எஸ். மிராஜ்கர், சௌகத் உஸ்மானி ஆகியோர் நீதிமன்றத்தில்

கூட்டாக கையொப்பமிட்டு 302 பக்கங்களில் நீதிபதி முன்பு தங்கள் வாக்குமூலத்தை கொடுத்தார்கள். அதில் ஒரு பகுதி:

"இந்த வழக்கானது எதிர்காலத்தில் அரசியல் முக்கியத்துவம் வாய்ந்த வழக்காகத் திகழப் போகிறது. இது ஏதோ காவல்துறையினர் தங்கள் அன்றாட நடவடிக்கையில் 31 குற்றவாளிகள் மீது தொடுக்கும் சாதாரண வழக்கைப் போன்றதல்ல. இது வர்க்கப் போராட்டத்தின் ஒரு நிகழ்வாகும். ஒரு திட்டவட்டமான ஆட்சியாளர்களின் அரசியல் கொள்கையின் ஒரு பகுதியாகவே இந்த வழக்கு துவங்கப்பட்டு நடத்தப்பட்டு வருகிறது. இந்தச் சதிவழக்கில் அரசாங்கத்தரப்பு என்னதான் மறுத்தபோதும், இது இந்த நாட்டின் தொழிலாளிகளுடைய தொழிற்சங்க இயக்கத்தின் மீது ஏவப்பட்ட கடுமையான தாக்குதலாகும். இந்தியா சுதந்திரம் பெறவேண்டும் என்பதற்காக நடத்தப்படும் மக்கள் இயக்கத்தின் மீது ஆங்கிலேய ஏகாதிபத்தியம் காலனியாட்சி நடத்தும் தாக்குதலாகும். இது முற்றிலும் அரசியல் உள்நோக்கம் கொண்ட சதிவழக்காகும்.

இந்த நீதிமன்றத்தில் இரக்கம் காட்டக்கோரியோ, அல்லது நீதி வழங்க வேண்டும் என்று கேட்டோ நாங்கள் வாதாடவில்லை. இது முதலாளி வர்க்கத்தின் நீதிமன்றமாகும். இந்த நீதிமன்றத்தில் எங்களுக்கு நீதி கிடைக்காது என்பது எங்களுக்கு நன்றாகவே தெரியும். இருந்த போதிலும், ஏகாதிபத்தியத்தின் கொடுங்கோன்மைக்கு எதிராக எவ்வித எதிர்ப்பையும் காட்டாமல் எங்களை வீணாகத் தியாகம் செய்து கொள்ளமாட்டோம். எங்களைப் பழி தீர்த்துக் கொள்வதன் மூலம் பிரிட்டிஷ் சாம்ராஜ்யம் முழுவதிலுமுள்ள ஒடுக்கப்பட்ட வர்க்கங்களையும் ஒடுக்கப்பட்ட மக்களையும் நிரந்தரமாக நீண்ட காலம் அடிமைப்படுத்தி ஆள முடியாது என்று பிரிட்டிஷ் ஏகாதிபத்தியதிற்கு நாங்கள் சவால் விடுகிறோம். இந்த நீதிமன்றத்திற்கும், அதன்மூலம் உலகிற்கும், அதிலும் குறிப்பாக முதலாளித்துவ மற்றும் ஏகாதிபத்திய உலகத்திற்கும், இந்தியாவில் பண்ணையார்களுக்கும் மற்றும் நிலப்பிரபுக்களுக்கும் நாங்கள் ஒரு முக்கியமான விசயத்தை அறிவிக்க விரும்புகிறோம். நாங்கள் கம்யூனிஸ்டுகள் என்பதே அது. 'கம்யூனிஸ்டுகள் தங்களுடைய கருத்துகளையும், லட்சியங்களையும் ரகசியமாக மறைத்து வைக்க விரும்பாதவர்கள்' என்ற காரல் மார்க்ஸ், ஏங்கெல்சின் வார்த்தைகளை நாங்கள் இங்கே திரும்பக் கூறுகிறோம். இன்று நிலவும் முதலாளித்துவ சமூக அமைப்பை ஒரு புரட்சியின்

மூலம் தூக்கியெறிய முடியும் என்று தங்கள் லட்சியத்தை அவர்கள் பகிரங்கமாகப் பிரகடனம் செய்தனர்.

"இதே ஆய்வின் மூலம் நாங்கள் மற்றொரு முக்கியமான முடிவையும் ஏற்கிறோம். அதாவது, இந்தியா போன்ற ஒரு காலனியாதிக்க நாட்டில் பாட்டாளி வர்க்கப் புரட்சிக்கு முன்னதாக நடைபெறக்கூடிய புரட்சியானது, முதலாளித்துவ ஜனநாயகப் புரட்சித் தன்மை கொண்டதாக இருக்குமென்று நாங்கள் நம்புகிறோம். இது ஆங்கிலேய ஏகாதிபத்தியத்தின் கட்டுப்பாட்டிலிருந்து இந்தியாவிற்கு முழு சுதந்திரம் பெற்றுத்தரும். அனைத்துவித நிலப்பிரபுத்துவ மற்றும் அதற்கும் முந்தைய சமூக அமைப்பின் வடிவங்களை முற்றிலும் அழித்துவிடும். அத்துடன் ஒரு சுதந்திர ஜனநாயகக் குடியரசு உருவாவதில் போய் முடியும். இந்தப் புரட்சிக்காகத் தான் நாங்கள் பாடுபட்டுக் கொண்டிருக்கிறோம். புரட்சியை நடத்தி முடிக்கிற திறன் படைத்த அனைத்து வர்க்கங்களையும் கொண்ட ஏகாதிபத்திய - காலனியாதிக்க எதிர்ப்பு ஐக்கிய முன்னணித் திட்டத்தை நாங்கள் நாட்டின் முன்பு வைக்கிறோம். இந்தத்திட்டம் மட்டுமே இந்த நாட்டில் தேசீய ஜனநாயகப் புரட்சி வெற்றியடைவதற்கான சரியான முறையான திட்டம் என்று நாங்கள் நம்புகிறோம்."

மீண்டும் கைதும், தலைமறைவுப் பயணமும்

மீரட் சதி வழக்கில் டாக்டர் அதிகாரியை 5 வருடங்களுக்கு நாடு கடத்தும்படி தண்டனை வழங்கி 1933 ஜனவரி மாதம் மீரட் செசன்ஸ் நீதிபதி தீர்ப்பு வழங்கினார். அலகாபாத் உயர்நீதிமன்றத்துக்கு தண்டனை வழங்கப்பட்டவர்கள் செய்து கொண்ட மேல் முறையீட்டில் அவர் 1929 மார்ச் 20ஆம் தேதி முதல் சிறையிலிருந்த காலமே தண்டனையாக குறைக்கப்பட்டு 1933 ஆகஸ்ட் மாதம் விடுதலை செய்யப்பட்ட அதிகாரி, பம்பாய் வந்து சேர்ந்தார். கட்சியின் பொதுச் செயலாளர் எஸ்.வி. காட்டே, எஸ்.ஏ. டாங்கே, கே.என். ஜோக்லேக்கர், ஆர்.எஸ். நிம்ப்கார், டாக்டர் அதிகாரி உட்பட கட்சியின் முன்னணித் தலைவர்கள் அனைவரும் 4 வருடம் சிறை தண்டனை விதிக்கப்பட்டு தொடர்ந்து சிறையில் இருந்து வந்தனர். இதனால் கம்யூனிஸ்ட் கட்சியையும், போராட்ட வரலாறு படைத்த தொழிற் சங்கத்தையும் முறையாக வழி நடத்த முக்கிய தலைவர்கள் யாருமில்லாத நெருக்கடியான காலமது.

கட்சிக்கு வந்த இளந்தலைவர்கள் பி.டி. ரணதிவே, வி.எஸ். தேஷ்பாண்டே, சுஹாசினி நம்பியார் (கவிக்குயில் சரோஜினியின் தங்கை) ஆகியோர் தங்களது அனுபவக் குறைவாலும், மார்க்சீய ஞானத்தில் தேர்ச்சி போதுமானதாக இல்லாததாலும் கட்சி நடவடிக்கைகளையும், தொழிற்சங்க இயக்கத்தையும் தங்களுக்கு தோன்றிய தன்னிட்சையான வழியில் நடத்திக் கொண்டிருந்தார்கள். காந்தியடிகள் தலைமையில் 1930 முதல் நடைபெற்ற தனிநபர் சத்தியாக்கிரகம் போன்ற தேசவிடுதலைப் போராட்டத்தில் கம்யூனிஸ்ட் கட்சித் தோழர்கள் கலந்து கொள்வது தடுக்கப்பட்டது. சுதந்திரப் போராட்ட இயக்கத்திலிருந்து கம்யூனிஸ்ட் கட்சி தனிமைப்பட்டுப் போயிருந்தது. இந்த அதிதீவிரப் பாதை கம்யூனிஸ்ட்டுகளால் "செக்டேரியன் போக்குகள் - தன்னிசையான குறுங்குழுவாதம்" என்றழைக்கப்பட்டது. இந்தப் போக்குகளுக்கு தோழர் பி.டி. ரணதிவே மட்டும் தனிப்பட்ட முறையில் காரணமல்ல. 1928ஆம் ஆண்டில் மாஸ்கோவில் செயல்பட்டு வந்த கம்யூனிஸ்ட் அகிலத்தின் 6-வது மாநாட்டு முடிவுகளும், வழி காட்டுதல்களும் காரணம் என்று எஸ்.வி. காட்டே போன்ற தலைவர்கள் சொல்லியிருக்கிறார்கள். மேலும் சிறைக்கு வெளியிலிருந்த கட்சியின் முன்னணித் தலைவர்கள், ஊழியர்களிடையே கருத்தொற்றுமையும் கூட்டுச் செயல்பாடும் இல்லாமல் கோஷ்டிப் பூசல்களால் தொழிற்சங்க அமைப்பும் முன்பு மாதிரி துடிப்பான செயல்பாடு இல்லாமல் பலவீனமாகவும் இருந்தது. சிறை மீண்ட டாக்டர் அதிகாரி இந்த மந்தமான சூழ்நிலையைப் போக்கி, மீண்டும் கட்சியை ஒன்றிணைக்கும் கடினமான பணிகளில் தீவிரமாகச் செயல்படத் தொடங்கினார்.

தோழர் அதிகாரி 1934ஆம் ஆண்டில் கட்சியின் பொதுச் செயலாளராகத் தேர்வு செய்யப்பட்டார். அரசின் அடக்குமுறையால் செயல்படாமலும், உற்சாகமில்லாமலும் சிதறிக் கிடந்த கட்சி ஊழியர்களை டாக்டர் அதிகாரி ஒன்றுதிரட்டி மீண்டும் உற்சாகமாகச் செயல்பட வைத்தார். தொழிற்சங்க முன்னணி ஊழியர்களையும் முன்பு போல் தீவிரமாகச் செயல்பட வைத்தார். சிறை மீண்ட எஸ்.ஏ. டாங்கே, எஸ்.வி. காட்டே, கே.என். ஜோக்லேக்கர், ஆர்.எஸ். நிம்ப்கார், எஸ்.எஸ். மிராஜகர் மற்றும் தோழர்களையும் கூட்டாக இணைத்துக் கொண்டு தொழிலாளர்களின் போராட்டங்களை முன்பு போல் மீண்டும் வீறுகொண்டெழ வைத்தார். வேலை நேர அதிகரிப்பு, ஆட்குறைப்பு, சம்பளவெட்டு போன்ற பஞ்சாலை முதலாளிகளின் தாக்குதல்களை முறியடிக்க

தொழிலாளர்களும் அலை அலையான வேலை நிறுத்தப் போராட்டங்களில் குதித்தார்கள். பஞ்சாலை முதலாளிகள் மீண்டும் கம்யூனிஸ்ட் கட்சித் தலைவர்களைச் சிறையில் தள்ள ஆட்சியாளர்களுக்கு அழுத்தம் கொடுத்தார்கள். டாக்டர் அதிகாரியின் செயல்பாடுகளை முடக்கி வைக்க பிரிட்டிஷ் ஆட்சி, தடுப்புக் காவல் சட்டத்தின் கீழ் அதிகாரியை 1934 மே மாதத்தில் கைது செய்து சிறையில் தள்ளியது. இந்த முறை சில நாட்கள் மட்டும் பம்பாய், பைகுல்லா சிறையில் அவர் வைக்கப்பட்டிருந்தார். பின்னர் அவரை மராட்டிய மாநிலம் மற்றும் மத்தியப் பிரதேச மாநில எல்லையில் இருந்த பீஜப்பூர் சிறைக்கு மாற்றப்பட்டார்.

1934 பம்பாய் பஞ்சாலைத் தொழிலாளர்களின் தொடர் போராட்டங்கள் காரணமாக சிறையில் தள்ளப்பட்ட கம்யூனிஸ்ட் தலைவர்களில் டாக்டர் அதிகாரியை மட்டும் விடுதலை செய்யாமலும், எந்தவிதமான நீதிமன்ற விசாரணையுமில்லாமல் பீஜப்பூர் சிறையிலேயே தடுப்புக்காவல் கைதியாக ஆங்கிலேய அரசு வைத்திருந்தது. அவரோடு கைது செய்யப்பட்ட அவரது ஒரே தம்பி ஜெகன்நாத் அதிகாரியும் பம்பாய் சிறையில் வைக்கப்பட்டிருந்தார்.

பீஜப்பூர் சிறையில் இருந்த போது டாக்டர் அதிகாரி வெளியில் செயல்பட்டுக் கொண்டிருந்த தோழர்கள் அஜாய்குமார் கோஷ், ஆர்.டி. பாரத்வாஜ் (கான்பூர்) சோமநாத் லாஹிரி (கல்கத்தா) எஸ்.எஸ். மிராஜ்கர் (பம்பாய்) ஆகிய தலைவர்களுடன் ரகசியக் கடிதங்கள் மூலம் தொடர்பு வைத்திருந்தார். இந்த சிறையிலிருந்து அவர் கடிதங்களை ரகசியமாக எழுதியனுப்புவதற்கு ஒரு ரசாயன மையை கண்டுபிடித்துப் பயன்படுத்தினார். அந்த மையில் எழுதும் எழுத்துக்கள் பிறர் கண்களுக்குத் தெரியாது. அகல்விளக்கொளியில் கடிதங்களைச் சூடு படுத்தினால் தான் எழுத்துக்கள் தெரியவரும். பகத்சிங், ராஜகுரு, சுகதேவ் ஆகிய மாவீரர்கள் தூக்கு தண்டனையடைந்த லாகூர் சதி வழக்கில், விடுதலை செய்யப்பட்ட தோழர் அஜாய் கோஷ் கான்பூரில் தொழிற் சங்கங்களில் தீவிரமாகச் செயல்பட்டுக் கொண்டிருந்தார். பீஜப்பூர் சிறையிலிருந்து தப்பித்து கல்கத்தாவில் ரகசியமாகச் செயல்பட்டுக் கொண்டிருந்த கட்சியின் தலைமையகத்துக்குப் போய்ச் சேரும் தனது திட்டத்தை விவரித்து டாக்டர் அதிகாரி அஜாய் கோஸீக்கு ரகசியமாக கடிதம் எழுதியனுப்பினார். கட்சியின்

பொதுச் செயலாளர் பி.சி. ஜோஷிக்கு தகவல் கொடுக்கப்பட்டு முறையாக ஒப்புதல் பெறப்பட்டது.

1937 பிப்ரவரி மாதத்தில் ஒரு நாள் டாக்டர் அதிகாரி இரவோடிரவாக பீஜப்பூர் சிறையிலிருந்து தப்பி கோலாப்பூர் மாவட்டம். ஹோட்ஜி ரயில்நிலையம் வந்து சேர்ந்தார். அவருக்காக அஜாய் கோஸ் அந்த ரயில் நிலையத்தில் காத்திருந்தார். இருவரும் மாறுவேடத்தில் ரயிலில் பயணம் செய்து கட்சியின் ரகசிய தலைமையிடமான கல்கத்தா போய்ச் சேர்ந்தார்கள். பம்பாய் சிறையில் வைக்கப்பட்டிருந்த அதிகாரியின் தம்பி ஜெகநாத் அதிகாரி ரத்த உறைவு நோயால் அகால மரணமடைந்தார் என்ற துயரச் செய்தியும் அதிகாரிக்குத் தெரிய வந்தது. தம்பியின் அகால மரணம் அவரது சொந்த வாழ்க்கையில் ஏற்பட்ட பேரிழப்பாகும். ஜெகனாத் அதிகாரி, இளம் வயதிலேயே கம்யூனிஸ்ட் கட்சியின் முன்னணி ஊழியராகச் செயல்பட்டவர்.

1937 டிசம்பர் கடைசி வாரத்தில் மராட்டிய மாநிலம், பெய்ஷ்பூரில் இந்திய தேசீய காங்கிரசின் 50 வது ஆண்டு மாநாடு நடைபெற்றது. அந்த மாநாட்டில் கலந்து கொள்ளும் பிரதிநிதிகளுக்கு அரசியல் விழிப்புணர்வூட்ட டாக்டர் அதிகாரி இந்தியக் கம்யூனிஸ்ட் கட்சியின் விரிவான அறிக்கையொன்றைத் தயார் செய்தார். அந்த அறிக்கைக்கு ‘உருவாகிக் கொண்டிருக்கும் புயல்’ (GATHERING STORM) என்ற தலைப்புடன் வெளியானது. அன்னியர் ஆட்சியிலிருந்து இந்தியா முழுவிடுதலை பெற வேண்டும், புதிய அரசியல் சட்டத்தை உருவாக்க இந்த நாட்டின் நலனில் அக்கறையுள்ள ஜனநாயகக் கட்சிகள் முன் வரவேண்டும். 21 வயது வந்தோர் அனைவருக்கும் வாக்குரிமையளிக்க வேண்டும், கேந்திரமான பெருந்தொழில்களை அரசுடமையாக்க வேண்டும், விவசாயத்தில் ஜமீன்தாரி முறை ஒழிக்கப்பட்டு உழுபவனுக்கே நிலம் சொந்தம் எனும் உரிமையை நாட்டின் அனைத்து விவசாயிகளுக்கும் கொடுக்க வேண்டும், கல்வியறிவின்மையை ஒழித்து, மக்கள் அனைவரும் இலவசக் கல்வியைப் பெறுவதற்கு திட்டமிட வேண்டும், அன்னிய முதலாளிகள் இந்த நாட்டில் தொழில்களைத் தொடர்ந்து நடத்த அனுமதிக்ககூடாது என்ற பல்வேறு கோரிக்கைகள், எதிர்காலத் திட்டங்களை விளக்கி காங்கிரஸ் பிரதிநிதிகளிடம் வழங்கப்பட்ட டாக்டர் அதிகாரியின் இந்த அறிக்கை பெரும் வரவேற்பைப் பெற்றது. வெள்ளையரின் ஆட்சியிலிருந்து நாட்டை முழுமையாக

விடுவிக்க வேண்டும், விடுதலையடைந்த நாட்டில் ஒரு பரந்துபட்ட தேசீய அரசு அமைந்து ஏகாதிபத்திய காலனியாதிக்க எதிர்ப்பு நடவடிக்கைகளில் தீவிரமாகச் செயல்படவேண்டும் என்ற விழிப்புணர்வையும் காங்கிரஸ் பிரதிநிதிகளிடம் ஏற்படுத்தியது. இந்த மாநாட்டில் ஜவகர்லால் நேரு, இரண்டாவது முறையாக மீண்டும் தலைவராகத் தேர்ந்தெடுக்கப்பட்டார்.

கல்கத்தா கட்சியின் ரகசிய தலைமையத்தில் டாக்டர் அதிகாரி சுமார் 6 மாதம் தங்கியிருந்து கட்சிப் பணிகளைச் செய்துவந்த பின்னர், 1937 இறுதியில் பம்பாயில் டாங்கேவுடன் இணைந்து கட்சிப் பணிகளைக் கவனிக்க அவரைக் கட்சித் தலைமை பம்பாய்க்கு அனுப்பி வைத்தது. பம்பாயில் கம்யூனிஸ்ட் கட்சி மராத்தி மொழியில் நடத்தி வந்த “கிராந்தி (புரட்சி) என்ற இதழில் கான்பூர் பஞ்சாலைத் தொழிலாளர்களின் வீரஞ்செறிந்த வேலை நிறுத்தப் போராட்டங்கள் பற்றிய தொடர் கட்டுரைகளை அதிகாரி எழுதினார். பம்பாயின் போராட்ட குணமிக்க பஞ்சாலைத் தொழிலாளர்களின் ‘கிர்னி காம்கர்’ தொழிற்சங்க அலுவலகத்திலேயே தங்கினார். டாக்டர் அதிகாரி கம்யூனிஸ்ட் கட்சியில் முழு நேரமாகச் செயல்பட்டு வந்தை அவரது தந்தை விரும்பாத காரணத்தால் அவரது சொந்த வீட்டுக்குக் கூட அவர் போகவில்லை. கம்யூனிஸ்ட் கட்சி ஊழியர்களுக்கும், முன்னணி பஞ்சாலைத் தொழிலாளர்களுக்கும் மார்க்சீயத் தத்துவம், இந்திய கம்யூனிஸ்ட் கட்சியின் கொள்கைகள், திட்டங்கள் பற்றிப் பயிற்சி வகுப்புகள் நடத்தினார். கல்கத்தாவில் ரகசியமாக செயல்பட்டு வந்த கம்யூனிஸ்ட் கட்சியின் தலைமை அலுவலகம் 1938 ஜனவரி மாதத்தில் பம்பாய்க்கு மாற்றப்பட்டது.

1937இல் நடைபெற்ற மாநிலத் தேர்தல்களில் பம்பாய் மாநிலம் (மாராட்டிய மாநிலத்தின் அப்போதைய பெயர்) உட்பட 9 மாநிலங்களில் காங்கிரஸ் கட்சி வெற்றி பெற்று ஆட்சியமைத்தால், பாதி சட்டப்பூர்வமாகவும், வெளிப்படையாகவும் இயங்குவதற்கு வசதியாக கட்சித் தலைமையகம் பம்பாய்க்கு மாற்றப்பட்டது. அப்போதிலிருந்து அதிகாரி கட்சி மைய அலுவலகத்தில் முக்கிய நிர்வாகப் பொறுப்பில் செயல்படத் தொடங்கினார். பீஜப்பூர் சிறையிலிருந்து தப்பி வந்தவராகையால், அதிகாரி பம்பாயிலும் தலைமறைவாகவே கட்சிப் பணிகளைச் செய்து வந்தார். SPARK எனும் சோசலிஸ்ட் ஆங்கில இதழிலும் புனைப் பெயரிலேயே அரசியல் கட்டுரைகளை எழுதி வந்தார்.

1938 பிப்ரவரி மாதத்தில் குஜராத் மாநிலம், ஹரிபுரா கிராமத்தில் காங்கிரஸ் கட்சியின் 51 - வது தேசிய மாநாடு நேதாஜி தலைமையில் நடைபெற்றது. டாக்டர் அதிகாரி தலைமறைவு வாழ்க்கையிலிருந்து வெளிவந்து காங்கிரஸ் மாநாட்டில் பிரதிநிதியாகக் கலந்து கொண்டார். அந்த காலகட்டத்தில் டாங்கே, இ.எம்.எஸ்., ஏ.கே. கோபாலன், பி.சி. ஜோஷி, பி. ராமமூர்த்தி, ஜீவா, சீனிவாசராவ், முஸாபர் அகமது போன்ற புகழ்பெற்ற கம்யூனிஸ்ட் தலைவர்கள் காங்கிரஸ் கட்சியிலும் உறுப்பினர்களாக இருந்து செயல்பட்டார்கள். இ.எம்.எஸ். கேரளாவில் காங்கிரஸ் கட்சியின் மாநிலச் செயலாளராகவே பொறுப்பு வகித்திருக்கிறார். மற்றும் சிலர் உறுப்பினர்களாகக் கூடத் தேர்ந்தெடுக்கப்பட்டார்கள். இந்தியக் கம்யூனிஸ்ட் கட்சியின் கொள்கை செயல் திட்டம் ஆகியவற்றை விளக்கி அச்சிடப்பட்ட "கம்யூனிஸ்ட் அறிக்கை" இந்த ஹரிபுரா காங்கிரஸ் மாநாட்டுப் பிரதிநிதிகளிடையே விநியோகம் செய்யப்பட்டது. இந்தப் பிரசுரமும் மாநாட்டில் கலந்து கொண்ட காங்கிரஸ் பிரதிநிதிகளிடையே சிறப்பான அரசியல் விழிப்புணர்வை ஏற்படுத்தியது. காங்கிரஸ் கட்சிக்குள் செயல்பட்டுவந்த இடதுசாரிக் கண்ணோட்டம் உள்ளவர்கள் மற்றும் முற்போக்கான ஜனநாயகக் கருத்துக்கள் கொண்டோரை வெகுவாக ஈர்த்தது. அவர்களிடையே கம்யூனிஸ்ட் கட்சிக்கு தேசிய அளவில் ஒருமரியாதையும், அங்கீகாரத்தையும் பெற்றுத் தந்தது.

பொதுச் செயலாளர் பி.சி. ஜோஷி, டாக்டர் அதிகாரி, எஸ்.ஏ. டாங்கே மற்றும் முன்னணித் தலைவர்களின் கூட்டு முயற்சியால் இந்தியக் கம்யூனிஸ்ட் கட்சிக்குச் சொந்தமான "நேஷனல் பிரன்ட்" மாத இதழ் பம்பாயில் துவக்கப்பட்டது. மேலும் பம்பாய் மாநிலத்துக்குள் நுழையத் தடை விதிக்கப்பட்டிருந்த அரசு உத்தரவின் காரணமாக தோழர் எஸ்.வி. காட்டே சென்னையில் தங்கியிருந்தார். அவரது முன்முயற்சியால் "நியூ ஏஜ்" ஆங்கில மாத ஏடும் சென்னையில் துவக்கப்பட்டது.

1935இல் சர்வதேச கம்யூனிஸ்ட் அகிலத்தின் 7வது மாநாட்டில் ஏகாதிபத்திய நாடுகளிலும், பாசிச சர்வாதிகார ஆட்சி நடைபெறும் நாடுகளிலும் இந்தியா, சீனா, கொரியா, ஈரான் போன்ற காலனியாட்சி நடைபெறும் நாடுகளில் காலனியாட்சியைத் தூக்கியெறிந்து முழு விடுதலை பெற அந்தந்த நாட்டு கம்யூனிஸ்ட் கட்சிகள் பின்பற்ற வேண்டிய ஐக்கிய முன்னணி திட்டம் வகுக்கப்பட்டது. வரலாற்றுச்

சிறப்புமிக்க ஐக்கிய முன்னணித் திட்டத்தின் சிற்பி பல்கேரிய கம்யூனிஸ்ட் தலைவர் ஜார்ஜ் டிமிட்ரோவ். தேசீய முதலாளிகள் தலைமையில் நடைபெறும் காலனியாதிக்க எதிர்ப்புப் போராட்டங்களில் கம்யூனிஸ்ட் கட்சியும் ஒத்த கருத்துள்ள பிற கட்சிகளுடன் ஒரு பரந்துபட்ட கூட்டணியை அமைத்து போராட்டங்களை நடத்த வேண்டும் என்று சர்வதேச கம்யூனிஸ்ட் இயக்கத்தின் பொதுச் செயலாளர் ஜார்ஜ் டிமிட்ரோவ் ஒரு நடைமுறைத் திட்டத்தை முன்மொழிந்தார். இத்தாலி நாட்டில் சர்வாதிகாரி முசோலினியை எதிர்த்து ஜீவமரணப் போராட்டம் நடத்திக் கொண்டிருந்த கம்யூனிஸ்ட் கட்சியின் தலைவர் தோழர் டோக்ளியாட்டி இந்த தீர்மானத்தை வடிவமைக்க உதவி செய்தார். அதே மாதிரியான கருத்துக்களையும், வழிகாட்டுதல்களையும் இங்கிலாந்து கம்யூனிஸ்ட் கட்சித் தலைவர்கள் ரஜினிபாமிதத்தும், பென் பிராட்லியும் கூட்டாக ஒரு அறிக்கை மூலம் இந்தியக் கம்யூனிஸ்ட் கட்சிக்கு வழி காட்டினார்கள்.

ஜார்ஜ் டிமிட்ரோவ் மற்றும் ரஜினி பாமிதத், பென் பிராட்லி அறிக்கைகளின் வழி காட்டுதலில் இந்தியாவில் சுதந்திரப் போராட்டத்தை தீவிரமாக நடத்த காங்கிரஸ் கட்சியுடன், இதர சோசலிஸ்டுகளுடன் ஒரு கூட்டணி அமைக்க வேண்டிய அவசியத்தை வலியுறுத்தி செயலாளர் பி.சி. ஜோஷியும் நேசனல் பிரண்ட் மற்றும் நியூ ஏஜ் ஆகிய கம்யூனிஸ்ட் கட்சி இதழ்களில் பல கட்டுரைகளை தொடர்ந்து எழுதினார்கள்.

1939 செப்டம்பர் மாதத்தில் ஜெர்மனியின் சர்வாதிகாரி ஹிட்லர் போலந்தின் மீது படையெடுத்து இரண்டாம் உலகப் போரைத் தொடங்கி வைத்தான். ஜெர்மனி, இத்தாலி, ஜப்பான் ஆகிய நாடுகள் “அச்சுக் கூட்டணி” என்ற பெயரில் மற்ற நாடுகளைத் தாக்கிக் கைப்பற்றியது. இந்த கூட்டணிக்கு எதிராக இங்கிலாந்து, அமெரிக்கா, பிரான்ஸ் நாடுகள் “நேசநாடுகள்” என்ற கூட்டணியமைத்து போரில் குதித்தன. ஆங்கிலேயரின் ஆட்சி, இரண்டாம் உலகப் போரில் இந்திய மக்களின் சம்மதமில்லாமலேயே இந்தியாவையும் இந்தப் போரில் ஈடுபடுத்தியது. காங்கிரஸ் கட்சியும், கம்யூனிஸ்ட் கட்சியும் ஆங்கிலேயரின் ஆட்சி இந்தியாவை போரில் ஈடுபடுத்தியதை பகிரங்கமாகக் கண்டித்தன. மக்களிடையே யுத்த எதிர்ப்புப் பிரச்சார இயக்கத்தை நடத்தியது. கம்யூனிஸ்ட் கட்சியை சட்ட விரோதமான கட்சி என்று அறிவிக்கப்பட்டு தடை செய்யப்பட்டது. கம்யூனிஸ்டுகள் இந்த யுத்த எதிர்ப்புப்

பிரசாரத்தில் தீவிரமாக ஈடுபட்டதால் அதன் முன்னணித் தலைவர்கள் கைது செய்யப்பட்டு சிறையில் தள்ளப்பட்டனர். தமிழகத்தில் எஸ்.வி. காட்டே, ஜீவா, பி. ராமமூர்த்தி, சீனிவாசராவ், ஏ.எஸ்.கே. அய்யங்கார், நாகை கே. முருகேசன் ஆகிய முன்னணித் தலைவர்கள் கைது செய்யப்பட்டு வேலூர் சிறையில் வைக்கப்பட்டனர். கட்சி மற்றும் தொழிற்சங்க அலுவலகங்களுக்கு அரசு சீல் வைத்து மூடியது.

நாடு தழுவிய முறையில் முன்னணி கம்யூனிஸ்ட் தலைவர்கள் கைது செய்யும் நடவடிக்கை தொடங்கியவுடனே, டாக்டர் அதிகாரி மீண்டும் தலைமறைவானார். காந்தியடிகளின் வாழ்க்கை வரலாற்றைத் தொகுத்துப் புகழ் பெற்ற காங்கிரஸ் கட்சி அறிஞர் டி.ஜி. டெண்டுல்கர், டாக்டர் அதிகாரி அவரது குடியிருப்பில் தலைமறைவாகத் தங்கியிருக்க உதவி செய்தார். ரகசியமாகப் பல இடங்களில் தலைமறைவாகத் தங்கிக் கொண்டே கட்சி ஊழியர்களுக்கு அரசுக்கு எதிரான போராட்டத்தில் டாக்டா அதிகாரி வழிகாட்டியதுடன், யுத்த எதிர்ப்புப் பிரச்சாரம் சம்பந்தமான சிறு பிரசுரங்களை எழுதி மக்களிடையே விநியோகம் செய்து வந்தார். 1939ஆம் ஆண்டு இறுதியில் நடைபெற்ற இந்தியக் கம்யூனிஸ்ட் கட்சியின் மத்தியக் கமிட்டி சிறப்புக் கூட்டத்தில் பொதுச் செயலாளர் பி.சி. ஜோஷி. ஆர்.டி. பாரத்வாஜ் (உ.பி மாநிலம்) அஜாய் குமார் கோஸ் ஆகிய மூவரடங்கிய அரசியல் தலைமைக் குழுவுக்கு டாக்டர் அதிகாரியும் இணைத்துக் கொள்ளப்பட்டார். 1943 மே மாதம் இந்தியக் கம்யூனிஸ்ட் கட்சியின் முதலாவது தேசீய மாநாடு பம்பாயில் நடைபெற்றது வரை இந்த நால்வரடங்கிய அரசியல் தலைமைக் குழுவே செயல்பட்டது.

நேதாஜி வெளிநாட்டுக்குத் தப்பிச் சென்றது

இரண்டாம் உலகப் போர் நடந்து கொண்டிருந்த காலத்திலேயே 1939ஆம் ஆண்டு காங்கிரஸ் கட்சியின் தலைவர் பதவிக்கு காந்திஜியின் வேட்பாளர் பட்டாபி சீத்தாராமையாவை எதிர்த்துப் போட்டியிட்டார். காங்கிரஸ் கட்சிக்குள் இருந்த கம்யூனிஸ்ட் பிரதிநிதிகள் ஆதரவினர்களின் வெற்றி பெற்றார். இருப்பினும், உட்கட்சிப் பூசலால் நேதாஜி தலைவர் பதவியிலிருந்து நீக்கப்பட்டார். நேதாஜி பார்வார்டு பிளாக் கட்சியைத் தொடங்கி நடத்திக் கொண்டிருந்தார். கல்கத்தா நகர மையத்தில் கிழக்கிந்தியக் கம்பனியால் 1757இல்

நிறுவப்பட்டிருந்த ஹால்வெல் சிலையை அகற்றக் கோரி நேதாஜி பெரிய போராட்டத்தைத் தொடங்கினார். கைது செய்யப்பட்டு அவரது வீட்டைச் சுற்றி போலீஸ் பட்டாளம் நிறுத்தப்பட்டது. வீட்டுக் காவல் சிறையில் வைக்கப்பட்டார். இந்தியாவிலிருந்து சோவியத் ரஷ்யாவுக்கு தப்பிச் சென்று அங்கிருந்து ரஷ்ய உதவியுடன் இந்தியா மீது ராணுவத் தாக்குதல் நடத்தத் திட்டமிட்டார். இந்தியாவிலிருந்து தப்பிச் செல்ல நேதாஜி கம்யூனிஸ்ட் கட்சித் தலைவர்களின் உதவியைக் கேட்டார். நேதாஜியின் இந்த துணிச்சலான முடிவை வரவேற்ற கட்சியின் பொதுச் செயலாளர் ஜோஷியும், அதிகாரியும் மற்ற தலைவர்களும் நேதாஜி இந்தியாவிலிருந்து ஆப்கானிஸ்தான் தலைநகரம் காபூலுக்கு தப்பிச் செல்லவும், அங்கிருந்து அவர் சோவியத் ரஷ்யாவுக்குள் சென்று விடலாம் என்ற திட்டத்தை டாக்டர் அதிகாரி முன் வைத்தார்.

பஞ்சாப் மாநிலத்தின் புகழ் பெற்ற கம்யூனிஸ்ட் தலைவர் தேஜா சிங் சுதந்திரா மற்றும் மாநிலச் செயலாளர் ஆச்சார் சிங்சேனா ஆகியோருடன் டாக்டர் அதிகாரி ரகசியமாகத் தொடர்பு கொண்டார். அவர்களும் நேதாஜியைக் காபூலுக்கு அழைத்துச் செல்லும் பொறுப்பை வடமேற்கு மாகாண எல்லையைச் சேர்ந்த பஞ்சாப் இளைஞர் மன்றத் தலைவர் பகத்ராம் தால்வாரிடம் ஒப்படைத்தனர். பகத்ராம் தால்வார் 1940 ஜனவரி 16ஆம் நாள் நேதாஜியை ராவல்பிண்டியிலிருந்து சிறிது தூரம் காரிலும் அதன் பின்னர் மலைவாழ் மக்கள் குடியிருப்பு ஊர்கள் வழியாகக் கால்நடையாகவும், கோவேறு கழுதை மீது பயணம் செய்தும் இந்திய எல்லையில் பிரிட்டிஷ் உளவுத் துறையின் கழுகுக் கண்கள் பார்வையிலிருந்து தப்பி நேதாஜியை ஆப்கானிஸ்தான் தலைநகரம் காபூலுக்கு வெற்றிகரமாகக் கொண்டு போய்ச் சேர்த்தார். நேதாஜி, கம்யூனிஸ்ட் கட்சித் தலைவர்கள் உதவியுடன் இந்தியாவைவிட்டு ரகசியமாக வெளியேறிய சாகசப் பயணம் ஒரு தனிக்கதை. இந்தியாவிலிருந்து இவ்வாறு நேதாஜி தப்பிச் செல்ல மிகக் கவனமாக திட்டந்தீட்டியதும், அதை வெற்றிகரமாகச் செயல்படுத்திய வரலாற்றுப் பெருமையில் டாக்டர் அதிகாரிக்கு முக்கியப் பங்களிப்பு இருந்தது.

தடை நீக்கியபின் கட்சியின் செயல்பாடுகள்

இரண்டாம் உலகப்போரில் 1941 ஜுன் 21ஆம் நாள் ஒரு திருப்புமுனை ஏற்பட்டது. போர் தொடங்கிய 1939ஆம்

ஆண்டில் ரஷ்யாவுக்கு எதிராக ஜெர்மனி போர் தொடுக்காது என்பதற்கு ஸ்டாலினுக்கும், ஹிட்லருக்குமிடையில் ஒரு சமாதான ஒப்பந்தம் ஏற்பட்டிருந்தது. இந்த சமாதான ஒப்பந்தத்தை கிழித்தெறிந்துவிட்டு ஹிட்லர் 1941 ஜூன் 21ஆம் தேதி நள்ளிரவில் ரஷ்யா மீது போர் தொடுத்தான். ஜெர்மனி அச்சு நாடுகளின் கூட்டணியின் தாக்குதலை முறியடிக்க ஸ்டாலின் அமெரிக்கா, பிரிட்டன், பிரான்ஸ் நாடுகளின் "நேச நாடுகளின் கூட்டணியில்" உடனடியாக இணைத்து, சோவியத் ரஷ்யாவும் போரில் குதித்தது.

இரண்டாம் உலகப் போரில் ஏற்பட்ட இந்த எதிர்பாராத தீடிர் திருப்பத்தால், உலகின் முதல் தொழிலாளிவர்க்க அரசான சோவியத் ரஷ்யா இந்தப் போரில் பாதுகாக்கப் படவேண்டும் என்று இந்தியக் கம்யூனிஸ்ட் கட்சி முடிவு செய்தது. ஆகையால், இந்த யுத்தத்தை "மக்கள் யுத்தம்" *(Peoples war)* என்று கம்யூனிஸ்ட் கட்சி விளக்கமளித்தது. ஆங்கிலேய அரசுக்கெதிரான யுத்த எதிர்ப்புப் பிரச்சாரத்தை நிறுத்திக் கொண்டதுடன், போரில் "நேசநாடுகளின் கூட்டணியை" ஆதரித்து இயக்கம் நடத்தவும் தொடங்கியது. 1942இல் "வெள்ளையனே வெளியேறு - செய் அல்லது செத்துமடி" என்று காந்திஜி தலைமையில் காங்கிரஸ் கட்சி சுதந்திரப் போராட்டத்தின் உச்சகட்டமாக அறைகூவல் விடுத்ததால் காந்தி, நேரு மற்றும் பல முன்னணித் தலைவர்களனைவரும் கைது செய்யப்பட்டு சிறையில் தள்ளப்பட்டார்கள். இந்த நேரத்தில் கம்யூனிஸ்ட் கட்சி இரண்டாம் உலகப்போரில் ரஷ்யாவுக்கு ஆதரவாகவும், அதன் விளைவாக இந்தியாவில் பிரிட்டிஷ் ஆட்சிக்கு எதிராக நடத்திய போராட்டங்களை நிறுத்திக்கொள்ள முடிவு எடுத்தது சரிதானா... என்ற கேள்வியும், வாதப் பிரதிவாதங்களும் இன்றுவரை தொடருகின்றன. பம்பாயில் கம்யூனிஸ்ட் கட்சியின் தலைமை அலுவலகமான "ராஜ்பவன்" இல்லமே காங்கிரஸ் தொண்டர்கள் மற்றும் மக்களின் தாக்குதலுக்குள்ளானது. நாட்டின் பல்வேறு இடங்களில் கட்சி அலுவலகங்கள் தாக்கப்பட்டன. உண்மையில், கம்யூனிஸ்ட் கட்சி அன்றைய காலகட்டத்தில் இந்திய அரசியலில் மிகப் பெரும் நெருக்கடியைச் சந்தித்தது என்பது வரலாறு. ஆங்கிலேய ஆட்சிக்கெதிராக நடந்து கொண்டிருந்த விடுதலைப் போராட்டத்திலிருந்து விலகி, கம்யூனிஸ்ட் கட்சி தனிமைப்பட்டுப் போயிருக்க வேண்டியதில்லை என்ற விமர்சனமும் உண்டு.

இவ்வாறு கம்யூனிஸ்ட் கட்சி இந்தியாவில் யுத்த எதிர்ப்பு இயக்கத்தை நிறுத்தியதன் காரணமாக கட்சியின் மீது விதிக்கப்பட்டிருந்த தடையைப் பிரிட்டிஷ் ஆட்சியாளர்கள் விலக்கிக் கொண்டார்கள். 1942 ஜனவரி மாதத்திலிலிருந்து கம்யூனிஸ்ட் கட்சி சட்டப்பூர்வமாகச் செயல்படத் தொடங்கியது. சிறை வைக்கப்பட்டிருந்த கம்யூனிஸ்ட் கட்சித் தலைவர்கள் அனைவரும் விடுதலை செய்யப்பட்டார்கள்.

கட்சி மீதிருந்த தடை நீக்கப்பட்டதும், கம்யூனிஸ்ட் கட்சியின் தலைமை அலுவலகம் பம்பாயில் 'ராஜ் பவன்' என்ற இரண்டு மாடி கட்டிடத்தில் செயல்படத் தொடங்கியது. முதல் மாடியில் அரசியல் தலைமைக்குழு உறுப்பினர்கள், பொதுச் செயலளார் பி.சி. ஜோஷிக்கும், டாக்டர் அதிகாரிக்கும் தனித்தனியாக அலுவல் அறை ஒதுக்கப்பட்டது. 2-வது மாடியில் தலைமை அலுவலகத்தில் தங்கிக் கட்சிப் பணியாற்றிய முழுநேர ஊழியர்கள் பி.சி. ஜோஷிக்கும், டாக்டர் அதிகாரி, பார்வதி கிருஷ்ணன், என்.கே. கிருஷ்ணன், மோகன் குமாரமங்கலம் மற்றும் சில தோழர்கள் தங்குவதற்கும் அறைகள் ஒதுக்கப்பட்டது. “கம்யூன்” என்றழைக்கப்பட்ட பொது உணவுக் கூடமும் செயல்பட்டது. இந்த பொது உணவுக் கூடத்தில் தலைவர்கள், அலுவலக ஊழியர்கள் அலுவலகப் பாதுகாவலர்களான செந்தொண்டர்கள் அனைவரும் சமமாக நடத்தப்பட்டனர். வரிசையில் நின்று உணவைப் பெற்றுக் கொள்வதும், சாப்பிட்ட தட்டுக்களைக் கழுவிச் சுத்தம் செய்து வைத்தலும், அவரவர் துணிகளைத் துவைத்து வைத்து கொள்வதும் என்று மிக எளிமையான முறையில் வாழ்ந்து கொண்டிருந்தார்கள். இந்த கம்யூன் வாழ்க்கை முறையைக் காந்தியடிகள், பார்வதிகிருஷ்ணன் பெற்றோர் டாக்டர் சுப்பராயன் தம்பதிகள், பம்பாய் இந்தி திரைப்பட உலகின் முன்னணிக் கலைஞர்கள் பிரிதிவிராஜ் கபூர், பால்ராஜ் சஹானி தமயந்தி, வங்காள இசை மேதையும் திரைப்பட இயக்குனர், தயாரிப்பாளருமான பிமல் ராய், தமிழகத்திலிருந்து ஔவையார் திரைப்படப் புகழ் இசைமேதை கே.பி. சுந்தராம்பாள் ஆகியோர் நேரில் வந்து பார்த்து வியந்து போனார்கள்.

தலைவர்களின் எளிமையான ஆசிரம வாழ்க்கையை நேரில்கண்டு ஆச்சரியப்பட்டார்கள், இந்த கூட்டான கம்யூன் வாழ்க்கை முறை வேறுசில மாநிலக் கட்சி மையங்களும் பின்பற்றியது. தமிழகத்தின் தலைநகர் சென்னையில் பிராட்வேயில் அமைந்திரந்த “கம்யூனில்” பி. ராமமூர்த்தி, ஜீவா,

சீனிவாசராவ், ஏ.எஸ்.கே. அய்யங்கார் ஆகிய தலைவர்களோடு புகழ்பெற்ற எழுத்தாளர் ஜெயகாந்தனும் வாழ்ந்து வந்தார் என்பதை நாம் திரும்பிப் பார்க்கிறோம். இந்த எளிமையான "கம்யூன்" கூட்டு வாழ்க்கை மக்களிடையே கம்யூனிஸ்ட் தலைவர்களுக்கு தனிப்பட்ட அன்பையும், மரியாதையையும், அங்கீகாரத்தையும் பெற்றுத் தந்தன. இப்படிப்பட்ட எளிமையான ஆசிரம வாழ்க்கையையே கம்யூனிஸ்ட் கட்சித் தலைவர்கள் வாழ்வின் இறுதிவரை பின்பற்றினார்கள். அதே சமயம், பொது மக்கள் குடியிருப்புப் பகுதிகளிலிருந்து விலகி, இவ்வாறு கட்சி அலுவலகங்களில் நடத்தி வந்த கம்யூன் வாழ்க்கைமுறை 1947 க்குப்பின் கைவிடப்பட்டது.

கம்யூனிஸ்ட் கட்சி தலைமை தாங்கி நடத்திய இயக்கங்கள்

1943 மே மாதத்தில் இந்தியக் கம்யூனிஸ்ட் கட்சியின் முதல் மாநாடு பம்பாய் நகரில் மிகச் சிறப்பாக நடைபெற்றது. 1936இல் 6000 ஆக இருந்த உறுப்பினர் எண்ணிக்கை 15000 பேராக வளர்ந்திருந்தது. தொழிற்சங்கங்கள், விவசாயிகள் சங்கம், மாணவர்கள் இளைஞர்கள் சங்கம் என்ற அமைப்புகளும் பலம் பெற்றிருந்தன. முற்போக்கு எழுத்தாளர் சங்கமும், இந்திய மக்கள் நாடக மன்றமும் தொடங்கப்பட்டு மக்களிடையே மிகப் பிரபலமாகப் புகழ் பெற்றிருந்தது. 1943 வங்கப் பஞ்சத்தில் இருபது லட்சம் மக்கள் இறந்து போனார்கள். அந்தக் கொடிய பஞ்சத்தில் மக்களுக்கு கம்யூனிஸ்ட் கட்சி ஏராளமான நிவாரணப் பணிகளைச் செய்தது. 1943இல் கேரளாவில் புன்னப்புரா - வயலாறு விவசாயிகள் போராட்டம், 1946இல் வங்காளத்தில் "தெபாகா" என்றழைக்கப்பட்ட குத்தகை விவசாயிகளின் போராட்டம் மராட்டிய மாநிலத்தில் "ஓர்லி" பழங்குடிகள், ஆதிவாசிகள் நடத்திய போராட்டம், 1946 முதல் தெலுங்கானாவில் (ஆந்திரா) நிஜாம் மன்னனை எதிர்த்து நடத்திய ஆயுதந் தாங்கிய போராட்டம் என்று மிக முக்கியமான போராட்டங்கள் கம்யூனிஸ்ட் கட்சியின் தலைமையில் நடைபெற்றன. இந்தப் போராட்டங்களின் கோரிக்கைகள் குறித்து பொதுச் செயலாளர் ஜோஷியும், டாக்டர் அதிகாரியும் பொதுமக்களின் ஆதரவைத் திரட்ட ஏராளமான கட்டுரைகளை கம்யூனிஸ்ட் கட்சியின் ஏடுகளான Peoples war-இல் எழுதினார்கள். டாக்டர் அதிகாரிக்கிருந்த மார்க்சீய ஞானம் மற்றும் அனுபவத்தின் அடிப்படையில்

நாடு தழுவிய விவசாயிகள் போராட்டத்துக்கு முன்னுரிமை கொடுத்து பல பிரசுரங்களை எழுதித் தயாரித்தார்.

(குறிப்பு) மேற்கண்ட போராட்டங்களின் லட்சியம், கோரிக்கைகள், போலீஸ் அடக்குமுறை, கைதுகள், துப்பாக்கிச் சூடுகள், வெற்றி தோல்விகள் வங்கப் பஞ்சம் குறித்து பின்வரும் 3–வது பாகம் – பி.சி. ஜோஷியின் வாழ்க்கை வரலாற்றுப் பகுதியில் விரிவாகச் சொல்லியிருக்கிறேன்)

கம்யூனிஸ்ட் கட்சியின் முதல் மாநாடு 1943இல் நடந்து முடிந்ததும் பஞ்சாப் மாநிலக் கட்சித் தலைவர்களுக்குள் ஏற்பட்டிருந்த கருத்து வேறுபாடுகள், கோஷ்டிப் போக்குகள் ஆகிய அமைப்பு நிலை (ஸ்தாபன) நெருக்கடிகளுக்கு தீர்வு காணவும், கட்சிக்குள் ஒற்றுமையை நிலைநாட்டவும் கம்யூனிஸ்ட் கட்சித் தலைமை அதிகாரியை லாகூருக்கு அனுப்பி வைத்தது. டாக்டர் அதிகாரி ஒரு வருடம் பஞ்சாப் மாநிலத்திலேயே தங்கியிருந்து கட்சியின் மாநில, மாவட்டத் தலைவர்கள் முன்னணி ஊழியர்கள் அனைவரையும் தனித்தனியாகச் சந்தித்து பிரச்சனைகளைப் பொறுமையாகக் கேட்டறிந்தார். கோஷ்டிப் பூசல்கள் அதிகமாக இருந்த மாவட்டங்களுக்கு நேரடியாகச் சென்று பேரவைக் கூட்டங்களை நடத்தினார். கட்சியின் அனைத்து மட்டங்களிலும் இருந்த தலைவர்கள், முன்னணி ஊழியர்கள் டாக்டரிடம், அதிக அன்பு காட்டி நெருக்கமாகப் பழகினார்கள். அவர் மீது அளவு கடந்த நம்பிக்கை வைத்தார்கள். அவரது வழிகாட்டுதலை ஏற்று கட்சிக்குள் நிலவிய கோஷ்டிப் போக்குகளைக் கைவிட்டு ஒற்றுமையாக மீண்டும் வலிமையான கட்சியாகச் செயல்படத் தொடங்கினார்கள். பஞ்சாபில் அவர் தங்கியிருந்த குறுகிய ஒராண்டு காலத்துக்குள், டாக்டர் அதிகாரி பஞ்சாப் மக்களின் தாய் மொழியான “குர்மிகி” மொழியில் சரளமாகப் பேசவும், எழுதவும் கற்று கொண்டார்.

1943 - 47 காலகட்டத்தில் அதிகாரி பங்களிப்புச் செய்து நடத்திய இயக்கங்களிலேயே மிக முக்கியமான போராட்டம் “கப்பற்படை எழுச்சியாகும்.” இந்திய சுதந்திரப் போராட்ட வரலாற்றிலும், கப்பற் படை வரலாற்றிலும், கம்யூனிஸ்ட் கட்சியின் வரலாற்றிலும் 1946 பிப்ரவரி 18 முதல் 23ஆம் நாள் வரை 6 நாட்கள் பம்பாய் நகரில் “ராயல் இண்டியன் நேவி” கப்பற்படையின் போராட்டம் பெருந்திருப்பு முனையாகும். ஏற்கனவே தரைப்படையிலும் விமானப்படையிலும் பணியிலிருந்த இந்திய ஊழியர்கள் ஆங்கிலேய அதிகாரிகளுக்கு எதிராக இந்தியாவின் பல்வேறு

நகரங்களில் சிறு சிறு போராட்டங்களில் ஈடுபட்டு வந்தார்கள். ஆங்கிலேய ஊழியர்களுக்கும், அதே வேலையைச் செய்து வந்த இந்தியர்களுக்குமிடையில் பெரிய சம்பள வித்யாசம், மோசமான பணி நிலைமைகள், ஆங்கிலேய அதிகாரிகள் இந்திய ஊழியர்களை படுகேவலமான கெட்ட வார்த்தைகளில் திட்டி அவமானப்படுத்தி வந்தது ஆகிய காரணங்களால் அதிருப்தி வேலை நிறுத்தமாக வெடித்தது.

இந்திய விடுதலைப் போராட்ட உணர்வுகளும் மக்களிடையே பொங்கிப் பெருகி வந்து கொண்டிருந்த காலம் 1945 - 1946 ஆகும்.. 1946 பிப்ரவரி மாதம் 17ஆம் நாள், பம்பாய் துறைமுகத்தில் நிறுத்தப்பட்டிருந்த “தால்வார்” எனற கப்பலில் இந்திய மாலுமி பி.சி. தத் என்பவர் “வெள்ளையனே வெளியேறு” *(Quit India)* என்ற முழக்கத்தை கப்பலின் மேல்தளத்தில் ஒரு சாக்பீஸ் கட்டியால் எழுதி வைத்தார். கப்பற்படைப் போலீஸ் அவரை உடனே கைது செய்து சிறையில் தள்ளியது. பம்பாய் துறைமுகத்தில் நிறுத்தப்பட்டிருந்த 1200 கப்பற்படை மாலுமிகள். ஊழியர்கள் கைது செய்யப்பட்ட மாலுமி பி.சி. தத்தை விடுதலை செய்யும்படியும், மேலும் ஆங்கிலேய மாலுமிகள், ஊழியர்களுக்கு இணையாக சம ஊதியம், வேலை நிலைமைகளை வலியுறுத்தியும், நேதாஜியின் இந்திய தேசீய ராணுவ வீரர்களை விடுதலை செய்யக்கோரியும் 1946 பிப்ரவரி 18ஆம் நாள் காலை உண்ணாவிரதம் தொடங்கினார்கள். உண்ணாவிரமிருந்த மாலுமிகளை படைத்தளபதி ஆங்கிலேயன் “இந்தியக் கூலிகள், வேசிகளுக்குப் பிறந்த பசங்கள்” என்று கேவலமாகத் திட்டி அவமானப்படுத்தியதால் உண்ணாவிரதப் போராட்டம், வேலைநிறுத்தமாக வெடித்தது. இந்தப் போராட்டத்திற்கு ஆதரவாக கல்கத்தா, கராச்சி, சென்னை மண்டபம் (ராமநாதபுரம்) அந்தமான் ஆகிய துறைமுகங்களில் இருந்த கப்பற்படை மாலுமிகளும் போராட்டத்தில் குதித்தார்கள். இந்திய மாலுமிகள் அவர்களது கப்பல்களின் உச்சியில் பறந்து கொண்டிருந்த ஆங்கிலேயரின் “யூனியன் ஜாக்” கொடியை இறக்கிவிட்டு, காங்கிரஸ் கட்சியின் மூவர்ணக் கொடி, கம்யூனிஸ்ட் கட்சியின் சுத்தி அரிவாள் பொறித்த செங்கொடி, முஸ்லீம் லீக் கட்சியின் பிறைநிலா பொறித்த பச்சைக்கொடி ஆகிய மூன்றையும் ஒன்றாகக் கொடிக்கம்பத்தில் ஏற்றினார்கள். கல்கத்தா துறைமுகத்திலும் கப்பற்படை மாலுமிகள் போராட்டம் தீவிரமாக நடைபெற்றது.

பின்னர், 1200 மாலுமிகளும் ஊழியர்களும் 19ஆம் நாள் காலை பம்பாய் வீதிகளில் காங்கிரஸ், கம்யூனிஸ்ட், முஸ்லீம் லீக் கட்சிகளின் மூன்று கொடிகளையும் கரங்களில் ஏந்தி எழுச்சி ஊர்வலமாக வந்தார்கள். பம்பாய் மக்கள் அவர்களுக்கு உற்சாக வரவேற்பளித்து ஆர்ப்பரித்தார்கள். கம்யூனிஸ்ட் கட்சியும், ஏ.ஐ.டி.யு.சி தொழிற்சங்கங்களும் அறைகூவல் விடுத்ததால் கப்பற்படை எழுச்சிக்கு ஆதரவாக தொழிலாளர்கள் பொது வேலைநிறுத்தம் செய்து, ஊர்வலமாக வந்து மாலுமிகளுக்கு உற்சாக வரவேற்பளித்தார்கள். பம்பாய் நகரம் முழுவதும் பொது வேலை நிறுத்தம் வெடித்தது. நகரத்தின் வழக்கமான தினசரி வாழ்க்கை ஸ்தம்பித்து நின்றது.

கப்பற்படை மாலுமிகள், ஊழியர்களை வழிநடத்திய அவர்களின் தலைவர்கள் தங்கள் போராட்டத்திற்கு காங்கிரஸ், கம்யூனிஸ்ட் கட்சி மற்றும் முஸ்லீம் லீக் கட்சிகளின் ஆதரவைக் கேட்டார்கள். வல்லபாய் பட்டேலும், முகமதலி ஜின்னாவும், கப்பற்படை எழுச்சியால் மிரண்டு போனார்கள். போராட்டத்துக்கு ஆதரவு தெரிவிக்க மறுத்ததுடன் போராட்டத்தை உடனடியாக வாபஸ் பெற்றுக் கொண்டு கப்பல்களுக்குத் திரும்பும்படி வலியுறுத்தினார்கள். கம்யூனிஸ்ட் கட்சியும், ஏ.டி.டி.யு.சி தொழிற் சங்கங்கள் மட்டுமே மாலுமிகள் பக்கம் நின்றன.

டாக்டர் அதிகாரி, எஸ்.ஏ. டாங்கே, எஸ்.வி. காட்டே, பி.டி. ரணதிவே, எஸ்.எஸ். மிராஜ்கர், கே.என். ஜோக்லேக்கர், ஆர். எஸ். நிம்ப்கார் ஆகிய கம்யூனிஸ்ட் கட்சித் தலைவர்கள் பம்பாய் வீதிகளில் நடைபெற்ற தொழிலாளர் ஊர்வலங்களுக்கு தலைமை தாங்கி களத்தில் நின்றார்கள். கப்பற்படை எழுச்சிக்கு ஆதரவாக டாக்டர் அதிகாரி அவர்களது நியாயமான கோரிக்கைகளை பொது மக்களுக்கு விளக்கி துண்டுப் பிரசுரங்களை எழுதி வெளியிட்டார். காங்கிரஸ், முஸ்லீம் லீக் தலைவர்களை மற்ற கம்யூனிஸ்ட் தலைவர்களுடன் நேரில் சந்தித்து மாலுமிகள் போராட்டத்துக்கு ஆதரவு தெரிவிக்கும்படி கேட்டுக் கொண்டார்கள்.

கப்பற்படையினரின் திடீர் எழுச்சியால் மிரண்டுபோன ஆங்கிலேய ஆட்சியினர் ராணுவத்தை வரவழைத்தனர். ராணுவமும், போலீசாரும் மாலுமிகள் ஊர்வலத்தின் மீதும் தொழிலாளர்கள் மற்றும் பொதுமக்கள் மீதும் நடத்திய துப்பாக்கிச் சூட்டில் 220 மாலுமிகளும், நூற்றுக்கணக்கான

தொழிலாளர்களும், பொது மக்களும் கொல்லப்பட்டனர். காங்கிரஸ், முஸ்லீம் லீக் கட்சிகளின் எதிர்ப்பால் கப்பற்படை எழுச்சி வெற்றி பெறவில்லை. உயிர்ச்சேதத்தைத் தவிர்க்கும் பொருட்டு, மாலுமிகள் போராட்டத்தை வாபஸ் பெற்றுக் கொண்டனர். இறுதியில் கப்பற்படை எழுச்சி ராணுவத்தால் அடக்கியொடுக்கப்பட்டாலும், இனிமேலும் இந்தியாவை நாம் பழையபடி தொடர்ந்து ஆள முடியாது என்ற அனுபவப்பாடத்தை ஆங்கிலேயருக்குக் கற்றுக் கொடுத்தது. இந்த உண்மையை 1956இல் பிரிட்டிஷ் பிரதமர் அட்லி இந்தியா வந்திருந்தபோது ஒத்துக் கொண்டார். (கப்பற் படை எழுச்சி பற்றி டாக்டர் அதிகாரி எழுதிய சிறப்புக் கட்டுரையை இணைப்பில் காண்க).

இங்கிலாந்து நாடு அடிமைப்படுத்தி வைத்திருந்த 11 காலனி நாடுகளில் செயல்பட்டு வந்த கம்யூனிஸ்ட் கட்சி பிரதிநிதிகள் 33 தோழர்கள், ஐரோப்பிய நாடுகளின் கம்யூனிஸ்ட் கட்சிப் பிரதிநிதிகள், சிரியா மற்றும் லெபானான் நாட்டு கம்யூனிஸ்ட் பிரதிநிதிகள் உள்பட 200 தோழர்கள் கலந்துகொண்ட சிறப்பு மாநாடு பிப்ரவரி 1947 26 முதல் மார்ச் 3ஆம் நாள் வரை இங்கிலாந்து கம்யூனிஸ்ட் கட்சியின் முன்முயற்சியால் லண்டன் மாநகரில் மிகச்சிறப்பாக நடைபெற்றது. அந்த மாநாட்டில் இங்கிலாந்து கம்யூனிஸட் கட்சியின் பொதுச் செயலாளர் ஹரி பாலிட் மற்றும் முன்னணித் தலைவர் ரஜனி பாமி தத் ஆகியோர் காலனியாதிக்கத்திலிருந்து புதிதாக விடுதலையடையப்போகும் நாடுகளில் கம்யூனிஸ்ட் கட்சிகள் செயல்படுத்த வேண்டிய எதிர்காலத் திட்டங்கள் குறித்து சிறப்புரையாற்றினார்கள். இங்கிலாந்தில் காலனியாதிக்கத்திலிருந்து புதிதாக விடுதலையடையும் நாடுகளில் எதிர்காலத்தில் அமெரிக்கா மற்றும் இங்கிலாந்து ஏகாதிபத்திய நாடுகளின் தலையீட்டைத் தடுத்து நிறுத்தவும், முதலில் ஜனநாய ஆட்சியையும் அதன் பின்னர் படிப்படியாக சோசலிச ஆட்சியை நிறுவவும் புதிதாக விடுதலையடைந்த நாடுகளில் செயல்பட்டு வரும் கம்யூனிஸ்ட் கட்சிகள் திட்டமிட வேண்டும் என்றும் வழி காட்டினார்கள்.

லண்டன் மாநாட்டில் டாக்டர் அதிகாரியின் உரை, கம்யூனிஸ்ட் கட்சிகளால் பெரிதும் வரவேற்கப்பட்டது. இந்தியா விடுதலையடைந்ததும் அமெரிக்கா மற்றும் இங்கிலாந்து ஏகாதிபத்தியதியங்களின் ஊடுருவலை எதிர்த்து, பரந்துபட்ட தேசீய ஜனநாயக ஐக்கிய முன்னணியை உருவாக்குவதில் இந்தியக் கம்யூனிஸ்ட் கட்சி திட்டமிட்டுச் செயல்படுமென்றும்,

மேலும் சோவியத் முகாமுடன் நெருங்கிய அரசியல், பொருளாதாரம் மற்றும் கலாசார நட்புறவை வளர்த்து இந்தியாவில் சுயசார்புடைய பொதுத்துறையில் தொழில் வளர்ச்சி பெற்ற நாடாக மாற்றுவதற்கு இந்திக்ய கம்யூனிஸ்ட் கட்சி தீவிரமாகச் செயல்படுமென்றும் தனது உரையில் வலியுறுத்திப் பேசினார். அந்த மாநாட்டின் நிகழ்ச்சிகள் மற்றும் தலைவர்களின் சொற்பொழிவுகளையும், நிறைவேற்றப்பட்ட தீர்மானங்களையும் விளக்கி, கம்யூனிஸ்ட் கட்சியின் தத்துவார்த்த ஏடான கம்யூனிஸ்ட் (1947 ஏப்ரல் மாதம்) இதழில் டாக்டர் அதிகாரி விரிவான தொடர் கட்டுரைகளை எழுதினார்.

1948 பிப்ரவரி மாதம் 28ஆம் நாள் முதல் மார்ச் 6ஆம் நாள் வரை கம்யூனிஸ்ட் கட்சியின் 2-வது தேசிய மாநாடு கல்கத்தா நகரில் கூடியது. டாக்டர் அதிகாரி, மீண்டும் மத்திய நிர்வாகக் குழுவுக்கும். அரசியல் தலைமைக் குழுவுக்கும் தேர்வு செய்யப்பட்டார். இந்த மாநாட்டில் தான் தோழர் B.T.ரணதிவே பொதுச் செயலாளராகத் தேர்வு செய்யப்பட்டார். கம்யூனிஸ்ட் கட்சி அதுவரை பின்பற்றி வந்த செயல்திட்டம், கொள்கை வழியிலிருந்து முற்றிலும் மாறுபட்டு குறுங்குழுவாதப் போக்குகளின் காரணமாக இடதுசாரி, அதிதீவிர, சாகசப் பாதையில் (LEFT, SECTARIAN AND ADVENTURIST) அடியெடுத்து வைத்தது.

“1947 ஆகஸ்ட் 15ஆம் நாள் இந்தியாவுக்குக் கிடைத்தது போலி சுதந்திரமென்றும், காங்கிரஸ் கட்சி முற்றிலுமாக முதலாளிகளால் தலைமை தாங்கப்படும் கட்சியென்றும், நேருவின் அரசாங்கம் பிரிட்டிஷ் காலனியரசின் ஏஜெண்ட் என்றும், இந்த ஆட்சியை தொழிலாளி வர்க்கம், விவசாயிகள் ஆதரவோடு ஆயுதந் தாங்கிய போராட்டங்கள் மூலம் பலவந்தமாக தூக்கியெறிய வேண்டுமென்றும், அந்த இடத்தில் மக்கள் ஜனநாயக ஆட்சியை நிறுவ வேண்டும்” என்றும் மாநாட்டில் தீர்மானம் நிறைவேற்றப்பட்டது. அதை நிறைவேற்ற கட்சி ஊழியர்களுக்கு ஆயுதப் பயிற்சியளிப்பது உட்பட புதிய செயல்திட்டம் வடிவமைக்கப்பட்டது. உளவுத்துறை மூலம் மாநாட்டின் இந்த செயல்திட்டம் தெரிய வந்தவுடனே மத்திய அரசு கம்யூனிஸ்ட் கட்சியை சட்ட விரோதமான கட்சியென்று தடை செய்து உத்தரவிட்டது. எஸ்.ஏ. டாங்கே, அஜாய் கோஸ், எஸ்.வி. காட்டே, ஜோதிபாசு உட்பட பல முன்னணி கம்யூனிஸ்ட் தலைவர்கள் உடனடியாகக்

கைது செய்யப்பட்டு சிறையில் தள்ளப்பட்டனர். டாக்டர் அதிகாரி, பி.டி. ரணதிவே, இ.எம்.எஸ்., போன்ற தலைவர்கள் தலைமறைவாகினர். புதிய அதிதீவிரச் செயல் திட்டத்தால் 1948, 49 மற்றும் 50 வது ஆண்டுகளில் கட்சிக்கு மிகப்பெருஞ் சேதங்கள் ஏற்பட்டன. கட்சியமைப்புகள், தொழிற்சங்கங்கள், விவசாயச் சங்கங்கள், மாணவர் இளைஞர் அமைப்புகள் அனைத்தும் சின்னபின்னமாகச் சிதறுண்டு போயின என்று கட்சியின் முதல் பொதுச் செயலாளர் எஸ்.வி. காட்டே தனது நினைவுக் குறிப்புகளில் எழுதியுள்ளார். 90000 ஆக இருந்த கட்சி உறுப்பினர்கள் எண்ணிக்கை 9000 பேராகக் குறைந்து போயினர் என்றும், பம்பாயில் கட்சியின் தலைமை அலுவலகத்தில் வேலை செய்ய எந்தத் தோழருமே இல்லையென்றும் அன்றைய நெருக்கடியான சூழ்நிலை பற்றி தோழர் காட்டே குறிப்பிடுகிறார். இருப்பினும், கட்சியின் இந்த அதிதீவிரச் செயல் திட்டத்துக்கு பி.டி. ரணதிவே மற்றும் ஒரு சில தோழர்கள் மட்டுமே பொறுப்பு என்று குற்றஞ் சாட்டுவது சரியல்ல, கட்சித் தலைமையில் இருந்த அனைவருமே பொறுப்பு என்று எஸ்.வி. காட்டே கருத்து தெரிவித்திருக்கிறார்.

1950ஆம் ஆண்டு இறுதியில் கல்கத்தாவில் ரகசியமாகக் கூடிய சிறப்பு மாநாட்டில் பொதுச் செயலாளர் B.T.ரணதிவே நீக்கப்பட்டார். தோழர் சி. ராஜேஸ்வர ராவ் புதிய பொதுச் செயலாளராகத் தேர்வு செய்யப்பட்டார். 1951 மார்ச் மாதத்தில் தோழர் ராஜேஸ்வர ராவ், எஸ்.ஏ. டாங்கே, அஜாய் கோஸ் மற்றும் பசவபுன்னையா ஆகியோர் அடங்கிய தூதுக்குழு ரகசியமாக மாஸ்கோவுக்குப் பயணம் செய்து சோவியத் கம்யூனிஸ்ட் கட்சியின் தலைவர்கள் ஸ்டாலின் உட்பட முக்கியத் தலைவர்களைச் சந்தித்தனர். நேருவின் ஆட்சியை எதிர்த்து நடத்தி வரும் ஆயுதம் தாங்கிய போராட்டத்தைக் கைவிட்டுவிட்டு, பொதுத் தேர்தலில் கம்யூனிஸ்ட் கட்சி போட்டியிட வேண்டும் என்ற யோசனையை ஸ்டாலின் தூதுக்குழுத் தோழர்களிடம் வலியுறுத்தினார். அதிதீவிரப் பாதைக்குப் பொறுப்பு என்று குற்றஞ்சாட்டி தலைமைக் குழுத் தோழர்களில் யாரையும் கட்சியிலிருந்து வெளியேற்ற வேண்டாம் என்ற யோசனையும் சொல்லியனுப்பினார். நீண்ட விவாதத்துக்குப் பின்னர் நாடு திரும்பி, மீண்டும் கல்கத்தாவில் ஒரு ரகசிய சிறப்பு மாநாட்டைக் கூட்டினார். தெலுங்கானாவில் 1946ஆம் ஆண்டு முதல் நடந்து வந்த ஆயுதந் தாங்கிய போராட்டம் கைவிடப்பட்டது. அஜாய் கோஸ் புதிய பொதுச் செயலாளராகத் தேர்வு செய்யப்பட்டார். 1952ஆம் ஆண்டில்

நடைபெறப் போகும் நாடாளுமன்றம், சட்டமன்றங்கள் பொதுத் தேர்தலில் கம்யூனிஸ்ட் கட்சி பங்கெடுத்துக் கொள்வது என்றும் மிகமுக்கியமான முடிவுகள் எட்டப்பட்டன.

1948ஆம் ஆண்டு கல்கத்தா மாநாட்டுக்குப் பின்னர் கட்சியை அதிதீவிரப் பாதையில் கொண்டு செலுத்தியதாக குற்றஞ்சாட்டப்பட்ட தோழர்கள் டாக்டர் அதிகாரி, பவானி சென், சோமநாத் லாஹிரி (மேற்கு வங்கம்) என்.கே. கிருஷ்ணன் (தமிழ்நாடு) மற்றும் பொதுச் செயலாளர் பி.டி. ரணதிவே ஆகியோர் கட்சியின் தலைமைப் பொறுப்புகளிலிருந்து விலக்கப்பட்டு சாதாரண உறுப்பினர்களாக்கப்பட்டனர்.

டாக்டர் அதிகாரி மனந்தளரவில்லை. அவர் 1943ஆம் ஆண்டிலேயே அரசியல் தலைமைக் குழு உறுப்பினராக இருந்த காலத்தில் ஏற்கனவே பஞ்சாப் மாநிலத்தில் ஓராண்டு காலம் கட்சிப் பணிகளாற்றியிருக்கிறார். அதனால் டாக்டர் அதிகாரி ஒரு சாதாரண உறுப்பினராக பஞ்சாப் மாநிலத்தில் தங்கியிருந்து செயல்பட புதிய கட்சித் தலைமை அவரை அனுப்பியது. அவரும் பொறுமையாக 1951 மே மாதம் முதல் 1952 பிப்ரவரியில் முதல் பொதுத் தேர்தல் முடியும்வரை பஞ்சாப் கம்யூனிஸ்ட் கட்சியில் தீவிரமாக வேலை செய்தார்.

நாடாளுமன்றத்துக்கு 1952 மார்ச் மாதத்தில் நடைபெற்ற முதலாவது பொதுத் தேர்தலில் இந்தியக் கம்யூனிஸ்ட் கட்சி நாடு முழுவதும் 109 இடங்களில் போட்டியிட்டு 16 தொகுதிகளில் வெற்றி பெற்றது. நாடாளுமன்றத்தில் பிரதான எதிர்கட்சியாக அங்கீகாரம் பெற்றது. காங்கிரசுக்கு அடுத்தப்படியாக பெரிய கட்சியாக இருந்தது. பஞ்சாப் மாநிலத்தில் கம்யூனிஸ்ட் கட்சி போட்டியிட்ட தொகுதிகளில் நடைபெற்ற தேர்தல் வேலைகளில் டாக்டர் அதிகாரி முக்கியப் பங்காற்றினார். கட்சியின் தேர்தல் முழக்கங்களை விளக்கி பிரசுரங்கள் எழுதினார். சுவர் விளம்பரங்களைத் தயாரிக்க யோசனை கூறினார். தேர்தல் பரப்புரையில் மக்களிடம் பேச வேண்டிய பிரச்சனைகள் குறித்து முன்னணிக் கட்சி ஊழியர்களுக்குப் பயிற்சியளித்தார். தேர்தல் முடிந்த பின்னர் நாடாளுமன்ற வளாகத்துக்குள் இந்தியக் கம்யூனிஸ்ட் கட்சிக்கு ஒதுக்கப்பட்ட அலுவலகத்தில், அலுவலக ஊழியராகவும் பணியாற்றினார். பின்னர் பம்பாய் மாநில சட்டமன்ற வளாகத்தில் கம்யூனிஸ்ட் கட்சி சட்டமன்ற உறுப்பினர்கள் கட்சி அலுவலகத்திலும் பொறுப்பாளராகப் பணியாற்றினார்.

கட்சி தனக்கு கொடுத்த எந்த வேலையையும் அவர் கவுரவக் குறைச்சலாக நினைக்கவில்லை. அவரது இந்த அரிய குணந்தான் அவரை மீண்டும் கட்சித் தலைமைக்கு கொண்டு வந்தது.

1953ஆம் ஆண்டில் மதுரையில் நடைபெற்ற கட்சியின் 3-வது தேசீய மாநாட்டிலும், பின்னர் 1956ஆம் ஆண்டில் கேரள மாநிலம், பாலக்காட்டில் நடைபெற்ற 4-வது தேசீய மாநாட்டிலும் கட்சியின் மத்தியக் குழுவுக்குத் தேர்வு செய்யப்பட்டார். 1958இல் பஞ்சாப் மாநிலம், அமிர்தசரஸ் நகரில் நடைபெற்ற 5-வது தேசீய சிறப்பு மாநாட்டில் மத்தியக் குழுவுக்கு மீண்டும் தேர்வு செய்யப்பட்டதுடன், கட்சியின் அமைப்பு விதிகளை திருத்தியமைக்கும் பொறுப்பும் அவருக்கு கொடுக்கப்பட்டது. தேசீயக் கவுன்சில், தேசீயக் கவுன்சிலுக்கு மேல் மத்திய நிர்வாகக் குழு (Central Executive Committee) அதற்கும் மேல் கட்சியின் தினசரி வேலைகளைத் தலைமையகத்திலிருந்து கவனிக்க மத்திய செயற்குழு (central secretariat) என்று கட்சியின் அமைப்பு மூன்றடுக்கு அமைப்பாக மாற்றியமைக்கப்பட்டது. இந்த அமிர்தசரஸ் சிறப்பு மாநாட்டில் டாக்டர் அதிகாரி கட்சியின் உயரமைப்பான மத்திய செயற்குழுவிற்குத் தேர்வு செய்யப்பட்டார். 1961ஆம் ஆண்டு விஜயவாடா தேசீய மாநாட்டிலும் அவர் இவ்வாறே மத்திய செயற்குழுவுக்கு தேர்வு செய்யப்பட்டார்.

1964ஆம் ஆண்டில் இந்தியக் கம்யூனிஸ்ட் கட்சி இரண்டாகப் பிளந்தது. இந்த நாட்டில் நிலவும் அரசியல், சமூக, பொருளாதார சூழ்நிலையில் முதலில் தேசீய ஜனநாயகப் புரட்சியை முன்னெடுத்து வெற்றி பெறுவதையும், அதன் பின்னர் சோசலிசப் புரட்சியை நோக்கி முன்னேறுவதுமே இந்தியப் புரட்சியின் பாதையாக இருக்க வேண்டும் என்றும் கம்யூனிஸ்ட் கட்சியின் திட்டத்தை (programme) வரையறுத்து டாக்டர் அதிகாரி கட்சித் தலைமையின் விவாதத்துக்கு முன் வைத்தார். இந்த செயல் திட்டத்தை ஏற்க மறுத்து, தொழிலாளி வர்க்கத்தின் தலைமையில் மக்கள் ஜனநாயக முன்னணியை ஏற்படுத்துவதை செயல்திட்டமாக வலியுறுத்திய தலைவர்கள் தனியே பிரிந்து சென்று மார்க்சிஸ்ட் கம்யூனிஸ்ட் கட்சியைத் தொடங்கினார்கள்.

1965ஆம் ஆண்டில் பம்பாயில் நடைபெற்ற 7வது தேசீய மாநாடு, டாக்டர் அதிகாரி முன்வைத்த தேசீய ஜனநாயகப் புரட்சிச் செயல்திட்டத்தை ஏற்றுக் கொண்டது. இந்த மாநாட்டிலும்,

பின்னர் 1968இல் பாட்னாவில் நடைபெற்ற 8-வது தேசிய மாநாட்டிலும் டாக்டர் அதிகாரி மத்திய செயற்குழுவுக்கு தேர்வு செய்யப்பட்டார். இந்த மாநாட்டுக்கு பின்னர் அவர் 1981இல் காலமாகும்வரை நடைபெற்ற மாநாடுகள் அனைத்திலும் இளைஞர்களுக்கு வழிவிடும் நோக்கத்துடன் கட்சியில் உயர்மட்டப் பொறுப்புகள் எதிலும் இருக்க அவர் மறுத்துவிட்டார். 1968ஆம் ஆண்டு பாட்னா மாநாட்டில் டாக்டர் அதிகாரி கட்சிக் கல்வி மற்றும் நூலக அமைப்புக் குழுவிற்கு தலைவராகத் தேர்வு செய்யப்பட்டார். கட்சியின் வரலாற்றைத் தொகுத்து ஆவணப்படுத்தும் பொறுப்பும் அவரிடம் ஒப்படைக்கப்பட்டது.

இந்தியக் கம்யூனிஸ்ட் கட்சியின் வரலாற்றில் முதல் தொகுப்பை மற்ற தோழர்களின் உதவியுடன் எழுதி முடித்தார். அடுத்த மூன்று தொகுப்புகளுக்கான தரவுகளைத் தேடித் தொகுத்தார். இந்த முக்கியமான பணியில் அவர் ஈடுபட்டிருந்த காலத்தில் தான் அவருடைய கண்பார்வை மெல்ல மெல்ல மங்கிக் குறைந்து இறுதியில் முற்றிலும் கண்பார்வையற்றவரானார். மற்றவர்களைப் படிக்கச் சொல்லிக் கேட்டு, அந்த விவரங்களை உள்வாங்கிக் கொண்டு, அவரது அறிவுக் கூர்மையால் அலசி ஆராய்ந்து அவர் சொல்லச்சொல்ல M.B.ராவ் உட்பட மற்ற தோழர்கள் எழுதி முடித்தார்கள். இந்தியக் கம்யூனிஸ்ட் வரலாற்றைத் தொகுத்தது அவரது வாழ்நாள் சாதனையாகும்.

டாக்டர் அதிகாரி பாடுபட்டுத் தேடித் தொகுத்த கம்யூனிஸ்ட் கட்சியின் வரலாற்று ஆவணங்களின் ஒரு பகுதி டெல்லி ஜவகர்லால் நேரு அருங்காட்சியகம் மற்றும் நூலகத்தில் பொறுப்பாக ஒப்படைக்கப்பட்டது. இன்றும் அவை இந்தியா மற்றும் பல நாடுகளைச் சேர்ந்த பல ஆராய்ச்சியாளர்களுக்கு முக்கியமான தரவுகளாகப் (Source Material) பயன்பட்டு வருகின்றன. அஜாய் பவனில் 1970இல் கட்சியின் தலைமையகம் செயல்படத் துவங்கியதும் அதன் கீழ்தளத்தில் டாக்டர் அதிகாரி மற்ற தோழர்களின் உதவியோடு உடல்நலம் சரியில்லாத நிலையிலும் கடுமையாக உழைத்து மிகச் சிறப்பான நூலகம் ஒன்றை நிறுவினார்.

டாக்டர் அதிகாரியின் குடும்ப வாழ்க்கை மிகவும் துயரமானது. 1937ஆம் ஆண்டில் அவரது ஒரே தம்பி ஜெகனாத் அதிகாரி ரத்த உறைவு நோயால் காலமானார். அவரும் கம்யூனிஸ்ட் கட்சியில் முன்னணி ஊழியராகப் பணியாற்றியவர். டாக்டர் அதிகாரியும்

அவருடைய ஒன்றுவிட்ட சகோதரர் பி.டி. ரணதிவேவும் சகலப்பாடிகள். டாக்டர் அதிகாரி விமலாவைத் திருமணம் செய்து கொண்டார். விமலாவின் தங்கையை தோழர் பி.டி. ரணேதிவே மணந்து கொண்டார். டாக்டர் அதிகாரியின் ஒரே மகன் விஜயும், ரணேதிவேயின் ஒரே மகனும் பம்பாய் ஜுகு கடற்கரையில் 1963ஆம் ஆண்டு மே மாதம் 17ஆம் தேதி கடலில் நீச்சலடித்துக் கொண்டிருந்தபோது, கடலில் உயர எழுந்த அலைகளில் சிக்கி ஏற்பட்ட விபத்தில் அகால மரணமடைந்தார்கள். இந்த விபத்தை நேரில் பார்த்த டாக்டர் அதிகாரியின் மனைவி, அன்று முதல் புத்தி சுவாதீனமிழந்தார். 1981 ஜனவரி மாதத்தில் டெல்லி அஜாய் பவனில் மனைவி காலமாகும் வரை, அவரை ஒரு குழந்தையைப் போல் டாக்டர் அதிகாரி பராமரித்து வந்தார். “லெனினும், இந்தியாவும்” “பாகிஸ்தானும். இந்திய ஒற்றுமையும்”, “புதிய இந்தியாவை உருவாக்க” “தேசீய இனங்களின் சுயநிர்ணய உரிமை” ஆகியவை டாக்டர் அதிகாரி எழுதிய மிகச் சிறப்பான புத்தகங்களாகும்.

இத்தனை துயரங்களுக்குமிடையிலும் ஓய்வு கிடைக்கும்போது டாக்டர் அதிகாரி தான் விஞ்ஞானியாக இருந்த பொழுது ஜெர்மனியில் செய்த ஆராய்ச்சியின் நினைவாக, பல புதிய இடங்களுக்குச் சென்று பாறை மாதிரிகள் மற்றும் அரிய வகைக்கற்கள் ஆகியவற்றை தேடியெடுத்து வந்து ஆய்வு செய்வதைப் பொழுதுபோக்காகக் கொண்டிருந்தார். மேலும், அவர் ஏற்கனவே ஜெர்மனியில் பயின்றிருந்த ரேடியோ உதிரி பாகங்களை இணைத்து புதிய முறையில் ரேடியோ, டிரான்ஸ்சிஸ்டர் செட்டுகளைக் அமைக்கும் வேலைகளையும் பொழுதுபோக்காகச் செய்து அவற்றை தோழர்களுக்கு அன்பளிப்பாக வழங்கிக் கொண்டிருந்தார்.

1927ஆம் ஆண்டில் ஜெர்மன் கம்யூனிஸ்ட் கட்சியில் உறுப்பினராகச் சேர்ந்து, 1928ஆம் ஆண்டிறுதியில் தாய்நாடு திரும்பிய பின்னர் இந்த நாட்டில் ஒரு வலிமையான இந்தியக் கம்யூனிஸ்ட் கட்சி இயக்கத்தைக் கட்டுவதற்காக தனது வாழ்க்கையை அர்ப்பணித்த விஞ்ஞானி டாக்டர் அதிகாரி 1981ஆம் ஆண்டு நவம்பர் 21ஆம் நாள் 83ஆம் வயதில் மாரடைப்பால் காலமானார்.

கலை இலக்கியம் கலாசாரம் மற்றும் பண்பாட்டுத் துறையில் கம்யூனிஸ்டுகள் செய்ய வேண்டிய உடனடிக் கடமைகள் பற்றி டாக்டர் அதிகாரி:

1982ஆம் ஆண்டு மார்ச் மாதத்தில் உ.பி. மாநிலம் வாரணாசி (காசி) நகரில் கம்யூனிஸ்ட் கட்சியின் 12-வது தேசிய மாநாடு நடத்துவதற்கு கட்சித் தலைமை திட்டமிட்டது. அந்த மாநாட்டில் கலை இலக்கியம், கலாசாரம் பண்பாட்டுத் துறையில் கம்யூனிஸ்ட் கட்சி ஆற்ற வேண்டிய பணிகள் குறித்து திட்டமிடவும், வழிகாட்டவும் ஒரு வரைவுத் தீர்மானத்தை எழுதித் தயாரித்துக் கொடுக்கும்படி கட்சியின் மத்திய செயற்குழு சார்பில் அவைத் தலைவர் தோழர் எஸ்.ஏ. டாங்கேவும் மற்றும் பொதுச் செயலாளர் தோழர் C. ராஜேஸ்வர ராவும், டாக்டர் அதிகாரியைக் கேட்டுக் கொண்டனர்.

1936ஆம் ஆண்டு முதல் பொதுச் செயலாளராகப் பொறுப்பு வகித்த தோழர் பி.சி. ஜோஷியின் முன்முயற்சியால் பம்பாயில் 1943இல் தோற்றுவிக்கப்பட்ட இந்திய மக்கள் நாடக மன்றத்தின் நிகழ்ச்சிகளை நேரில் பார்த்து வியந்தவர் டாக்டர் அதிகாரி. இந்திய மக்கள் நாடக மன்றத்தில் இந்தித் திரைப்பட உலகத்தின் அன்றைய முன்னணித் திரைப்படக் கலைஞர்கள் பால்ராஜ் சஹானி, தமயந்தி, பிரிதிவ்ராஜ் கபூர், பிமல்ராய், இயக்குனர் ரித்விக் கட்டாக், கே.ஏ. அப்பாஸ் ஆகிய புகழ் பெற்ற நாடகக் கலைஞர்கள், இசை மேதை பண்டிட் ரவிசங்கர், நடனக் கலைஞர் உதயசங்கர் என்று பல அற்புதக் கலைஞர்கள் பங்கெடுத்துக் கொண்டு சிறப்பித்த வரலாறு டாக்டர் அதிகாரிக்கு நேரடியாகத் தெரியும். இந்த நாடகமன்றக் கலைஞர்கள் நடத்திய தெருக்கூத்து, வீதி நாடகங்கள் பொம்மலாட்டம் போன்ற நாட்டுப்புறக் கலைகள் மக்களிடையே பிரபலமடைந்து கம்யூனிஸ்ட் கட்சிக்கு பெரிய அங்கீகாரமும் புகழும் கிடைத்த காலமது (1943 – 1947).

நாடகங்கள், இசை நிகழ்ச்சிகள் நாட்டுப்புறக் கலைகள் மூலம் மக்களிடையே சுதந்திரப் போராட்ட உணர்வுகள் தூண்டப்பட்டன. சமூக சீர்திருத்தக் கருத்துக்கள் பரவலாக விதைக்கப்பட்டன. முற்போக்கான சமூக மாற்றத்துக்காகப் புகழ் பெற்ற முன்னணிக் கலைஞர்கள் குரல் கொடுத்தார்கள். கலை இலக்கியம், கலாசாரம் மற்றும் பண்பாட்டுத் துறையில் தலைசிறந்த கலைஞர்கள் பொதுவுடைமைக் கருத்துக்களால் ஈர்க்கப்பட்டு ஒரு மறுமலர்ச்சியை ஏற்படுத்திய காலமிது. இந்த அனுபவங்களின் அடிப்படையில் வாரணாசி கட்சி

மாநாட்டில் நிறைவேற்றப்பட வேண்டிய தீர்மானத்தை எழுதப் பொருத்தமானவர் டாக்டர் அதிகாரியே என்று கட்சி முடிவு செய்தது.

சொல்லப்போனால் 1978ஆம் வருடத்திலிருந்தே அவருக்கு கண் பார்வை குறைந்து கொண்டே வந்தது. 1981 இறுதியில் கிட்டத்தட்ட அவரால் எதையும் படிக்க முடியாது. மங்கலான, தெளிவில்லாத பார்வை. இந்த கடுமையான கண் பார்வைக் குறைபாட்டையும் பொருட்படுத்தாமல், தலைவர்கள் கேட்டுக் கொண்டபடி கம்யூனிஸ்ட்டுகள் தலைமை தாங்கி நடத்த வேண்டிய பண்பாட்டு இயக்கம் சம்பந்தமான தீர்மானத்தை 1981 நவம்பர் 16ஆம் நாள் இரவு எழுதத் தொடங்கினார்.

“கட்சியின் அனைத்து மாநிலக் கவுன்சில் அமைப்புகளிலும், மீண்டும் கலாசாரப் பண்பாட்டுத் துறையைத் துவக்க வேண்டும். இரண்டாம் உலகப்போர்க் காலத்தில் நமது கட்சியில் செயல்பட்ட கலாசாரத் துறையைவிட மேலும் விரிவுபட்டதாகவும் பரந்துபட்ட முற்போக்கான நோக்கங்களுடனும் இந்தத் துறை செயல்படக் கூடியதாக அமைக்க வேண்டும். நமது கட்சி உறுப்பினர்களிடையேயும், நம் கட்சியின் தலைமையில் இயங்கும் வெகுஜன அமைப்புகளைச் சேர்ந்த உறுப்பினர்களிடையேயும் நிலவிவரும் கல்லாமை இருளைப் போக்குவதற்கும் இந்த பண்பாட்டுத்துறை திட்டமிட்டுச் செயல்படவேண்டும். மதம் மற்றும் ஆன்மீகத்தின் போர்வையில் மக்களிடையே காலங்காலமாகக் குடிகொண்டிருக்கும் மூட நம்பிக்கைகளை ஒழிக்கப் பாடுபட வேண்டும். மக்களிடையே விழிப்புணர்வூட்ட அறிவியலைப் பரவலாகப் பயன்படுத்த வேண்டும். மக்களிடையே அறிவொளியை பரப்பும் விஷயத்தில் அவர்களின் மத நம்பிக்கை உணர்வுகளைப் புண்படுத்தாமல் மிக நுணுக்கமான வழிகளைக் கையாள வேண்டும். மக்களின் மத சுதந்திரத்திற்கு மதிப்பளிக்கிறோம். அதே வேளையில், அவர்களிடையே அறிவியல் கண்ணோட்டம் மற்றும் அறநெறிக் கருத்துக்களை பரப்புவதில் எவ்வித தயக்கமும் இல்லாமல் திட்டமிட்டு உறுதியாகச் செயல்பட வேண்டும்...” இந்த நகல் வரைவுத் தீர்மானத்தை கிட்டத்தட்ட கண்களில் பார்வை 90% மங்கிவிட்ட நிலையில் டாக்டர் அதிகாரி தன் கைப்பட பெரிய பெரிய கொட்டை எழுத்துக்களில் அன்று எழுதியிருக்கிறார்.

கலை இலக்கியம், பண்பாட்டுத் துறையில் கம்யூனிஸ்ட் கட்சி ஆற்ற வேண்டிய பணிகள், மக்களுக்கு கல்வியறிவை ஊட்டுவது, மூடநம்பிக்கைகளை ஒழித்து பகுத்தறிவு மற்றும் அறிவியல் கருத்துக்களைப் பரப்பும் பணி ஆகியவை குறித்து டாக்டர் அதிகாரி கம்யூனிஸ்ட் கட்சிக்கு விட்டுச் சென்ற கடைசி உயில் இதுவே. இன்றைய இந்திய சூழ்நிலைமைகளில் அவருடைய இந்த வழிகாட்டுதல் மிகமிக முக்கியமானதாகும்.

நள்ளிரவு திடீரென ஏற்பட்ட நெஞ்சுவலி காரணமாக மேற்கொண்டு எழுத முடியாமல் அவர் பாதியிலேயே எழுதுவதை நிறுத்தியிருக்கிறார். அதிகாலை அவரை மருத்துவமனைக்கு கொண்டு சென்று அவசர சிகிச்சைப் பிரிவில் சேர்த்திருக்கிறார்கள். ஐந்து நாட்கள் தொடர் மருத்துவக் சிகிச்சை செய்தும் முயற்சிகள் பலனிளிக்காமல் 1981 நவம்பர் 22ஆம் நாள் காலை டாக்டர் அதிகாரி இயற்கையெய்தினார்.

டாக்டர் அதிகாரி இளம் வயதில் தான் ஏற்றுக்கொண்ட லட்சியத்திற்காக இறுதி மூச்சுவரை வாழ்ந்தார்.

தலைவர்களின் பார்வையில் டாக்டர் அதிகாரி:

1968இல் டாக்டர் அதிகாரியின் 70 வது ஆண்டு பிறந்த நாள் விழாவை கம்யூனிஸ்ட் கட்சி புதுடெல்லியில் மிகச் சிறப்பாகக் கொண்டாடியது. அந்த சமயத்தில் அவரது சமகாலத்து முதல் தலைமுறைக் கம்யூனிஸ்ட் கட்சித் தலைவர்கள் மற்றும் பின்னர் அவரோடு கட்சி அமைப்புகளில் பல்வேறு பொறுப்புகளில் வேலை செய்த இரண்டாம் தலைமுறைத் தலைவர்கள் டாக்டர் அதிகாரி பற்றி தெரிவித்த கருத்துக்களைத் தோழர்கள் எம்.பி. ராவ் மற்றும் மொகித் சென் ஆகியோர் தொகுத்து “எங்கள் டாக்டருக்குப் புகழ் மாலை” என்ற பெயரில் தலைவர்களின் மலரும் நினைவுகளை ஒரு புத்தகமாகக் கொண்டு வநதுள்ளனர். தலைவர்களின் புகழுரையில் சிலரது கருத்துக்களைப் பார்ப்போம்.

மனிதநேயத்தின் மறு உருவம்

– எஸ்.வி. காட்டே (இந்தியக் கம்யூனிஸ்ட் கட்சியின் முதல் பொதுச் செயலாளர்)

மீரட் சிறைக் கைதிகளான எங்களுக்கு அந்த நாட்களின் பகலும் இரவும் விளையாட்டாகவே கழிந்தது என்னவோ உண்மைதான். ஆனால் அந்த ஆண்டுகள், டாக்டர் அதிகாரியெனும் மார்க்சிய - லெனினியப் பலக்கலைக்கழகத்திலிருந்து நாங்கள் பட்டம் பெறும் ஆண்டுகளாகவே எங்களுக்கு அமைந்தன.

இந்தியாவில் தடை செய்யப்பட்ட மார்க்சிய - லெனினிய இலக்கியங்கள் அனைத்தும் வேண்டும் என்றும், எங்கள் தரப்பு நியாயத்தை வலுப்படுத்தி, எங்களைப் பாதுகாத்துக் கொள்வதற்கு அவை தேவைப்படுகின்றன என்றும் சிறைச்சாலைக்குள் கோரிப் பெற்றோம். எங்கள் கரங்களில் இப்போது வெளிநாடுகளில் அச்சிடப்பட்ட மார்க்சீய - லெனினிய இலக்கியங்கள் அனைத்தும் தவழ்ந்தன.

நாங்கள் கூட்டாகச் சேர்ந்து படித்தோம். அனைத்துப் பிரச்சனைகள் மீதும் கூட்டு விவாதம் நடத்தினோம். எதிர்பார்த்தது போலவே, இந்த நடவடிக்கைகளில் அதிகாரி முன்னணியில் இருந்தார். ஜெர்மன் நாட்டில் அவர் பெற்ற மார்க்சீயத் தத்துவப் பயிற்சி இப்போது அவரை நல்ல நிலைக்கு உயர்த்திவிட்டது. விஞ்ஞானம் மற்றும் சர்வதேச அரசியல் இயக்கம் குறித்து நாங்கள் எழுப்பிய எண்ணற்ற கேள்விகள் மற்றும் எங்களுக்கிருந்த மார்க்சீய ஞானத்தின் அடிப்படையில் நாங்கள் வெளிப்படுத்திய கருத்துக்கள் ஆகியவற்றை அதிகாரி நுட்பமாகக் கவனித்தார். மிகவும் பொறுமையாகக் கேட்டுக் கொண்டிருந்தார்.

என்னை எப்போதும் அவரிடம் ஈர்த்து ஆட்கொண்ட விஷயம் என்னவெனில், அதிகாரியிடம் கம்யூனிஸ்ட் கட்சி லட்சியத்தின் மீது அவருக்கிருந்த உறுதிப்பாடுதான். எந்த நிலையிலும் அவர் இதிலிருந்து வழுவியதில்லை. 1945 - 48 காலகட்டத்தில் பம்பாயில் எங்களது பொது வாழ்வில் கஷ்டம் நிறைந்த நாட்களில் இந்த உறுதிப்பாட்டை அதிகாரியிடம் நான் கண்டேன்.

அதிகாரியின் மீது எனக்கு ஏற்பட்ட ஈடுபாட்டில் மிகவும் என்னைக் கவர்ந்தது, அவரிடம் இருந்த மனிதநேயம் தான். முற்றிலும் தன்னலமற்றவர். தனது வாழ்க்கையை முழுமையாகக்

கட்சிக்கே அர்ப்பணித்தார். மார்க்சீய லட்சியம் தவிர வேறு எதுவுமே அவருக்கு பெரிதாகப் படவில்லை.

கம்யூனிஸ்ட் எதிரிகள் அவரை "வறட்டுத்தனமான கம்யூனிஸ்ட்" என்று விமர்சனம் செய்கிறார்கள். ஆனால் அதிகாரி அப்படிப்பட்டவர் அல்ல. மனிதநேயமிக்க மனிதர் அவர். மற்றவர்களைப் பற்றிப் பெரிதும் அக்கறை கொள்பவர். அவர்களது துயரங்களையும் தேவைகளையும் உணரக் கூடியவர். அவர்களது பிரச்சினைகளில் தன்னை முழுமையாக ஈடுபடுத்திக் கொண்டவர்.

கம்யூனிஸ்ட் இயக்கம் என்பது, வேதனைகளைச் சுமந்து வாழ்ந்து கொண்டிருக்கிற மக்களுக்கான இயக்கம் என்பதை அதிகாரி நன்கு அறிந்தவர். இந்த மனித குலத்துக்காக வாழ்வதையே தன் வாழ்க்கையின் நோக்கமாகக் கொண்டிருந்தார்.

என்னைப் பொருத்தவரை அதிகாரி, ஒரு மாபெரும் உண்மையின் திருவுருவமாகத் திகழ்ந்தார். "மிக உயர்ந்த மனிதாபிமானம் இல்லாவிடில் கம்யூனிசம் என்பது இல்லை" என்பதே அந்த உண்மை.

அவரை நேசிக்கும் அனைத்துத் தோழர்களும் அதிகாரியின் வாழ்விலிருந்த இந்த மாபெரும் மனித நேயத்தைக் கற்று, அதனை ஒரு பாடமாகக் கொண்டு பின்பற்ற வேண்டும்.

டாக்டர் அதிகாரியெனும் அறிவுக் களஞ்சியம்

– சோஹன் சிங் ஜோஷ்

(பகத்சிங்கின் தோழனாகப் பணிபுரிந்தவர். பஞ்சாப் கம்யூனிஸ்ட் கட்சித் தலைவர். மீரட் சதிவழக்குக் கைதி. 1928இல் கல்கத்தாவில் நடைபெற்ற அகில இந்திய தொழிலாளர் விவசாயிகள் கட்சியின் தலைவர்)

வர்க்க எதிரியை எதிர்கொள்ளும்போது, சிறைச்சாலைக் கொடுமைகள் சுட்டெரிக்கும்போது, ஏகாதிபத்திய - பூர்ஷ்வா நீதிமன்றங்களில் கம்யூனிஸ்டுகளுக்கு எதிராக விசாரணை நடைபெறும்பொழுது, ஒரு கம்யூனிஸ்ட் எவ்வாறு நடந்து கொள்வது என்ற சோதனை வருகிறது. கொள்கை மற்றும் கோட்பாடுகளை விட்டுவிட்டு அடிபணிந்து போவதா? அல்லது இறுதி மூச்சு உள்ளவரை, கொள்கை வழியில் உறுதியாக நின்று போராடுவதா? என்ற நிலைமை தோன்றுகிறது.

டாக்டர் அதிகாரியைப் பொருத்தவரை இந்த சோதனையில் நூற்றுக்கு நூறு சதம் வெற்றி பெற்றார். அதுமட்டுமல்ல, எந்தக் காரணத்தை முன்னிட்டும் எதிரிகளிடம் இம்மியளவுகூட அடி பணியக் கூடாது என்ற உணர்வை மற்றவர்களுக்கு ஏற்படுத்தினார். கொள்கை வெற்றி பெறவும், மக்களின் அபிலாசைகள் நிறைவேறவும் நெஞ்சுரமும், உறுதிப்பாடும் மிக மிக அவசியம் என்பதையும் அவர் எடுத்துரைத்தார்.

குற்றம் சாட்டப்பட்டிருந்த 31 பேர்களில் 18 பேர்கள் கம்யூனிஸ்ட் குழுவாகச் சிறையில் இருந்தோம். எங்கள் மீது சுமத்தப்பட்டிருந்த குற்றச்சாட்டுகளிலிருந்து, எங்களைப் பாதுகாத்துக் கொள்வது தொடர்பாக, பல விஷயங்கள் குறித்து நாங்கள் அடிக்கடி கூடி விவாதித்துக் கொண்டிருந்தோம். இத்தகைய குழுக் கூட்டங்களில் அதிகாரி வகித்த பங்கு, பாத்திரம் சிறப்பாக இருந்தது. ஒளிவு மறைவற்ற தன்மை, பயம் இல்லாமை, எந்தச் சவாலையும் எதிர்கொள்ளும் துணிச்சல் அவரிடம் பளிச்சென வெளிப்பட்டது.

குழுக்கூட்டம் ஒன்றில் ஒரு சமயம் அவர் இவ்வாறு கூறினார். "நமது கம்யூனிஸ்ட் சித்தாந்தத்தை மக்களிடையே பரப்புவதற்கான ஒரு வாய்ப்பை இப்போது நாம் பெற்றிருக்கிறோம். நீதிமன்றத்தை நமது பிரச்சார மேடையாக மாற்றுவோம். கம்யூனிஸ்டுகள் தேசபக்தி மிக்கவர்கள். பிரிட்டிஷ் ஏகாதிபத்தியத்தை எதிர்த்து எத்தகைய தியாகத்தையும் செய்யக் கூடிய போராளிகள். என்ன விலை கொடுத்தேனும் நாட்டின் விடுதலையைப் பெறுவதற்கு உறுதியாக நிற்பவர்கள் என்பதை நமது நடவடிக்கைகள் மூலம் இந்திய மக்கள் தெரிந்து கொள்ள வேண்டும்."

"கம்யூனிஸ்டுகளையும் கம்யூனிஸத் தத்துவத்தையும் இந்திய மக்கள் மனதிலிருந்து அகற்றுவதுதான் ஏகாதிபத்தியம் நம் மீது இந்த வழக்கைத் தொடுத்திருப்பதன் உண்மையான உள்நோக்கம் என்பதை முதலில் நாம் புரிந்துகொள்ள வேண்டும். தேசிய விடுதலைப் போராட்ட இயக்கத்திலிருந்து நம்மைத் தனிமைப்படுத்துவது, தேசபக்திக்கும், மதத்துக்கும் பாரம்பரியமான இந்திய கலாசாரத்துக்கும் நாம் எதிரானவர்கள் என்று நம்மைக் காட்டுவது என்பதே அவர்கள் சதித்திட்டம். பிரிட்டிஷ் ஏகாதிபத்தியத்தின் கேடுகெட்ட இந்த உள்நோக்கத்தை, நாம் ஒன்றுபட்டு உறுதியாக எதிர்த்து நின்று ஆட்சியாளர்களைத் தோல்வியுறச் செய்யவேண்டும், மார்க்சீய

சித்தாந்தத்தையும், உலகப் பாட்டாளி மக்களின் நம்பிக்கை ஒளியான சோவியத் புரட்சியையும் நாம் பாதுகாக்க வேண்டும்."

"நமது உறுதிமிக்க அரசியல் மற்றும் தேசபக்தி மிக்க செயல்பாடு ஆகியவற்றை இந்த நீதிமன்றத்தில் நாம் வெளிப்படுத்துவதன் மூலம், இந்திய மக்கள் மனதில் உள்ள நம்மைப்பற்றிய ஐயங்களைப் போக்கமுடியும். கம்யூனிஸ்டுகள் இந்த நாட்டின் பூரண விடுதலைக்குப் போராடுகிறார்கள் என்பதையும், அவர்கள் மீது தொடுக்கப்படும் தாக்குதல், சுதந்திரப் போராட்டத்தின் மீது தொடுக்கப்படும் தாக்குதலாகும் என்று இந்திய மக்களுக்கு நாம் புரிய வைப்போம். பிரிட்டிஷ் ஏகாதிபத்தியத்தின் ஒட்டு மொத்த அரசியல் சூதாட்டம் என்பது, நம்மைக் கைது செய்து சதிவழக்குகள் போட்டு, ஒன்றுபட்ட விடுதலை இயக்கத்தில் பிளவை ஏற்படுத்துவதாகும் என்ற உண்மையை நாட்டு மக்களுக்கு உணர்த்துவோம்" என்று டாக்டர் அதிகாரி இந்த சதிவழக்கின் அடிப்படையான உள்நோக்கத்தை விளக்கினார்.

பல்துறைசார் ஞானம் பெற்றிருந்த டாக்டர் அதிகாரி தன்னடக்கத்தின் சின்னமாகத் திகழ்ந்தார். பஞ்சாபில் ஜலந்தர் நகரில் அகில இந்திய சமாதான ஒருமைப்பாடு மாநாட்டைப் பெரிய அளவில் நடத்தினோம். மாநாட்டை வெற்றி பெறச் செய்ய வேண்டும் என்பதற்காகவே கட்சி அணிகள் முழுவதும் முடுக்கிவிடப்பட்டிருந்தது. அகில இந்தியத் தலைவர்கள் வந்திருந்தனர். மாநாட்டுப் பேரணிக்குத் திரண்டு வந்திருந்த கூட்டத்தைப் பார்த்து அவர்கள் பிரமித்துப்போனார்கள். இத்தனை சிறப்பான செயல்பாடுகளுக்கு வழி காட்டியாக இருந்தவர் டாக்டர் அதிகாரிதான் காரணமென்று சொன்னால் அது மிகையல்ல. இந்த மாநாட்டில்தான் தோழர் ரொமேஷ் சந்திரா அகில இந்திய சமாதான ஒருமைப்பாட்டு இயக்கத்தின் பொதுச் செயலாளராகத் தேர்ந்தெடுக்கப்பட்டார். உண்மையான தலைவராக இருந்த டாக்டர் அதிகாரியோ, கூட்டத்தின் ஓர் ஓரத்தில் கேட்போர் வரிசையில் அமைதியாக அமர்ந்திருந்தார். சிறிய செயலாக இருந்தாலும், அதன் மூலம் மக்களின் கண்களுக்குத் தங்களை மட்டும் பெரிதாகக் காட்டிக்கொள்ளும் வழிமுறைகளைப் பற்றிச் சிந்திப்பதே பொதுவாக அரசியல்வாதிகளின் வழக்கம். ஆனால் டாக்டர் அதிகாரி இத்தகைய விளம்பரத்தை விரும்பும் அரசியல்வாதிகளைப் போன்றவரல்ல. அவரது செயலுக்கு மற்றவர்களின் அங்கீகாரமும், பாராட்டும் கிடைக்க

வேண்டுமென்று என்று அவர் எதிர்பார்த்ததில்லை. அவருடைய இந்தத் தன்னடக்கத்தைக் கட்சித் தோழர்கள் பெரிதும் வியந்து புகழ்ந்தனர்.

குறிப்புகள் இல்லாமல் எந்த ஒரு விசயம் பற்றியும் வெறுமனே சொற்பொழிவு ஆற்றுவதை அதிகாரி விரும்ப மாட்டார். ஆழமாகப் படித்து, முறையாகக் குறிப்புகள் தயாரித்த பின்னரே கட்சிக் கல்வி பயிலும் வகுப்புகள், பேரவைக் கூட்டங்களில் கலந்து கொண்டு குறிப்பிட்ட பொருள் மீது சொற்பொழிவு நிகழ்த்துவது அவருடைய வழக்கம். அவரே எழுதித் தயாரித்த குறிப்புகள் எதுவும் கையில் இல்லாமல், வெறுமனே அவர் உரையாற்றியதை நான் ஒரு போதும் கண்டதில்லை.

எந்தவொரு விசயம் பற்றியும் போதிய முன்னேற்பாடு இல்லாமல், சடங்குபூர்வமாக எதையோ கடமைக்காகப் பேசுகின்றவர்களை டாக்டர் அதிகாரி மிகவும் வெறுத்தார். சிந்திப்பதற்குமுன், ஒருவர் என்ன சொல்கிறார் என்பதைக் கேட்க வேண்டும் என்று டாக்டர் அதிகாரி தோழர்களிடம் அடிக்கடி கூறுவார்.

டாக்டர் அதிகாரி பன்மொழி அறிஞராக இருந்தார். பத்துக்கும், மேற்பட்ட ஐரோப்பிய மற்றும் இந்திய மொழிகளில் புலமை பெற்றவர். 1943ஆம் ஆண்டில் பஞ்சாபில் அவர் இருந்த போது அவர் செய்த முதல் காரியம், பஞ்சாபி மொழியைக் கற்றது ஆகும். வங்காளம், இந்தி, மராத்தி, பஞ்சாபி மற்றும் இதர மொழிப் பத்திரிகைகளை சிரமமில்லாமல் அவரால் படிக்க முடியும்.

இந்தியாவில் உள்ள கம்யூனிஸ்டுகளில், தலைசிறந்த கம்யூனிஸ்டாக டாக்டர் அதிகாரி முன்வரிசையில் இருந்தார். அவரது கட்சி விசுவாசம், அர்ப்பணிப்பு வாழ்க்கை போற்றத்தக்கதாக இருந்தன. எப்பொழுதெல்லாம் கட்சி அவரை அழைத்து சில பொறுப்புகளை நிறைவேற்றும்படி பணித்ததோ, அப்பொழுதெல்லாம் சிறிதும் சுணக்கம் காட்டாமல், கட்சியிட்ட பணியைச் சிரமேற்கொண்டு செவ்வனே செய்து முடித்தார். புரட்சிகர கம்யூனிஸ்ட் மரபுகளின் இருப்பிடமாக அவர் திகழ்ந்தார்.

இளைஞர்கள் பின்பற்ற வேண்டிய இலட்சிய மனிதன்

சி. ராஜேஸ்வர ராவ் (இந்தியக் கம்யூனிஸ்ட் கட்சியின் நீண்டகாலப் பொதுச் செயலாளர்)

கட்டுப்பாடு, ஒழுக்கம், லட்சியத்தில் உறுதிப்பாடு, தியாக உணர்வு ஆகியவை டாக்டர் அதிகாரியிடம் இருந்த மதிப்பு மிக்க பண்புகளாகும்.

நம்மிடம் உள்ள குணக்கேடுகளைப் போக்குவது பற்றியும், பாட்டாளி வர்க்க உயர் பண்புகளைக் கடைபிடிப்பது பற்றியும் நாம் அதிகம் பேசுகிறோம். இதன் அர்த்தம் என்ன? கட்சி எடுக்கும் கூட்டு முடிவுகளை உணர்வுப்பூர்வமாக ஒப்புக்கொள்வதும். கட்சிக்குழுவின் ஒரு பகுதி என்ற முறையில் ஒரு கட்சி ஊழியர் எவ்வாறு செயலாற்ற வேண்டும் என்பதை அறிந்து கொள்வதாகும். கூட்டு முடிவுகள் எடுக்கப்பட்டு, அதை நிறைவேற்றும் பணி ஒருவருக்குக் கொடுக்கப்பட்டதும், அதனை முழு விசுவாசத்துடன் அவர் நிறைவேற்ற வேண்டும். எல்லாவற்றுக்கும் மேலாகச் சுயநலம், வால்பிடிக்கும் போக்கு ஆகியவற்றை ஒதுக்கி வைத்துவிட்டு, உறுதிப்பாடு, முழு அர்ப்பணிப்பு உணர்வுடன் ஒரு சிறந்த கம்யூனிஸ்ட்டாக வாழ வேண்டும் என்பதே இதன் அர்த்தமாகும்.

இந்த நோக்கில் நாம் அதிகாரியைக் காணும் போது அவர் ஒரு தலைசிறந்த லட்சியத் தோழர் என்றே கூற முடியும், அவர் தனது வாழ்நாளில் ஒரு போதும் தன்னைப் பற்றியும், தனது சொந்த வாழ்க்கையைப் பற்றியும் கவலைப்பட்டது கிடையாது. அவர் எவரிடமும், எதனையும் ஒருபோதும் தனக்கென்று கேட்டதில்லை. அவரது குறைந்தபட்சத் தேவைகளுக்காக கட்சி சில வசதிகள் செய்து கொடுத்தால்கூட அதற்கு அவரை ஒப்புக் கொள்ள வைப்பதே பெரும் சிரமம்.

டாக்டர் அதிகாரியின் வாழ்க்கையிலிருந்து நாம் சில முக்கியமான படிப்பினைகள் பெற வேண்டும். அவரது முன்மாதிரியான வாழ்க்கையை நமது புரட்சிகரப் போராட்டத்தில் நாம் அவசியம் பின்பற்ற வேண்டும்.

நாட்டில் முதலாளித்துவ சமூக வளர்ச்சியானது, பல சீர்கேடுகளையும் குணக்கேடுகளையும் அதிகம் உற்பத்திசெய்திருக்கிறது. அனைத்துத் துறைகளிலும் முதலாளித்துவ குணக்கேடுகள் மலிந்துவிட்டன. நாமும் நமது இயக்கமும் வாழ்வா? சாவா? என்ற நெருக்கடியான

பிரச்சினையை எதிர் நோக்கியிருக்கிறோம். டாக்டர் அதிகாரி மாதிரி வாழ்வதுதான் இன்றைய தேவை.

மனிதநேயமற்ற, ஊழல் மலிந்த முதலாளித்துவக் குணக்கேடுகளுக்கு எதிராக, கம்யூனிஸ்டு மனித மதிப்புகள் எப்படிப்பட்டவை என்று மக்களுக்கு எடுத்துக் காட்டவும், நம் கண் முன்னால் டாக்டர் அதிகாரியின் வாழ்க்கை உயிர் பெற்று நிற்கும் முன் மாதிரியாகும். இன்றைய இளம் தோழர்களுக்கு டாக்டர் அதிகாரி ஒளிவிளக்காய் வழிகாட்டி நிற்கிறார். இந்த லட்சிய மனிதனை, தலைசிறந்த கம்யூனிஸ்டை முன்னுதாரணமாகக் கொண்டு நாம் பின்பற்றுவோம்.

ஆழமான மார்க்சீய ஞானம், தலைசிறந்த களப்பணியாளர்

– எஸ். ஜி. சர்தேசாய் (மார்க்சீய அறிஞர், CPI மத்திய நிர்வாகக் குழு உறுப்பினர்)

பம்பாய் பஞ்சாலைத் தொழிலாளர்களின் வேலை நிறுத்தப் போராட்டம் நடைபெற்றுக்கொண்டிருந்த காலத்தில், நாங்கள் முன்எப்போதும் கண்டிராத ஒரு புதிய அதிகாரியைக் கண்டோம். கட்சியின் தத்துவார்த்த ஆசிரியர் என்று முதலில் நாங்கள் அங்கீகரித்தோம். ஆனால், பொது வேலை நிறுத்தப் போராட்டங்களின் போது ஒரு தத்துவார்த்த ஆசிரியர் இவ்வளவு சிறந்த முறையில் களப்பணியாற்றுவார் என்று நாங்கள் எதிர்பார்க்கவில்லை. ஆச்சர்யப்பட்டோம்.

தொழிலாளர்களோடு தானும் போராட்டக் களத்தில் குதித்து, அவர்களோடும், அவர்களுடைய பிரச்சனைகளோடும் எளிதில் தன்னை ஐக்கியப்படுத்திக் கொண்டார். பொதுக் கூட்டங்களில் உரையாற்றித் தொழிலாளர்களுக்கு அவர்களது கோரிக்கைகளின் நியாயத்தை விளக்கி, வழிகாட்டுதலும் தெம்பும் கொடுத்தார். அவர் பங்கு பெறாத வேலை நிறுத்த நடவடிக்கை எதுவும் அன்றைக்கு இருந்ததில்லை. அவரது அதிகமான அலுவலகப் பணிகளுக்கிடையிலும் சுமார் 70 ஆலைகளில் நடைபெற்ற வேலை நிறுத்தப் போராட்ட நடவடிக்கைகளில் பங்குகொண்டு, அவற்றை வழி நடத்துவதிலும், அந்தப் பிரச்சனைகளுக்குத் தீர்வு காண்பதில் உள்ள நடைமுறை அம்சங்களிலும் ஆழ்ந்த கவனம் செலுத்தினார். வேலை நிறுத்த நடவடிக்கைகளில் பங்கு பெறுவதிலும், பல பிரச்சனைகள் குறித்து வேலை நிறுத்தக் கமிட்டிகளில் கருத்து வேறுபாடுகள்

புயலெனக் கிளம்பிய போதிலும் எங்களைப்போல் அவர் மேலோட்டமாகத் தன்னை ஈடுபடுத்திக் கொண்டதில்லை. வேலை நிறுத்தக் கமிட்டியின் உறுப்பினராக இல்லாதிருந்த அந்தச் சூழ்நிலையிலும், அவரது பணி உள்ளார்ந்த ஈடுபாடும் உணர்வுபூர்வ அக்கறையும் கொண்டதாக அமைந்திருந்தது. நிலைமைகளில் ஏற்பட்ட வளர்ச்சிப் போக்குகளின் மீது அவர் தனது சொந்த வழியின் மூலமாகவே தனது செல்வாக்கைச் செலுத்தினார். வெகுஜனப் போராட்டங்களை மதிப்பீடு செய்வதில் அவரது கண்ணோட்டம் எப்போதும் நல்லதொரு வழிகாட்டியாக இருந்தது.

மார்க்சியம் என்பது அரசியல். ஆனால் அது பல விஷயங்களை உள்ளடக்கி இருக்கிறது. அது ஒரு வகைச் சிந்தனையும் வாழ்முறையுமாகும்.

இந்தியக் கம்யூனிஸ்டுகள் தலைமுறை தலைமுறையாகப் பின்பற்ற வேண்டிய பண்புகளின் உறைவிடமாய், முன்னுதாரண மனிதனாக டாக்டர் அதிகாரி வாழ்ந்து காட்டினார். அவரது வாழ்கை வரலாறும், கம்யூனிஸ்ட் கட்சியின் வரலாறும் ஒன்றோடு ஒன்று பின்னிப் பிணைந்ததாகும்.

ஆழமான மார்க்சீய ஞானமும், தியாகமும்

– என்.கே.கிருஷ்ணன் (இந்தியக் கம்யூனிஸ்ட் கட்சியின் தேசீயச் செயலாளர்)

இந்தியக் கம்யூனிஸ்ட் கட்சி. தனது முந்தைய அதிதீவிரக் குறுங்குழுவாதத் (செக்டேரியன்) தவறுகளிலிருந்து விடுபட்டு *1935 – 1939* காலகட்டத்தில், தேச விடுதலைக்கும் சமூக விடுதலைக்குமான ஏகாதிபத்திய எதிர்ப்பு தேசிய முன்னணியை வலுவாகக் கட்டி, நாடு தழுவிய மாபெரும் சக்தியாக உருவெடுத்தது. *'NATIONAL FRONT* (தேசிய முன்னணி) என்ற பெயரில் கட்சிப் பத்திரிகை தொடங்கப்பட்டது. மாநிலங்களில் வெகுஜனங்களிடையே வலுவான இயக்கம் கட்டப்பட்டது. கட்சி ஊழியர்களுக்கு மார்க்சிச – லெனினிய போதனைக் கல்வி விரிவான அளவில் அளிக்கப்பட்டன.

முக்கியத்துவம் வாய்ந்த இந்தக் காலகட்டத்தில் கட்சியின் பலத்தை அதிகரித்தல், நிலை நிறுத்துதல், கட்சி ஊழியர்களுக்குப் பயிற்சி அளித்தல் ஆகிய பணிகளில், கட்சியின் பொதுச்

செயலாளராக இருந்த பி.சி. ஜோஷியுடன் தோழர் அதிகாரி இணைந்து செயல்பட்டார்.

இரண்டாம் உலகப்போர் வெடித்த நேரம், அன்னியராட்சியால் கட்சி தடை செய்யப்பட்டது. தலைமறைவு வாழ்க்கைக்கான ஆயத்த வேலைகளில் கட்சி ஈடுபட நேரிட்டது. தலைமறைவுக் கட்சி வாழ்க்கைக்கு ஏற்ற முறையில் கட்சி அமைப்புகளைத் தயார் செய்ய வேண்டியிருந்தது. கட்சி அணிக்களுக்கிடையே கருத்துப் பரிமாற்றம் செய்து கொள்ள பத்திரிகை தேவைப்பட்டது. அதை சட்ட விரோதமாக அச்சிட அச்சகம் ஒன்றையும் நிறுவ வேண்டிய தேவை ஏற்பட்டது. இப்பணிகள் மீண்டும் தோழர் அதிகாரியின் தோளிலேயே விழுந்தன.

அச்சகப் பணிகள் தலைமறைவாக நடைபெற்றுக் கொண்டிருந்தன. இங்கிலாந்து கம்யூனிஸ்ட் தலைவர் ரஜினிபாமிதத் எழுதிய “இன்றைய இந்தியா” என்ற மிக முக்கியமான நூல் குறித்த நேரத்தில் அச்சிடப்பட்டு ரகசியமாக விநியோகம் செய்யப்பட்டது. இப்பணிகளை பி.சி. ஜோஷியுடன் இணைந்து நின்று தோழர் அதிகாரி செவ்வனே செய்து வந்தார்.

1942 - 1946 காலகட்டத்தில் கட்சியின் மீதிருந்த தடை நீக்கப்பட்டு, சட்ட ரீதியாக வெளிப்படையாகச் செயல்பட்டுக் கொண்டிருந்தது. தேசியப் கடமைகளையும், சர்வதேசக் கடமைகளையும் ஒன்றிணைத்து அதன்பால் இந்திய மக்களை அணி திரட்டும் ஒரு சிக்கலான பணியில் கட்சி ஈடுபட வேண்டிய நிலை ஏற்பட்டது. கட்சியின் உயர்மட்டக் குழுத் தலைவர்களில் ஒருவராக விளங்கிய தோழர் அதிகாரி இந்தச் சமயத்தில் பிரதான பாத்திரம் வகித்தார்.

இந்திய விடுதலைக்குப் பிந்தைய காலகட்டத்தில், கம்யூனிஸ்ட் மற்றும் இடதுசாரி இயக்கத்தின் வளர்ச்சியிலும், ஊழியர்களுக்கு மார்க்சிச - லெனினியத்தத்துவத்தில் பயிற்சி அளிப்பதிலும் அதிகாரி பெரும் பங்கு செலுத்தினார்.

மாவோயிஸத்தின் சீர்குலைவு மற்றும் பிளவுவாத நடவடிக்கைகளை எதிர்த்துக் கடினமான பணிகளைச் செய்தாக வேண்டியிருந்த காலத்தில், அதிகாரி லெனினிசம், பாட்டாளி வர்க்க சர்வதேசியக் கொள்கை மற்றும் கோட்பாடுகளில் உறுதியாக நின்று செயல்பட்டார். திருத்தல்வாதம் மற்றும் வறட்டுத் தத்துவவாதம் ஆகியவற்றை எதிர்த்த இருமுனைப் போராட்டத்தில், தோழர் அதிகாரி எழுதிய கட்டுரைகள்,

பிரசுரங்கள் ஆகியவை கோட்பாடு ரீதியிலான தலைமை மற்றும் வழிகாட்டுதலில் உறுதித் தன்மையைக் கொடுத்தன.

தோழர் பவானிசென் அவர்களின் துணையுடன் தோழர் அதிகாரி இந்தியக் கம்யூனிஸ்ட் கட்சியின் திட்டத்தைத் தயார் செய்தார். இத்திட்டம் 1964இல் பம்பாயில் நடைபெற்ற ஏழாவது கட்சிக் காங்கிரசில் நிறைவேற்றப்பட்டது. நாட்டு நடப்புகள் பற்றிய வரையறுப்புகள். அடிப்படையான அரசியல் வழிகாட்டுதல் ஆகியவை அத்திட்டத்தில் முக்கிய அம்சங்களாகும்.

கட்சியில் தனிச் சிறப்பானதோர் இடத்தைப் பிடித்திருந்த அதிகாரி, கட்சியின் மீது அளவு கடந்த மதிப்பும் மரியாதையும் வைத்திருந்தார். தனது ஆற்றல் அனைத்தையும் கட்சியின் நலன்களுக்கே அர்ப்பணித்தார். கட்சியின் மத்தியக் கட்டுப்பாட்டுக் குழுவின் தலைவராகத் தேர்ந்தெடுக்கப்பட்ட அவர், அப்பணியையும் செவ்வனே செய்து வந்தார். இவ்வளவு பெரிய பொறுப்பை நிறைவேற்றிக் கொண்டிருந்த நேரத்தில், கட்சியின் வரலாற்றைத் தொகுத்து அச்சிடும் மிகப் பெரும் பணியையும் மேற்கொண்டார். இப்படிப்பட்ட பணியை அவரால் மட்டுமே மேற்கொண்டு நிறைவேற்றமுடியும்.

ஒடிஷா மாநிலம், புவனேஸ்வர் நகரில் நடைபெற்ற கட்சியின் மத்திய கட்டுப்பாட்டுக் குழு உறுப்பினர்கள் மற்றும் மாநிலக் கட்டுப்பாட்டுக் குழுத் தலைவர்கள் ஆகியோர் கலந்து கொண்ட சிறப்பு மாநாட்டுக்கான குறிப்புகளைத் தோழர் அதிகாரி தயார் செய்திருந்தார். முதுமைப் பருவம், கண்பார்வை இழப்பு, உடல் பலவீனம் ஆகிய இத்தகைய நிலையிலும் தத்துவார்த்த அனுபவத் தெளிவுடன், ஆழ்ந்த ஞானத்துடன் அவர் செயல்பட்ட விதத்தை இக்குறிப்புகளின் மூலம் அறிய முடிகிறது. பெருமதிப்பும், முக்கியத்துவமும் வாய்ந்த அந்த அறிக்கை, கட்சியை அமைப்பு ரீதியாக வலுப்படுத்துவதற்கும், ஒற்றுமையாகச் செயல்படுத்துவதற்கு உதவியாகவும் இன்றளவும் இருந்து வருகிறது.

தனது சகோதரரும் கம்யூனிஸ்ட்டுமான தோழர் ஜக்கு என்கிற ஜெகநாத் அதிகாரி, தனது ஒரே மகன் விஜய், மனைவி ஆகியோரை இழந்தது, அதிகாரியின் வாழ்வில் ஏற்பட்ட மாபெரும் பேரிழப்பாகும். இந்த இழப்புகள் அவரைச் செயல்படாமல் முடமாக்கவில்லை. மாறாக, அவரது கட்சிப் பணி தங்குதடையின்றித் தொடர்ந்தது. தனது இறுதி மூச்சு

நிற்கும்வரை, அவர் மேற்கொண்டிருந்த கட்சிப் பொறுப்புகளை நிறைவேற்றுவதில் கண்ணுங்கருத்துமாக இருந்தார்.

கம்யூனிஸ்டுகள் அனைவரும் பின்பற்ற வேண்டிய முன்னுதாரணம்

– இந்திரஜித் குப்தா (நாடாளுமன்றத்தின் தந்தை என்ற விருதைப் பெற்ற முதல் கம்யூனிஸ்ட் தலைவர்)

எனக்கு ஆலோசனை, வழிகாட்டுதல் ஆகியன தேவைப்படும் போதெல்லாம் டாக்டர் அதிகாரியைச் சந்திக்கின்ற வாய்ப்பை ஏற்படுத்திக் கொண்டு அவரைச் சந்தித்து விவாதம் நடத்தி வந்தேன். அரசியல் பிரச்சினையானாலும், தனிப்பட்ட முறையில் சொந்தப் பிரச்சனையானாலும் அவரிடம் கலந்து ஆலோசனையும் வழிகாட்டுதலும் பெற்றுக் கொள்வேன்.

டாக்டர் அதிகாரி பக்குவம் நிறைந்த முதிர்ந்த தோழர். இளம் தோழர்களிடம் 'தானே பெரியவன்' என்ற தோரணையை அவர் ஒருபோதும் காட்டியதில்லை. யார் எதைச் சொன்னாலும் பொறுமையாகக் கேட்க வேண்டும் என்ற குணம் அவரிடம் எப்போதும் இருந்து வந்தது. பொறுமையாகக் கேட்பதோடு மட்டுமின்றி, பக்குவமான முறையில் அறிவுரைகள் வழங்குவார். அவரது பேனா முனையினால் உருவான படைப்புக்களான கட்டுரைகள், சிறுபிரசுரங்கள், புத்தகங்கள் ஆகியவற்றின் மூலம் நாங்கள் பல்வேறு புதிய விஷயங்களைக் கற்றுக் கொண்டோம்.

நடப்பு அரசியல் நிலைமை பற்றியும், சித்தாந்தப் பிரச்சனைகள் பற்றியும் அவரது படைப்புகள் அலசி ஆராய்ந்தன. அப்பிரச்சினைகள் அனைவருக்கும் புரியும் வகையில் விளக்கிச் சொல்லப்பட்டிருந்தன.

டாக்டர் அதிகாரி மார்க்சிய - லெனினிய மூல நூல்களில் தேர்ச்சி பெற்றவர். அவரது பிரசுரங்கள், இந்தியாவில் உள்ள விவசாயிகள் பிரச்சனை, இந்து - முஸ்லிம் ஒற்றுமைப் பிரச்சினை, தேசிய இனங்களிடையே ஏற்றத்தாழ்வான வளர்ச்சி குறித்த பிரச்சனை, காந்திய சிந்தனை ஆகியவை பற்றி எளிமையாகவும், தெளிவாகவும், விளக்குவதாகவும் அமைந்திருந்தன.

அவர் மார்க்சிய அறிஞர், தலைசிறந்த எழுத்தாளர் என்று மட்டுமே நினைக்கப்படுகிறார். அவர் சகமனிதர்களிடமும், தோழர்களிடமும், பாசத்தைக் காட்டும் சிறந்த மனிதாபிமானி

ஆவார். அனைவரிடத்தும் பாசமும் நேசமும் இரக்கமும், அன்பும் கருணையும் காட்டுகின்ற மனப்பாங்கு கொண்டவர். சுயநல எண்ணம் இம்மியளவும் இல்லாதவர். பொறுமையின் சின்னமாகத் திகழ்ந்தவர். கம்யூனிஸ்ட் ஒழுக்கம் மற்றும் மனிதாபிமானத்திற்கு முன்னுதாரணமாக விளங்கியவர்.

சீனக் கம்யூனிஸ்ட் கட்சியின் முன்னணித் தலைவர்களில் ஒருவரான லியோ சோஷி, "சிறந்த கம்யூனிஸ்ட் ஆவதெவ்வாறு?" என்ற தனது நூலில் சிறந்த கம்யூனிஸ்ட் மதிப்புகள் மற்றும் குணநலன்களை விளக்கியுள்ளார். அந்த மதிப்புகளும், சிறப்பான குணங்களும் குடியிருந்து வாழும் மனிதனாக டாக்டர் அதிகாரி விளங்கினார். கட்சியின் இலட்சியங்களுக்காகவும், அவற்றை நிறைவேற்றும் பணிகளுக்காகவும் தன் வாழ்நாள் முழுவதையும் அர்ப்பணித்தார்.

டாக்டர் அதிகாரியைப் போன்று - அதாவது சிந்தனையாளராக, தத்துவார்த்த ஆசிரியராக, எழுத்தாளராக, பத்திரிகையாளராக, கிளர்ச்சிப் பிரச்சாரகராக, மிகச்சிறந்த அறிஞராக - ஒருவரை நம்மால் உருவாக்க முடியும் என்பது சந்தேகமே.

டாக்டர் அதிகாரியின் சொந்த வாழ்வில், அவரது பதினாறு வயது மகன் விஜயின் அகால மரணம், தன்னுடைய இளம் சகோதரன் ஐக்கு இழப்பு, தனது மனைவி விமலா இழப்பு - ஆகியவை அவருக்கு மாபெரும் பேரிழப்புகளாகும். இத்தகைய நிலையிலும், உணர்ச்சிப் பெருக்கு அல்லது மனக் கிளர்ச்சியும், துயரமும் தன் மீது ஆதிக்கம் செலுத்துவதற்கோ, அவை கட்சிப் பணிகளுக்கு இடையூறாக வருவதற்கோ டாக்டர் அதிகாரி ஒருபோதும் அனுமதித்ததில்லை.

அவர் நம்மை விட்டுப் பிரிந்த நேரம், இந்தியக் கம்யூனிஸ்ட் இயக்கம் பிளவுபட்டிருந்தது. அரசியல் கருத்து வேறுபாடுகளும், கடுமையான, கசப்பான விமர்சனங்களும் அலைக்கழித்த வண்ணமிருந்தன. விமர்சனங்கள் கரடுமுரடாகவும், சில சமயங்களில் தனிநபர் சொந்த வாழ்வைக்கூட அவை விட்டுவைக்கவில்லை. தனிமனித உறவுகள்கூட தடைப்பட்டுப்போன மோசமான நிலைமை. இரண்டு கட்சிக்குள்ளும் சில தலைவர்கள் நீண்டகால பகைவர்கள் போல நடந்து கொண்டனர். ஆனால், டாக்டர் அதிகாரி மரணமடைந்தபோது நடந்த ஒரு நிகழ்ச்சி இப்போது எனது நினைவுக்கு வருகிறது.

டெல்லியில் இந்தியக் கம்யூனிஸ்ட் கட்சியின் மத்தியத் தலைமை அலுவலகமான அஜாய் பவனில் டாக்டர் அதிகாரியின் பூதவுடல், பொது மக்கள் பார்வைக்காகவும் இறுதி அஞ்சலி செலுத்துவதற்காகவும் வைக்கப்பட்டிருந்தது. இறுதி அஞ்சலி செலுத்துவதற்காக மார்க்சிஸ்ட் கம்யூனிஸ்ட் கட்சியின் சார்பில் அதன் முன்னணித் தலைவர்களான இ.எம்.எஸ். நம்பூதிபாட், பி. சுந்தரய்யா, பி.டி. ரணதிவே மற்றும் முக்கியமான தோழர்கள் வந்திருந்தனர். அவர்களில் ஒருவர், டாக்டர் அதிகாரியின் பூதவுடல் அருகே சென்று, அவரது நெற்றியைத் தொட்டு இவ்வாறு கூறினார். "அமைதியாத் தூங்கிக் கொண்டிருப்பதைப் போலவே காட்சித் தருகிறார், போய் வாருங்கள் அன்புத் தோழரே. உங்களுக்கு எங்கள் செவ்வணக்கம்" என்று சொன்னது அனைவரையும் உணர்ச்சிவயப்படச் செய்தது.

அந்தத் தலைவர்கள் அனைவரும் மண்ணுலக வாழ்விலிருந்து மறைந்துவிட்டனர். ஆனால், தோழர் டாக்டர் அதிகாரியோ, புத்துலகைப் படைக்க விரும்பும் அனைத்துக் கம்யூனிஸ்டுகளும் பின்பற்ற வேண்டிய மேலான மரபுகளை நமக்கு விட்டுச் சென்றுள்ளார். அந்த மரபுகளை நாம் கடைப்பிடித்து முன்னேற வேண்டும்.

தலைசிறந்த ஆசான்

– ஏ.பி. பரதன் (இந்தியக் கம்யூனிஸ்ட கட்சியின் பொதுச் செயலாளர்)

ஒரு பொதுக்கூட்டத்திலோ அல்லது பேரணியிலோ அவர் ஒரு போதும் பெரிய பேச்சாளராக இருந்ததில்லை. ஆனால் கட்சிக்கல்வி வகுப்பறையில் மார்க்சீயத் தத்துவத்தை எளிமையாகப் போதிக்கும் ஆசிரியராகவும். கமிட்டிக் கூட்டங்கள், பேரவை அல்லது மாநாட்டில் அறிக்கை தாக்கல் செய்து சிறப்பாக உரை நிகழ்த்தக்கூடிய ஒரு திறமையான தலைவராகவும் இருந்தார்.

டாக்டர் அதிகாரியின் அறிவியல் கண்ணோட்டம், அரசியல் நிகழ்வுகளைப் பகுப்பாய்வு செய்யும் அவரது அறிவாற்றல், மார்க்சீயம் – லெனினியம் பற்றிய அவரது ஆழமான நுண்ணறிவு ஆகியவை அவரை ஒப்பற்ற மார்க்சியத் தத்துவ ஆசிரியராக ஒளிவீசச் செய்தது. எல்லாவற்றிற்கும் மேலாக கம்யூனிஸ்ட் கட்சியின் மதிப்புமிக்க தலைவராகவும் அவரிருந்தார். அந்த வகையில் அவர் புரட்சிகரச் செயல்பாட்டுக்கும்

போராட்டத்திறகும் தலைமை தாங்கி நின்றார். அவருடைய எழுத்துக்கள் அனைத்திலும் அவரது ஒப்பற்ற இந்த குணங்கள் வெளிப்பட்டன.

1946 பிப்ரவரியில் நடைபெற்ற ராயல் இந்தியக் கப்பற்படையினர் (ROYAL INDIAN NAVY) எழுச்சியின் போது போராட்டத்திற்கு தலைமை தாங்கும் அவருடைய குணம் மிகத்தெளிவாக வெளிப்பட்டது. கட்சித் தலைமை அலுவலகத்தில் இருந்து கொண்டு, கப்பற்படை மாலுமிகளுக்கு ஆதரவாகச் செயலில் இறங்குகள் என்று கட்சியின் செயல் வீரர்களுக்கும். பம்பாயின் தொழிலாளர் அமைப்புகளுக்கும் அவர் வழிகாட்டி உத்வேகமூட்டினார்.

அவர் வழக்கமாகக் கிச்சடி அல்லது 'போர்ஷ்" என்று அவர் அழைத்த, எளிய உணவை அவரே தயாரித்துக்கொள்வதை நாங்கள் பார்த்துள்ளோம். நான் அவருடைய அறையினுள் தலைநீட்டும் போது என்னையும் அழைத்து அவருடைய உணவைப் பகிர்ந்து கொள்ளச் செய்வார். சாப்பிட்டபின், அவருடைய பாத்திரங்களை அவரே கழுவிச் சுத்தம் செய்வார். அவர் தனது சட்டை அல்லது பேன்ட்டில் உள்ள கிழிசல்களை தையல் போட்டுச் சரி செய்து கொண்டிருப்பதை அடிக்கடி நாங்கள் பார்த்துள்ளோம். தன்னுடைய காலுறைகளையும் கிழிந்துள்ள இடத்தில் தையல் போட்டுக் கொள்வார். இயந்திர நுட்பங்களையும் தெரிந்து வைத்திருந்தார். தன் சொந்த உபயோகத்திற்காக வைத்துக் கொண்டிருந்த சில மின் சாதனங்களையும் அவரே பழுது பார்ப்பார். ரேடியோ மற்றும் டிரான்சிஸ்டர் உதிரி பாகங்களை வாங்கி வந்து அவரே தன் கைப்பட சக்தி வாய்ந்த ரேடியோ மற்றும் டிரான்சிஸ்டர்களைத் தயார் செய்து தோழர்களுக்குப் பரிசளிப்பார்.

டாக்டர் அதிகாரி மிகச்சிறந்த மார்க்சீய ஆசிரியர். ஆற்றல் மிக்க கட்சிக் கல்வியாளர், கட்சி வகுப்புகளுக்கு ஆரம்ப நிலையிலிருந்து முன்னணி ஊழியர் மட்டம் வரையிலும் சொல்லித்த ரவேண்டிய பாடங்களுக்கான - குறிப்புகளைத் தயார் செய்தார். பின்னர் அவை பிரசுர வடிவில் கொண்டு வரப்பட்டன. அவை மார்க்சிய சித்தாந்தத்தின் அடிப்படைப் பாடங்களாகும். அவை, இன்றும்கூட கட்சி வகுப்புகளை நடத்துவதற்குப் பேருதவியாக இருக்கின்றன.

கட்சிக் கல்வியை மேற்பார்வையிடும் பணிக்கு அவரைப்போன்ற பேரறிஞர் ஒருவர் இன்று நமக்கு மிகமிகத் தேவையாயிருக்கிறது.

அத்தகையவர் இல்லாததனால் அந்தப் பணி கவனிக்கப்படாமல் இருந்து வருகிறது.

டாக்டர் அதிகாரி, தனது வாழ்வின் கடைசிப் பத்தாண்டுகளை, இந்தியாவில் கம்யூனிஸ்ட் இயக்கத்தின் வரலாறு சம்பந்தப்பட்ட அனைத்து ஆவணங்களையும் சரி பார்த்துத் தொகுத்துப் பதிப்பிக்கும் பணியில் தன்னை முழுமையாக அர்ப்பணித்துக் கொண்டார். அவருடைய விரிவான முன்னுரைக் குறிப்புகளுடன் மூன்று தொகுதிகள் வெளிக்கொண்டு வரப்பட்டன. நான்காவது தொகுதி முற்றுப் பெறாமல் நின்று போயிற்று. டாக்டர் அதிகாரி, கட்சியின் பழைய ஆவணப் பாதுகாப்பு மையத்தை நிறுவும் பணியையும் மேற்கொண்டார். இந்தத் தொகுதிகளுக்கு மார்க்சியக் கோணத்திலிருந்து டாக்டர் அதிகாரி எழுதிய முன்னுரைகள் கட்சியின் நீண்டகால வரலாற்றைப் படித்துப் புரிந்துகொள்ள பல ஆய்வாளர்களுக்கு இன்றளவும் மிக உதவியாக இருந்து வருகின்றன. அவருடைய முயற்சியினால்தான், அவருடன் கூட்டாக உழைத்த தோழர் எஸ்.வி காட்டேயின் உதவியுடன் நிறுவப்பட்ட நமது கட்சியின் பழைய ஆவணப் பாதுகாப்பு மையத்தை நாம் பராமரித்து வருகிறோம். டாக்டர் அதிகாரியின் இந்த இரண்டு சாதனைகளும் அவரது வாழ்நாள் சாதனைகளாகும்.

இந்தக் கடமைகளையெல்லாம் நிறைவேற்றிய அதே சமயத்தில், டாக்டர் அதிகாரி கட்சியின் மத்திய கட்டுப்பாட்டுக் குழுவின் தலைவராகவும் செயல்பட்டார். இந்தப் பொறுப்புக்கு அவர் மிகவும் பொருத்தமானவராக இருந்தார்.

டாக்டர் அதிகாரியின் இளமைக்கால அறிவியல் மனப்பாங்குதான், வரலாறு மற்றும் சமூக வளர்ச்சி பற்றிய விஞ்ஞானக் கண்ணோட்டமான மார்க்சீய - லெனினியத் தத்துவத்தின் பக்கம் அவரை ஈர்த்தது. அவர் ஒரு தலைசிறந்த கம்யூனிஸ்ட்.

டாக்டர் அதிகாரி உள்ளார்ந்த மனிதநேயம் கொண்டிருந்தார். கஷ்டப்படும் மனித சமுதாயத்தின் வளமான வாழ்க்கை லட்சியத்துக்கும், அவர்களுடைய வாழ்க்கை மேம்பாட்டிற்கும் தன்னுடைய வாழ்நாள் முழுவதையும் செலவிட்டார். அவரை அறிந்த, அவரைச் சந்தித்த ஒவ்வொருவரின் அன்பையும் மரியாதையையும் பெற்றார். அவருடைய சீடர்களாகிய நாங்கள், அவரிடமிருந்து நிறையக் கற்றுக்கொண்டோம். அவர் விட்டுச்

சென்றுள்ள மரபிலிருந்தும் நினைவுகளிலிருந்தும் நாம் இன்னும் நிறையக் கற்றுக் கொள்ள வேண்டியுள்ளது.

தலைசிறந்த கம்யூனிஸ்ட்டாய் வாழ்ந்தவர்

– ஹரிகிஷன் சிங் சுர்ஜித் (CPM பொதுச் செயலாளர்)

இரண்டாம் உலகப் போர் நடந்து கொண்டிருந்த பொழுது 1942ஆம் ஆண்டு நான் சிறையிலிருந்து விடுதலையானேன். 1944ஆம் ஆண்டு முதல் டாக்டர் அதிகாரியுடன் நான் நெருக்கமாக இருந்து பணியாற்றியுள்ளேன். அந்த நாட்களில் அவர் கட்சியின் பஞ்சாப் மாநிலக் குழுவிற்குப் பொறுப்பாயிருந்தார்.

டாக்டர் அதிகாரி ஒரு தெளிவான திறமையான எழுத்தாளர். கட்டுரைகளை அவர் வெகுவிரைவில் எழுதி முடிப்பார். அவர் வார்த்தை ஜாலத்தில் ஈடுபடமாட்டார். கட்சியின் கருத்துக்களைத் திட்டவட்டமாகவும் துல்லியமாகவும் எழுதுவார். இந்தக் காலகட்டத்தில் நடைபெற்ற கட்சிப் பள்ளியில் அவர் ஒரு முக்கியமான மார்க்சியத் தத்துவ ஆசிரியர்.

அவருடைய பெருந்தன்மையான கண்ணோட்டமும், தன்னலங்கருதா அர்ப்பணிப்பு வாழ்க்கையும், தோழமைப் பூர்வமான நடத்தையும், எப்போதும் கற்றுக் கொள்ளவும், தவறுகளைத் திருத்திக் கொள்ளவும் தயாராக இருந்த மனப் பங்குவமும்தான், 1954 ஜனவரியில் பாலக்காட்டில் நடைபெற்ற மூன்றாவது கட்சிக் காங்கிரசின் மத்தியக் கமிட்டிக்கு மீண்டும் அவரை உயர்மட்டத் தலைமைக் குழுவிற்குத் தேர்ந்தெடுக்கப்படச் செய்தன. மாநாட்டில் அதிகாரப்பூர்வமான நிர்வாகிகள் பட்டியலில் அவருடைய பெயர் இல்லை. அவருடைய பெயரை முன் மொழிந்தவர்களில் நானும் ஒருவனாக இருக்கும் பேறு பெற்றேன்.

கட்சி பிளவுப்பட்ட போது, டாக்டர் அதிகாரி இந்தியக் கம்யூனிஸ்ட் கட்சியிலேயே இருந்து விட்டார். எங்களிடையே அரசியல் கருத்து வேறுபாடுகள் இருந்த போதிலும், எங்களிடையிலான தனிப்பட்ட தோழமை உறவுகள், அன்பும் பாசமும் முன்பு போலவே சுமுகமாகவே இருந்தன. எங்களுடைய உறவுகளை கட்சியின் பிளவு பாதிக்கவில்லை. குரோதமோ, மனக்கசப்போ இல்லாமல் கருத்துக்களை எங்களால் தோழமையுடன் பரிமாறிக் கொள்ள முடிந்தது.

தோழர் அதிகாரி 1981ஆம் ஆண்டில் காலமானார். அவர் ஒரு சிறப்பான, வளமான பாரம்பரியத்தை நமக்கு விட்டுச் சென்றுள்ளார். கம்யூனிஸ்ட் கட்சி ஊழியர்கள் அவருடைய வாழ்வையும், வேலைப் பாணியையும் முன்னுதாரணமாகக் கொண்டு பின்பற்றி நடக்க வேண்டும். அவருடைய எளிமையும், ஒளிவுமறைவற்ற தன்மையும், இயக்கத்தின்பால் முழு ஈடுபாடும், அர்ப்பணிப்பும், தியாக உணர்வும், கற்றுக்கொள்ளவும், தவறுகளைத் திருத்திக் கொள்வதற்குமான விருப்பமும், இயக்கதின்பால் ஈடுபாடும், கட்சியின் மீது அவருக்கிருந்த அசைக்க முடியாத நம்பிக்கையும் ஆகிய இவை அனைத்தும் இன்றைய செயல்வீரர்கள் அவரிடமிருந்து கற்றுக் கொள்ள வேண்டிய அரிய குணநலன்களாகும்.

மீரட் சதிவழக்குத் தீர்ப்பு குறித்து தந்தை பெரியார்:

1930 - 31ஆம் ஆண்டுகளில் உலகச் சுற்றுப்பயணம் மேற்கொண்டு, அதன் இறுதியில் சோவியத் நாட்டிற்குச் சென்று அங்குள்ளவற்றை வியப்புடன் கண்டு இந்தியாவிற்குத் திரும்பிய பெரியார் ஈ.வே.ரா மீரட் தீர்ப்பைக் குறித்து தனது ‘குடியரசு’ ஏட்டில் உணர்ச்சிமிக்க தலையங்கம் எழுதினார்.

“பொது உடமைக் கொள்கை என்பதை 27 பேரைத் தண்டித்தோ அல்லது 27 ஆயிரம் பேரைத் தண்டித்தோ, அல்லது 27 லட்சம் பேரை சமணர்களைக் கழுவேற்றியதுபோல நடுத்தெருவில் நிறுத்தி கழுவில் ஏற்றிக் கொல்வதன் மூலமோ அடக்கிவிடலாம் என்று நினைப்பது, கொழுந்துவிட்டு எரியும் நெருப்பை நெய்விட்டு அணைத்து விடலாம் என்ற எண்ணுவது போலத்தான் முடியும்.

ஆகவே மீரட் சதிவழக்கின் முடிவை நாம் மேளதாளத்துடன் கைதட்டி வரவேற்பதுடன், தண்டனை கிடைத்த தோழர்களை மனதார, வாயார, கையார பாராட்டுகிறோம். நமக்கும், நம் போன்ற வாலிபர்களுக்கும் இப்பெரும்பேறு கிடைக்க, பெருநிலையை அடைய முடியவில்லையே என்று வருந்தி மற்றுமொரு முறை பாராட்டுகிறோம்..” ஈ.வே.ரா என்றால் ஈ.வே.ரா. தான்.. தமிழ் நாட்டிலேயே தீர்ப்புக்கெதிராவும், தண்டனையளிக்கப்பட்ட இளம் கம்யூனிஸ்ட் தலைவர்களைப் பாராட்டியும் முதன் முதலாக பத்திரிகையில் தலையங்கம் எழுதிய தலைவர் தந்தை பெரியார் மட்டுமே.

டாக்டர் அதிகாரியின் மலரும் நினைவுகள்

நான் எப்படிக் கம்யூனிஸ்டாக மாறினேன் ?

– டாக்டர் ஜி. அதிகாரி (புதுடெல்லியில் 1967ஆம் ஆண்டு அக்டோபர் மாதத்தில் ரஷ்யப் புரட்சியின் 60-வது ஆண்டு விழாவில் ஆற்றிய உரையிலிருந்து)

1905 - 07 ஆண்டுகளில் நடந்த முதலாவது ரஷ்யப்புரட்சியை, அக்டோபர் புரட்சியின் ஒத்திகை என்று லெனின் அழைத்தார். இது மிகவும் குறிப்பிடத்தக்க வகையில், நமது நாட்டு விடுதலைப் போரின் முதலாவது பெருந்திரள் மக்கள் எழுச்சி நிகழ்ந்த ஆண்டுகளோடு ஒத்துப்போகிறது. இந்த எழுச்சியின் போதுதான் பாலகங்காதர திலகர், சுயநிர்ணய உரிமை எனும் ஜனநாயகக் கோட்பாடு இந்தியாவுக்கும் வேண்டுமெனக் கோரிக்கை வைத்தார். "சுயராஜ்ஜியம் எமது பிறப்புரிமை" என்று அவர் முழங்கினார். பிரிட்டிஷ் ஏகாதிபத்தியம் இதற்காக அவருக்கு ஆறு ஆண்டுகள் சிறைத் தண்டனை விதித்து பர்மாவுக்கு நாடு கடத்தியது. இதை எதிர்த்து பம்பாய் நகரத்தில் உழைக்கும் வர்க்கமும், பொதுமக்களும் சேர்ந்து தன்னெழுச்சியாக பொது வேலைநிறுத்தம் செய்தனர். ஆறு நாட்கள் பொது வேலை நிறுத்தம் நடந்தது.

இதுதான் நாட்டின் விடுதலைக்கும், சமூக முன்னேற்றத்துக்குமான போராட்டத்தில் தொழிலாளி வர்க்கம் பங்கேற்று நடத்திய முதலாவது மாபெரும் அரசியல் போராட்டமாகும்.

"இந்திய ஜனநாயகவாதியான திலகருக்கு பிரிட்டிஷ் குள்ளநரிகள் இழிவான முறையில் வழங்கிய கொடூரமான சிறைத் தண்டனைத் தீர்ப்பு இது" என்று லெனின் கண்டித்தார். நமது விடுதலை இயக்கத்தின் துவக்க நாட்களை அவ்வளவு கூர்மையாக அவர் தொடர்ந்து அக்கறையுடன் கவனித்து வந்திருக்கிறார். அதிலும், இந்தத் தண்டனையை வழங்கிய நீதிமன்றத்தின் ஜூரிகளில் (நீதிமன்றத்தில் பொது மக்கள் பிரதிநிதிகள்) இந்திய ஜூரிகள் திலகரை விடுதலை செய்யச் சொன்னதையும், பிரிட்டிஷ் ஜூரிகள் கூறியபடி ஆங்கிலேய நீதிபதி தண்டனை வழங்கியதையும் கூட லெனின் அறிந்திருக்கிறார். லெனின் கூறிய இந்த விஷயங்கள், அந்நாளில் இந்தியாவில்கூட பலருக்குத் தெரிந்திருக்கவில்லை. பிரிட்டிஷ் அரசு அந்தக் காலத்தில் வெளிநாட்டுச் செய்திகளைத் தணிக்கை செய்து

தடுத்து வந்ததால், இச்செய்தியை அறிய அந்நாளில் நமக்கு வழியில்லை. ஆனாலும், திலகரின் பத்திரிகையான 'கேசரி' அந்த நாட்களில் ஜாரின் கொடுமைகளுக்கு எதிராய் நடந்த ரஷ்யாவின் முதலாவது ஜனநாயகப் புரட்சியை வரவேற்றுப் பாராட்டியே எழுதி வந்தது என்பதும் முக்கியமானது.

அதே காலத்தில் லண்டனில் இருந்த சில இந்தியப் புரட்சியாளர்கள், ரஷ்யாவின் அராஜகவாதிகளோடு தொடர்பு கொண்டு, வெடிகுண்டுகள் செய்யும் கலையைக் கற்றறிந்துள்ளனர். ஹேமசந்திர கனுங்கோ என்பவர் இந்தியா திரும்பிய பின்பு பம்பாயில் இருந்த பாலகங்காதர திலகரிடமும், கல்கத்தாவில் இருந்த பிபின் சந்திர பாலரிடமும் இவற்றைச் செய்து காட்டியதாகத் தெரிகிறது.

இவையெல்லாம் விடுதலை இயக்கம் அரும்பத் தொடங்கிய ஆரம்ப காலத்திலேயே இரு நாடுகளுக்குமிடையே உறவுகள் இருந்ததை விளம்புகின்றன. மாபெரும் அக்டோபர் சோஷலிஸப் புரட்சி வெற்றி பெற்ற பிறகு, முதல் உலகப் போருக்குப் பிந்தைய விடுதலைப் போராட்ட இயக்கத்துக்கு ரஷ்யப் புரட்சியும் ஒரு உந்துசக்தியாக இருந்தது.

மனிதகுல வரலாற்றில் ஏற்பட்ட இந்த நிகழ்வு, ஒடுக்கப்பட்ட சுரண்டப்பட்ட மக்களுக்கு ஒரு சிவப்பு விடியலாய் வந்தது. வெற்றிகரமான சோஷலிஸப் புரட்சியை நடத்திய முதல் நாட்டோடு இந்தியப் புரட்சியாளர்கள் தொடர்புகளை ஏற்படுத்திக் கொண்டனர். புரட்சியின் அனுபவங்களை உள்வாங்கிக் கொள்ளவும், அவற்றை நமது மக்களுக்குத் தெரிவிக்கவும் இடைவிடாது முயன்றிருக்கின்றனர். இவற்றைப் பற்றி மிகவும் ஆழமாக ஆய்வு செய்யும் பணியை, இந்திய, சோவியத் நாட்டு ஆய்வாளர்கள் மேற்கொண்டு இருக்கிறார்கள். எனவே இங்கு மாபெரும் அக்டோபர் புரட்சி என் மீதும், எனது பணிகள் மீதும் என்ன மாதிரியான தாக்கத்தை ஏற்படுத்தியது என்பதைப் பற்றிய எனது நினைவுகளை மட்டும் உங்களோடு பகிர்ந்து கொள்கிறேன்.

இங்கிலாந்தில் 1926ஆம் ஆண்டில் 'நவீன இந்தியா' (Modern India) என்ற சிறிய நூலை ரஜினி பாமி தத் எழுதி வெளியிட்டிருந்தார். அந்தப் பிரசுரம்தான், தீர்மானகரமாக விஞ்ஞான சோஷலிசத்தின் பக்கம், புரட்சிகர ரஷ்யாவின் பக்கம் என்னைத் திருப்பி நிறுத்தியது.

நமது நாட்டின் தேசிய, சமூக விடுதலை இயக்கத்தின் பிரச்சினைகளுக்குத் தீர்வு காண, ஒரு விஞ்ஞான ரிதியான அணுகுமுறை உண்டு என்பதை அந்த நூல்தான் எனக்கு முதன்முதலில் தெளிவான விளக்கத்தைக் கொடுத்தது. திடீரென என் கண்கள் திறந்ததாய் நான் உணர்ந்தேன். அன்னிய ஏகாதிபத்தியத்தின் கொடிய அடக்குமுறைகளை எதிர்த்து, தேச விடுதலைக்காகப் போராடிக் கொண்டிருந்த ஆசிய, ஆப்பிரிக்க மக்களுக்கு ரஷிய நாட்டின் சோஷலிஸப் புரட்சியின் அனுபவங்கள் மிகவும் அவசியமானவை என்பதை நான் புரிந்து கொண்டேன்.

அதன் பின்னர் எனது பார்வையில் விரைவாக முன்னேற்றம் ஏற்பட்டது. மார்க்ஸ், ஏங்கெல்ஸ், லெனின் படைப்புகளையும், ரஷ்யப்புரட்சி, சோவியத் யூனியன் குறித்த புத்தகங்களையும் ஆழமாகவும், தொடர்ச்சியாகவும் படிக்கத் துவங்கினேன். அந்தச் சமயத்தில் ஜெர்மனியில் நான் ஒரு உதவி ஆராய்ச்சியாளராகப் பணிபுரிந்து கொண்டிருந்தேன். முதலில் சார்லோட்டன் பர்க் எனும் இடத்திலிருந்த பாலிடெக்னிக் இயற்பியல் இரசாயனக் கழகத்திலும், அதன் பின்பு வானொலிப் பெட்டி உதிரி பாகங்களை உற்பத்தி செய்த ஒரு ஆலையிலும் பணி செய்தேன்.

ஜான் ரீடு எழுதிய “உலகைக் குலுக்கிய பத்து நாட்கள்”, ரஷ்யப் புரட்சியின் வரலாறு, படக்கதை போன்று வரையப்பட்டு இரண்டு பாகங்களாக வெளிவந்த புத்தகம் ஆகிய இரண்டும் மாபெரும் அக்டோபர் புரட்சியை என் முன்பு ரத்தமும் சதையுமாகக் கொண்டு வந்து நிறுத்தின. என்னை அறிவுப்பூர்வமாகவும், உணர்ச்சிப் பூர்வமாகவும் ரஷ்யப் புரட்சியை நோக்கி இழுத்தன. ரஷியப் புரட்சியின் பத்தாம் ஆண்டு விழா 1927ஆம் ஆண்டில் ஜெர்மனியில் கொண்டாடப்பட்டபோது இந்தப் புத்தகங்கள் எனக்குக் கிடைத்தன. அதே சமயத்தில் ஐசன்ஸ்டென் எடுத்த பிரம்மாண்டமான கலைப் படைப்பான ‘போர்க்கப்பல் பொதெம்கின்’ திரைப்படத்தைப் பார்த்தேன். அந்தச் சமயத்தில் அது ஊமைப்படம்தான். ஆனால், அது பெர்லினின் முற்போக்கு உலகத்தை ஒரு புயல் போல வீசித் தன்பக்கம் ஈர்த்தது. தொழிலாளி வர்க்கத்தின் இதயத்துக்குள் ஊடுருவிப் பாய்ந்தது. “சினிமாக் கலையில் ஒரு புரட்சி” என்று அது மக்களால் பாராட்டப்பட்டது.

1927ஆம் ஆண்டில் இந்தியாவில் இருந்த இளம் கம்யூனிஸ்டுகள் குழுக்களுடன் நான் தொடர்பு வைத்திருந்தேன். அப்போது "தொழிலாளர் விவசாயிகள் கட்சி" என்ற பெயரில் கம்யூனிஸ்ட் கட்சி வேர் பிடித்து வளர்ந்து வந்தது. அதில் எனது தம்பி ஜக்கு அதிகாரியும் தீவிரமாகச் செயல்பட்டு வந்தான். அவனுக்கு ஜான் ரீடின் "உலகைக் குலுக்கிய பத்து நாட்கள்" புத்தகத்தைப் பதிவுத் தபாலில் அனுப்பி வைத்தேன். இது, பின்நாட்களில் எங்கள் மீது நடைபெற்ற மீரட் சதிவழக்கு விசாரணையில், அரசுத் தரப்பில் ஒரு சான்றாவணமாக நீதிமன்றத்தில் தாக்கல் செய்யப்பட்டது. அந்தப் புத்தகத்தைப் படித்த எனது தம்பி மிகுந்த உற்சாகமடைந்தான். உடனடியாக அதை மராத்தியில் மொழி பெயர்த்தாக வேண்டும் எனச் சொல்லி, அப்பணியைச் செய்யப் பிரபலமான மராத்தி முற்போக்கு எழுத்தாளரான மதோல்கரின் பெயரையும் பரிந்துரைத்தான். அன்றைய காலத்தில் பல்வேறு காரணங்களால் இந்த ஆலோசனையைச் செயல்படுத்த முடியவில்லை.

மாபெரும் அக்டோபர் புரட்சியிடமிருந்து நமது தேசிய விடுதலை இயக்கம் பல பயனுள்ள பாடங்களைக் கற்க வேண்டும் என்று தொழிலாளர் விவசாயிகள் கட்சி துணிச்சலாகப் பிரகடனப்படுத்தியது. 1927ஆம் ஆண்டில் பம்பாயில் அக்டோபர் புரட்சியின் பத்தாம் ஆண்டு விழாவைப் பகிரங்கமாகப் பொதுக் கூட்டம் நடத்திக் கட்சி கொண்டாடியது. எனது தம்பிக்கு கம்யூனிஸ்ட் கட்சியின் அரசியலில் பல ஐயங்கள் ஏற்பட்டன. எனது கடிதங்கள் மூலம் அவற்றைத் தீர்க்க முயன்றேன். 1928ஆம் ஆண்டில் பம்பாயில் நடந்த பஞ்சாலைத் தொழிலாளர்களின் பெரும் வேலை நிறுத்தம் நடந்தபோது, சோவியத் பஞ்சாலைத் தொழிலாளர்கள் தமது ஒருமைப்பாட்டின் அடையாளமாகச் சில ஆயிரம் ரூபாய்களை வசூல் செய்து அனுப்பி வைத்தனர். இதை பிரிட்டிஷ் ஏகாதிபத்தியம் பேருருவாக்கி ஏக ஆர்ப்பாட்டம் செய்தது. இச்சமயத்தில் எனது தம்பியின் ஐயங்கள் தாமாகத் தீர்ந்துவிட்டன. இதையும் அவன் எனக்குக் கடிதம் மூலமாகத் தெரிவித்தான். அக்கடிதமும்கூட மீரட் சதிவழக்கின் போது அரசு தரப்பில் எங்களுக்கெதிராக ஒரு சான்றாவணமாக வைக்கப்பட்டது.

பெர்லினில் வீரேந்திரநாத் சட்டோபாத்யாயாவும், டாக்டர் பூபேந்திரநாத் தத்தாவும் (சுவாமி விவேகானந்தரின் தம்பி) 1921ஆம் ஆண்டில் துவக்கிய "மத்திய ஐரோப்பா இந்தியக்

கழகம்” அங்கிருந்த இந்தியர்களின் அமைப்பாக இருந்தது. ரஷ்யப் புரட்சியால் ஈர்க்கப்பட்ட இந்தியர்களின் கூடாரமாக அது 1928 ஆம் ஆண்டில் மாறியது.

பிற்காலத்தில் காங்கிரஸ் எம்.பி. ஆன பகார் அலி மீர்ஸா, கவிக்குயில் சரோஜினி நாயுடுவின் புதல்வர் ஜயசூர்ய நாயுடு, சுபாஷினி, அவரது சகோதரி ஆகியோர் ரகசியமாக சோவியத் குடியரசுக்குச் சென்று, மாஸ்கோவில் கீழை நாடுகள் பல்கலைக்கழகத்தில் கல்வி பயின்று திரும்பி வந்தார்கள். அவர்கள் மேற்சொன்ன இந்தியக் கழகத்தில் பங்கேற்றனர். 1928 நவம்பர் வரை நான் அக்கழகத்தின் தலைவராக இருந்தேன். அதன்பிறகு இந்தியா திரும்பினேன். காங்கிரஸ் தலைவர்கள் சீனிவாச அய்யங்காரும், மோதிலால் நேருவும் பெர்லினில் பேசிய கூட்டங்களுக்கு நான் தலைமையேற்றது பசுமையான நினைவுகளாகும். அவர்கள், சோவியத் யூனியன் செல்லும் வழியில் பெர்லின் வந்தனர். நான் தலைமையுரை ஆற்றியபோது பக்கத்து ரஷ்ய நாட்டில் நடந்துள்ள புரட்சி, நமது நாட்டு விடுதலைக்கான போராட்டத்துக்கு நெருங்கிய பொருத்தம் கொண்டது என்று கூறினேன். பெர்லினில் அப்போது இருந்த இந்திய மாணவர்களிடம் அக்டோபர் புரட்சியின் கருத்துக்களை எடுத்துரைத்துப் பிரபலப்படுத்தியதில் ‘இந்தியக் கழகத்திற்கு’ பெரும் பங்குண்டு.

இவற்றின் விளைவாக, ஜெர்மனி கம்யூனிஸ்ட் கட்சியில் சேருவது என நான் முடிவு செய்து 1928ஆம் ஆண்டு கோடைக் காலத்தில் கட்சியின் உறுப்பினராக அனுமதிக்கப்பட்டேன். அப்போது கட்சியின் தலைமையகம் கம்யூனிஸ்ட் கட்சித் தலைவர் கார்ல் லீப்னெஹட்டின் வீட்டில் செயல்பட்டு வந்தது. வீட்டின் கீழ்த்தளத்தில் பெரிய புத்தகக் கடை இருந்தது. அங்குதான் நான் மேலே குறிப்பிட்ட புத்தகங்ளை வாங்கினேன்.

பம்பாய் திரும்பும் முன்பு, சோவியத் யூனினுக்கு நேரில் சென்று பார்த்துவிட வேண்டும் என்பது எனது பெருவிருப்பமாக இருந்தது. இந்தக் கோரிக்கையுடன் நான் தோழர் சட்டோபாத்யாயாவைப் பார்த்தேன். அவர் சொன்னார். “உனது பாஸ்போர்ட்டில் எந்தக் குறிப்பும் விழுந்துவிடாமல் உன்னைச் சோவியத் யூனியனுக்கு அனுப்பி, மீண்டும் அழைத்து வருவதும் சாத்தியமானதுதான். ஆனால் நீங்கள் சோவியத் யூனியனுக்குச் செல்ல வேண்டாம் என்றுதான் நான் அறிவுரை கூறுவேன். ஏனெனில், இங்கு பிரிட்டிஷ்

உளவாளிகள் தீவிரமாகச் செயல்படுகின்றனர். உனது பயணத்தை அவர்கள் கண்டுபிடித்து விடுவார்கள். பின்பு அது ரகசியமானதாக இருக்காது. இதனால் இந்தியா திரும்பியதும் உங்கள் வேலையைத் துவங்குவது மிகவும் கடினமாகிவிடும்."

தோழர் சட்டோபாத்யாயா சொன்னது சரிதான். சோவியத் யூனியனுக்குச் செல்லாமலேயே 1928 டிசம்பர் துவக்கத்தில் நான் பம்பாய் வந்திறங்கினேன். அங்கு உளவுப் பிரிவின் உயரதிகாரிகள் வந்திருந்து, எனது உடைமைகளைப் பலமணி நேரம் பரிசோதனை செய்தனர். நான் கொண்டு வந்திருந்த மார்க்ஸ், எங்கெல்ஸ், லெனின் எழுதிய புத்தகங்கள், சோவியத் யூனியன் பற்றிய நூல்கள், பத்திரிகைகள் போன்றவற்றை என்னிடமிருந்து எடுத்துக் கொண்டனர். மூன்று மாதங்களுக்குப் பின்னால், மீரட் சதிவழக்கு (1929 - 33) விசாரணையின் போது என்னிடம் கைப்பற்றப்பட்ட புத்தகங்களை எனக்கு எதிரான சான்றாவணங்களாக அரசாங்கத் தரப்பில் நீதிமன்றத்தில் தாக்கல் செய்யப்பட்டன.

அந்தக் காலத்தில், மாபெரும் அக்டோபர் புரட்சியின் அனுபவங்களை நோக்கி இந்தியாவில் யார் திரும்பினாலும், விஞ்ஞான சோஷலிஸம் பற்றி அறிய விரும்பினாலும், பிரிட்டிஷ் அரசு அவர்களை வேட்டையாடி, தன்னால் இயன்ற அளவுக்கு மோசமான முறையில் அவர்களைக் கொடுமைப்படுத்தி வந்தது. அதே சமயத்தில், இந்திய விடுதலை இயக்கத்தின் தளகர்த்தர்களான மோதிலால் நேரு, சீனிவாச அய்யங்கார் மற்றும் ரவீந்திரநாத் தாகூர் ஆகியோர் சோவியத் யூனியனுக்குப் பயணம் செய்து, இரு நாட்டு மக்களிடையே நட்புறவுப் பந்தங்களை ஏற்படுத்தினர். கீழ்த்திசை நாடுகளின் விடுதலைப் போராட்ட இயக்கத் தலைவர்கள், ஏகாதிபத்தியத்தை எதிர்த்துக் கொண்டே, தமது போராட்டத்துக்கு ஆதரவளிக்கும் ஒரு வல்லமைமிக்க அரசாக மட்டும் சோவியத் யூனியனைப் பார்க்கவில்லை. தமது நாட்டின் சமூக முன்னேற்றத்துக்கான ஒரு புதிய பாதையைக் காட்டும் கலங்கரை விளக்கமாகவும் கருதினார்கள்.

தொழில் மயமாக்கம் என்ற லெனினின் மாபெரும் கோட்பாட்டை அடிப்படையாகக் கொண்டு, சோவியத் யூனியன் தனது முதலாவது ஐந்தாண்டுத் திட்டத்தைத் துவக்கியிருந்த நேரமது. ஏகாதிபத்திய சார்புள்ள தத்துவ அறிஞர்கள் இத்திட்டத்தைக் கேலி பேசிக் கிண்டலடித்து

வந்தனர். இது நடைமுறை சாத்தியமில்லாத பகற்கனவு என்றார்கள். ஆனால் இத்திட்டம் கீழை நாடுகளில் சமூக முன்னேற்றத்துக்கும், நாட்டு விடுதலைக்காகவும் போரிட்டு வந்த தேசபக்தத் தலைவர்களின் கவனத்தை ஈர்த்தது. உதாரணத்துக்கு, 1933இல் ஜவஹர்லால் நேரு இத்திட்டத்தை "சோவியத் நாட்டின் தொழில்மயமாக்கத்துக்கு உறுதியான அடித்தளம் இதன் மூலம் அமைக்கப்பட்டு விட்டது" என்றார். "ஏதோ சில ஆலைகளை நிறுவுவது மட்டுமல்ல. கனரக ஆலை உருவாக்கத்தில் கவனம் செலுத்தி, இரும்பையும் எஃகையும் உற்பத்தி செய்து, அதன் மூலம் இயந்திரங்களை உருவாக்கும் தொழிற்சாலைகளைத் துவக்க வழி காண்கிறது இத்திட்டம். இதன் மூலம் சிறிய சிறிய தொழில்களுக்கான இயந்திரங்களையும். கட்டமைப்பையும் இந்தத் திட்டம் வழங்குகிறது" என்றும் நேரு தீர்க்கதரிசனத்துடன் குறிப்பிட்டார்.

"சோவியத் அரசு தொலைநோக்குப் பார்வையோடு சிந்தித்து, ஐந்தாண்டுத் திட்டத்தின் மூலம் அடிப்படைத் தொழில்கள் மற்றும் கனரகத் தொழில்கள் மீது கவனத்தைக் குவிப்பது என முடிவு செய்திருக்கிறது. இதன் மூலம் தொழில்மயமாக்கத்துக்கான அடித்தளம் வலுவாகக் கட்டப்பட்டுள்ளது. இதனால் இயந்திரங்களுக்காகவும், போர் ஆயுதங்களுக்காகவும் ரஷியா வெளிநாடுகளின் உதவியை நாடி நிற்கத் தேவையில்லாமல் போய்விட்டது." (நேருவின் உலக சரித்திரம் புத்தகம் 1962, பக்கம் 885)

இந்தக் கருத்துத்தான், 1938இல் நேரு, சுபாஷ் சந்திரபோஸ், கே.டி. ஷா ஆகியோரைக் கொண்ட தேசியத் திட்டக் குழுவைக் காங்கிரஸ் கட்சி அமைத்தபோது, விடுதலை பெறப்போகும் இந்தியாவுக்கான ஐந்தாண்டுத் திட்டமாக உருவெடுத்தது. அதன் அமுலாக்கம் இந்தியா விடுதலையடைந்ததற்குப் பின்புதான் ஐந்தாண்டு திட்டங்களின் வடிவில் வந்தது. பொருளாதார விடுதலையை நோக்கி நம்நாடு இரண்டாவது ஐந்தாண்டுத் திட்டத்தை வகுத்த போது, அதை நிறைவேற்றுவதற்கான முக்கிய உதவிகள் அனைத்தையும் சோவியத் யூனியன்தான் வழங்கியது என்பது வரலாறு...

டாக்டர் கங்காதர் அதிகாரியின் கட்டுரைகள்

சீனாவில் கலாசாரப் புரட்சி

1966 ஆகஸ்ட் மாதம் முதல் “கலாசாரப் புரட்சி” என்ற பெயரில் சீனாவில் நடந்து வரும் சம்பவங்கள் பெரும்பான்மையான நாடுகளில் செயல்பட்டுவரும் கம்யூனிஸ்ட் கட்சிகளிடையே பெருத்த அதிர்ச்சியையும், திகைப்பையும் உண்டாக்கி வருகின்றன. இது ஏதோ சீனக் கம்யூனிஸ்ட் கட்சியின் அல்லது அந்த நாட்டின் உள்விவகாரங்கள் என்று கருதி நாம் எந்த விதமான விமர்சனமும், எதிர்வினையும் இல்லாமல் மௌனமாக வேடிக்கை பார்த்துக் கொண்டிருக்க முடியாது.

ஆசியாக் கண்டத்திலேயே வரலாற்றுச் சிறப்பு மிக்க ஜனநாயக சோசலிஸ்ட் புரட்சி நடந்தேறியுள்ள மிகப்பெரிய நாடு சீனா. மேலும், சோசலிச சமூக பொருளாதார அமைப்பைக் கட்டியமைப்பதிலும் குறிப்பிடத்தக்க வெற்றியையும் அடைந்துள்ளது. தற்சமயம் “கலாசாரப் புரட்சி” என்ற பெயரில் நடந்து வரும் சம்பவங்கள் அந்த நாட்டின் வளமான புகழ்மிக்க பண்பாடு மற்றும் கலாசார வரலாற்றின் மீது நடத்தி வரும் வெறித்தாக்குதல், படுமோசமான விளைவுகளை ஏற்படுத்தி வருகிறது என்பதுடன், சோசலிசம் மற்றும் கம்யூனிஸத் தத்துவங்களுக்கு எதிராக நமது எதிரிகள் விஷமப்பிரச்சாரம் செய்வதற்கும் கூடுதலாக வாய்ப்பளிப்பதாக உள்ளது என்பதையும் நாம் கவலையோடு சிந்திக்க வேண்டும்.

சகோதர சோசலிச நாடுகளின் தூதராலயங்கள் சீனாவில் செயல்பட்டு வருகின்றன. கடந்த சிலநாட்களாக வெறியூட்டப்பட்ட சீன மாணவர்கள், இளைஞர்கள் அந்த சோசலிச நாடுகளின் தூதராலயங்களை முற்றுகையிட்டு ஆர்ப்பாட்டம் நடத்தி வருவதுடன், அங்கு பணியாற்றும் ஊழியர்கள் மீது வன்முறைத் தாக்குதல் நடத்தியிருக்கிறார்கள். சோசலிஸ்டு நாடுகளுக்கும், சீனாவுக்குமிடையில் நிலவி வரும் நட்புறவைச் சீர்குலைக்குமளவுக்கு அவர்களது நடவடிக்கைகள் நெருக்கடியை உண்டாக்கியிருக்கிறது.

சோவியத் யூனியன் சோசலிசத்தைக் கைகழுவிவிட்டு முதலாளித்துவப் பாதையில் செல்வதாகவும், அமெரிக்க ஏகாதிபத்தியத்துடன் கள்ளஉறவு வைத்துக் கொண்டு கூடிக்குலாவுவதாகவும், புரட்சியைக் காட்டிக் கொடுத்துவிட்டதாகவும், ரஷ்யாவில் முதலாளித்துவ

ஆட்சியமைப்பை மீண்டும் கொண்டுவரும் திட்டத்துடன் செயல்பட்டு வருவதாகவும் அவதூறுகளையும் வெறுப்புப் பிரச்சாரத்தையும் சீனக் கம்யூனிஸ்ட் தலைவர்கள் சோவியத் யூனியனுக்கு எதிராக கட்டவிழ்த்துவிட்டிருக்கிறார்கள். இந்த ஆத்திரமூட்டும் அவர்களது நடவடிக்கைகளால் இரண்டு நாடுகளுக்குமிடையே தூதரக உறவும், நட்புறவும் முறிந்து போகுமளவுக்கு மோசமான நிலையை எட்டியிருக்கிறது. இந்த பொய்ப்பிரசாரம் சோவியத் யூனியன் மற்றும் இதர சோசலிச நாடுகளுடன் சீனாவுக்கிருந்து வரும் நட்புறவை முற்றிலுமாகக் கெடுப்பதுடன், ஏகாதிபத்திய நாடுகளின் யுத்த முயற்சிகள் மற்றும் ஆக்கிரமிப்பு நடவடிக்கைகளுக்கு எதிராக சர்வதேச அளவில் செயல்பட்டு வரும் இடதுசாரிகள் மற்றும் ஜனநாயக சக்திகளின் ஐக்கிய முன்னணிக்கும் பெரிய நெருக்கடியையும் ஏற்படுத்தியிருப்பதையும் நாம் கவலையுடன் சிந்துத்துப் பார்க்க வேண்டும். இதனால்தான் உலகில் பல கம்யூனிஸ்ட் கட்சிகளும், தொழிலாளர் கட்சிகளும் சீனாவில் நடைபெற்று வரும் கலாசாரப் புரட்சியை உன்னிப்பாக கவனித்துக் கடுமையாக விமர்சனம் செய்திருக்கின்றன. இந்தியக் கம்யூனிஸ்ட் கட்சியும் இந்த கலாசாரப் புரட்சி சம்பந்தமாக தனது விமர்சனத்தையும் கண்டனத்தையும் வெளிப்படையாகத் தெரிவிக்க வேண்டிய அவசியம் ஏற்பட்டிருக்கிறது.

"கலாசாரப் புரட்சி" என்ற பெயரில் சீனக் கம்யூனிஸ்ட் கட்சியின் மாஸே துங், லின் பியாவோ போன்ற தலைவர்களால் வெறியூட்டப்பட்ட மாணவர்கள், இளைஞர்கள் சீனத் தலைநகரம் பீஜிங்கில் அமைந்துள்ள அருங்காட்சியகத்தில் வைக்கப்பட்டிருந்த சீனம், கிரேக்கம் மற்றும் ரோமானிய பழங்காலத்து அரிய நினைவுச் சின்னங்கள், பொருட்களை அடித்து நொறுக்கி அழித்திருக்கிறார்கள். உலகப்புகழ் பெற்ற இசை மேதைகள் பீதோவன், மோசார்ட், தெகோவ்ஸ்கி மற்றும் பார்டோக் ஆகியோரது இசைத் தட்டுகளை ஒலிபரப்பக் கூடாது என்றும், மக்கள் கேட்டு ரசிக்கக் கூடாதென்றும் தடை விதித்திருக்கிறார்கள். "அகழ்வாராய்ச்சியில் கிடைத்த பழங்கால வரலாற்றுச் சின்னங்கள், ஆவணங்கள் அனைத்தையும் சேதப்படுத்தி அழித்திருப்பதும் வன்மையாகக் கண்டிக்கத்தக்க சீர்குலைவு நடவடிக்கைகளாகும் - இது எந்த வகையிலும் சீனாவில் சோசலிஸ்ட் புரட்சியை முன்னெடுத்துச் செல்ல உதவாது" என்று ஹங்கேரி நாட்டு கம்யூனிஸ்ட் கட்சி விமர்சித்திருக்கிறது.

சீனக் கம்யூனிஸ்ட் கட்சி புரட்சியைத் தொடங்கி நடத்திய காலத்திலிருந்து இருபது வருடங்களுக்கு மேல் அந்த கட்சியின் அரசியல் தலைமைக் குழு, செயற்குழு, நிர்வாகக் குழு போன்ற தலைமைப் பதவியிலிருந்து புரட்சியில் பங்கெடுத்துக் கொண்ட முக்கியமான பல கம்யூனிஸ்ட் தலைவர்களை ஒரே நாளில் கட்சித் தலைமையிலிருந்து வெளியேற்றியிருப்பதும், புகழ்பெற்ற பீகிங் பல்கலைக்கழகத் துணைவேந்தர், பேராசிரியர்கள் மற்றும் மாணவர் தலைவர்கள் ஆகியோரை இரவோடிரவாக பதவியிலிருந்து நீக்கியிருப்பதும் அதிர்ச்சியளிக்கிறது. கலாசார புரட்சியை முன்னெடுக்கும் கம்யூனிஸ்ட் தலைவர்கள் இத்தனை பேரை நீக்கியதற்கு அவர்கள் மீது வைக்கும் குற்றச்சாட்டு- "அவர்கள் தலைவர் மாசேதுங்கின் சிந்தனைகளை, கருத்துக்களை கறாராக அமுல்படுத்த எதிர்ப்புத் தெரிவித்தார்கள் என்பதே." புரட்சியிலும் ஆட்சியிலும் அனுபவம் வாய்ந்த தலைவர்களை இப்படிக் களையெடுக்கும் அசாதாரண நடவடிக்கையை, கியூபக் கம்யூனிஸ்ட் கட்சியின் நாளேடு "கிராண்மா" வன்மையாகக் கண்டித்திருக்கிறது.

"டேபிள் டென்னிஸ் விளையாட்டு, உடலில் தீக்காயங்களுக்கு மருந்து போடுவது, மின்சார பல்புகளை உற்பத்தி செய்வது, தர்பூசனிப் பழங்களை விற்பனை செய்வது, தலைமுடியை வெட்டிக் கொள்வது, வணிக நடவடிக்கைகள், அறிவியல் கண்டுபிடிப்புகள், விவசாய வேலைகள் என்று மனிதன் ஈடுபடும் அனைத்து வேலைகளிலும் தலைவர் மாவோவின் சிந்தனைகளையும், கருத்துக்களையும் அனைவரும் பயன்படுத்த வேண்டும் - என்ற அளவுக்கு அவர்களின் பிரச்சாரம் எல்லை கடந்து முட்டாள்தனமாகப் போய் கொண்டிருக்கிறது" என்று கியூபா கம்யூனிஸ்ட் கட்சியின் "கிராண்மா" பத்திரிகை கண்டித்திருக்கிறது. இந்த விமர்சனத்துக்குத் தேவைப்பட்ட அடிப்படைத் தகவல்கள் அனைத்தும் வெளிநாட்டு முதலாளித்துவ பத்திரிகைகளில் வெளிவந்தவையல்ல. மாறாக, சீனக் கம்யூனிஸ்ட் கட்சியின் அதிகாரப்பூர்வமான பத்திரிகை, "ஹின்ஸ்வா" வில் வெளியானவை என்றும் கியூபக் கம்யூனிஸ்ட் கட்சிப் பத்திரிகை அம்பலப்படுத்தியிருக்கிறது..

மேற்கண்ட அபத்தமான குற்றச்சாட்டுச் செய்திகள் அனைத்தும் சீனக் கம்யூனிஸ்ட் கட்சித் தலைவர்கள் சொன்னதாக அவர்களது "நியு சைனா நியூஸ் ஏஜன்சீஸ்" பத்திரிகை நிறுவனத்திலிருந்தே வெளியாகி இருப்பதால், ஏகாதிபத்திய முதலாளித்துவ நாடுகளின் ஆட்சியாளர்கள்

சீனக் கம்யூனிஸ்ட் கட்சி மீது கிண்டலும், கேலியும் பேசிக் கைகொட்டிச் சிரிக்கிறார்கள். பொதுவாக சோசலிசம், கம்யூனிசத் தத்துவங்களின் மீதே படுமோசமாக அவர்கள் வசைபாடுவதற்கும் விமர்சனம் செய்வதற்கும் சீனக் கம்யூனிஸ்டுகளின் கலாசாரப் புரட்சி நடவடிக்கைகள் மூலம் வாய்ப்பு ஏற்படுத்திக் கொடுத்துவிட்டார்களே என்பதுதான் மிகவும் வேதனையான விசயம்.

இவ்வாறு உலகில் பல நாடுகளின் கம்யூனிஸ்ட் கட்சிகள் சீனாவில் நடந்துவரும் கலாசாரப் புரட்சிக்கு எதிராக தங்கள் விமர்சனங்களைக் கூர்மையாக வெளிப்படுத்திக் கண்டித்திருக்கிறார்கள். சீனக் கம்யூனிஸ்ட் தலைவர்கள் கலாசார புரட்சி சம்பந்தமாக வெளியிட்டிருக்கும் கருத்துக்கள் அவர்களது கட்சிப் பத்திரிகைகளில் வெளிவந்திருக்கும் கட்டுரைகள், அறிக்கைகள், பிரசுரங்கள் மற்றும் அங்கு பணியாற்றி வரும் சோசலிச நாடுகளின் பத்திரிகை நிருபர்களின் செய்திக் கட்டுரைகள் ஆகியவற்றின் அடிப்படையில் நமது இந்தியக் கம்யூனிஸ்ட் கட்சியும் கலாசாரப் புரட்சி பற்றிய விமர்சனத்தைப் பிரசுரங்கள் மூலம் தெரிவிக்க வேண்டிய அவசியமேற்பட்டிருக்கிறது. ரஷ்யா மற்றும் சோசலிசப் புரட்சி வெற்றி பெற்ற வேறு சில நாடுகளில், கம்யூனிஸ்ட் கட்சிகள் நிறைவேற்றி வரும் கலாசாரப் புரட்சி மற்றும் தீவிர சீர்திருத்தங்கள் முதலாளித்துவ நாடுகளில் இருக்கும் மக்களுக்கு ஊக்கமளிக்கப்பதாகவும், உத்வேகமளிப்பதாகவும் இருந்துவருகிறது. ஆனால், துரதிருஷ்டவசமாக தற்சமயம் சீனாவில் நடந்துவரும் கலாசாரப் புரட்சி நடவடிக்கைகள் சோசலிசப் புரட்சிக்கு எதிராக ஏகாதிபத்தியவாதிகள் கம்யூனிச தத்துவத்தின் மீது தாக்குதல் தொடுக்க ஒரு வாய்ப்பாக அமைந்து விட்டது என்பதை நாம் பார்க்க வேண்டும்.

சோவியத் ரஷ்யாவில் மாபெரும் அக்டோபர் புரட்சி வெற்றி பெற்றபின் சோசலிச சமூக அமைப்பைக் கட்டுவதற்கும் தொழிலாளிகள் விவசாயிகள் மற்றும் இதர மக்களிடையே விழிப்புணர்ச்சியை ஏற்படுத்த, கலாசாரப்புரட்சி நடவடிக்கைகளை மேற்கொண்டார்கள். விவசாயிகள் தனித்தனியாக தங்கள் நிலங்களில் விவசாயம் செய்து வந்ததற்கு மாறாக விவசாய உற்பத்தியைப் பெருக்க கூட்டுப் பண்ணை விவசாய முறையை அமுலுக்கு கொண்டு வரவும், மக்களிடையே கல்வியறிவைப் பெருக்கவும், படிப்பறிவை வளர்த்துக்கொண்ட தொழிலாளிகளிடையேயிருந்து பல

அறிவு ஜீவிகள் தோன்றுவதற்கும், கலை, இலக்கியம், அறிவியல், தொழில்நுட்ப வளர்ச்சி ஏற்படுவதற்கும் ரஷ்யாவில் லெனின் வழிகாட்டுதலில் கம்யூனிஸ்ட் கட்சி அங்கு கலாசாரப் புரட்சி சீர்திருத்த நடவடிக்கைகளில் தீவிரமாக ஈடுபட்டது. அந்த முயற்சியில் ஓரளவு வெற்றியும் பெற்றார்கள்.

கல்வியறிவின்மை முற்றிலுமாக ஒழிக்கப்பட்டது. கல்வி மறுக்கப்பட்ட பெண் குழந்தைகளும் பள்ளிக்குச் சென்றனர். ஆண்-பெண் சமத்துவக் கருத்துகளை மக்கள் காலப்போக்கில் ஏற்றுக் கொண்டனர். கலை, அறிவியல், தொழில்நுட்ப வேலைகளில் தொழிலாளிகள் ஈடுபட்டுத் தேர்ச்சி பெற்றனர். மூடநம்பிக்கைகள் ஒழிக்கப்பட்டன. தனித்தனியாக துண்டு துண்டு நிலங்களில் விவசாயம் செய்து வந்த மக்களிடம் கூட்டுப்பண்ணை விவசாயத்தின் முக்கியத்துவம்பற்றி விழிப்புணர்வு ஏற்படுத்தி விவசாயத்தில் நவீன உற்பத்தி முறைகள் புகுத்தப்பட்டன. இந்த சோசலிச சீர்திருத்தங்கள் அனைத்தும் மக்களின் ஆதரவோடு நிறைவேற்றப் பட்டன.

சீனாவில் புரட்சி வெற்றி பெற்றபின், சீனக் கம்யூனிஸ்ட் கட்சித் தலைவர்களும் சோவியத் ரஷ்யாவில் ஐந்தாண்டு திட்டங்கள் மூலம் தொழில் வளர்ச்சிமிக்க நாடாக மாற்றப்பட்டதை முன்னுதாரணமாகக் கொண்டு, சீனாவிலும் முதல் ஐந்தாண்டுத் திட்டத்தின் மூலம் 1956ஆம் ஆண்டில் சோவியத் ரஷ்யாவின் உதவியோடு 144 பெரிய தொழிற்சாலைகளை கட்டி முடித்தார்கள். அனைவருக்கும் ஆரம்பக் கல்வியறிவு புகட்டப்பட்டது. பல்கலைக்கழகங்கள் உழைப்பாளி மக்களின் வாரிசுகளுக்கு திறந்துவிடப்பட்டன. சோசலிசப் பொருளாதார சமூக அமைப்பைக் கட்டும் பாதையில் மெல்ல மெல்ல முன்னேறிக் கொண்டிருந்தார்கள்.

1958ஆம் ஆண்டில் சீனக் கம்யூனிஸ்ட் கட்சி மாநாட்டில் மாஸே துங்கும், மற்றும் லின் பியாவோ போன்ற தலைவர்கள் முன்வைத்த புதிய வேலைத் திட்டத்திலிருந்து சறுக்கல் தொடங்கியது. மெல்ல மெல்ல நாட்டை நவீன தொழில்மயமாக்குவதற்குப் பதிலாக இங்கிலாந்தில் ஏற்பட்ட தொழில் வளர்ச்சியை 15 ஆண்டுகளில் எட்டிப்பிடிக்கத் திட்டம் தீட்டப்பட்டது. அதிவிரைவான இந்த தொழில் வளர்ச்சிக்கு “பெரும்பாய்ச்சல் திட்டம்” (GREAT LEAP) என்று பெயர் சூட்டப்பட்டது. பொருளாதாரத்தை முழுவதுமாக இரும்பு உருக்கு உற்பத்தியை இலக்காகக் கொண்டு

முடுக்கிவிடப்பட்டது. விவசாயத் துறையில், விவசாயிகளில் பெரும்பான்மையோர் ஒப்புதல் இல்லாமலேயே பலவந்தமாக கூட்டுப் பண்ணை விவசாயமுறை நடைமுறைக்கு கொண்டு வரப்பட்டது. இந்த “நாலுகால் பாய்ச்சல்” திட்டம் தோல்வியில் முடிந்ததுடன், வறட்சி போன்ற இயற்கைச் சீற்றத்தால் உணவுப் பற்றாக்குறையும் தலை தூக்கியது. மாஸே துங் கட்சித் தலைமையின் தவறான தொழில்மயமாக்கும் திட்டத்தின் மீது கட்சிக்குள் சில தலைவர்கள் விமர்சனம் செய்ததுடன், பொது மக்கள் மத்தியிலும் பரவலான அதிருப்தி தலை தூக்கியது. இந்த நெருக்கடிகளை உட்கட்சி ஜனநாயகத்தின் மூலம் விவாதித்துத் தீர்ப்பதற்குப் பதிலாக மாஸே துங்கின் பியாவோ கூட்டணி, தங்கள் தோல்வியை மறைக்கவும் கட்சி அணிகள் மற்றும் மக்களின் அதிருப்பதியையும் கோபத்தையும் திசை திருப்பும் உள்நோக்கத்துடன் அவர்கள் கண்டுபிடித்துக் கட்டவிழ்த்துவிட்டது தான் “கலாசாரப் புரட்சி” என்ற மக்கள் விரோத அராஜக இயக்கம்.

பட்டாளி வர்க்கப் புரட்சியின் பாதையைத் திசை திருப்பி சீன நாட்டை மீண்டும் முதலாளித்துவப்பாதையில் கொண்டு செல்ல கட்சிக்குள் சில தலைவர்களும், அவர்களை ஆதரிப்போரும் எதிர்புரட்சி வேலைகளில் ஈடுபட்டு வருவதாகவும், அவர்களை அடையாளங்கண்டு, களையெடுப்பதன் மூலம்தான் சீனாவில் தொழிலாளி வர்க்கப் புரட்சி முழுமையாக வெற்றியைப் பெறமுடியுமென்றும், அதற்கு ஒரே வழி மாவோவின் சிந்தனைகளை, திட்டங்களை மக்களின் அன்றாட அனைத்து வகையான வாழ்க்கை முறைகளிலும், பொருளாதார, சமூக சீர்திருத்த நடவடிக்கைகளிலும் கறாராக அமுல்படுத்துவதுதான் என்றும் சொன்னார்கள். மாவோவின் இந்த கலாசார புரட்சியை நடத்த மாணவர்கள், இளைஞர்கள் அடங்கிய “சிவப்புக் காவலர்கள்” (RED GUARDS) என்ற அமைப்பு தோற்றுவிக்கப் பட்டது.

மாவோவின் சிந்தனைகள் அடங்கிய “சிவப்பு புத்தகம்” பல லட்சம் பிரதிகள் அச்சிடப்பட்டு கலாசாரப் புரட்சி நடவடிக்கைகளில் ஈடுபடும் மாணவர்கள், இளைஞர்கள் கூட்டத்திடம் வழங்கப்பட்டன. கலாசாரப் புரட்சியை தலைமை தாங்கி நடத்தும் “சிவப்புக் காவலர்களாகிய” மாணவர், இளைஞர்கள் சீன மக்கள் உடை உடுத்தும் முறை. முடிவெட்டிக் கொள்ளும் ஸ்டைல், கலை, அறிவியல், ஓவியம், கதை, நாடகங்கள் அனைத்திலும் மாவோவின் சிந்தனைகளை

கறாராக அமுல்படுத்த வேண்டும் என்று களத்தில் இறங்கி பலவந்தமாக மக்களை மிரட்டினார்கள். மார்க்ஸ், ஏங்கல்ஸ் லெனின் தத்துவ ஆசிரியர்களுக்குப் பின்னர் தோன்றிய 20ஆம் நூற்றாண்டின் மார்க்சீய மாமேதை மாவோ மட்டுமே என்று இந்த கலாசார செம்படைக் காவலர்களால் புகழப்பட்டார். இந்த சிவப்புக் காவலர்கள் சீனக் கம்யூனிஸ்ட் கட்சிக்கும் கட்டுப்பட்டவர்களல்ல..

மாவோவின் சிந்தனைகள், சீனப் பொருளாதார வளர்ச்சிக்கு உதவாது என்றும், மக்களை மிரட்டி அடக்கியொடுக்கி சில சீர்திருத்தங்களை பலவந்தமாக அமுல்படுத்துவது சோசலிச வளர்ச்சிக்கு உதவாது என்றும் கட்சிக்குள் அனுபவம் வாய்ந்த தலைவர்கள் நியாயமாக விமர்சனம் செய்தனர். கலாசாரப் புரட்சிக் காவலர்கள் அவர்களைப் படுகேவலமாக அவமானப்படுத்தினர். அவர்கள் ரஷ்யாவின் குருச்சேவ் கையாட்கள் என்றும், முதலாளித்துவ ஏஜண்டுகள் என்றும் அவமானப்படுத்தப்பட்டார்கள். உலகப்புகழ் பெற்ற பீகிஸ் பல்கலைக்கழகப் பேராசிரியர்கள், துணை வேந்தர் லூ பெங் மற்றும் மாணவர் தலைவர்கள் ஆகியோர் மக்கள் முன்னிலையில் அவமானப்படுத்தப்பட்டதுடன், ஒரு சிலரை அடித்து உதைத்தும் கேவலப்படுத்தினார்கள். பீகிங் பல்கலைக்கழகக் கட்சிக் கிளை மற்றும் நகரக் கம்யூனிஸ்ட் கட்சிக் கமிட்டிகள், மத்தியக் கமிட்டியால் கலைக்கப்பட்டன. மாவோவுக்கு எதிராகக் கருத்துச் சொல்லுபவர்கள் வேலை நீக்கம் செய்யப்பட்டார்கள். கட்சிக் கமிட்டிகளுக்குப் பதிலாக "கலாசாரப் புரட்சிக் கவுன்சில்" நியமிக்கப்பட்டது. மாவோவுக்கு எதிராக விமர்சனம் செய்த தலைவர்கள். முன்னணி ஊழியர்கள் முதலாளித்துவத்தின் ஏஜண்டுகள் என்றும், ரஷ்ய நாட்டின் திருத்தல்வாதி குருச்ஷேவின் கையாட்கள் என்றும் முத்திரை குத்தப்பட்டார்கள். பல்கலைக்கழக பேராசியர்கள் மற்றும் அரசு அதிகாரிகள் பலபேரை "கலாசாரப் புரட்சிக்கவுன்சில்:" வேலை நீக்கம் செய்யும் அளவுக்கு மாவோவின் ஆட்சியில் அதற்கு அதிகாரம் வழங்கப்பட்டிருந்தது.

கலாசாரப் புரட்சியை அமுல்படுத்த நியமிக்கப்பட்ட "இளைஞர்கள், மாணவர்களடங்கிய செங்காவலர்களுக்கு" மாஸே துங் தலைமையிலான கட்சி, எல்லையற்ற அதிகாரத்தை வழங்கியது.

“மாஸே துங்கின் சிந்தனைகளையும், திட்டங்களையும் எதிர்ப்பவர்கள் அல்லது விமர்சிக்கும் அரசு அதிகாரிகள் மற்றும் கட்சிப் பொறுப்பாளர்கள் யாராக இருந்தாலும் அவர்களுக்கு எதிராக செங்காவலர்கள் தயவுதாட்சண்யமில்லாமல் போராட வேண்டும் ஏனெனில், அவர்கள் கம்யூனிஸ விரோதிகள். குருச்சேவின் கையாட்கள். அந்த மாதிரி ஆட்களின் பதவியைப் பறிக்க வேண்டும். அவர்களை அடையாளங் கண்டு, களையெடுக்க வேண்டும். அவர்களுக்கு எந்த விதமான கருணையும் காட்டக்கூடாது” என்று கட்சித் தலைமையால் செங்காவலர்களுக்கு வெறியூட்டப்பட்டிருந்தது.

உலக சோசலிச முகாம் நாடுகளின் ஒற்றுமையைச் சீர்குலைக்கும் வகையில் சோவியத் ரஷ்யாவை அமெரிக்க ஏகாதிபத்தியத்தின் ஏவல்நாய் என்றும் வசை பாடினார்கள். மாசேதுங், லின்பியாவோ கும்பல் தங்கள் தோல்விகளை மறைக்க கட்டவிழ்த்துவிட்ட இந்த கலாசாரப் புரட்சி, உண்மையில் மாவீரன் லெனின் தலைமையில் ரஷ்யக் கம்யூனிஸ்ட் கட்சி அந்த சமுதாயத்தில் நிறைவேற்றிய கலாசாரப் புரட்சியல்ல. மாறாக, சோசலிசம் மற்றும் கம்யூனிசத் தத்துவத்தின் பரம எதிரிகளான அமெரிக்க ஏகாதிபத்தியத்தின் கைகளைப் பலப்படுத்தும் “எதிர்ப்புரட்சி நடவடிக்கைகளாகும்” என்று சொன்னால் அது மிகையல்ல.

1924ஆம் ஆண்டில் லெனின் காலமாவதற்கு ஓராண்டுக்கு முன்னால் தனது எதிர்கால சோசலிசக் கனவை வெளியிட்டார். “சோவியத் ரஷ்யாவில் சோசலிசமும், ஆசியாக் கண்டத்தின் மிகப்பெரிய நாடுகளான சீனாவும், இந்தியாவும் சோசலிச நாடுகளாக மாறும் காலம் வந்தால் இந்த மூன்று நாடுகளடங்கிய கூட்டணியின் வெற்றி உலக மக்களின் தலைவிதியையே தலைகீழாக மாற்றியமைத்துவிடும். சோசலிசம் யாராலும் தோற்கடிக்கப்பட முடியாத மாபெரும் சக்தியாக மாறும்” என்று கனவு கண்டார்.

மாவோவும் சாதாரண மனிதரல்ல. சீன நிலைமைகளுக்கேற்ப ஆரம்ப ஆண்டுகளில் மார்க்சீயப் பாதையில் புரட்சியை நடத்தி வெற்றி கண்டவர். சோவியத் ரஷ்யாவின் பொருளாதாரம் மற்றும் தொழில்நுட்ப உதவியோடு திட்டமிட்ட பல பொருளாதார நடவடிக்கைகளை மேற்கொண்டார். விவசாய நாடாக இருந்த சீனாவில் பெருந்தொழிற் சாலைகள் உருவாகி நவீன தொழிற் துறையில் சீனா முன்னேற உழைத்தவர்தான்,

சந்தேகமில்லை... அவரது இந்தப் பங்களிப்பை நாம் மறைக்கவில்லை, மறுக்கவில்லை.

"கலாசாரப் புரட்சி" என்ற பெயரில் சீனாவில் மஸே துங் சிந்தனைகளால் ஏற்பட்டிருக்கும் உள்நாட்டு சீர்குலைவு நடவடிக்கைகளாலும் சீனக் கம்யூனிஸ்ட் கட்சித் தலைமையின் தவறான அரசியல் நடவடிக்கைகளாலும் உலக சோசலிஸ முகாமுக்குள் நெருக்கடிகள் ஏற்பட்டிருக்கின்றன. உலக முதலாளித்துவ நாடுகளில் ஆட்சியிலிருப்போருக்கும், இந்தியாவில் பிற்போக்குச் சக்திகளுக்கும் சோசலிசத்துக்கு எதிராக அரசியல் செய்ய ஒரு புதிய தெம்பைக் கொடுத்திருக்கிறது. சர்வதேச அரசியலிலும் சீனக் கம்யூனிஸ்ட் தலைவர்கள் மேற்கொண்ட நிலை, உலக சோசலிச முகாம் நாடுகளுக்கும் சீனாவுக்குமிடையிலும் இருந்து வந்த சகோதர நல்லுறவையும் சீர்குலைத்தது. சோவியத் ரஷ்யாவில் குருச்சேவ் தலைமையில் மீண்டும் முதலாளித்துவ ஆட்சியைக் கொண்டுவர சதி நடப்பதாகவும், சோவியத் ஆட்சியாளர்கள் வியத்நாம் விடுதலைப் போராட்டத்துக்கு போதிய உதவி செய்யவில்லை என்றும் அபாண்டமான குற்றச்சாட்டுக்களை சீனக் கம்யூனிஸ்ட் தலைவர்கள் கூறி வருகின்றனர். இந்திய - சீன எல்லைப் போரைத் தூண்டியது. காஷ்மீர் சம்பந்தமாக இந்தியாவுக்கும், பாகிஸ்தானுக்குமிடையில் இருந்துவந்த சண்டையை பாகிஸ்தான் பக்கம் சாய்ந்து விசிறிவிட்டது ஆகிய அவர்களது நடவடிக்கைகளால் சர்வதேச அளவில் சீனக் கம்யூனிஸ்ட் கட்சி தனிமைப்பட்டு நிற்கிறது. ஆனால், அவர்களின் இந்த மகிழ்ச்சி நீண்ட காலம் நீடிக்காது. சீனாவில் மாஸே துங்கின் தவறான பாதை விரைவில் முடிவுக்கு வரும். சீனக் கம்யூனிஸ்ட் கட்சியின் வரலாற்றில் ஏற்பட்டிருக்கும் இந்த இடதுசாரி திரிபுவாதமும், அராஜகச் செயல்களும் விரைவில் முடிவுக்கு வரும். உலக சோசலிச முகாமோடு சீனாவும் மீண்டும் கைகோர்த்து முன்னேறும் நாள் விரைவில் வரும் என்ற நம்பிக்கை நமக்குண்டு..

மார்க்சீய வரலாற்றுப் பேராசிரியர் டி.டி. கோஸாம்பிக்கு டாக்டர் அதிகாரியின் புகழஞ்சலி

(பேராசிரியர் டி.டி. கோஸாம்பி இந்தியாவின் தலைசிறந்த கணித மேதை. பண்டைய இந்திய வரலாற்றை மார்க்சீய கண்ணோட்டத்தில் எழுதிய அறிஞர் மார்க்சீய ஆய்வாளர் ஐ.நா. மன்ற அழைப்பின்பேரில் ஜெனீவா

சென்று, அங்கு நவீன கையடக்க கால்குலேட்டர்களை வடிவமைத்தவர். கம்யூனிஸ்ட் தலைவர்களுடன் நெருக்கமான தொடர்பு வைத்திருந்ததால், டாடா விஞ்ஞான ஆராய்ச்சி நிறுவனத்திலிருந்து நீக்கப்பட்டவர். இந்தியப் பல்கலைக்கழகங்களில் "நாணயவியல்" என்ற புதிய பாடத்திட்டத்தை அறிமுகப்படுத்தக் காரணமானவர்)

பேராசிரியர் டி.டி. கோஸாம்பி கணிதத்திலும், இந்திய வரலாற்றை மார்க்சீய கண்னோட்டத்திலும் பல அரிய ஆய்வுப் புத்தகங்களைப் படைத்துவந்த நேரத்தில் 59 வயதில் அவர் இயற்கையெய்திருப்பது, அவரை மிகவும் நேசித்த நண்பர்களுக்கும் தோழர்களுக்கும் பேரிழப்பாகும். இந்தியாவில் மட்டுமல்லாது வெளிநாடுகளிலும் வரலாறு மற்றும் கணித அறிவியல் தேடல்களில் அக்கறை கொண்டிருந்தவர்களுக்கும், தோழர்களுக்கும் இவரது மரணம் பெருத்த அதிர்ச்சியை ஏற்படுத்தியிருக்கிறது. கோஸாம்பியின் மரணம் அறிவியல், மார்க்சீய தத்துவம், வரலாறு மற்றும் கல்வி உலகத்திற்கு ஈடு செய்ய முடியாத இழப்பாகும்.

இந்த நாடு ஒரு தலைசிறந்த உலகப்புகழ் பெற்ற வரலாற்று அறிஞரை இழந்திருக்கிறது. கோஸாம்பி உலகப்புகழ் பெற்ற முதல்தரமான கணிதவியல் பேராசிரியராவார். மறைந்த தாமோதர் தர்மானந்த கோஸாம்பியின் தந்தை. தர்மானந்த கோஸாம்பி, இந்தியாவின் தலைசிறந்த புத்தமதக் கல்வியாளர் மற்றும் ஆராய்ச்சியாளர். சுதந்திரமான அறிவியல் உண்மைகளைத் தேடும் குணத்தையும், எதையும் ஆய்வுக் கண்ணோட்டத்துடன் உண்மையைத் தேடிக் கண்டடையும் குணமும் தன்னலமில்லாமல் பொது நலத்துக்காக வாழ்க்கையைத் தியாகம் செய்யும் உயர்ந்த குணத்தையும் இவர் தனது தந்தையிடமிருந்து பெற்றார் என்று தான் சொல்ல வேண்டும்.

டி.டி. கோஸாம்பி அமெரிக்காவில் ஹார்வர்டு பல்கலைக் கழகத்தில் நான்கு ஆண்டுகளில் பட்டப்படிப்பில் படிக்க வேண்டிய பாடங்களை அதீத புத்திக்கூர்மையால் இரண்டே ஆண்டுகளில் படித்து முடித்து விட்டு, மீதி இரண்டு ஆண்டுகளில் அவருக்குப் பிடித்த வேறு பாடங்களைக் கற்றுத் தேர்ந்தார் என்பதே வியப்புக்குரிய செய்தியாகும்.

ஹார்வர்டு பல்கலைக்கழகத்தில் பட்டம் பெற்று 1929ஆம் ஆண்டில் இந்தியா திரும்பிய கோஸாம்பி, பூனா நகரில் புகழ்பெற்ற பெர்கூஸன் கல்லூரியில் கணிதப் பேராசிரியராகப்

பணிக்குச் சேர்ந்தார். பேராசிரியராக மாணவர்களுக்கு வகுப்புகள் நடத்திக் கொண்டிருந்த இருபது ஆண்டு காலத்தில் அவர் கணிதத்தில் தலைசிறந்த ஆய்வுப் புத்தகங்களையும் எழுதி வெளியிட்டு, உள்நாட்டிலும், வெளிநாட்டுப் பல்கலைக் கழகங்களிலும் புகழ் பெற்றார். கணித ஆராய்ச்சியில் அவர் புள்ளியியல் துறையில் *(Statistics)* பல அரிய புதிய கண்டுபிடிப்புகளைச் செய்தார்.

டி.டி. கோஸாம்பி கணித மேதையாக இருந்ததுடன் அறிவாற்றல் மிக்க ஒரு வரலாற்றுப் பேராசிரியருமாகவும் புகழ் பெற்றார். அவர் தனது தந்தையின் அறிவுரையால் இந்தியாவின் பழங்கால வரலாற்றை ஆய்வு செய்து உலகப் புகழ்பெற்ற பல ஆய்வுக் கட்டுரைகளைப் படைத்தார். அவருக்கிருந்த கூர்மையான புள்ளியியல் ஆய்வு அறிவுத்திறன் மூலம் பழங்காலத்து நாணயங்களைப் பற்றியும் ஆய்வு செய்து "நாணயவிலுக்கு" பல புதிய பங்களிப்பையும் செய்தார்.

பத்ருஹரி என்பவர் கி.பி. 5ஆம் நூற்றாண்டைச் சேர்ந்த புகழ்பெற்ற வடமொழிப் பண்டிதர். சமஸ்கிருத மொழியில் இலக்கண ஆசிரியர் மற்றும் கவிஞர். அவரது "சாதகங்கள்" எனும் கவிதைப் தொகுப்புகள் புகழ்பெற்ற பழங்கால புராண இலக்கியமாகும். அவரது கவிதைகளை ஆய்வு செய்து கோஸாம்பி படைத்த ஆராய்ச்சிக் கட்டுரைகள் பழங்கால இலக்கிய இலக்கணத்தில் புகழ்பெற்ற அறிஞர்கள் வட்டத்தில் அவருக்கு ஒரு முக்கியமான அங்கீகாரத்தைப் பெற்றுக் கொடுத்தது. கணிதம், பழங்கால இந்திய வரலாறு பாடங்களில் தனித்த அறிவாற்றல் பெற்ற கோஸாம்பிக்கு, வடமொழியிலும் இவ்வளவு புலமையா என்று அறிஞர்கள் வியந்தார்கள்.. பத்ருஹரியின் பாடல்கள் பழங்கால தெலுங்கு மொழியிலும் பனை ஓலைகளில் எழுதி வைக்கப்பட்டிருந்தன. பூனாவில் உள்ள ஆர்.ஜி. பண்டார்கர் நூலகத்தில் பாதுகாத்து வைக்கப்பட்டிருந்த அந்த பனைஓலைச் சுவடிகளை ஒரு தெலுங்கு மொழிப் பண்டிதரின் உதவியுடன் படித்துப்பார்த்து பத்ருஹரியின் வடமொழிப் படைப்புகளுடன் ஒப்பிட்டுப் பல ஆராய்ச்சிக் கட்டுரைகளை எழுதியும் புகழ் பெற்றார்.

கணிதத் துறையில் "புள்ளியியல்" பிரிவில் அவர் செய்த ஆராய்ச்சியின் விளைவாக பல புதிய கோட்பாடுகளை உருவாக்கினார். அவர் வகுத்தளித்த கோட்பாடுகள் புள்ளியியல் துறையில் புதுமையானவை. பல்வேறு அறிவியல் துறைகளிலும்

அவற்றைப் பயன்படுத்தி உறுதியாக சில கருத்துக் கணிப்புகளுக்கு வரமுடியும். இவரது இந்த ஆராய்ச்சிக் கண்டுபிடிப்புக்காக உலக நாடுகளின் பல புகழ்பெற்ற கணிதப் பேராசிரியர்கள், உலகப்புகழ் பெற்ற லண்டன் ராயல் சொஸைட்டி விஞ்ஞானக் கழகத்தின் கவுரவ விருதுக்கு (FRS - FELLOW OF ROYAL SOCIETY) இவரது பெயரைப் பரிந்துரை செய்தார்கள். ஆனால், அவர் தன்னை மார்க்சீய தத்துவத்தில் உறுதியான நம்பிக்கையுடையவர் என்று பகிரங்கமாக அறிவித்துக் கொண்டதால் அவரது இடதுசாரி அரசியல் கருத்துகளின் காரணமாக அந்த விருது அவருக்கு கொடுக்கப்படாமல் தவிர்க்கப்பட்டது. அதைப்பற்றி அவர் எந்தக் காலத்திலும் வருத்தப்படவில்லை.

கணித ஆராய்ச்சியில் கோஸாம்பியின் சாதனைகளைக் கேள்விப்பட்ட ஐ.நா. மன்றத்தின் "கல்வி அறிவியல் கலாசாரப் பிரிவு" - (UNESCO) கோஸாம்பியை 1949ஆம் வருடத்தில் அதன் தலைமையகமான பாரிஸ் நகருக்கு வரவழைத்து "மின்னணு கணக்கீட்டுக் கருவியை (Electronic Calculaters) வடிவமைக்கும் பணியை ஒப்படைத்தது. அனுசக்தி ஆராய்ச்சிகளில் பயன்படுத்தப்படும் மின்அணு கணக்கீட்டுக் கருவியை கோஸாம்பி வெற்றிகரமாக வடிவமைத்துச் சாதனை புரிந்தார். பம்பாயில் புகழ்பெற்ற டாடா அணுமின் ஆராய்ச்சி நிறுவனத்தில் அவர் ஆராய்ச்சிப் பேராசிரியர் பணியில் நியமிக்கப்பட்டார். 1960 வரை சுமார் 10 ஆண்டுகள் அவர் அந்த நிறுவனத்தில் பணியாற்றினார். அந்தத் துறையில் பல புதிய இளம் விஞ்ஞானிகளை உருவாக்கிப் புகழ் பெற்றார்.

இந்தியாவின் பழங்கால வரலாற்றில் அவர் செய்த ஆராய்ச்சியின் பலனாக "இந்திய வரலாறுக்கு ஒரு அறிமுகம்" (An introcution to Indian History) என்ற புத்தகத்தை 1956இல் வெளியிட்டார். பின்னர் "பண்டைய இந்தியாவின் பண்பாடும், நாகரிகமும் பற்றிய வரலாறு (The Culture and Civilization of Ancient India in Historical outline) என்ற புத்தகத்தையும் 1965இல் லண்டனில் வெளியிட்டார். (இந்த புத்தகத்தை தமிழில் மொழி பெயர்த்து NCBH புத்தக நிறுவனம் 1989இல் கொண்டு வந்துள்ளது) மார்க்சீய தத்துவக் கண்ணோட்டத்தில் எழுதப்பட்ட இந்த இரண்டு வரலாற்று ஆராய்ச்சிப் புத்தகங்கள், இந்தியா மற்றும் உலகநாடுகளில் புகழ்பெற்ற வரலாற்று ஆய்வாளர்கள், பேராசிரியர்களிடையே பெரும் வரவேற்பைப் பெற்று அவருக்கு புகழைத் தேடித்தந்தது.

இந்தியாவின் புகழ்பெற்ற முன்னணிக் கம்யூனிஸ்ட் தலைவர் தோழர் எஸ்.ஏ. டாங்கே "பழமையான கம்யூனிச சமுதாயத்திலிருந்து அடிமைமுறை சமுதாய நிலைமைக்கு இந்தியா மாறிவந்த வரலாற்றை "*INDIA : From Pritive Communism to Slavery*" என்ற பழங்கால வரலாற்று ஆராய்ச்சிப் புத்தகத்தை மார்க்சீயக் கண்னோட்டத்தில் எழுதி வெளியிட்டார். அந்த புத்தத்துக்கு டி.டி. கோஸாம்பி தனது மார்க்சீய அறிவு வெளிச்சத்தில் டாங்கேயின் பல ஆராய்ச்சி முடிவுகளைப் பாராட்டியும், ஒரு சில முடிவுகளை மட்டும் விமர்சனம் செய்தும் அருமையான அணிந்துரையை எழுதி சிறப்பித்திருக்கிறார்.

பண்டைக்கால இந்திய வரலாறு சம்பந்தமாக கோஸாம்பி எழுதிய மேற்சொன்ன இரண்டு புத்தகங்களிலும் ஒரு சில கருதுகோள்கள் சம்பந்தமாக கருத்து மாறுபாடுகள் இருந்தாலும், இந்தியாவின் வரலாற்றை மார்க்சின் வரலாற்று பொருள் முதவாதக் கண்ணோட்டத்தில் (*HISTORICAL MATERIALISM*) எழுதுவதற்கு இந்த நாட்டின் இளம் வரலாற்றுப் பேராசிரியர்களுக்கு அவரது நூல்கள் வழிகாட்டி நூல்களாக அமைந்துள்ளன. சில இளம் பேராசிரியர்கள் கோஸாம்பியின் ஆய்வு முறையைப் பயன்படுத்தி பிற்காலத்தில் சிறந்த வரலாற்று நூல்களை எழுதியிருக்கிறார்கள்.

கணித அறிவியல், வரலாற்று அறிவியல், பழங்கால நாணயங்களின் வரலாறு ஆகியவற்றின் நடமாடும் கலைக்களஞ்சியமாக விளங்கிய கோஸாம்பி, தனது கூர்மையான மார்க்சீய அறிவியல் பார்வையோடு எழுதப்பட்ட பண்டைக்கால இந்திய வரலாற்றுப் புத்தகங்களை படித்துப் புரிந்துகொள்வதிலும், செய்திகளை உள்வாங்கிக் கொள்வதிலும் சில சிரமங்கள் இருந்தாலும், முயற்சி செய்து அந்தப் புத்தகங்களைப் படிப்போருக்கு அவர்களது அறிவாற்றல் உறுதியாக விரிவாக்கம் பெறும். மேலும் வரலாறு பற்றிய உண்மையான புரிதல் ஏற்படும்.

ஐந்தாம் நூற்றாண்டின் புகழ்பெற்ற வடமொழிக் கவிஞர் பத்ருஹரி படைப்புகளின் மீது ஆராய்ச்சிக் கட்டுரையை எழுதி வெளியிட்டுப் புகழ் பெற்றதோடு, கோஸாம்பி அவர்கள் "பகவத் கீதை" பற்றியும் ஒரு அருமையான விமர்சன நூலையும் எழுதியிருக்கிறார்.

கோஸாம்பியின் பல்வேறு வகையான திறமைகளும், அவருக்கு அறிவியலில் இயற்கையாக அமைந்த ஆராய்ச்சித் தேடல்

குணங்களும் ஆச்சர்யமானவை. அகழ்வாராய்ச்சி மூலம் கிடைத்த பழங்கால நாணயங்களின் காலம், அவை மக்களின் புழக்கத்தில் இருந்த விவரம், வணிக நடவடிக்கைகளில் அந்த காலத்தில் அந்த நாணயங்களின் பயன்பாடு பற்றிய பல விவரங்களை அவரே கண்டுபிடித்து புள்ளியியல் கோட்பாடுகள் ஆய்வு மூலம் வெளிப்படுத்தினார். இந்தியப் பல்கலைக்கழகங்களில் வரலாற்றுப் பாடத்தில் "நாணயவியல் – (INDIAN NUMASTICS) என்ற சிறப்புப் பாடமே புதிதாக உருவாக அவர் காரணமாக இருந்தார்.

அவர் பம்பாய் டாடா ஆராய்ச்சிக் கழகத்தில் கணிதப் பேராசிரியராக இருந்த காலத்தில், இந்தியாவின் பல்வேறு மாநிலங்களில் மக்களில் பலர் கொடிய புற்று நோயால் இறந்தனர். புற்றுநோய் வருவதற்கான காரணங்களில் புகை பிடித்தல் மற்றும் புகையிலையை வேறு வகைகளில் வாயில் போட்டுக் கொள்ளுதல் பழக்கத்துக்கும் உள்ள நெருக்கமான தொடர்பை அவரது புள்ளியியல் கோட்பாடுகள் மூலம் ஆய்வு செய்து மருத்துவர்களுக்குப் பயன்படும் புள்ளிவிவர அறிக்கையொன்றைத் தயார் செய்து கொடுத்தது அவரது அரிய ஆராய்ச்சியின் சாதனையாகும்.

அவருடன் பணிபுரிந்த சக பேராசிரியர்கள் பலரும் கோஸாம்பியின் அருமை பெருமைகளை அறியாதவர்களாக இருந்தார்கள். ஆனால் கணிதம், புள்ளியியல் மற்றும் இதர அறிவியல் பாடங்களில் அவருக்கிருந்த அசாதாரணமான திறமைகளையும், அறிவாற்றலையும், அவர் பாடங்களை சொல்லிக் கொடுக்கும் முறைகளையும் இளம் மாணவர்கள் மிகுந்த அக்கறையுடனும் ஈடுபாட்டுடனும் கற்றுக் கொண்டு பயனடைந்தார்கள்.

தலைசிறந்த, உலகப்புகழ் பெற்ற பேராசிரியராக இருந்தும், அவர் தனது பேராசிரியர் வேலைகளோடு தனிமைப்பட்டு நிற்கவில்லை. மார்க்சீயத் தத்துவத்தில் உறுதியான நம்பிக்கையுடையவர் என்ற தனது அரசியல் சார்புநிலையை எங்கும் எக்காலத்திலும் மறைக்கவில்லை. தன்னை உறுதியான மார்க்சிஸ்ட் என்று வெளிப்படையாகவும், நேர்மையாகவும், துணிச்சலோடும் அறிவித்துக் கொண்டார். இதனால் அவருக்கு கிடைக்க வேண்டிய விருதுகள், பதவிகள் கை நழுவிப் போயின. அவர் கம்யூனிஸ்ட் கட்சியில் அரசியல் நடவடிக்கைகளில் நேரடியாக ஈடுபடவில்லை.. இந்தியக் கம்யூனிஸ்ட் கட்சியின் "பியூப்பிள்ஸ்

ஏஜ்” மற்றும் “நியூ ஏஜ்” வார இதழ்களில் அறிவியல் சம்பந்தமான பல கட்டுரைகளை கோஸாம்பி எழுதியிருக்கிறார். மேலும், கம்யூனிஸ்ட் கட்சித் தலைவர்களோடு நெருக்மான உறவு வைத்திருந்தார்.

1949ஆம் ஆண்டில் அவர் அமெரிக்கப் பல்கலைக்கழகங்களில் கணிதம், புள்ளியியல் மற்றும் பண்டைக்கால இந்திய வரலாறு சம்பந்தமாக நடைபெற்ற கருத்தரங்கங்களில் சொற்பொழிவாற்றச் சென்றிருந்தார். அப்போது அமெரிக்காவில் தங்கியிருந்த உலகப்புகழ் பெற்ற அணுசக்தி விஞ்ஞானிகள் ஆல்பர்ட் ஐன்ஸ்டீன், ஒட்டோ ஷிலார்டு, இ. வெய்க்னர் மற்றும் பல விஞ்ஞானி களோடு கலந்துரையாடினார். நட்புறவை வளர்த்துக் கொண்டார். மனித குலத்துக்கு படுநாசத்தையும் பேரழிவையும் உண்டாக்கும் அணு ஆயுதங்களை உலக நாடுகள் தயாரிக்கக் கூடாது என்று மேற்கண்ட விஞ்ஞானிகள் உட்பட நூற்றுக்கணக்கான விஞ்ஞானிகள் உலகநாடுகளின் அரசியல் தலைவர்களுக்கு விடுத்த கூட்டறிக்கையில் டி.டி. கோஸாம்பியும் கையொப்பமிட்டு ஆதரவு தெரிவித்தார். அந்தளவுக்கு அவர் உலகப்புகழ் பெற்ற விஞ்ஞானியாகத் திகழ்ந்தார்.

1950ஆம் ஆண்டு நாடு திரும்பியதும் அகில இந்திய சமாதான ஒருமைப்பாட்டு கவுன்சில் நடத்திய இயக்கங்களிலும், உலக சமாதான இயக்கத்திலும் (WORLD PEACE COUNCIL) தீவிரமாகப் பங்கெடுத்துக் கொண்டார். போர்வெறிக்கு எதிராகவும், உலக சமாதானத்தை வலியுத்தி நடைபெற்ற அனைத்து இயக்கங்களிலும் நேரடியாகப் பங்கு கொண்டார். உலக சமாதானக் கவுன்சிலின் சர்வதேசப் பொதுக்குழு உறுப்பினராகவும் தேர்வு செய்யப்பட்டார். போருக்கு எதிரான இயக்கங்களில் பங்கெடுத்து மிகச் சிறப்பாக முன்னணியிலிருந்து செயல்பட்டார்.

இந்திய அரசியல் மற்றும் சர்வதேச அரசியலில் அவரது காலத்தில் ஏற்பட்ட முக்கியமான திருப்பங்கள், நிகழ்வுகள் பற்றி கூர்மையான, ஆழமான விமர்சனப் பார்வையுடன் பல கட்டுரைகளை எழுதியிருக்கிறார்.

உலக சமாதானக் கவுன்சில் இயக்கத்தில் அவர் தீவிரமாகச் செயல்பட்டதும், அவரது மார்க்சீய அரசியல் கண்ணோட்டமும், அவரெழுதிய கட்டுரைகளும் அவர் பேராசிரியராகப் பணியாற்றிய டாடா ஆராய்ச்சி கல்வி நிறுவனத்தின் நிர்வாகத்துக்கு உவப்பானதாக இல்லை. அகில இந்திய

சமாதானக் கவுன்சில் மற்றும் உலக சமாதானக் கவுன்சில் நடத்தும் இயக்கங்களில் கோஸாம்பி கலந்து கொள்ளக் கூடாது என்று டாடாவே அவரிடம் நேரில் ஒருமுறை வற்புறுத்தினார். அதற்கு பேராசிரியர் சம்மதிக்கவில்லை. இதனால் ஆத்திரமடைந்த டாடா ஆராய்ச்சிக் கல்வி நிர்வாகம், பேராசிரியர் பதவியிலிருந்து அவர் ஓய்வு பெற வேண்டிய 58 வயதடைவதற்கு முன்னரே கட்டாய ஓய்வு கொடுத்து அவரைப் பணியிலிருந்து நீக்கியது. அவரது மார்க்சீய அரசியல் கருத்துக்களுக்காக அவர் இவ்வாறு பழி வாங்கப்பட்டார். பேராசிரியர் பணியில் நீடிப்பதற்காக அவர் நம்பிய மார்க்சீய கொள்கையை தனது சுயநலத்துக்காக அவர் எப்போதும் விட்டுக் கொடுக்கத் தயாராக இல்லை.

பணி ஓய்வு கிடைத்தவுடன், அவர் கணிதத்திலும், இந்திய வரலாற்றை மேற்கொண்டு ஆய்வு செய்து மேலும் சில புதிய புத்தகங்கள் எழுதவும் திட்டமிட்டிருந்தார். கடுமையான கைகால் மூட்டுவலி நோயால் பாதிக்கப்பட்டிருந்தும், அவர் தனது தளராத மனவலிமை காரணமாக தனது ஆராய்ச்சிப்பணிகளை விடாமுயற்சியுடன் தொடர்ந்து செய்து கொண்டிருந்தார்.

அவருடைய வாழ்க்கை, பெருமைப்படத்தக்க வாழ்க்கையாகும். அவரது அசாதாரணமான அறிவியல் தேடல் ஆற்றலனைத்தையும் இந்திய அரசியலில் முற்போக்கான இயக்கங்களிலும், ஏகாதிபத்திய எதிர்ப்பு இயக்கங்களிலும் ஈடுபடுத்தினார். சுதந்திர இந்தியாவில், இந்த தலைசிறந்த விஞ்ஞானிக்கு கொடுக்க வேண்டிய அங்கீகாரத்தையும் கவுரவத்தையும் இந்த நாடு அவருக்கு கொடுக்கவில்லை என்பது கசப்பான உண்மை. ஆனால் சோசலிச சமூக அமைப்பு இந்த நாட்டில் உருவாக வேண்டும் என்ற லட்சியத்தோடு உழைத்து வரும் இளம் விஞ்ஞானிகள், மற்றும் அரசியல் ஊழியர்கள், மறைந்த நமது மாபெரும் விஞ்ஞானி கோஸாம்பியின் பாதையை உறுதியாகப் பின்பற்றி நடப்பார்கள் எனற நம்பிக்கை நமக்குண்டு.

கம்யூனிஸ்டுகளாகிய நாம், இந்த தலைசிறந்த விஞ்ஞானிக்கு மிகவும் கடமைப்பட்டிருக்கிறோம். அவரது வரலாற்று ஆய்வுப் புத்தகங்களும், அவரது மார்க்சீயக் கண்ணோட்டமும் மக்களிடையே பரவுவதற்கு அனைத்து முயற்சிகளிலும் தொடர்ந்து ஈடுபடுவோம்.

❏ ❏ ❏

மூன்றாவது பாகம்

மண்ணுக்கேற்ற மார்க்சீயத்தின் பிதாமகன்
பி.சி. ஜோஷி
(1936 – 1947)

இந்தியக் கம்யூனிஸ்ட் கட்சி இந்திய மண்ணில், கான்பூர் நகரத்தில் 1925 டிசம்பர் 26-ம் நாள் தொடங்கி வைக்கப்பட்டது. பம்பாய், கல்கத்தா, கான்பூர், மெட்ராஸ், லாகூர் ஆகிய பெரிய தொழில் நகரங்களில் மட்டும் தோழர் எஸ்.ஏ. டாங்கே (பம்பாய்) முஸாபர் அஹமது (கல்கத்தா) சவுகத் உஸ்மானி (கான்பூர்) சிங்காரவேலர் (மெட்ராஸ்) பேராசிரியர் குலாம் முகமது (லாகூர்) ஆகியோர் தலைமையில் சிறுசிறு குழுக்களாக கம்யூனிஸ்டுகல் இயங்கிவந்த ஒன்றிணைத்து, அனைவரையும் ஒரு தேசியக் கட்சியாக, மக்கள் இயக்கமாக, தொழிலாளர்கள-விவசாயிகள் உரிமைகளுக்காக போராடும் முன்னணிப் படையாக, இந்த நாட்டின் விடுதலைப் போராட்டத்தின் உந்துசக்தியாக கம்யூனிஸ்ட் கட்சியை மாற்றி வளர்த்த பல தலைவர்களில், முன்னணித் தலைவராகச் செயல்பட்டு வரலாறு படைத்தவர், பி.சி. ஜோஷி என்று நாட்டு மக்களால் அன்புடன் அழைக்கப்பட்ட பூர்ண சந்திர ஜோஷி. (1907-1980)

ஜோஷி, மண்ணுக்கேற்ற மார்க்சீயம் பேசிய தலைவர், இந்த நாட்டு மக்களின் பாரம்பரிய மரபு, கலை, இலக்கியம், கலாசாரம் மற்றும் பண்பாட்டு வரலாறை கம்யூனிஸ்டுகள் ஆழமாகப் புரிந்து கொண்டு கட்சியை மக்களிடம் கொண்டு செல்ல வேண்டும் என்று வலியுறுத்திய ஆசான் பி.சி. ஜோஷி. புகழ்பெற்ற நாட்டுபுறக் கலைஞர்கள், அறிவுலக மேதைகள், நடனக் கலைஞர்கள், ஓவியர்கள், எழுத்தாளர்கள் திரைப்படக் கலைஞர்கள் அனைவரையும் முற்போக்கு எழுத்தாளர்கள் சங்கம், இந்திய மக்கள் நாடக மன்றம் ஆகிய அமைப்புகளில் ஒன்று திரட்டினார். கம்யூனிஸ்ட் கட்சி ஆதரவாளர்களாக மாற்றி கட்சியின் வளர்ச்சிக்குத் திட்டமிட்டுச் செயலாற்றிய வித்தியாசமான தலைவர் பி.சி. ஜோஷி! இந்திய விடுதலைப் போராட்டத்திலும் பங்கெடுக்க வைத்தவர் ஜோஷி.

1936 முதல் 1947 வரை சுமார் 12 ஆண்டுகள் இந்தியக் கம்யூனிஸ்ட் கட்சியின் பொதுச் செயலாளராகப் பொறுப்பு வகித்ததவர் அன்னிய ஆட்சியாளரின் அடக்குமுறைச் சட்டங்களை எதிர்த்து நின்று, கொடிய சதிவழக்குகளை சந்தித்தவர் இந்தியக் கம்யூனிஸ்ட் கட்சிக்கு பலமான அஸ்திவாரத்தைப் போட்ட

முன்னணித் தலைவர் தோழர் பி.சி. ஜோஷி என்பதை அவரது அரசியல் எதிரிகள் உட்பட அனைவரும் ஒத்துக்கொள்ளும் உண்மையாகும்.

பிறப்பும், கல்வியும்

இந்தியக் கம்யூனிஸ்ட் இயக்கத்திற்கு அடித்தளமிட்ட பி.சி. ஜோஷி, இன்றைய உத்ரகண்ட் மாநிலம், இமயமலைச் சாரலில், இயற்கையெழில் கொஞ்சும் அல்மோரா நகரில் 1907 ஏப்ரல் மாதம் 14-ம் தேதி பண்டிட் ஹரிநந்தன் ஜோஷி மற்றும் மாலதிதேவி தம்பதியருக்குப் பிறந்தார். அவரது தந்தை அந்த நாட்களில் புகழ்பெற்ற பள்ளித் தலைமையாசிரியராகப் பணியாற்றி வந்தார். அவரது பிறந்த ஊரான அல்மோரா, அந்தக் காலத்தில் ரேவா சமஸ்தானத்துக்குள் மன்னராட்சியில் இருந்து வந்தது. பண்டிட் ஹரிநந்தன் ஜோஷியின் மிகச்சிறந்த கல்விப் பணிகளைக் கண்டறிந்த ரேவா சமஸ்தான மன்னர், அவரை தனது சமஸ்தானக் கல்வித் துறையின் இயக்குனராகப் பதவி உயர்வு கொடுத்து கவுரவித்தார்.

ரேவா சமஸ்தான கோட்டையைச் சுற்றி ஓடிக் கொண்டிருந்த சாக்ரா நதியில் ஒரு நாள் காலை குளித்துக் கொண்டிருந்தபோது ஏற்பட்ட வெள்ளப் பெருக்கில் சிக்கி 9 வயது சிறுவன் ஜோஷியின் தந்தை அகால மரணமடைந்தார். அடுத்த வருடமே அவரது தாயும் எலும்புருக்கி நோய் தாக்கப்பட்டுக் காலமானார். 10 வயது சிறுவன் ஜோஷியின் ஒரே அக்காவும் அதே நோய்க்கு இரையானார். அனாதையாய் நின்ற 10 வயதுச் சிறுவன் ஜோஷியை தாய்மாமாவும், அத்தையும் பாதுகாத்து தங்கள் மகனைப் போல் அன்புகாட்டி வளர்த்துப் படிக்க வைத்தனர்.

1920ஆம் ஆண்டில் மெட்ரிக் படிப்பை முடித்த பின்னர், ஜோஷி அல்மோரா அரசுக் கல்லூரியில் சேர்ந்து அரசியல், பொருளாதாரம் மற்றும் வரலாறு ஆகிய சிறப்பு பாடங்களில். இளங்கலை (B.A.) மற்றும் முதுகலைப் பட்டங்களைப் (M.A.) ஜோஷி பெற்றார். வடமொழியில் மாநிலத்திலேயே முதல் மாணவனாகத் தேர்ச்சி பெற்று தங்கப் பதக்கம் வழங்கப்பட்டுக் கவுரவிக்கப்பட்டார்.

அவரை வளர்த்த தாய்மாமன் குடும்பத்தாருக்குக் பி.சி. ஜேஷியை ஐ.சி.எஸ். (இன்றைய I.A.S.) தேர்வில் வெற்றிபெறச் செய்து, ஆங்கிலேயர் ஆட்சியில் மிக உயர்ந்த அதிகாரியாக்கும் கனவு

இருந்தது. அந்தக் கனவு, பி.சி. ஜோஷிக்கும் இருந்தது. அன்று அலகாபாத் நகரில் தீவிரமாக இருந்த காங்கிரஸ் பேரியக்கத்தின் சுதந்திரப் போராட்ட நிகழ்ச்சிகள் இளம் மாணவன் ஜோஷியை ஈர்த்தது. காந்தியடிகளின் ஒத்துழையாமை இயக்கப் போராட்டங்கள் அவரைக் கவர்ந்தன. அதே சமயம் பகத்சிங், சந்திரசேகர் ஆஸாத் தலைமையில் இயங்கிய நவஜவான் பாரத் சபா புரட்சிகர இயக்கமும் அவரை ஈர்த்தது.

பல்கலைக்கழக மாணவர்களின் தலைவராக ஜோஷி செயல்பட்டுக் கொண்டிருந்த காலத்திலேயே பண்டிட் ஜவஹர்லால் நேருவின் தலைமையில் இயங்கிய இளைஞர் கழகத்திலும் தன்னை இணைத்துக் கொண்டு சுதந்திரப் போராட்ட நிகழ்ச்சிகளிலும் அவர் தீவிரமாக ஈடுபட்டு வந்தார். நேருவும், நேதாஜியும். மாணவர் தலைவர் பி.சி. ஜோஷியிடம் மிகுந்த அன்பு காட்டினார்கள்.

அரசியல் அறிமுகம்

1928ஆம் ஆண்டில் வங்களாத்தில் பிரபல தொழிற்சங்கத் தலைவராகச் செயல்பட்டு வந்த கம்யூனிஸ்ட் அல்டாப் அலி ஒரு தொழிலாளர் கூட்டத்தில் கலந்துகொள்ள அலகாபாத் நகருக்கு வந்திருந்தார். இளைஞர்கள், மாணவர்களின் புகழ் பெற்ற தலைவராக இருந்த பி.சி. ஜோஷியை ஒரு நிகழ்ச்சியில் சந்தித்தார். 21 வயது இளைஞர் ஜோஷியிடம் தொழிற்சங்க இயக்கம் பற்றிய விழிப்புணர்வை ஏற்படுத்தியதுடன் இங்கிலாந்து நாட்டின் புகழ்பெற்ற கம்யூனிஸ்ட் தலைவர் ரஜனி பாமிதத் எழுதிய “நவீன இந்தியா (*Modern India*)” என்ற புத்தகத்தையும் கொடுத்தார். புகழ் பெற்ற அந்தப் புத்தகம்தான் தனக்கு முதன் முதலில் மார்க்சீயத் தத்துவத்தை அறிமுகப்படுத்தியது என்றும், தனது வாழ்க்கைப் பாதையை முற்றிலுமாக மாற்றியமைத்தது என்றும் பி.சி. ஜோஷி பிற்காலத்தில் ஒரு கட்டுரையில் தெரிவித்திருக்கிறார்.

அதன் விளைவாக, நேருவின் தலைமையில் இயங்கி வந்த இளைஞர் கழகத்தின் உ.பி. மாநிலச் செயலாளராகச் செயல்பட்டுக் கொண்டே, இளம் தோழர்கள் கழகம் என்ற அமைப்மபையும் (*YOUNG COMRADES LEAGUE*) தொடங்கி அதில் முற்போக்கான இடதுசாரி அரசியலை விரும்பும் மாணவர்களை இணைத்துச் செயல்பட்டு வந்தார்.

தனது தினசரி இன்றியமையாத வாழ்க்கைச் செலவுகளுக்காக மாணவர்களுக்கு பகுதநே தனிப்பயுற்சி மூலம் (டியூசன் வகுப்புகள்) குறைந்த வருமானத்தைத் தேடிக் கொண்டார். கான்பூர் நகரத்தில் இயங்கி வந்த பஞ்சாலைகளில் வேலை செய்த வந்த தொழிலாளர்களின் உரிமைகலை வென்றெடுப்பதற்கான தொழிற்சங்கப் போராட்ட நடவடிக்கைளிலும் தீவிரமாக ஈடுபடத் தொடங்கினார்.

தொழிலாளர் விவசாயிகள்

1925 டிசம்பர் 26ஆம் நாள் தென்னகத்தின் முதல் கம்யூனிஸ்ட், சிந்தனைச் சிற்பி சிங்காரவேலர் உ.பி. மாநிலம், கான்பூர் நகரில் இந்தியக் கம்யுனிஸ்ட் கட்சியின் அமைப்பு மாநாட்டுக் கொடியை ஏற்றி வைத்து தொடங்கிவைத்தார்.

பம்பாய், கல்கத்தா, லாகூர், கான்பூர், மெட்ராஸ் ஆகிய நகரங்களில் இயங்கிவந்த கம்யூனிஸ்ட் தலைவர்களின் குழுக்கள் ஒன்றிணைந்து நாடு தழுவிய இந்தியக் கம்யூனிஸ்ட் கட்சி தொடங்கப்பட்டாலும், அந்தப் பெயரில் தொடர்ந்து செயல்பட்டால், நாட்டை ஆண்டு கொண்டிருந்த ஆங்கிலேயர் ஆட்சி கட்சியைத் தடைசெய்யக்கூடிய அபாயமும் நெருக்கடியும் இருந்தது. ஒட்டுமொத்தமே அன்று சுமார் 300 முதல் 400 வரை மட்டுமே கட்சி உறுப்பினர்கள் இருந்ததாக இந்தியக் கம்யூனிஸ்ட் கட்சி வரலாற்றுக் குறிப்புகள் தெரிவிக்கின்றன. கம்யூனிஸ்ட் கட்சி சட்டவிரோதமாகத் தடை செய்யப்படுவதிலிருந்து தப்பிக்க, கம்யூனிஸ்ட் தலைவர்கள் ‘தொழிலாளர், விவசாயிகள் கட்சி’ என்ற பெயரில் (*Workers & Peasants Party*) இயங்கி வந்தார்கள்.

தொழிலாளர்கள் விவசாயிகள் கட்சி 1926ஆம் ஆண்டு முதல் வங்கத்தின் தலைநகரம் கல்கத்தாவிலும் 1927ஆம் ஆண்டில் மராட்டிய மாநிலத்தின் தலைநகரம் பம்பாயிலும். பின்னர் பஞ்சாப் மாநிலம் லாகூரிலும், 1928 மார்ச் மாதம் முதல் உ.பி. மாநிலம் கான்பூரிலும் தொடங்கப்பட்டது. கம்யூனிஸ்டுகள், காங்கிரஸ் கட்சிக்குள் இருந்த இடதுசாரி ஜனநாயக முற்போக்காளர்கள், சோசலிஸ்டுகள், முற்போக்கு கருத்துக்கள் கொண்ட அறிவுஜீவிகள், ஆசிரியர்கள், மாணவர்கள், இளைஞர்கள், பத்திரிகையாளர்கள், மத்தியதரவர்க்கத்தைச் சேர்ந்தவர்கள், சிறு முதலாளிகள், வணிகர்கள் என்று பலரும் இணைக்கப்பட்ட பரந்துபட்ட மேடையாக இந்த தொழிலாளர்

விவசாயிகள் கட்சி மக்களிடையே செல்வாக்குப் பெற்று வளர்ந்துவந்தது. கம்யூனிஸ்ட் கட்சித் தலைவர்கள் இந்த அமைப்பில் முக்கியப் பொறுப்புகள் வகித்து உந்து சக்தியாக செயல்பட்டனர். காங்கிரஸ் பேரியக்கத்தில் அகில இந்திய அளவிலும், மாநில அளவிலும் முக்கியமான பொறுப்புகளை ஏற்றுச் செயல்பட்டு நாட்டின் விடுதலைப் போராட்டத்திலும் முன்னணியிலிருந்தனர்.

20 வயது இளைஞர் பி.சி. ஜோஷி அலகாபாத் மற்றம் சுற்றுவட்டார நகரங்களில் புகழ்பெற்ற மாணவர் போரட்டங்களுக்குத் தலைமை தாங்க நடத்தி வந்தார்.

1927 மார்ச் மாதத்தில் தொழிலாளர் விவசாயிகள் கட்சியின் முதல் சிளையை ஜோஷி கான்பூர் நகரில் தொடங்கினார். லக்னோவ் மற்றும் பிற நகரங்களிலும் ஜோஷியின் முன் முயற்சியால் கிளைகள் தொடங்கப்பட்டு செயல்படத் தொடங்கின. தொழிலாளர் விவசாயிகள் கட்சியின் உ.பி. மாநில மாநாடு 1927 அக்டோபரில் கான்பூர் நகரத்தில் நடைபெற்றது.

வங்கத்தில் இந்தியக் கம்யூனிஸ்ட் கட்சியைத் தொடங்ய தோழர் முஸாபர் அகமது, விஸ்வநாத் முகர்ஜி, பகத்சிங்கின் நெருங்கிய தோழர் சோஹன் சிங் ஜோஸ், கேதார்நாத் ஷெகால், இந்தியாவில் இளங்கம்யூனிஸ்ட் தலைவர்களுக்கு தொழிற்சங்கப் பயிற்சியளிக்க இங்கேயே தங்கியிருந்து அரும்பணியாற்றிய இங்கிலாந்து கம்யூனிஸ்ட் கட்சித் தலைவர்களில் ஒருவரான பிலிப் ஸ்பிராட் ஆகியோர் கான்பூர் மாநாட்டு நிகழ்ச்சிகளில் சிறப்பு அழைப்பாளர்களாகக் கலந்து கொண்டு உரையாற்றினர். தோழர் பி.சி. ஜோஷி இந்த மாநில மாநாட்டில் தொழிலாளர் விவசாயிகள் கட்சியின் உ.பி. மாநிலச் செயலாளராகத் தேதெடுக்கப்பட்டார். இதன் காரணமாவே 1929 மார்ச் 20 நாள் தொடங்கிய புகழ்பெற்ற மீரட் சதிவழக்கில் 21 வயது இளைஞர் ஜோஷியும் பிரிட்டிஷ் அரசாங்கததால் குற்றவாளியாகச் சேர்க்கப்பட்டு கைது செய்யப்பட்டார்.

மராட்டியம், பஞ்சாப், வங்காளம், உ.பி. சென்னை மாநிலங்களில் இயங்கி வந்த தொழிலாளர் விவசாயிகள் கட்சிக் கிளைகளை ஒன்றிணைத்து, அகில இந்திய அளவில் நாடு தழுவிய கட்சியமைப்பை உண்டாக்கும் நோக்கத்துடன் 1928 டிசம்பர் மாத இறுதியில் கம்யூனிஸ்ட் கட்சித் தலைவர்களால் கல்கத்தாவில் சிறப்பு மாநாடு கூட்டப்பட்டது. இந்த மாநாட்டில் மாவீரன் பகத்சிங் மாறுவேடத்தில் ஒரு பிரதிநிதியாகக் கலந்து

கொண்டார். சாண்டர்ஸ் கொலை வழக்கில் பிரிட்டிஷ் அரசாங்கம் அவரை வலைவீசித் தேடிக்கொண்டிருந்தது. இந்த மாநாட்டில் இந்தியாவில் கல்கத்தா நகரில் தங்கியிருந்து இளங்கம்யூனிஸ்ட் தலைவர்களுக்கு தொழிற்சங்கப் பயிற்சியளித்துவந்த கிரேட் பிரிட்டன் கம்யூனிஸ்ட் கட்சித் தலைவர் பென் பிராட்லி தலைமையுரையாற்றினார். மாநாட்டின் இறுதியில் அகில இந்திய தொழிலாளர் விவசாயிகள் கட்சி உருவாக்கப்பட்டது. தலைவராகத் தோழர் முஸாபர் அகமதும் (வங்காளம்) தோழர் ஆர்.எஸ். நிம்ப்கார் (பம்பாய்) பொதுச் செயலாளராகவும் தேர்ந்தெடுக்கப்பட்டனர். உ.பி. மாநிலச் செயலாளராக இருந்த பி.சி. ஜோஷி செயற்குழு உறுப்பினராகத் தேர்வு செய்யப்பட்டார். உ.பி. மாநில மாநாடு மற்றும் கல்கத்தா தேசிய மாநாட்டு நிகழ்ச்சிகள் பற்றி அரசின் புலனாய்வுத் துறையின் ரகசிய அறிக்கையின் அடிப்படையில் இந்தியக் கம்யூனிஸ்ட் கட்சித் தலைவர்களையும், முன்னணி இடதுசாரித் தொழிற்சங்கத் தலைவர்கள் 30 பேருடன் தோழர் பி.சி. ஜோஷியும் குற்றவாளியாகச் சேர்க்கப்பட்டார்.

1929 மார்ச் 20ஆம் நாள் நள்ளிரவு அலகாபாத் விடுதியொன்றில் தங்கியிருந்த பி.சி. ஜோஷி நள்ளிரவில் கைது செய்யப்பட்டு மீரட் நகர மத்திய சிறைக்குக் கொண்டு செல்லப்பட்டார். பி.சி. ஜோஷியின் கைது நடவடிக்கைச் செய்தி உ.பி. நகரங்களில், பல்கலைக்கழக வளாகங்களில் காட்டுத் தீயெனப் பரவியது. மாணவர்கள் வகுப்புகளைப் புறக்கணித்து வெளியேறினர். கான்பூர் பஞ்சாலைத் தொழிலாளர்கள் ஜோஷியின் கைது நடவடிக்கையைக் கண்டித்து வேலை நிறுத்தத்தில் குதித்தனர்.

ஜோஷி உட்பட 31 பேர் மீது (எஸ்.ஏ. டாங்கே அதிகாரி, எஸ்.எஸ். மிராஜ்கர், ஆர்.எஸ். நிம்ப்கார், முஸாபர் அகமது உட்பட) உலகப் புகழ் பெற்ற மீரட் சதிவழக்கு (1929 to 1933 வரை) நடந்தது. இந்த வழக்கு விசாரணை இறுதியில், இளங்கம்யூனிஸ்ட் தலைவராக பி.சி. ஜோஷி நீதிமன்றத்தில் கொடுத்த வாக்குமூல அறிக்கை இந்தியாவிலும், சோவியத் நாடு, அமெரிக்க ஐரோப்பிய நாடுகள், இங்கிலாந்து ஆகிய நாட்டுப் பத்திரிகைளில் பிரசுரம் செய்யப்பட்டு உலகப் புகழ் பெற்றது. வாக்குமூலத்தின் இறுதியில் ஜோஷி சொல்லியிருப்பது "அடக்குமுறைச் சட்டங்களின் மூலம் பிரிட்டிஷ் அரசாங்கம் தாற்காலிகமாக எங்கள் வாயை மூடலாம். ஆனால், எதிர்கால சந்ததியினர் உங்களுக்குப் புரியும் மொழியில் துப்பாக்கியால் பேசுவார்கள். வழக்கிலிருந்து விடுதலை

செய்யும்படி நாங்கள் கேட்கமாட்டோம். ஏனெனில், நாங்கள் குற்றவாளிகளல்ல. இந்த நாட்டின் செல்வ வளங்களையெல்லாம் கொள்ளையடித்து இங்கிலாந்து நாட்டுக்குக் கொண்டுசென்ற நீங்களே கொள்ளைக்காரக் குற்றவாளிகள் புரட்சியை நோக்கி முன்னேறும்படி மக்கள் எங்களுக்கு தீர்ப்பு எழுதுவார்கள்" என்று முழங்கினார்.

நான்கு ஆண்டுகள் நடைபெற்ற நீண்ட நொடிய மீரட் சதிவழக்கின் தீர்ப்பு இறுதியாக 1933 ஜனவரி 16ஆம் நாள் வழங்கப்பட்டது. பி.சி. ஜோஷிக்கு 5 ஆண்டுகளுக்கு நாடு கடத்துதல் கடுங்காவல் தண்டனை விதிக்கப்பட்டது அலகாபாத் உயர்நீதி மன்றத்துக்கு செய்து கொண்ட அப்பீலில், அந்த தண்டனை தள்ளுபடி செய்யப்பட்டது. அவர் 1929 மார்ச் 20 ஆம் நாள் முதல் சிறையிலிருந்த காலமே போதுமான தண்டனையென்று கூறி உயர்நீதி மன்றம் அவரை விடுதலை செய்தது.

மீண்டும் சிறையில்

மீரட் சதிவழக்கு (1929 - 1933) தண்டனை முடிந்து 1933 ஆகஸ்ட் மாதம் ஜோஷி விடுதலை செய்யப்பட்டார். உ.பி மாநிலத்தில் கான்பூர் தொழில் நகரத்தை மையமாக வைத்து கம்யூனிஸ்ட் கட்சி அமைப்பாளர் பணிகளைத் தொடங்கினார். பகத்சிங்கின் தோழன் அஜாய் குமார் கோஸும், ஆர்.டி. பாரத்வாஜும் அவருக்கு உறுதுணையாக இருந்தார்கள். கான்பூர், பஞ்சாலைகள் நிறைந்த தொழில் நகரம். அவர் மீரட் சிறைக்கு 1929ஆம் ஆண்டு செல்லும் முன்பே பஞ்சாலைத் தொழிலாளர்களுக்காக பல போராட்டங்களை நடத்திய தொழிற்சங்க அனுபவம் அவருக்குண்டு.

உலகப் பொருளாதார மந்தம் மற்றும் நெருக்கடியைக் காரணமாகக் காட்டி பம்பாய், ஆமதாபாத், சென்னை, கோயமுத்தூர் போன்ற பஞ்சாலைத் தொழில் நகரங்களில் ஆங்கிலேய முதலாளிகள், தொழிலாளர்களை ஆட்குறைப்பு செய்யும் நடவடிக்கையில் தீவிரமாக ஈடுபட்டனர். கான்பூர் பஞ்சாலைத் தொழிலாளர்கள் ஜோஷி, அஜாய் கோஸ் மற்றும் பாரத்வாஜ் தலைமையில் பணிப் பாதுகாப்புக்காகவும் மற்றும் சில அடிப்படைக் கோரிக்கைகளுக்காகவும் ஆறு மாதங்கள் நீடித்த கடுமையான பெரிய வேலைநிறுத்தப் போராட்டத்தில் குதித்தனர். இதனால் ஆத்திரமடைந்த வெள்ளை முதலாளிகள்

தங்கள் அரசைத் தூண்டிவிட்டு ஜோஷி மீது "அரசைக் கவிழ்க்க சதி நடவடிக்கைகளில் ஈடுபட்டதாக (இ.பீ.கோ. 124 A & 153 A) வழக்கு தாக்கல் செய்தனர். நீதிமன்றம் அவருக்கு இரண்டு ஆண்டு தண்டனை கொடுத்து சிறையில் தள்ளியது. சிறைக்குள் அவர் செய்த தோட்ட வேலைகள் மற்றும் பூங்கா அமைப்பு வேலைகளைப் பாராட்டி, ஆறு மாதங்கள் தண்டனைக் குறைப்பு செய்து 1936 ஜனவரி மாதத்தில் ஜோஷி விடுதலை செய்யப்பட்டார்.

புதிய பொதுச் செயலாளராக ஜோஷி

1936 ஜனவரி மாதத்தில் ஜோஷி சிறை மீண்ட நேரம் கம்யூனிஸ்ட் கட்சி மிக நெருக்கடியான காலகட்டத்தில் இருந்தது. 1929 முதல் 1933ஆம் ஆண்டு முடிய, முன்னணியிலிருந்து செயல்பட்ட 31 கம்யூனிஸ்ட் தலைவர்கள் மற்றும் தொழிற்சங்கத் தலைவர்கள் அனைவரும் ஒட்டுமொத்தமாக மீரட் சதிவழக்கில் கைது செய்யப்பட்டு சிறை வைக்கப்பட்டதால், முறையாக கட்சியை வழிநடத்த அனுபவம் வாய்ந்த தலைவர்கள் யாருமில்லை. போதாக்குறைக்கு சிறைக்கு வெளியில் இருந்த தோழர் பி.டி. ரணதிவே வி.டி. தேஷ்பாண்டே, சுஹாசினி நம்பியார், மிருணாளினி போன்ற தலைமைக் குழுத் தோழர்கள், தங்களது அதிதீவிர, இடதுசாரி சாகச நடவடிக்கைகளால், காந்தியடிகள் தலைமையில் காங்கிரஸ் கட்சி நடத்தி வந்த சுதந்திரப் போராட்டத்தில் கம்யூனிஸ்ட் கட்சி அணிகளை கலந்து கொள்ளாவிடாமாற் செய்தனர். இதனால் கட்சித் தோழர்கள் மக்களிடமிருந்து தனிமைப்பட்டுக் கிடந்தார்கள். பம்பாய், கல்கத்தா, கான்பூர் லாகூர் நகரங்களில் இயங்கி வந்த கம்யூனிஸ்ட் குழுக்கள் தங்களுக்குள் ஒருங்கிணைப்பு இல்லாமல் தனித்தனி குழுக்களாகச் சிதறிக் கிடந்தனர். தொழிற்சங்க இயக்கமும் முன்னணித் தலைவர்கள் சிறையில் இருந்ததால் மிகவும் பலவீனமாக இருந்தது.

1936 ஜனவரியில் சிறை மீண்டதும் ஜோஷி மேற்கண்ட நகரங்களில் தனித் தனிக் குழுக்களாகப் பிரிந்து கிடந்த கம்யூனிஸ்ட் குழுக்களின் தலைமைக் குழுத் தோழர்களிடம் நீண்ட விவாதங்கள் நடத்தினார். ஒன்றிணைக்கப்பட்ட மத்தியத் தலைமையின்கீழ் நாடு தழுவிய அளவில் ஒரு பலமான கம்யூனிஸ்ட் கட்சியை கட்டியமைக்க வேண்டிய அவசியத்தை வலியுறுத்தினார். இந்த ஒருங்கிணைப்புப்

பணிகளைத் தொடங்கினார். பொதுச் செயலாளராகச் செயல்படுவதற்கு ஜோஷியே பொருத்தமானவர் என்றும் இங்கிலாந்து கம்யூனிஸ்ட் கட்சியின் முன்னணித் தலைவர் ரஜனி பாமி தத் இந்தியாவுக்கு வந்திருந்த போது தோழர்கள் எஸ்.ஏ. டாங்கே, முஸாபர் அகமது, சௌகத் உஸ்மானி மற்றும் அஜாய் கோஸ் ஆகியோரை நேரில் சந்தித்து வலியுறுத்தினர். இதன் விளைவாக, முன்னணித் தலைவர்களிடையே ஒரு கருத்தொற்றுமை ஏற்பட்டது. 1936 ஜூன் மாதம் சூரத் நகரில் நடைபெற்ற கம்யூனிஸ்ட் கட்சியின் மத்தியக் குழுக் கூட்டத்தில் ஜோஷி புதிய பொதுச் செயலாளராகத் தேர்ந்தெடுக்கப்பட்டார். முதல் பொதுச் செயலாளர் எஸ்.வி. காட்டே (1925 - 33) 2வது பொதுச் செயலாளர் டாக்டர் ஜி. அதிகாரி (1933 - 35) ஜோஷி 3-வது பொதுச் செயலாளர் (1936 - 1947). இந்தியக் கம்யூனிஸ்ட் கட்சியின் வரலாற்றிலேயே பி.சி. ஜோஷி ஒருவர்தான் இளம் வயதிலேயே (28) பொதுச் செயலாளரானவர்.

விடுதலைப் போராட்டத்தில் ஜோஷியின் பங்களிப்பு

பி.சி. ஜோஷி பொதுச் செயலாளராகப் பணியாற்றிய 12 ஆண்டுக் காலம் (1936 - 1947) கட்சியின் பொற்காலம் என்று கட்சிக்குள் அவரோடு கருத்து மாறுபாடு கொண்டவர்களும் ஒத்துக்கொள்கிறார்கள். இந்திய தேசியக் காங்கிரஸ், முஸ்லீம் லீக் கட்சிக்களுக்கு இணையாக கம்யூனிஸ்ட் கட்சியும் மக்கள் ஆதரவு பெற்ற ஒரு வெகுமக்கள் கட்சியாக வளர்ந்து அங்கீகாரம் பெற்றது என்பது வரலாறு. காந்தியடிகள், ஜவகர்லால் நேரு, நேதாஜி மற்றும் முகமதலி ஜின்னா ஆகிய தலைவர்களுக்கு இணையாக ஜோஷியும் கம்யூனிஸ்ட் கட்சியின் அரசியல் நடவடிக்கைகள் மூலம் புகழ் பெற்றார். தொழிலாளர்கள், விவசாயிகள், இளைஞர்கள், மாணவர்கள், நடுத்தர மக்கள், அறிவுஜீவிகள், பேராசிரியர்கள், விஞ்ஞானிகள் மற்றும் கலைஞர்களைக் கம்யூனிஸ்ட் கட்சித் தலைமையின் கீழ் திரட்டினார். அவர்களை காங்கிரஸ் கட்சியின் தலைமையில் அன்னியராட்சிக்கு எதிராக நடைபெற்றுவந்த விடுதலைப் போராட்டத்திலும் கூட்டணியமைத்து தீவிரமாகப் பங்கு கொள்ளச் செய்தார். இதனால் சர்வதேச கம்யூனிஸ்ட் கட்சிகளிடையேயும், இந்தியாவுக்குள்ளும் இந்தியக் கம்யூனிஸ்ட் கட்சியின் செல்வாக்கும் புகழும் உயர்ந்தன..

1920ஆம் ஆண்டில் மாபெரும் புரட்சியாளன் லெனின் வழிகாட்டுதலில் கம்யூனிஸ்ட் அகிலம் (கம்யூனிஸ்ட் இன்டர்நேசனல்) என்ற அமைப்பு மாஸ்கோவில் தொடங்கப்பட்டது. கம்யூனிஸ்ட் கட்சி இல்லாத நாடுகளில் கம்யூனிஸ்ட் கட்சியைத் தொடங்கவும், ஏற்கனவே கம்யூனிஸ்ட் கட்சி செயல்பட்டு வரும் நாடுகளில் அதன் வளர்ச்சிக்கு வழிகாட்டி உதவி செய்வதும் இந்த அமைப்பின் வேலைத் திட்டமாகும். இந்த அகிலத்தின் 6-வது மாநாடு 1928ஆம் ஆண்டில் மாஸ்கோவில் நடைபெற்றது. இந்தியா, சீனா போன்ற காலனியாதிக்க நுகத்தடியில் கட்டப்பட்டு அடிமைப்பட்டுக் கிடந்த நாடுகளில் காங்கிரஸ் கட்சி போன்ற தேசிய முதலாளிகளால் தலைமை தாங்கி நடத்தப்படும் தேசிய விடுதலைப் போராட்டத்தில் கம்யூனிஸ்ட் கட்சி பங்கெடுத்துக் கொள்ளக்கூடாது என்றும், தொழிலாளர்கள் விவசாயிகளைத் திரட்டி சோசலிசத்தை அடைவதற்கான திட்டத்துடன் நேரடியாக வர்க்கப்போராட்டத்தை மட்டுமே தனித்து நடத்த வேண்டும் என்றும் வழி காட்டியது.

இந்த வழிகாட்டுதலின் தாக்கத்தால் இந்தியாவில் 3000 பேருக்கும் குறைவாக உறுப்பினர்களைக் கொண்டிருந்த இந்தியக் கம்யூனிஸ்ட் கட்சி, வெள்ளையர் ஆட்சியை எதிர்த்து காந்தியடிகள் அறிவித்த உப்பு சத்தியாகிரகம், ஒத்துழையாமைப் போராட்டம், தனிநபர் சத்தியாக்கிரகம் போன்ற போராட்டங்களில் கம்யூனிஸ்டுகள், தங்கள் தலைமையின் கீழிருந்த தொழிலாளர் விவசாயிகள் யாரையும் அந்த போராட்டங்களில் பங்கெடுக்க வைக்காமல் தனித்து விலகியிருக்கும் நடைமுறையை மேற்கொண்டிருந்தது. இதனால் மக்களிடமிருந்து தனிமைப்பட்டுப் போயிருந்தனர். இந்த தவறான வழிகாட்டுதல் 1934ஆம் ஆண்டிறுதியில் டாக்டர் அதிகாரி மீரட் சதி வழக்கில் விடுதலையடைந்து பம்பாய் வந்து சேர்ந்தது வரை நீடித்தது. டாக்டர் அதிகாரி பொதுச் செயலாளராகத் தேர்வு செய்யப்பட்ட பின்னர் இந்தத் தவறை ஓரளவுக்கு சரி செய்தார்.

1935ஆம் ஆண்டில் ஐரோப்பியக் கண்டத்தில், ஜெர்மனி நாட்டில் ஹிட்லரும், இத்தாலி நாட்டில் முஸோலினியும் ஆட்சியைக் கைப்பற்றி சர்வாதிகாரிகளானார்கள். நாடாளுமன்ற ஜனநாயகம் தூக்கியெறியப்பட்டது. கம்யூனிஸ்டுகள் மற்றும் இதர ஜனநாயகக் கட்சிகளைச் சேர்ந்தவர்கள் வேட்டையாடப்பட்டனர். சிறையிலடைக்கப்பட்டு சித்ரவதை செய்யப்பட்டனர். பலரும்

கொடூரமாகக் கொல்லப்பட்டனர். 1935ஆம் ஆண்டில் மாஸ்கோவில் கூடிய கம்யூனிஸ்ட் அகிலத்தின் 7 வது மாநாட்டில் பொதுச் செயலாளர் ஜார்ஜ் டிமிட்டிரோவ் (பல்கேரியா) "வளர்ந்து வரும் பாசிச அபாயத்தை முறியடிக்கவும், ஏகாதிபத்தியங்களை எதிர்க்கவும், காலனியாட்சியின் கீழே அடிமைப்பட்டுக் கிடந்த நாடுகள் முழுவிடுதலை அடையவும் கம்யூனிஸ்ட்டுகள் முன்முயற்சியெடுத்து அனைத்து ஜனநாயக சக்திகள் மற்றும் தேசீய முதலாளிகளுடன் பரந்துபட்ட ஐக்கிய முன்னணியமைத்து அந்தந்த நாடுகளில் போராட்டங்களை நடத்த வேண்டும்" என்ற புதிய பாதையைக் காட்டினார். இந்த நடைமுறை "ஐக்கிய முன்னணித் தந்திரம் " என்றழைக்கப்பட்டது .

இந்திய தேசீய காங்கிரசுடன் எந்தவிதமான ஒட்டுறவும் கூடாது என்று வறட்டுப் பிடிவாதத்துடன் இதுநாள் வரை செயல்பட்டு வந்த கம்யூனிஸ்ட் தலைவர்களுக்கு இந்த புதிய பாதையில் பயணம் செய்ய மிகுந்த தயக்கமிருந்து வந்தது.

இந்திய தேசீய காங்கிரசுடனும், இதர ஜனநாயக சக்திகளுடனும் ஆங்கிலேய காலனியாட்சியை எதிர்க்க ஒரு பரந்துபட்ட ஐக்கிய முன்னணியைக் கட்டும் வேலைத் திட்டத்தை முழுமையாகப் புரிந்து கொண்ட பி.சி. ஜோஷி, 1936 ஜூன் மாதம் பொதுச் செயலாளராகத் தேர்ந்தெடுக்கப்பட்டவுடன் ஐக்கிய முன்னணித் திட்டத்தை புத்திகூர்மையுடன் செயல்படுத்தத் துவங்கினார். 1936ஆம் ஆண்டில் லக்னோவில் நடைபெற்ற காங்கிரஸ் தேசீய மாநாட்டில் காந்தியடிகள் மற்றும் நேருவுவையும் சந்தித்து, தேசீய விடுதலைப் போராட்டத்தில் தொழிலாளர்களையும், விவசாயிகளையும் இணைத்துக் கொள்ள வேண்டிய அவசியத்தை ஜோஷி வலியுறுத்தினார். அவர்களும் ஜோஷியின் செயல்திட்டத்தை ஏற்றுக் கொண்டார்கள். இதன் பின்னர் நாட்டின் சுதந்திரப் போராட்டத்தில் கலந்து கொள்ளாமல் ஒதுங்கியிருந்த கம்யூனிஸ்டுகள் மற்றும் அவர்கள் தலைமையிலிருந்த தொழிலாளர்கள், விவசாயிகள் அனைவரும் காங்கிரஸ் கட்சியின் தலைமையில் நடைபெற்ற விடுதலைப் போராட்டங்களில் உற்சாகத்துடன் தீவிரமாகப் பங்கெடுத்தனர். கம்யூனிஸ்ட் கட்சிக்கு நாடுதழுவிய அளவில் மக்களின் ஆதரவும் பெருகியது.

பொதுச் செயலாளர் ஜோஷியின் முக்கியப் பணிகள்

ஆங்கிலேயரின் காலனியாதிக்கத்திலிருந்து இந்த நாட்டை முதலில் விடுவிப்பது உடனடி லட்சியம் என்றும், விடுதலையடைந்த நாட்டில் தேசீய முதலாளிகள் உட்பட, தொழிலாளர் - விவசாயிகள் பங்கெடுக்கும் தேசீய ஜனநாயக முன்னணி அரசை அமைப்பது தொடர வேண்டுமென்றும், அதன்பின்னர் சோசலிச லட்சியத்தை அடையக் கம்யூனிஸ்ட் கட்சி போராடவேண்டியது அடுத்தகட்ட லட்சியமென்பதை ஜோஷி கட்சியணிகளுக்குத் தெளிவுபடுத்தினார். இந்திய தேசீய காங்கிரஸ் மற்றும் சோசலிஸ்டுகளுடன் இணைந்து பரந்துபட்ட ஐக்கிய முன்னணியைக் கட்டியமைப்பதில் கம்யூனிஸ்ட் கட்சியை வழி நடத்தினார். அதே சமயத்தில் கம்யூனிஸ்ட் கட்சி தனது சொந்தக் காலில் தனது பலத்தையும் பெருக்கிக் கொண்டு முன்னேற்றம் காண்பதில் ஜோஷி மிகுந்த அக்கறை காட்டினார்.

மாணவர் மன்றம் உதயம்

ஜோஷி பொதுச் செயலாளராவதற்கு முன்னரே அவர் ஒரு தலைசிறந்த மாணவர் தலைவராகத்தான் கம்யூனிஸ்ட் கட்சி அரசியலில் அடியெடுத்து வைத்தார். மாணவர்கள் பிரச்சனைகள் அனைத்தும் அவருக்கு அத்துப்படி. மாணவர்களை முற்போக்கு அரசியலை நோக்கி அணிதிரட்டுவதில் அவர் மிகுந்த அக்கறை செலுத்தினார். அதன் காரணமாகவே 1936ஆம் ஆண்டு பிற்பகுதியில் அனைத்திந்திய மாணவர் பெருமன்றம் *(All India Students Federation)* அவரது காலத்தில் உதயமானது. மாணவர்கள் தங்கள் படிப்பில் அக்கறை செலுத்தி முதல் மாணவனாக தேர்ச்சி பெறுவதுடன் உள்நாட்டு அரசியல் மற்றும் சர்வதேச அரசியல் நிகழ்ச்சிகளைப் பற்றியும் ஆழமாகத் தெரிந்து கொண்டு விவாதிக்க வேண்டும் என்று ஜோஷி மாணவர் மன்ற மாநாடுகளில் வலியுறுத்திப் பேசி வந்தார்.

அவர் காலத்தில் மாணவர் மன்றத் தலைவராக அறிமுகமானவர் தான் பஞ்சாப் மாநிலத்தைச் சேர்ந்த சத்யபால் டாங். பிற்காலத்தில் கட்சியின் மத்தியக் கமிட்டி உறுப்பினராகவும், பஞ்சாப் மாநிலக் கம்யூனிஸ்ட் கட்சியின் முன்னணித் தலைவர்களில் ஒருவராகவும் பஞ்சாப் சட்டமன்ற உறுப்பினராகவும் புகழ் பெற்றார். காலிஸ்தான் போராட்டத்தின்

போது பிந்தரன்வாலே கும்பல் அவரது தலைக்கு விலை வைத்து மிரட்டிய காலமும் உண்டு.

விவசாயிகள் சங்கம் உதயம்

1936ஆம் ஆண்டில் அகில இந்திய விவசாயிகள் சங்கம் (All India Kisan Shaba - AIKS) அவரது காலத்தில் தொடங்கப்பட்டதுடன் அது நாடு முழுவதும் கிளைகள் பரப்பி வலிமையான, போராட்ட குணமிக்க சங்கமாக உருவாக்குவதில் ஜோஷி தனி அக்கறை செலுத்தினார். 1942ஆம் ஆண்டில் மைமன்சிங் விவசாயிகள் மாநாடு (இன்றைய பங்களாதேஷ்) அவரது திட்டமிடல் மற்றும் முன்முயற்சியால் லட்சக்கணக்கான விவசாயிகள் கலந்து கொண்ட மாநாடாக வெற்றி பெற்றது. மாநாட்டுப் பிரதிநிதிகளில் பாதிப்பேர் பெண்கள் என்பது குறிப்பிடத்தக்கது. எந்தவொரு அமைப்பிலும் பெண்கள் பெருவாரியாகக் கலந்துகொள்ளச் செய்வதில் நாம் கூடுதல் அக்கறை காட்ட வேண்டுமென்று "New Age" வார ஏட்டில் தொடர் கட்டுரைகள் எழுதினார்.

முற்போக்கு எழுத்தாளர்கள் சங்கம் உதயம்

அதே 1936ஆம் ஆண்டில் லக்னோவில் முற்போக்கு எழுத்தாளர் சங்கமும் (PROGRESSIVE WRITTERS ASSOCIATION) உதயமானது. அமைப்பு மாநாட்டின் தலைவர் இந்தியாவின் தலைசிறந்த சிறுகதை மற்றும் நாவலாசிரியர் முன்ஷி பிரேம்சந்த். ஆங்கில நாவல்களை எழுதி உலகப்புகழ் பெற்ற முல்க்ராஜ் ஆனந்தும், லண்டனில் பட்டம் பெற்று இந்தியா திரும்பிய சஜ்ஜாத் ஜாஹிரும், பிரபலமான இந்தி மற்றும் உருது மொழி இலக்கியவாதிகளும் கலந்து கொண்டனர். இந்த மாநாட்டுக்கு ரவீந்திரநாத் தாகூர் தனது வாழ்த்துக்களையும், ஆதரவையும் தெரிவித்தார் என்பது குறிப்பிடத்தக்கது. தொழிலாளர்கள் விவசாயிகள், நடுத்தர குடும்பங்களைச் சேர்ந்தவர்கள் மற்றும் ஏழை எளிய மக்களின் துன்ப துயரங்களை, அவர்களின் புதிய வாழ்க்கைக்கான கனவுகளை உட்கருவாகக் கொண்டு கதைகளாக்க வேண்டுமென்றும் படைப்பாளிகளை ஜோஷி அன்போடு கேட்டுக் கொண்டார். இந்த அமைப்பில் நாடு முழுவதும் பல்வேறு மாநிலங்களைச் சேர்ந்த தலைசிறந்த எழுத்தாளர்கள் கலந்து கொண்டதுடன், காலப்போக்கில் ஒரு

சிலர் கம்யூனிஸ்ட் கட்சியின் உறுப்பினர்களாகவும் மற்றும் பலர் ஆதரவாளர்களாகவும் மாறினார்கள் என்பது வரலாறு.

இந்திய மக்கள் நாடக மன்றத்தின் உதயம்

ஜோஷியின் கட்சி வாழ்க்கையில் அவரது தலைமையில் நிறைவேறிய சாதனைகளில் மிக முக்கியமான வரலாற்றுச் சாதனையென்பது இந்திய மக்கள் நாடக மன்றம் எனும் கலாசார இயக்கமாகும். பல்வேறு மாநிலங்களில், குறிப்பாக வங்காளம், ஆந்திரா, கேரளா, பஞ்சாப் ஆகிய மாநிலங்களில் ஏற்கனவே ஒரு சில கலை, கலாசாரக் குழுக்கள் செயல்பட்டு வந்தன. அவற்றை "இந்திய மக்கள் நாடக மன்றம்" என்ற பெயரில் அகில இந்திய அமைப்பின் கீழ் ஜோஷி ஒருங்கிணைத்தார். 1943 மே மாதம் 23 முதல் ஜூன் 1ஆம் நாள் வரை பம்பாயில் இந்தியக் கம்யூனிஸ்ட் கட்சியில் முதல் தேசீய மாநாடு மிகச்சிறப்பாக நடைபெற்றது. மே 25ஆம் நாள் இந்திய மக்கள் நாடக மன்றம் (INDIAN PEOPLES THEATRE - IPTA) என்ற கலாசார அமைப்பு மாநாடும் அதே நகரில் நடந்தது. பல்வேறு மாநிலங்களைச் சேர்ந்த நாட்டுப்புறக் கலைஞர்கள் அவரவரது தாய் மொழியில் நாடகங்கள், தெருக்கூத்து, பொம்மலாட்டம், நாடோடிப் பாடல்களின் இசை நிகழ்ச்சிகளையும் நடத்திக் காட்டி கம்யூனிஸ்ட் கட்சி மாநாட்டுக்கு வந்திருந்த பிரதிநிதிகளையும், தொழிலாளர்கள், விவசாயிகள், பொது மக்களனைவரையும் மகிழ்ச்சிக் கடலில் ஆழ்த்தினர்.

1943 மே 25ஆம் நாள் பம்பாயில் இந்திய மக்கள் நாடக மன்றத்தை தொடங்கிய மாநாட்டு வரவேற்புக் குழுவிற்கு ஜவகர்லால் நேரு அடியிற்கண்ட வாழ்த்துச் செய்தியை அனுப்பியிருந்தார். "இந்திய மக்கள் நாடக மன்றம், மக்களுக்காக நாடக இயக்கத்தை வளர்ச்சியடையச் செய்வதில் நான் மிகவும் மகிழ்ச்சியடைகிறேன். அதன் வளர்ச்சியில் நான் அக்கறை கொண்டுள்ளேன். மக்களின் பாரம்பரியமான பழக்கவழக்கங்கள், நம்பிக்கைகளைப் புரிந்துகொண்டு எதிர்காலத்தின் மீது அவர்களுக்கு நம்பிக்கையூட்டும் கலையை வளர்த்தீர்களானால், உங்கள் இயக்கம் வெற்றியடைய அதிக வாய்ப்புகளுண்டு. மக்கள் மீது அக்கறை கொண்ட படைப்புகளை உருவாக்கவில்லையென்றால், இந்த இயக்கம் காலப்போக்கில் மறைந்துவிடும். மாநாட்டு நிகழ்ச்சிகளுக்கான சுற்றறிக்கையை கூர்ந்து கவனித்து மகிழ்ச்சியடைந்தேன்.

ஏனெனில் அந்தக் கலை நிகழ்ச்சிகள் அனைத்தும் மக்களுக்கானவை. மக்கள் நலனில் அக்கறை கொண்டவை. சீனாவிலும், ஸ்பெயின் நாட்டிலும் நடைமுறையிலிருக்கும் கலை, கலாசார இயக்கம் மக்கள் நலன் சார்ந்தவை. இந்தியாவில் அப்படியில்லை. உங்கள் புதிய அமைப்பு அந்தப் பாதையில் நடைபோடும் என்று நம்புகிறேன். இந்திய மக்கள் நாடக மன்றம் பெரும் வெற்றியைப் பெற மனப்பூர்வமாக வாழ்த்துகிறேன்."

ஜவஹர்லால் நேரு தீர்க்கதரிசனமாகச் சொன்ன அவரது வாழ்த்துக்களுக்கேற்ப மக்களின் அனைத்து வகையான பாரம்பரியமான நாட்டுப்புறக் கலை வடிவங்களையும் பயன்படுத்தி இந்திய மக்கள் நாடக மன்றம் அகில இந்திய அளவில் தங்கள் மக்கள் கலை இலக்கியப் படைப்புகள் மூலம் புகழ் பெற்றது. பல புதிய புதிய மக்கள் கலைஞர்களை அடையாளங்கண்டு அறிமுகப்படுத்தியது.

இந்த மாதிரியான கலை வடிவங்கள் மூலம் கம்யூனிஸ்ட் கட்சியின் அரசியல் கொள்கைகளையும், கருத்துக்களையும், தேசபக்தி, மதசார்பின்மை மற்றும் நாட்டு நடப்புகளை மக்களிடையே பரவலாகக் கொண்டு போக முடியும் என்பதை ஜோஷி கம்யூனிஸ்ட் கட்சி அணியினருக்குப் புரிய வைத்தார். கலை, கலாசார நிகழ்ச்சிகளிலிருந்து ஒதுங்கித் தனிமைப்பட்டுக்கிடந்த கம்யூனிஸ்டுகளுக்கு அந்த இயக்கத்துடன் நெருங்கிய தொடர்பு ஏற்படவும் ஜோஷி தூண்டுதலாக இருந்தார்.

இந்திய மக்கள் நாடக மன்றத்தை செயல்படுத்துவதில் கம்யூனிஸ்ட் கட்சி நேரடியாகத் தலையிடாமல் அந்த அமைப்பு சுதந்திரமாகவும், ஜனநாயக வழியிலும் கட்சி சார்பற்ற கலைஞர்களுடனும் இணக்கமான உறவை ஏற்படுத்திக் கொண்டு நிகழ்ச்சிகளை நடத்துவதற்கு ஜோஷி வழிகாட்டினார்.

இந்திய மக்கள் நாடக மன்றம் ஜோஷியின் நேரடி மேற்பார்வையில் கலைஞர்களை ஒருங்கிணைத்தது. முற்போக்கான கருத்துக்கள் கொண்ட நாடகங்கள், தெருக்கூத்துக்கள், இசை நடனங்கள், நாடோடிப் பாடல் இசை நிகழ்ச்சிகள் தொழிலாளர்கள் குடியிருப்புப் பகுதிகளிலேயே நடத்தப்பட்டன. தொழிற்சங்க மாநாடுகள், விவசாயிகள் மாநாடுகள் மற்றும் பொது மக்கள் பெருமளவில் கூடும் இடங்களில் "இப்டா" என்றழைக்கப்பட்ட இந்திய மக்கள் நாடக மன்றத்தின் கலைக்குழு பல்வேறு கலை நிகழ்ச்சிகளை நடத்தி

மக்களிடையே நல்ல வரவேற்பையும் ஆதரவையும் பெற்றது. நாட்டுப்புறக் கலைஞர்களுக்கு புதிய உற்சாகம் பிறந்தது. கலைஞர்களிடம் இருக்கும் திறமைகளை வெளிக்கொண்டு வருவதில் ஜோஷி மிக அற்புதமாகச் செயல்பட்டார். கடுமையான கட்சி வேலைகளுக்கு இடையேயும் ஜோஷியே நாடகம் இசை நடன நிகழ்ச்சிகளை நேரில் வந்து கண்டுகளித்து அவற்றில் பங்கேற்ற கலைஞர்களை உற்சாகப்படுத்தினார்.

1943ஆம் ஆண்டில் தோன்றிய இந்திய மக்கள் நாடக மன்றம், பம்பாயில் தலைசிறந்த கலாசார இயக்கமாக வளர்ந்து மக்களிடையே புகழ்பெற்றது. அதன் கலை நிகழ்ச்சிகளுக்கு அன்றைய பிரபல இந்தி திரைப்படக் கலைஞர் பிரிதிவிராஜ் கபூர், ராஜ்கபூர், சசி கபூர் குடும்பத்தினர் மிகவும் உதவி செய்தனர். முதன் முதலாக முற்போக்கான எதார்த்தக் கதைகளை மையமாகக் கொண்ட திரைப்படங்களான தேவதாஸ், மதுமதி, யஹுதி, தோ பிகாஸ் ஜமீன் போன்ற படங்களைத் தயாரித்தும் இயக்கியவருமான பிமல்ராய் (இன்றைய பங்களாதேசம் டாக்காவில் பிறந்தவர்), பிற்காலத்தில் உலகப்புகழ் பெற்ற நடனமேதை உதய சங்கர், அவரது மாணவி சாந்தி பரதன், பத்திரிகையாளரும், திரைப்படக் கதாசிரியருமான கே.A.அப்பாஸ் போன்ற புகழ்பெற்ற கலைஞர்கள் இந்த நாடக மன்றம் வளர்ச்சியடைய உதவினார்கள். பம்பாயில் தோன்றிய இந்திய மக்கள் நாடக மன்றத்தின் தலைவராக பிமல்ராயும், மறைந்த தோழர் பார்வதி கிருஷ்ணன் (பிற்காலத்தில் கோவை நாடாளுமன்ற உறுப்பினர்) செயலாளராகவும் ஜோஷியின் வழி காட்டுதலில் சிறப்பாகச் செயல்பட்டார்கள்.

1943 - 44ஆம் ஆண்டுகளில் ஏற்பட்ட கொடிய வங்கப் பஞ்சத்தில் இருபது லட்சம் மக்கள் உணவு கிடைக்காமல் மாண்டு போனார்கள். இந்திய மக்கள் நாடகமன்றம் பம்பாயிலும், ஆகமதாபாத்திலும் பல்வேறு கலை நிகழ்ச்சிகளை நடத்தி பல லட்சம் ரூபாயைத் திரட்டி இந்தியக் கம்யூனிஸ்ட் கட்சிக்குக் கொடுத்தது. இந்திய மக்கள் நாடக மன்றம் வங்கப் பஞ்சம் குறித்து நடத்திய கலை நிகழ்ச்சிகள் மற்றும் நாடகத்தை காண பம்பாய் நகரத்தின் அனைத்து முக்கியப் பிரமுகர்களும் வந்திருந்தார்கள். டாடா மற்றும் நுஸ்லி வாடியா போன்ற பெரிய தொழிலதிபர்கள் தங்கள் குடும்பத்தினருடன் வந்திருந்தனர். வங்கப் பஞ்சத்தின் கோரக் காட்சிகளை மேடையில் கண்டு அவர்கள் கண்ணீர் விட்டழுததாக பத்திரிகைகள் எழுதின.

இந்திய மக்கள் நாடக மன்றத்தின் "மூளை" ஜோஷியென்றால், அதன் "முதுகெலும்பும், இதயமும்" திரைப்பட நடிகர் பால்ராஜ் சஹானியென்றும் சொல்வார் மறைந்த பார்வதி கிருஷ்ணன். கம்யூனிஸ்ட் கலைஞர் பால்ராஜ் சஹானி பஞ்சாப் மாநிலம், லாகூரில் பிறந்தவர். கல்லூரிப்படிப்பு முடிந்தவுடன் தாகூரின் சாந்தி நிகேதன் பள்ளியிலும், காந்தியடிகளின் வார்தா ஆஸ்ரமத்திலும் ஆசிரியராகப் பணிபுரிந்தவர். ஆங்கில இலக்கியத்தில் முதுகலைப் பட்டம் பெற்ற பால்ராஜ் சஹானி, லண்டன் வானொலி நிலையத்தில் நல்ல வேலையில் இருந்தார். அந்த நாட்டிலேயே தமயந்தி எனும் இந்தியப் பெண்மணியைக் காதலித்து திருமணம் செய்து கொண்டார். கணவன் மனைவி இருவரும் இங்கிலாந்து கம்யூனிஸ்ட் கட்சியில் உறுப்பினர்களாகச் சேர்ந்தார்கள்.

1940ஆம் ஆண்டில் இந்தியா திரும்பி வந்தவுடன் தமயந்தி, பிரிதிவிராஜ் கபூரின் திரைப்பட நிறுவனத்தில் கதாநாயகியாக நடிக்க ஒப்பந்தமானார் அவரது முதல் திரைப்படமே வெற்றிப்படமாக அமைந்தது. பால்ராஜ் சஹானியும், இந்தி திரைப்படங்களில் நடிக்கத் தொடங்கினார். கணவன், மனைவி இருவரும் ஜோஷியுடன் நெருக்கமான நட்புடன் இருந்ததுடன், ஜோஷி கேட்டுக் கொண்டதற்கிணங்க இந்திய மக்கள் நாடக மன்றத்தைச் சேர்ந்த கலைஞர்களுக்கு நாடகங்களின் நடிக்கப் பயிற்சியும் கொடுத்தனர். பால்ராஜ் சஹானி சேரிகளிலும் ஏழை எளிய உழைப்பாளி மக்கள் வாழும் பகுதிகளுக்கும் நாடகக் குழுவுடன் நேரில் சென்று, வீதி நாடகங்களை நடத்தி அவற்றின் மூலம் கம்யூனிஸ்ட் கட்சியின் கொள்கைகளைப் பரப்பும் பணிகளையும் மேற்கொண்டார்.

இப்டா என்ற இந்திய மக்கள் நாடக மன்றம் வங்காளம், ஆந்திரம், கேரளம், பஞ்சாப், மராட்டிய மாநிலக் கலைஞர்களிடையே மிகவும் புகழ் பெற்ற கலைக் குழுவாக வளர்ந்தது. இந்த நாட்டு மக்களின் பாரம்பரியமான கிராமப்புறக் கலைகளை, நாடோடிப் பாடல்களை "இப்டா" கலைஞர்கள் உள்வாங்கிக் கொண்டு அவற்றில் புதிய முற்போக்கான கருத்துக்களைப் புகுத்தி மக்களுக்கு வழங்க வேண்டும் என்று ஜோஷி கேட்டுக் கொண்டார். நாடு சுதந்திரமடைவதற்கு முன்னர், இந்தியக் கம்யூனிஸ்ட் கட்சியின் வரலாற்றில் "இந்திய மக்கள் நாடக மன்றம்" ஒரு புகழ் மிக்க அத்தியாயமாகும்.

1982ஆம் அண்டில் வாரணாசியில் நடைபெற்ற கம்யூனிஸ்ட் கட்சியின் தேசீய மாநாட்டுக்காக டாக்டர் அதிகாரி இயற்கையெய்துவதற்கு முதல் நாள் சில வரைவுத் தீர்மானங்களை எழுதித் தயாரித்திருந்தார். அதில் மிகமுக்கியமான வரைவுத் தீர்மானம் "கம்யூனிஸ்ட் கட்சி மீண்டும் ஜோஷி காலத்தில் மக்களை ஈர்த்த இந்திய மக்கள் நாடகமன்றத்தைப் புனரமைத்து சிறப்பாக நடத்த வேண்டும்" என்பதே.

ஜோஷியின் தலைமையில் வங்காளப் பஞ்ச நிவாரணப் பணிகளில் கம்யூனிஸ்டுகள்

1943 மார்ச் மாதத்தில் இரண்டாம் உலகப் போர் ஆசியாக் கண்டத்திலும் உக்கிரமாக நடந்தது. ஜப்பான் கடற்படை வங்காள விரிகுடாவுக்குள் நுழைந்து வங்காளம், ஒடிசா மாநிலங்களின் கடற்கரை நகரங்கள் மீது குண்டு வீசத்துவங்கின. கல்கத்தா நகரத்தின் மீது குண்டுகள் வீசப்பட்டன. இந்த நெருக்கடியான சூழ்நிலையில்தான் வரலாறு காணாத மிகக் கொடூரமான பஞ்சம் வங்கத்தில் தலை தூக்கியது.

தொடர்ந்து பெய்த பெருமழை காரணமாகவும், கடல்நீர் சமவெளி விவசாய பூமிக்குள் உட்புகுந்த காரணத்தாலும், புயலாலும் பெருமளவுக்கு விவசாய நிலங்கள் பாழ்பட்டுப் போயின. வாழ்வாதாரத்தை இழந்து உணவுக்காகவும் பிழைப்புத் தேடியும் கல்கத்தா நகரை நோக்கி லட்சக்கணக்கான குடும்பங்கள் இடம் பெயர்ந்தனர். ஆங்கிலேய ஆட்சியின் அதிகாரிகளின் அலட்சியத்தால், உணவு தானிய மொத்த வியாபாரிகள் தானியங்களைப் பதுக்கிக் கொள்ளை லாபம் அடித்துக் கொழுத்தனர். கல்கத்தாவை நோக்கி வந்த மக்களும், வேறு வழியில்லாமல் கிராமங்களில் தங்கிவிட்ட மக்களும் பயங்கரமான பசிபட்டினிக்கு ஆளாகி குடும்பம் குடும்பமாக மாண்டனர். கிட்டத்தட்ட 20 லட்சத்துக்கும் மேற்பட்ட மக்கள் பட்டினியால் அகால மரணமடைந்தார்கள்.

1943, 1944ஆம் ஆண்டுகளில் ஏற்பட்ட கொடிய பஞ்சத்திலிருந்து மக்களைப் பாதுகாக்க கம்யூனிஸ்ட் கட்சித் தலைவர்களும் தொண்டர்களும் ஜோஷியின் தலைமையில் நிவாரணப் பணிகளுக்காக களத்தில் தீவிரமாகக் குதித்தார்கள். இரவு பகல் பாராது உணவுப் பொட்டலங்களைத் தயார் செய்து பட்டினியால் வாடிய மக்களுக்கு வழங்கினார்கள். இந்தியக்

கம்யூனிஸ்ட் கட்சி நாடு தழுவிய அளவில் நிதி வசூல் செய்து வங்க நிவாரணப் பணிகளுக்கு உதவி செய்தது.

பிரிட்டிஷ் அரசாங்கத்தின் ஆணவத்தாலும், அலட்சியப் போக்காலும்தான் இந்தக் கொடிய பஞ்சம் ஏற்பட்டு கொத்துக் கொத்தாக மக்கள் மடிந்தார்கள் என்று இங்கிலாந்து கம்யூனிஸ்ட் கட்சியின் பொதுச் செயலாளர் ஹரி பாலிட் குற்றஞ்சாட்டினார். அமெரிக்காவின் பிரபல எழுத்தாளர் ஹோவார்டு பாஸ்ட் "சர்வாதிகாரி ஹிட்லர் நடத்திய இனைப்படுகொலையும் வங்க மக்கள் பசி, பட்டினிக் கொடுமையால் கூட்டங் கூட்டமாக மடிந்துபோகக் காரணமாக இருந்த ஆங்கிலேயர் ஆட்சியின் இனப்படுகொலையும் ஒன்றுதான்" - என்று கடுமையாக விமர்சனம் செய்தார்.

இந்தியக் கம்யூனிஸ்ட் கட்சியின் பொதுச் செயலாளர் பி.சி. ஜோஷி, வங்கத்தில் இரண்டு மாதங்கள் முகாமிட்டுப் பஞ்ச நிவாரணப் பணிகளை முடுக்கிவிட்டார். தோழர்கள் பூபேஷ் குப்தாவும், ஜோதிபாசுவும், ஹிரேன் முகர்ஜியும் ரனேன் சென்னும் வங்க மாநிலச் செயலாளர் பவானிசென் தலைமையில் பொதுமக்கள், அறிஞர்கள், கலைஞர்கள், தொழிலாளர்களிடம் பஞ்ச நிவாரண நிதி திரட்டுவதில் பம்பரமாகச் சுழன்று பணியாற்றினார்கள்.

வங்கத்தின் தலைசிறந்த ஓவியர்கள் கல்கத்தா நகரத் தெருக்களில் எலும்புக் கூடுகளாக மக்கள் மடிந்து கிடந்த காட்சிகளை ஓவியங்களாகத் தீட்டினார்கள். இந்தியக் கம்யூனிஸ்ட் கட்சியின் "பியூப்பிள்ஸ் வார்" ஆங்கில வார ஏட்டில் பி.சி. ஜோஷி, அவர் நேரில் பார்த்த கொடூரமான காட்சிகளைப் படிப்போர் நெஞ்சை உருக வைக்கும் வகையில் கட்டுரைகளாகத் தீட்டினார். "வங்கம் அழிந்தால் வாழ்வேது" என்ற சிறிய புத்தகத்தில் கொடிய பஞ்சத்தால் உண்ண உணவின்றியும், தொற்று நோய்களால் மருத்துவ வசதிகள் எதுவும் இல்லாமல் லட்சக்கணக்கான மக்கள் கல்கத்தா நகரத் தெருக்களில் எலும்புக் கூடுகளாக இறந்து கிடந்த காட்சிகளை படிப்போர் கண் கலங்கச் செய்யும் விதத்தில் பி.சி. ஜோஷி விவரித்திருந்தார். ஒட்டிய வயிறும், எலும்பும் தோலுமுமாக லட்சக்கணக்கான மக்கள் கல்கத்தா தெருக்களில் அலைந்து திரியும் காட்சிகளையும், கூட்டம் கூட்டமாகக் குவியலாக மக்கள் மடிந்து கிடக்கும் காட்சிகளையும் பியூப்பிள்ஸ் வார் வார ஏட்டின் இளம் புகைப்படக் கலைஞர் சுனில் ஜானா எடுத்த படுகோரமான

புகைப்படங்களும், வங்கத்தின் ஓவியர்கள் வரைந்த ஓவியங்களும் நாடு முழுவதும் முக்கியமான நகரங்களில் பொதுமக்களின் பார்வைக்காகக் கண்காட்சிகளில் வைக்கப்பட்டன. மக்களின் மனச்சாட்சி தட்டியெழுப்பப்பட்டது.

பட்டினிக் கொடுமையில் சிக்கிய மக்களைப் பாதுகாக்க கம்யூனிஸ்ட்கட்சித் தொண்டர்கள் கல்கத்தா நகரில் நூற்றுக்கணக்கான முகாம்களை அமைத்தார்கள். பல லட்சக்கணக்கான மக்களுக்கு முடிந்தளவிற்கு உணவு தயாரித்து வழங்கினார்கள். தொற்று நோய் பரவுவதை தடுப்பதற்காக கம்யூனிஸ்ட் கட்சித் தலைவர்கள் முஸாபர் அகமது, பூபேஷ் குப்தா, ஜோதிபாசு, பவானி சென் ஆகியோர் முன்முயற்சி எடுத்து மருத்துவ முகாம்களை ஏற்பாடு செய்தார்கள். தமிழகம், ஆந்திரா, கேரளா மற்றும் பம்பாய் நகரங்களிலிருந்து கம்யூனிஸ்ட் கட்சி ஆதரவாளர்களாக இருந்த மருத்துவர்கள் மற்றும் மருத்துவக் கல்லூரி மாணவர்கள் குழு கல்கத்தா நகருக்குச் சென்று அங்கேயே தங்கியிருந்து மருத்துவ சிகிச்சை அளித்தார்கள்.

கம்யூனிஸ்ட் கட்சியின் முன்முயற்சியால் பிரபல திரைப்பட கலைஞர் பிமல்ராய் தலைமையில் இந்திய மக்கள் நாடக மன்றத்தைச் *(Indian Peoples Theater Association)* சேர்ந்த கலைக்குழு பஞ்ச நிவாரண நிதி திரட்டுவதற்காக பம்பாய் நகருக்குச் சென்றது. கம்யூனிஸ்ட் கட்சியின் பொதுச் செயலாளர் பி.சி. ஜோஷி மூலம் இந்தித் திரைப்படக் கலைஞர்களுடன் தொடர்பு ஏற்படுத்திக்கொண்டு மும்பய் நகரில் பல்வேறு இடங்களில் நாடகங்கள் மற்றும் கலை நிகழ்ச்சிகளை நடத்தியது. பிரபல இந்தித் திரைப்படக் கலைஞர் பிருதிவிராஜ் கபூர், அவரது மகன்கள் ராஜ்கபூர், சசிகபூர், மற்றும் அவரது குடும்பத்தார் அனைவரும் பிமல்ராய் கலைக் குழுவுடன் இணைந்து பம்பாய் நகரத்தில் மக்களிடம் வீடு வீடாகச் சென்று பஞ்ச நிவாரண நிதி திரட்டி இந்தியக் கம்யூனிஸ்ட் கட்சிக்கு உதவி செய்தார்கள்.

வங்கத்தில் நிலவிய கொடூரமான பஞ்சத்தில் மக்களைக் காப்பாற்ற களத்தில் தீவிரமாகப் பணியாற்றிக் கொண்டிருந்த கம்யூனிஸ்டுகளுக்கு பஞ்ச நிவாரண நிதி திரட்டும் பணிகளில் தமிழகத்தில் கம்யூனிஸ்ட் கட்சித் தலைவர்களும், தொண்டர்களும் தீவிரமாக உழைத்தார்கள். வங்கப் பஞ்சத்தின் கொடூரங்களை மையமாக வைத்து காண்போரைக் கண் கலங்கச்

செய்யும் "வங்கப் பஞ்சம்" என்ற நாடகம் நடத்தப்பட்டது. அதில் தோழர்கள் கே.பாலதண்டாயுதம், என். சங்கரய்யா, பி. ராமமூர்த்தி ஆகிய அன்றைய இளங்கம்யூனிஸ்ட் தலைவர்கள் கே.பி. ஜானகியம்மாளுடன் இணைந்து நடித்தனர். கே.பி. ஜானகியம்மாள், மதுரை மண் பெற்றெடுத்த தலைசிறந்த நாடகக் கலைஞர்.

வங்கம் பாரடா தோழா,
வங்கம் பாரடா,
துங்க வளநாடு இன்று
துடிதுடித்துச் சாகுதே.

- என்றும்,

காலுக்குச் செருப்புமில்லை
கால்வயிற்றுக் கூழுமில்லை

எனும் ஜீவாவின் பாடல்களை புகழ் பெற்ற கோவை ராமதாஸ் அந்த நாடகத்தில் உருக்கமாகப் பாடியது காண்போரைக் கண்ணீர் வடிக்கச் செய்தன. பஞ்ச நிவாரண நிதி திரட்டி உதவியதுடன் மாணவர் பெருமன்றத்தைச் சேர்ந்த மருத்துவக் கல்லூரி மாணவர்கள் குழுவொன்று மாணவர் பெருமன்றத் தலைவர்களான எஸ். ராமகிருஷ்ணன், இ. பாலகிருஷ்ணன் மற்றும் கமலா தலைமையில் வங்காளத்துக்கே சென்று மருத்துவ சிகிட்சைப் பணிகளில் உதவினார்கள்.

கட்சி அணிகளை மட்டுமல்லாது, காங்கிரஸ் கட்சி, காங்கிரஸ் சோசலிஸ்ட் கட்சி, பார்வார்டு பிளாக், பிரபலமான எழுத்தாளர்கள், கலைஞர்கள், பேராசிரியர்கள் அனைவரையும் வங்கப் பஞ்ச நிவாரணப்பணிகளில் ஈடுபட தொடர்ந்து நியூ ஏஜ், பியூப்பிள்ஸ் ஏஜ், பத்திரிகைகளில் ஜோஷி கட்டுரைகள் எழுதியும் சிறு பிரசுரங்கள் வெளியிட்டும், மிகப் பெருமளவில் உந்துசக்தியாக இருந்து செயல்பட்டார்.

கட்சியின் மீதிருந்த தடை நீக்கத்திற்குப் பின்னர் நடந்த இயக்கங்கள்

1942ஆம் ஆண்டில் இரண்டாம் உலகப் போரை எதிர்த்து இந்தியக் கம்யூனிஸ்ட் கட்சி நடத்திய இயக்கங்களை நிறுத்திக் கொண்டதால் கட்சியின் மீதிருந்த தடை ஆங்கிலேயரின் ஆட்சியால் நீக்கப்பட்டது. 1943 மே மாதத்தில் கட்சியின் முதல் தேசிய மாநாடு பம்பாயில் வெற்றிகரமாக நடந்து முடிந்தது.

காங்கிரஸ் பேரியக்கம் அறிவித்த “வெள்ளையனே நாட்டை விட்டு வெளியேறு” இயக்கத்தில் கம்யூனிஸ்ட் கட்சி கலந்து கொள்ளாமல் தேசீய நீரோட்டத்திலிருந்து தனிமைப்பட்டிருந்த காலம். வங்காளம், மராட்டியம், ஆந்திரம், கேரளா மாநிலங்களில் குத்தகை விவசாயிகளின் உரிமைகளுக்காக, ஆதிவாசி பழங்குடி மக்களின் உரிமைகளுக்காக ‘உழுபவனுக்கே நிலம் சொந்தம்’ என்ற உரிமைக்காக பல தீவிரமான வீரஞ்செறிந்த போராட்டங்களைத் தலைமை தாங்கி நடத்தியது. வங்கத்தில் 1946ஆம் ஆண்டில் நடந்த “தெபாகா” எனும் குத்தகை விவசாயிகளின் போராட்டம், ஆந்திராவில் நிஜாம் மன்னனுக்கு எதிராக 1946 முதல் 1951ஆம் ஆண்டு வரை நடைபெற்ற “தெலுங்கானா ஆயுதங் தாங்கிய போராட்டம்” மராட்டியத்தில் தானே மாவட்டத்தில் நடைபெற்ற “ஓர்லி பழங்குடி மக்கள் போராட்டம்” கேரளாவில் “புன்னப்புரா - வயலாறு போராட்டம்” மற்றும் கையூர் விவசாயிகள் போராட்டம், ஆகியவை கம்யூனிஸ்ட் கட்சியின் வரலாற்றில் என்றும் அழியாப் புகழ் பெற்ற போராட்டங்களாகும்.

தெபாகா குத்தகை விவசாயிகள் போராட்டம்

ஒன்றுபட்ட வங்காள மாநிலத்தில் பெரும்பான்மையான கிராமப்புற மக்கள் விவசாயத்தையே நம்பியிருந்தார்கள். இரண்டாயிரம், மூவாயிரம் ஏக்கர் நிலங்களுக்கு மேல் சொந்தமாக வைத்திருந்த ஜமீன்தாரர்களும், 100 முதல் 500 ஏக்கர் வரை விவசாய நிலங்களுக்கு சொந்தகாரர்களாக ஜோத்தேதார் (பண்ணையார்கள்) என்றழைக்கப்பட்ட நிலபிரபுக்களும் இருந்தார்கள். பெரும்பான்மையான விவசாயிகள் ஜமீன்தாரர் மற்றும் ஜோத்தேதார்களுக்குச் சொந்தமான விவசாய நிலங்களில் குத்தகை விவசாயிகளாக விவசாயத் தொழிலில் ஈடுபட்டிருந்தார்கள்.

வங்காளத்தில் 1937ஆம் ஆண்டில் நடைபெற்ற தேர்தலில் முஸ்லீம் லீக் ஆட்சியை கைப்பற்றியது. பஸ்லூர் ரஹ்மான் முதலமைச்சராகப் பதவி ஏற்றார். ஜமீன்தாரர்கள் மற்றும் ஜோத்தேதார் (பண்ணையார்கள்) ஆகியோர் நிலங்களில் குத்தகை விவசாயிகளாக விவசாயம் செய்பவர்கள் தங்களது பயிர் விளைச்சலில் நில உரிமையாளர்களுடன் பங்கீடு செய்து கொள்ளும் அளவு சம்பந்தமாக பரிந்துரை செய்ய முஸ்லீம் லீக் அமைச்சரவை ஒரு ஆணையத்தை நியமித்தது.

ஜமீன்தாரர் நிலங்களில் விவசாயம் செய்யும் குத்தகை விவசாயிகள் தங்களது பயிர் விளைச்சலில் பாதியை ஜமீன்தாரர்களுக்கும், பண்ணையார்களுக்கு சொந்தமான நிலங்களில் விவசாயம் செய்யும் மூன்றில் ஒரு பங்கை பண்ணையாருக்கும் (ஜோத்தேதார்) விளைச்சலில் குத்தகை பங்கிட்டுக் கொடுக்க வேண்டும் என்று அந்த ஆணையம் பரிந்துரை செய்தது. ஆனால் இந்த ஆணையத்தின் பரிந்துரை நடைமுறைக்கு வரவில்லை. அமலாக்கப்படவில்லை.

வங்காளத்தின் கிழக்கு மாவட்டங்களிலும் (இன்றைய பங்களாதேஷ்) குத்தகை விவசாயிகள் பெரும்பான்மையோர் இஸ்லாமியர்களாக இருந்தனர். வடக்கு மாவட்டங்களில் (இன்றைய மேற்கு வங்கம்) பெரும்பான்மையோர் இந்து மதத்தைச் சேர்ந்தவர்களாகவும் இருந்தார்கள். 1946 செப்டம்பர் மாதத்தில் கம்யூனிஸ்டுகள் தலைமையில் வங்க மாநில விவசாயிகள் சங்கம் இந்த குத்தகைதாரர்களின் பிரச்சனைகளில் மிக முக்கியமான மூன்று கோரிக்கைகள்மீது குத்தகை விவசாயிகளை அணிதிரட்டியது. (அ) குத்தகை விவசாயிகள் விளைவிக்கும் நெல்லில் பாதி அளவு தானியத்தை ஜமீன்தாரர்களுக்கு குத்தகையாக கொடுப்பதற்கு பதிலாக மூன்றில் ஒரு பங்கை மட்டுமே குத்தகையாக கொடுப்போம், (ஆ) விவசாய வேலைகளுக்காக ஜமீன்தாரர்கள் மற்றும் பண்ணையார்கள் குத்தகை விவசாயிகளுக்கு கொடுத்த கடனுக்கு கந்துவட்டி எதுவும் கொடுக்க மாட்டோம். நியாயமான வட்டி மட்டுமே கொடுப்போம். (இ) குத்தகை விவசாயிகளின் இந்த கோரிக்கைகளை ஜமீன்தாரர்களும், பண்ணையார்களும் ஏற்றுக்கொள்ளும்வரை தானிய களஞ்சியங்களில் கொட்டி வைத்திருக்கும் நெல்லை ஜமீன்தாரர்களின் அதிகாரிகளோ அல்லது பணியாளர்களோ எடுத்துச் செல்ல அனுமதிக்கமாட்டோம், என்பதே அந்த மூன்று கோரிக்கைகள்.

இந்தியக் கம்யூனிஸ்ட் கட்சி மற்றும் விவசாயிகள் சங்கம் முன் வைத்த இந்த கோரிக்கைகள் மீது வங்காளத்தின் 19 மாவட்டங்களில் குத்தகை விவசாயிகளின் போராட்டம் தீவிரமாக வெடித்தது. நெற்களஞ்சியங்களில் கொட்டி வைக்கப்பட்ட தானியங்களை எடுத்துச் செல்ல நில உடமையாளர்கள், ஜமீன்தாரர்கள் மற்றும் பண்ணையார்களுக்கு ஆதரவாக போலீஸ் பட்டாளம், போராட்டம் நடத்திய விவசாயிகள் மீது கொடூரமான அடக்கு முறையைக்

கட்டவிழ்த்துவிட்டது. 19 மாவட்டங்களில் இந்த போராட்டம் தொடங்கப்பட்டிருந்தாலும் குத்தகை விவசாயிகளின் தீவிரமான போராட்டம் தினாஜ்பூர், ரங்பூர், ஜல்பைகுரி, 24 பர்க்கானாஸ், மித்தினாபூர் மற்றும் மைமன்சிங் மாவட்டங்களில் மிகத் தீவிரமாக வெடித்தது. இந்த மாவட்டங்களில் போலீஸ் படை, ஜமீன்தாரர்கள் மற்றும் பண்ணையார்களுக்கு ஆதரவாகவும் விவசாயிகளை அடக்கி ஒடுக்கவும், கண்மூடித்தனமாகத் துப்பாக்கி சூடு நடத்தியது. நூற்றுக்கணக்கான விவசாயிகள், சங்க முன்னணி களப்பணியாளர்கள், கம்யூனிஸ்ட்கள் துப்பாக்கி சூட்டில் வீரமரணம் எய்தினார்கள். போராடிய விவசாயிகளில் 3119 பேர் மீது 400 பொய் வழக்குகள் சுமத்தப்பட்டன. பல மாதங்களாக அவர்கள் எந்த விசாரணையும் இல்லாமல் சிறையில் தள்ளப்பட்டார்கள். பிணையும் (ஜாமீன்) மறுக்கப்பட்டு சிறையில் வாடினார்கள்.

குத்தகை விவசாயிகளின் இந்த வீரஞ்செறிந்த போராட்ட காலத்தில்தான் (1946 - 47) வங்க மாநிலத்தில் கம்யூனிஸ்ட்கட்சியின் செயலாளராகப் பணியாற்றிய தோழர் பவானி சென், பூபேஷ் குப்தா, ஜோதிபாசு, இந்திரஜித் குப்தா, ஹிரேன் முகர்ஜி, சோமனாத் வாஹிரி, முகமது இஸ்மாயில் ஆகிய தலைவர்கள் போராட்டக் களத்திலிருந்த குத்தகை விவசாயிகளுக்கு ஆதரவாக உழைப்பாளி மக்களையும், அறிவுஜீவிகளையும், எழுத்தாளர்கள் மற்றும் கலைஞர்களையும் அணி திரட்டினார்கள். நாடு விடுதலை பெறுவதற்கு முன்பே 1946 மார்ச் மாதத்தில் நடைபெற்ற சட்டமன்றத் தேர்தலில் கல்கத்தா ரயில்வே தொழிலாளர் தொகுதியிலிருந்து ஜோதிபாசும், டார்ஜிலிங் தோட்ட தொழிலாளர் தொகுதியிலிருந்து ரத்தன்லால் பிராமனும் மற்றும் தாழ்த்தப்பட்டோர் தொகுதியிலிருந்து ரூப் நாராயணன் ராய் ஆகியோரும் தேர்ந்தெடுக்கப்பட்டனர். தெபாகா குத்தகை விவசாயிகள் போராட்டக் கோரிக்கைகளுக்கு ஆதரவாகவும், போலீஸ் துப்பாக்கிச் சூட்டை கண்டித்தும் ஜோதிபாசு தலைமையிலான சட்டமன்ற உறுப்பினர்கள் கண்டன உரையாற்றினார்கள். தோழர் பூபேஷ் குப்தா, மாநிலச் செயலாளரான பவானி சென்னுடன் இணைந்து குத்தகை விவசாயிகளின் கோரிக்கையை விளக்கி நிறைய பிரசுரங்களை எழுதி வெளியிட்டார். இந்திய விவசாயிகளின் போராட்ட வரலாற்றில் இந்தப் போராட்டம் முக்கிய நிகழ்வாகும்.

தெலுங்கானா ஆயுதம் தாங்கிய போராட்டம்

தென்னகத்தில் ஹைதராபாத் சமஸ்தானத்தை நிஜாம் மன்னன் ஆண்டு வந்தான். ஆந்திராவில் தெலுங்கு மொழி பேசும் பெரும்பான்மையான பகுதிகளும், மராட்டிய மொழி பேசும் சில பகுதிகளும் இந்த மன்னராட்சியின் கீழிருந்தது. தலைநகரம் ஹைதராபாத்தில் உருது மொழி ஆட்சி மொழியாக இருந்தது. 1946ஆம் ஆண்டில் சுதந்திரப் போராட்டம் உச்ச கட்டத்தை நெருங்கிக் கொண்டிருந்த போது, பிரிட்டிஷ் ஆட்சியாளர்களுடன் ரகசியமாக உடன்படிக்கை செய்து கொண்டு நிஜாம் மன்னன் ஹைதராபாத் சமஸ்தானத்தில் தனது ஆட்சியை நிலைநிறுத்திக் கொள்ள அன்னிய ஆட்சியாளர்களுடன் ரகசியமாகப் பேச்சுவார்த்தை நடத்திக் கொண்டிருந்தான். நிஜாம் மன்னனின் ஆட்சியின் கீழ் தெலுங்கானா விவசாய நிலப்பரப்பில் 90 சதவீத விவசாய நிலங்கள் அனைத்தும் தேஷ்முக்குகள் என்றழைக்கப்பட்ட பண்ணையார்களுக்குச் சொந்தம். குத்தகை விவசாயிகளிடம் படுமோசமான அதிகப்படி குத்தகை வசூலிக்கப்பட்டது. கைவினைஞர்கள், பண்ணையார்களுக்கு இலவசமாகக் கருவிகள் செய்து கொடுக்க வேண்டும். தலித்துகள், பண்ணையார் மாளிகைகளில் இலவசமாக வேலை செய்ய வேண்டும். அதைவிடக் கொடுமையானது - சாதாரண ஏழைஎளிய விவசாயக் குடும்பங்கள், தலித்துகள், குடும்பப் பெண்கள் பண்ணையார்களின் காமப்பசிக்கு உடன்பட வேண்டும் என்பது எழுதப்படாத சட்டம். இந்தக் கொடூரமான உழைப்புச் சுரண்டல், சமூகக் கொடுமைகளை எதிர்ப்பவர்கள் கொடூரமாக அடக்கியொடுக்கப்பட்டார்கள். நிஜாம் மன்னனின் ராணுவம் மட்டுமல்லாது, அரசின் ஆதரவு பெற்ற ரஜாக்கர்கள் எனும் கூலிப்படையும் விவசாயிகளை அடித்து உதைத்து அடக்கினார்கள். பண்ணையார்களின் அடக்குமுறையை எதிர்ப்பவர்களைக் கொடூரமாகக் கொலை செய்தார்கள்.

கம்யூனிஸ்டுகளின் தலைமையில் தெலுங்கானா மாவட்டங்களில் அனைத்துக் கிராமங்களிலும் ரகசியமாக விவசாயச் சங்கங்கள் தோற்றுவிக்கப்பட்டன. நிஜாம் மன்னனின் படைகள் மற்றும் ரஜாகர்கள் கூலிப்படையை எதிர்கொள்ள அனைத்துப் பெண்கள் உட்பட விவசாயிகளுக்கும், துப்பாக்கி சுடும் பயிற்சியும், கையெறி வெடிகுண்டுகள் வீசும் பயிற்சியும் கொடுக்கப்பட்டது. நிஜாம் மன்னனுக்கு எதிராக 1946ஆம் ஆண்டில் தொடங்கிய இந்த கொரில்லா யுத்தம் 1951ஆம் ஆண்டு

இறுதிவரை நீடித்தது. தோழர்கள் பி. சுந்தரய்யா, சி. ராஜேஸ்வர ராவ், ரவி நாராயண ரெட்டி மற்றும் பல கம்யூனிஸ்ட் தலைவர்கள் இந்த ஆயுதந் தாங்கிய போராட்டத்தின் தளபதிகளாகச் செயல்பட்டனர். தெலுங்கானா கம்யூனிஸ்டுகள், விவசாயிகளின் இந்த ஆயுதப் போராட்டத்திற்கு தேவைப்பட்ட துப்பாக்கிகள், வெடிகுண்டுகள், உணவுப் பொருட்கள், மருத்துவப் பொருட்கள் அனைத்தும் தடையின்றிக்கிடைக்க தோழர் ஜோஷியும், டாக்டர் அதிகாரியும் வலைப் பின்னலாகப் பல ஏற்பாடுகளைச் செய்திருந்தார்கள். கம்யூனிஸ்ட் கட்சியை நேசித்த, ஆதரவாளராக இருந்த சில ராணுவ அதிகாரிகளும்கூட துப்பாக்கிகள் மற்றும் வெடிமருந்துகளையும் தெலுங்கானாவுக்குள் நிஜாம் படைகளை எதிர்த்துப் போராடிய விவசாயிகளுக்கு ரகசியமாக கொண்டுபோய்ச் சேர்ப்பதில் உதவி செய்தார்கள். கம்யூனிஸ்ட் கட்சி ஆட்சியதிகாரம் செலுத்திய பகுதிகளில் பண்ணையார்களிடமிருந்து கைப்பற்றப்பட்ட பல லட்சம் ஏக்கர் விவசாய நிலங்கள் குத்தகை விவசாயிகளுக்கு சரிசமமாகப் பிரித்துக் கொடுக்கப்பட்டன.

இந்தப் போராட்டத்தின் இறுதியில் நிஜாம் மன்னன் மத்திய அரசின் இந்திய ராணுவத்திடம் சரணடைந்தார். ஹைதராபாத் சமஸ்தானத்தை மத்திய அரசுடன் இணைக்க ஒத்துக் கொண்டான். சுமார் 4000 கம்யூனிஸ்டுகள், விவசாயிகளைப் பலி கொடுத்து நடத்திய வீரஞ்செறிந்த இந்த தெலுங்கானாப் போராட்டம் இந்தியக் கம்யூனிஸ்ட்கட்சி மற்றும் விவசாயிகள் விடுதலைப் போராட்ட வரலாற்றிலும் முத்திரை பதித்த பெரும் போராட்டமாகும்.

புன்னப்புரா – வயலாறு விவசாயிகள் போராட்டம்

இன்றைய ஒன்றுபட்ட கேரள மாநிலம் உருவாவதற்கு முன்னர், மலபார் மாவட்டங்கள் சென்னை ராஜதானியோடு இணைக்கப்பட்டிருந்தன. திருவாங்கூர் - கொச்சி மாவட்டங்கள் திருவாங்கூர் சமஸ்தானம் என்ற பெயரில் அங்கு மன்னராட்சி நடைபெற்று வந்தது. இந்த சமஸ்தானத்தின் திவானாக (முதலமைச்சர் அந்தஸ்து) சர். சி.பி. ராமசாமி அய்யர் சர்வாதிகாரியைப் போல் ஆட்சி நடத்தி வந்தார். ஆலப்புழை, சேர்த்தலை தாலூக்காக்களில் செயல்பட்டு வந்த கயிற்றுத் தொழிற்சாலை முதலாளிகள், குறைந்த கூலி கொடுத்து தொழிலாளர்களைக் கசக்கிப் பிழிந்து வந்தனர்.

பண்ணையார்களும், பெரிய விவசாயிகளும் விவசாயக் கூலித் தொழிலாளர்களுக்கு மிகக் குறைந்த கூலியைக்கொடுத்து கொடுமைப்படுத்தி வந்தனர். தொழிற்சங்கங்களை அடக்கவும், கம்யூனிஸ்டுகள் தலைமையில் நடக்கும் போராட்டங்களை அடக்கியொடுக்கவும் திவான் தனது ராணுவத்தையும், போலீசையும் கயிற்றுத் தொழிற்சாலை முதலாளிகள், பண்ணையார்களுக்கு ஆதரவாக அனுப்பி வைத்தார்.

மலபார் பகுதிகள், திருவாங்கூர் கொச்சி சமஸ்தானப் பகுதிகளை ஒன்றிணைத்து ஐக்கிய கேரள மாநிலம் உருவாகவும், மக்களுக்கு கூடுதல் ரேசன் பொருட்கள், தொழிலாளர்களுக்கு நியாயமான கூலி உயர்வு ஆகிய 23 கோரிக்கைகளை முன்வைத்து 1946 அக்டோபர் 22ஆம் நாள் பொது வேலை நிறுத்தத்தை கம்யூனிஸ்ட் கட்சி தொடங்கியது. வெற்றிகரமாக நடந்த பொது வேலை நிறுத்தத்தை அடக்கியொடுக்க ராணுவத்தையும், போலீஸ் படைகளையும் திவான் அனுப்பினார். கம்யூனிஸ்ட் கட்சித் தொண்டர்களும் புன்னப்புரா - வயலாறு ஆகிய கிராமங்களில் கையில் கிடைத்த ஆயுதங்களுடன் ராணுவத்துடன் மோதினர்.

திவானின் ராணுவம் நவீனரக எந்திரத் துப்பாக்கிகளுடன் குவிக்கப்பட்டு மக்கள் மீது கண் மூடித்தனமாக துப்பாக்கிச் சூடு நடத்தப்பட்டது. 1946 அக்டோபர் 27ஆம் நாள் பலமணி நேரம் நடந்த மோதலில் சுமார் 400 மக்கள் புன்னப்புரா வயலாற்றில் சுட்டுக் கொல்லப்பட்டனர். அன்று அவர்கள் சிந்திய ரத்தமும், உயிர்த் தியாகமும் அடுத்த பத்தாண்டுகளில் சுதந்திர இந்தியாவில் ஒன்றுபட்ட கேரள மாநிலம் உருவாக அடிப்படையாக அமைந்தது. இந்தப் போராட்டத்தை வழிநடத்திய கேரள கம்யூனிஸ்ட் தலைவர்கள் இ.எம்.எஸ்., ஏ.கே. கோபாலன், அச்சுதமேனன், எம்.என். கோவிந்த நாயர், T.V. தாமஸ், மற்றும் தலைவர்களுக்கு கட்சியின் தேசீயப் பொதுச் செயலாளர் ஜோஷி மற்றும் டாக்டர் அதிகாரி ஆகிய தலைவர்களின் ஒத்துழைப்பும், ஆலோசனைகளும் உதவியாக அமைந்தன.

நாடு சுதந்திரம் பெற்ற பின்னரும் “திருவாங்கூர் - கொச்சி சமஸ்தானத்தை” தனிநாடாக ஆள வேண்டும் என்ற சர். சி.பி. ராமசாமி அய்யரின் கனவு தகர்ந்தது. புன்னப்புரா வயலாறு போராட்டத்தின் இறுதிக் கட்டத்தில் திவான் முகத்தில் ஆசிட் வீசப்பட்டது. உயிர் தப்பிய அய்யர், சென்னைக்குத்

தப்பியோடினார். புன்னப்புரா வயலார் போராட்டமும், உயிர்த்தியாகமும் இந்தியாவில் முதன்முறையாக 1957ஆம் ஆண்டில் கேரளாவில் தேர்தல் மூலமே கம்யூனிஸ்டுகள் ஆட்சியைக் கைப்பற்றவும் முக்கியக் காரணமாக அமைந்தது.

ஜோஷியை உலுக்கிய கேரளாவின் கையூர் தியாகிகள்

கையூர் கிராமம் கேரளாவின் மலபார் பகுதியில், இன்றைய காசர்கோடு மாவட்டத்தில் உள்ளது. கண்ணூர், காசர்கோடு மாவட்ட கிராமங்களில் ஏராளமான குத்தகை விவசாயிகள் எந்தவிதமான குத்தகைப் பாதுகாப்பும், உரிமையும் இல்லாமல் நிலப்பிரபுக்களால் சுரண்டப்பட்டு வந்தார்கள். 1939ஆம் ஆண்டிலிருந்து கம்யூனிஸ்ட் கட்சி தடை செய்யப்பட்டிருந்ததால் கம்யூனிஸ்டுகள், காங்கிரஸ் சோசலிஸ்ட் கட்சி மற்றும் காங்கிரஸ் கட்சிக்குள் இருந்துகொண்டு செயல்பட்டு வந்தனர். இவர்கள் தலைமையில் பலம் வாய்ந்த விவசாயிகள் சங்கம் கட்டப்பட்டது. குத்தகை விவசாயிகளை நிலத்தை விட்டு பலவந்தமாக வெளியேற்றக் கூடாது, குத்தகை விவசாயிகள் பாதுகாப்புச் சட்டம் வேண்டும் என்ற கோரிக்கையை வலியுறுத்தி விவசாயிகள் பல போராட்டங்களைத் தொடர்ச்சியாக நடத்திக் கொண்டிருந்தார்கள். பண்ணையார்களின் தூண்டுதலின் பேரில் கையூர் கிராம விவசாயிகள் மீது மலபார் போலீஸ் கொடூரமான தாக்குதல் நடத்தியது. விவசாயிகளின் வீடுகளில் புகுந்து போலீசே பொருட்களை கொள்ளையடித்துச் சென்றது. பல தோழர்கள் கடுமையாகத் தாக்கப்பட்டார்கள். பெண்கள் மானபங்கப்படுத்தப்பட்டார்கள். நூற்றுக்கணக்கான விவசாயிகள் சிறையில் தள்ளப்பட்டனர்.

கையூர் கிராம விவசாயிகள் மீது மலபார் போலீஸ் நடத்திய கொடூரமான தாக்குதலைக் கண்டித்து 1941 மார்ச் 28ஆம் நாள் கையூர் கிராமத்தில் கண்ணூர் காசக்கோடு மாவட்டங்களிலிருந்து கம்யூனிஸ்டுகளால் திரட்டப்பட்ட விவசாயிகள் பெரிய ஆர்ப்பாட்டம் ஒன்றை நடத்தினார்கள். விவசாய சங்கத்தின் இளம் கம்யூனிஸ்டுகளான மடத்தில் அப்பு, குன்ஹாம்பு நாயர், சிறுகண்டன், அபுபக்கர் மற்றும் சூரிகடன் கிருஷ்ணன் ஆகிய ஐவர் ஆர்ப்பாட்டத்திற்குத் தலைமை தாங்கினர். ஆர்ப்பாட்டம் நடந்து கொண்டிருந்த போது ஏற்கனவே அதே கிராமத்தில் ஒரு விவசாயக் குடும்பத்தைச் சேர்ந்த முஸ்லீம் பெண் ஒருவரிடம் தவறுதலாகவும்,

அத்துமீறியும் நடந்து கொண்ட போலீஸ் ஒருவன் அங்கு வந்தான். ஆர்ப்பாட்டத்தில் ஈடுபட்டிருந்த விவசாயிகள் ஆத்திரமடைந்து கற்களை வீசித் தாக்கியதில் அந்த போலீஸ் கொல்லப்பட்டான்.

ஆர்ப்பாட்டத்திற்குத் தலைமை தாங்கிய மேற்கண்ட ஐந்து தோழர்கள் உட்பட 60 விவசாயிகள் மீது போலீஸ் கொலை வழக்கைப் போட்டது. கோழிக்கோடு செசன்சு நீதிமன்றத்தில் மடத்தில் அப்பு. குன்ஹாம்பு நாயர், சிறுகண்டன் மற்றும் அபுபக்கர் ஆகிய நால்வருக்கும் தூக்கு தண்டனை வழங்கப்பட்டது. சூரிகடன் கிருஷ்ணருக்கு மட்டும் ஆயுட்தண்டனை வழங்கப்பட்டது. கம்யூனிஸ்ட கட்சி விவசாயிகள் சங்கம் இந்த தண்டனையை எதிர்த்து சென்னை உயர்நீதிமன்றத்தில் செய்த மேல்முறையீடும் தள்ளுபடி செய்யப்பட்டது. (கேரளாவில் மலபார் பகுதி அந்த காலத்தில் சென்னை மாகாணத்தோடு இணைக்கப்பட்டிருந்தது) இங்கிலாந்து கம்யூனிஸ்ட் கட்சித் தலைவர்களை பொதுச் செயலாளர் ஜோஷி, தோழர் மோகன் குமாரமங்கலம் மூலம் தொடர்பு கொண்டார். அவர்கள் உதவியுடன் குற்றவாளிகளுக்காக இங்கிலாந்து நாட்டிலேயே மிகவும் பிரபலமான கம்யூனிஸ்ட் வழக்கறிஞர் டி.என். பிரிட்ஐ நியமித்து லண்டன் பிரிவி கவுன்சிலுக்கு அப்பீல் செய்யப்பட்டது. ஆனால் அந்த மேல்முறையீடும் தள்ளுபடி செய்யப்பட்டது. தூக்கு தண்டனை உறுதி செய்யப்பட்டது.

பி.சி. ஜோஷி முன்முயற்சியால் காங்கிரஸ், காங்கிரஸ் சோசலிஸ கட்சி, பார்வார்டு பிளாக் கட்சிகளை சேர்ந்த தொண்டர்களும், கலைஞர்கள், எழுத்தாளர்கள் மற்றும் பேராசிரியர்கள் ஆகியோர் தூக்குதண்டனை விதிக்கப்பட்ட நான்கு இளைஞர்களையும் ஆங்கிலேய அரசு விடுதலை செய்யும்படி நாடு தழுவிய இயக்கத்தை நடத்தினார்கள். இங்கிலாந்து கம்யூனிஸ்ட் கட்சியும், தொழிற்சங்கங்களும் இந்த நால்வரையும் விடுதலை செய்யக்கோரி பரவலாக ஆர்ப்பாட்டம் நடத்தினார்கள். பிரிட்டிஷ் அரசாங்கத்திற்கும் பல்வேறு அறிஞர்கள் மூலம் அழுத்தம் கொடுத்தார்கள். ஆனால் பிரிட்டிஷ் அரசாங்கம் தூக்கு தண்டனையினை மறுபரிசீலனை செய்ய மறுத்துவிட்டது. தூக்கு தண்டனை விதிக்கப்பட்ட மடத்தில் அப்பு, குன்ஹாம்பு நாயர், சிறுகண்டன், அபுபக்கர் ஆகியோர் 1943 மார்ச் 23ஆம் நாள் கண்ணூர் மத்திய சிறையில் தூக்கிலிடப்பட்டார்கள்.

தூக்கு தண்டனை விதிக்கப்பட்ட நால்வரும் தங்களது கடைசி ஆசையாக இந்தியக் கம்யூனிஸ்ட் கட்சியின் பொதுச் செயலாளர் பி.சி. ஜோஷியை சந்திக்க விரும்பினர். சிறை வளாகத்துக்கு வெளியில் திரண்ட 6000 விவசாயிகள் பேரணியை நடத்திய பின்னால் பி.சி. ஜோஷி, பி. சுந்தரய்யா மற்றும் கேரள மாநில கம்யூனிஸ்ட் கட்சிச் செயலாளர் கிருஷ்ண பிள்ளையும் நால்வரையும் சிறைக்குள் கடைசியாகச் சந்தித்தனர். கம்யூனிஸ்ட் கட்சி சார்பில் அவர்களுக்கு ஜோஷி வீரவணக்கம் செலுத்தினார். தூக்கு தண்டனை நிறைவேற்றப்பட்ட பின்னர் நால்வரின் பெற்றோரையும் சந்தித்து ஆறுதல் கூறினார். சிறையில் அவர்ளைச் சந்தித்த சம்பவத்தை படிப்போர் கண் கலங்கச் செய்யும் விதத்தில் உருக்கமான கட்டுரை ஒன்றை கம்யூனிஸ்ட் கட்சியின் *People's War* வார இதழில் எழுதினார். (1943 ஏப்ரல் 13) "மனிதகுலத்தின் அழியாத மலர்கள்" என்ற தலைப்பில் ஜோஷி எழுதிய கட்டுரை இந்தப் புத்தகத்தின் இறுதியில் இணைக்கப்பட்டுள்ளது.

சின்னியம்பாளையம் தியாகிகள்

கோயமுத்தூர் மாநகராட்சி எல்லைக்குள், பீளமேட்டில் ரங்கவிலாஸ் ஜின்னிங் ஸ்பின்னிங் & வீவிங் என்ற பெயரில் ஒரு பஞ்சாலை 1920ஆம் வருடத்திலிருந்து இயங்கி வந்தது. 8 மணி நேர வேலை, வேலை நிறுத்தம், வார விடுமுறை, மருத்துவ விடுப்பு, தீபாவளிப் பண்டிகை போனஸ், வேலைப்பளு குறைப்பு மற்றும் பல முக்கியமான கோரிக்கைகள் மீது கோவை ஜில்லா மில் தொழிலாளர் சங்கம் (AITUC) 1937ஆம் ஆண்டு முதல் மிகத் தீவிரமாகப் போராடி வந்தது. பீளமேடு ரங்க விலாஸ் மில்லில் செங்கொடிச் சங்கம் மேற்கண்ட கோரிக்கைக்காகப் பல போராட்டங்களை தொடர்ச்சியாக நடத்தி வந்தது. கோவை நகரத்தின் கிழக்கில் சுமார் 15 கிலோ மீட்டர் தொலைவில் சின்னியம்பாளையம் கிராமம் இருக்கிறது. அந்தக் கிராமத்தைச் சேர்ந்த வெங்கடாசலம், ராமையன், சின்னையன், ரங்கண்ணன் ஆகியோர் மேற்கண்ட ரங்கவிலாஸ் மில்லில் வேலைக்குச் சேர்ந்தது முதல் செங்கொடிச் சங்கத்திலும், கம்யூனிஸ்ட் கட்சி உறுப்பினர்களாகச் சேர்ந்து முன்னணி ஊழியர்களாகச் செயல்பட்டுவந்தனர். நான்கு இளைஞர்களும் சிலம்பம் மற்றும் தற்காப்பு பயிற்சிகளில் திறமைசாலிகளாக விளங்கினர். பஞ்சாலைக்குள் மில் முதலாளியின் அடியாட்களின் வரம்பு மீறிய ரவுடித்தனத்தால் தொழிலாளர்கள் குறிப்பாகப் பெண்

தொழிலாளர்கள் அதிக பாதிப்புக்குள்ளாகினர். மேஸ்திரி பொன்னான் என்பவரும் சில ரவுடிகளும் வேலை முடிந்து வீடு திரும்பிக் கொண்டிருந்த ஒரு பெண் தொழிலாளியை ஒருநாள் பாலியல் பலாத்காரம் செய்தனர். ராஜி என்ற பெண் தொழிலாளி தலைமையில் பெண் தொழிலாளர்கள் ஒன்று சேர்ந்து பஞ்சாலைக்குள்ளேயே அந்த மேஸ்திரி பொன்னானை நையப்புடைத்தனர்.

அதனால் ஆத்திரமடைந்த மேஸ்திரி பொன்னானும், அவனது ரவுடி கும்பலும் பெண் தொழிலாளி ராஜியை ஆலைக்குள்ளேயே வேலை நேரத்தில் பாலியல் பலாத்காரம் செய்தனர். அதனைக் கேள்விப்பட்ட சின்னியம்பாளையம் தோழர்கள் நால்வரும் ஆலைக்கு வெளியே பொன்னான் மற்றும் ரவுடி கும்பலை வழிமறித்து அடித்து உதைத்தனர். அந்த நேரத்தில் அங்கு கூட்டமாக வந்த பெண் தொழிலாளர்கள் ஆவேசமடைந்து, ராஜியை பாலியல் பலாத்காரம் செய்த மேஸ்திரி பொன்னான் மீது தாக்குதல் தொடுத்தனர். அந்த மோதலில் மேஸ்திரி பொன்னான் உயிரிழந்தார். போராட்ட குணம் வாய்ந்த செங்கொடி சங்கத்தினை அடக்கியொடுக்கும் உள்நோக்கத்துடன் அந்தப் பஞ்சாலை முதலாளியும், போலீஸ் அதிகாரிகளும் சதித்திட்டம் தீட்டி சின்னியம்பாளையம் நான்கு தோழர்கள் மீதும் கொலை வழக்கை ஜோடித்து சிறையில் தள்ளினர்.

கோவை செசன்சு நீதிமன்றம் அவர்கள் நால்வருக்கும் தூக்கு தண்டனை விதித்து தீர்ப்பளித்தது. அந்த தூக்கு தண்டனையை சென்னை உயர்நீதிமன்றமும் மேல்முறையீட்டில் உறுதிப்படுத்தியது. கம்யூனிஸ்ட் கட்சி பொதுச்செயலாளர் பி.சி. ஜோஷி, தோழர்கள் மோகன் குமாரமங்கலம், என்.கே. கிருஷ்ணன், பார்வதி கிருஷ்ணன் மூலமாக லண்டன் கம்யூனிஸ்ட் கட்சி தலைவர்களோடு தொடர்பு கொண்டார். லண்டன் பிரிவி கவுன்சிலின் முன்பு மேல்முறையீடு செய்வதற்கு நடவடிக்கை எடுத்தனர். அந்தக் காலத்தில் லண்டன் பிரிவியூ கவுன்சில்தான் இந்தியாவுக்கான சுப்ரிம் கோர்ட்டாகச் செயல்பட்டது. இங்கிலாந்தின் புகழ்பெற்ற கம்யூனிஸ்ட் வழக்கறிஞர் டி.என். பிரிட்ஜ் இந்த மேல்முறையீட்டு விசாரணையில் திறமையாக வாதிட்டும் அப்பீல் தள்ளுபடி செய்யப்பட்டது. கோவை நீதிமன்றத்தின் தூக்கு தண்டனை தீர்ப்பு, லண்டனிலும் உறுதி செய்யப்பட்டு இறுதியானது.

1946 ஜனவரி 8ஆம் நாள் கோவை சிறையில் நான்கு தோழர்களும் தூக்கிலிடப்பட்டு தியாகிகளானார்கள். தூக்குமேடையேறுவதற்கு முன்னர் அவர்கள் தெரிவித்த கடைசியாசை சிறையதிகாரிகளுக்கும், கம்யூனிஸ்ட் கட்சி தோழர்களுக்கும் வியப்பாக இருந்தது. "நால்வரும் ஒன்றாக நின்று புகைப்படம் எடுத்துக் கொள்வது, நால்வரையும் ஒன்றாக ஒரே குழியில் அடக்கம் செய்யப்பட வேண்டும்." அவர்களது கடைசி விருப்பம் நிறைவேறியது. நால்வரும் ஒன்றாக வலது கையை உயர்த்தி, "செங்கொடி வாழ்க" என்ற முழக்கத்துடன் எடுத்துக் கொண்டட அரிய புகைப்படம் வரலாற்றுப் பின்னணியுடையது.. நால்வரும் ஒன்றாக அடக்கம் செய்யப்பட்ட கல்லறையை இன்றும் சின்னியம்பாளையத்தில் காணலாம். இந்த மரணத் தண்டனை நிறைவேற்றப்பட்ட ஒரு மாதத்தில் பொதுச் செயலாளர் பி.சி. ஜோஷி, ஆந்திர மாநிலம் கம்யூனிஸ்ட் தலைவர் பி. சுந்தரய்யா (பிற்காலத்தில் மார்ச்சிஸ்ட் கம்யூனிஸ்ட் கட்சியின் முதல் பொதுச் செயலாளர்) மற்றும் முன்னணி கம்யூனிஸ்ட் மற்றும் தொழிற் சங்கத் தலைவர்கள், தோழர் கே. ரமணியுடன் சின்னியம்பாளையம் கிராமத்திற்கு நேரில் வந்து, தூக்கு மேடை ஏறிய தியாகிகளின் பெற்றோர்கள் மற்றும் உறவினர்களைச் சந்தித்து ஆறுதல் கூறினர். தியாகிகள் நால்வரும் சின்னியம்பாளையத்தில் ஒன்றாக புதைக்கப்பட்டிருந்த கல்லறைக்குச் சென்று மலர் வளையம் வைத்து அஞ்சலி செலுத்தினர். அந்த அரிய புகைப்படம் இன்றும் பாதுகாக்கப்பட்டுள்ளது. நால்வரின் தியாகத்தை போற்றி, வீரவணக்கம் செலுத்தி கம்யூனிஸ்ட் கட்சி நியூ ஏஜ் வார இதழில் ஜோஷி உணர்ச்சி பொங்கும் கட்டுரை ஒன்றை தீட்டி அஞ்சலி செலுத்தினார்.

ஜோஷி பொதுச் செயலாளராக இருந்த காலத்தில் இரண்டாம் உலகப்போர் முடிந்தவுடனே 1946ஆம் ஆண்டில் ஆங்கில ஆட்சிக்கு எதிரான விடுதலைப் போராட்டம் நாடு முழுவதும் வீறுகொண்டெழுந்தது. விடுதலைப் போராட்டத்தில் திருப்புமுனையை ஏற்படுத்திய கப்பற்படை எழுச்சியும் 1947 பிப்ரவரி மாதத்தில் நடைபெற்றது. இந்த கப்பற்படை எழுச்சியின் தொடக்கம், கோரிக்கைகள், பிரிட்டிஷ் ராணுவத்தின் அடக்குமுறை, துப்பாக்கிச் சூடு மற்றும் கம்யூனிஸ்ட் கட்சி இந்த எழுச்சிக்குத் தலைமை தாங்கியது, டாக்டர் அதிகாரி, ஜோஷி மற்றும் டாங்கே போன்ற கம்யூனிஸ்ட கட்சித் தலைவர்கள் இந்த கப்பற்படைப் போராட்டத்தில் வழிகாட்டிய விவரங்களையும் இந்தப்

புத்தகத்தில் டாக்டர் அதிகாரியின் வாழ்க்கை வரலாற்றுப் பகுதியில் பார்த்தோம்.

ஜோஷி பொதுச் செயலாளராக இருந்த காலத்தில் இந்திய விடுதலை போராட்டத்தின் இறுதிக் கட்டத்தில் கம்யூனிஸ்ட் கட்சி மற்றும் AITUC தொழிற்சங்க அமைப்புகளின் கீழ் பல மாநிலங்களில் ஆட்குறைப்பு, ஆலை மூடல், சம்பள உயர்வு, பணி நிரந்தரம் மற்றும் பல அடிப்படை உரிமைகளுக்காக மிகப் பெரிய போராட்டங்கள் வெடித்தன.

கல்கத்தா தலைநகரில் இரும்பு உருக்கு தொழிற்சாலையில் நடைபெற்ற வேலை நிறுத்தப் போராட்டம், கல்கத்தா நகரத்தை சுற்றி ஹவுரா மற்றும் ஹுக்ளி சணல் ஆலைத் தொழிலாளர்கள் போராட்டம், 1946 ஜனவரி மாதத்தில் கர்நாடக மாநிலம் கோலார் தங்கச் சுரங்கத் தொழிலாளர் போராட்டம், 1947 ஜூலை மாதத்தில் நாடு தழுவிய தபால் தந்தி ஊழியர்கள் வேலை நிறுத்தம், அதே மாதத்தில் சென்னை, கோவை, மதுரை அம்பாசமுத்திரம், தூத்துக்குடி பஞ்சாலைகளில் தொடங்கிய பஞ்சாலைத் தொழிலாளர்களின் நீண்டகால வேலை நிறுத்த போராட்டம், 1946 ஆகஸ்ட் மாதத்தில் சென்னை மாநராட்சி ஊழியர்கள் நடத்திய வேலை நிறுத்த போராட்டம் மற்றும் பல போராட்டங்களை இங்கு குறிப்பிடலாம். 1946 மற்றும் 1947 ஜூன் முடிய 1811 வேலை நிறுத்தம் நடைபெற்றதாகவும், அவற்றில் 18,00,000 தொழிலாளர்கள் கலந்து கொண்டதாக அன்றைய அரசாங்கத்தின் புள்ளி விவரம் தெரிவிக்கிறது.

இந்திய நாடு இரண்டாகப் பிரிக்கப்பட்ட போது 1947 ஆகஸ்ட் மாதத்தில் பஞ்சாப் மாநிலத்திலும், வங்காளத்திலும் மதக்கலவரங்களால் ரத்த ஆறு பெருக்கெடுத்தோடியது. பல லட்சம் முஸ்லீம்கள் பாகிஸ்தானுக்கும், அங்கிருந்த இந்துக்கள், சீக்கியர்கள் இந்தியப் பகுதிக்குள் குடிபெயர்வதற்கும் எந்தவிதமான போக்குவரத்து வசதியுமில்லாமல் பல லட்சம் மக்கள் கால் நடையாகவே எல்லைகளைக் கடந்தனர். உயிருக்கு எந்தப் பாதுகாப்புமில்லை. காந்தியடிகளும், ஜவஹர்லால் நேருவும் குடிபெயரும் பொதுமக்களை பாதுகாப்பாக பாகிஸ்தான் கொண்டு போய்ச் சேர்த்தும், அங்கிருந்து மக்களை இந்தியாவுக்குள் கொண்டு வரவும் ரயில்வே தொழிலாளர்கள் (எஞ்சின் டிரைவர்கள் மற்றும் பயர்மேன்கள்) ரயில்களை ஓட்ட முன்வர வேண்டுமென்று உருக்கமாக வேண்டுகோள் விடுத்தனர்.

தென்னிந்திய ரயில்வே தொழிலாளர் சங்கத்தின் ஒப்பற்ற தலைவர்கள் தோழர்கள் எம். கல்யாணசுந்தரம் மற்றும் அனந்த நம்பியார் ரயில்வே தொழிலாளர்களின் அவசரப் பேரவைக் கூட்டங்களை திருச்சி பொன்மலையில் கூட்டினார். உயிர்பாதுகாப்புக்கு எந்தவிதமான உத்தரவாதமுமில்லாத மதக்கலவர சூழ்நிலையில் சேலம், மதுரை, விழுப்புரம், ஈரோடு மற்றும் கொல்லம் ஆகிய ரயில் நிலையங்களிலிருந்து தோழர்கள் ஜே.பி. புருசோத்தமன் மற்றும் என். கிருஷ்ணசாமி ஆகியோர் தலைமையில் 150 எஞ்சின் டிரைவர்கள், பயர்மேன்கள் பஞ்சாப் மாநிலம், லூதியானா ரயில் நிலையம் சென்று சேர்ந்தார்கள். லூதியானா ரயில் நிலையத்திற்கு தோழர் ஜோஷியும், கல்யாணசுந்தரமும் சிறப்பு விமானத்தில் போயிறங்கி ரயில்களை ஓட்ட முன்வந்த டிரைவர்கள் பயர்மேன்களை உற்சாகப்படுத்தி வழியனுப்பி வைத்தனர். பத்து நாட்கள் இந்தியா, பாகிஸ்தான் இருவழிப் பதையில் செங்கொடிச் சங்கத் தோழர்கள் இரவு பகல் பாராது ரயில்களை ஓட்டினார்கள். மக்கள் பாதுகாப்பாகக் குடிபெயரப் பெரிதும் உதவி செய்தார்கள். இந்த அசாத்தியமான தேசபக்தக் கடமையைச் செய்துமுடித்த ரயில்வே தொழிலாளர்களை ஜவஹர்லால் நேரு நன்றி தெரிவித்துப் பாராட்டினார்.

1936இல் ஜோஷி பொதுச் செயலாளராக தேர்ந்தெடுக்கப்பட்ட போது கட்சி ஊழியர்களின் எண்ணிக்கை சில நூறு பேர்களாக இருந்தது. 1943ஆம் ஆண்டில் பம்பாயில் கம்யூனிஸ்ட கட்சியின் முதல் தேசீய மாநாடு நடைபெற்றபோது கட்சி ஊழியர்களின் எண்ணிக்கை 16000 பேராக வளர்ந்திருந்தது. 1947 இறுதியில் கட்சி உறுப்பினர்களின் எண்ணிக்கை 90,000த்தை எட்டியிருந்தது. AITUC தொழிற் சங்க ஊழியர்களின் எண்ணிக்கையும் பல லட்ச உறுப்பினர்களைக் கொண்டு வளர்ச்சியடைந்திருந்தது.

பி.சி. ஜோஷி – கல்பனா தத் காதல் திருமணம்

1930ஆம் ஆண்டில் வங்காளம், சிட்டகாங் துறைமுக நகரத்தில் ஆங்கிலேயரின் ராணுவ முகாம் செயல்பட்டு வந்தது. அந்த ராணுவ முகாம் மீது சூரியா சென் மற்றும் தாரகேஸ்வர் தஸ்திதார் தலைமையில் புரட்சிகர இளைஞர்கள் படை ஆயுதத் தாக்குதல் நடத்தியது. இந்தத் தாக்குதல் தோல்வியில் முடிந்து கைது செய்யப்பட்ட இளம் தலைவர் சூரியா சென்

மற்றும் தாரகேஸ்வர் தூக்கிலிடப்பட்டனர். 16 வயது இளம் பெண்ணான கல்பனா தத் மற்றும் பலருக்கு ஆயுள் தண்டனை விதிக்கப்பட்டது. கல்பனா தத் உட்பட இந்த அரசியல் கைதிகள் அனைவரையும் விடுதலை செய்ய வேண்டும் என்று மகாகவி ரவீந்திரநாத் தாகூர், காந்தியடிகளின் நம்பிக்கைகுரிய சீடர் சி.எஃப். ஆன்டுரூஸ் உட்பட பல அறிஞர்களும் குரல் கொடுத்தனர். இந்திய வைஸ்ராய் கவர்னர் ஜெனரலுக்குக் கடிதங்களும் அனுப்பினார். 8 ஆண்டு சிறைத் தண்டனைக்குப் பிறகு கல்பனா தத் விடுதலை செய்யப்பட்டார். சிட்டகாங் ராணுவக் கலவரத்தில் கைது செய்யப்பட்டு நீண்டகால சிறைவாசகத்திற்குப் பின்னர் விடுதலை அடைந்த பலரும் கம்யூனிஸ்ட் கட்சியில் தங்களை இணைத்து கொண்டு திவீரமாகச் செயல்படத் தொடங்கினர். அவர்கள் பாதையில் கல்பனா தத்தும் இந்தியக் கம்யூனிஸ்ட் கட்சியில் தன்னை இணைத்துக் கொண்டு மகளிரமைப்பில் செயல்படத் தொடங்கினார்.

1942 டிசம்பர் மாதத்தில் கம்யூனிஸ்ட் கட்சியின் பம்பாய் தலைமையக அலுவலகத்தில் நடைபெற்ற கட்சிக் கல்வி பயிற்சி முகாமிற்கு கல்பனா தத் வந்திருந்தார். கம்யூனிஸ்ட கட்சியின் பொதுச் செயலாளர் ஜோஷியை அடிக்கடி சந்தித்துப் பேசியதன் விளைவாக இரண்டு புரட்சியாளர்களுக்குமிடையில் காதல் மலர்ந்தது. 1943 ஆகஸ்ட் 14ஆம் நாள் வங்கத்தில் கட்சியைத் தொடங்கிய மூத்த தோழர் முஸபர் அகமது மற்றும் எஸ்.ஏ. டாங்கே, டாக்டர் ஜி. அதிகாரி, எஸ்.வி. காட்டே, பி.டி. ரணதிவே, பி. சுந்தரய்யா போன்ற முன்னணித் தலைவர்கள் முன்னிலையில் மாலை மாற்றி மிக எளிமையான முறையில் திருமணம் செய்து கொண்டார்கள். ஜோஷி கல்பனா திருமண வாழ்க்கையில் சூரஜ் (1946) மற்றும் பிரேம் சந்த் (1947) ஆகிய இரண்டு பிள்ளைகள் பிறந்தனர்.

திருமண வாழ்க்கைக்கு பின்னரும் கல்பான ஜோஷி, கம்யூனிஸ்ட் கட்சியின் முழுநேர ஊழியராகச் செயல்பட்டார். 1949 டிசம்பரில் ஜோஷி கட்சியிலிருந்து நீக்கப்பட்டது போல் கல்பனா ஜோஷி மீது கட்சி எந்தவிதமான நடவடிக்கையும் எடுக்கவில்லை. இருப்பினும், இந்தக் கசப்பான சூழ்நிலையில் கல்பனா ஜோஷி முழுநேர ஊழியராக நீடிக்க விரும்பவில்லை. அவருக்கு 1952ஆம் ஆண்டில் மத்திய அரசின் இந்தியப் புள்ளியல் நிறுவனத்தில் அரசு ஊழியர் வேலை கிடைத்தது. அந்த வேலையில் கிடைத்த வருமானத்தின் மூலம் இரண்டு

குழந்தைகளை வளர்ப்பதற்கும் ஜோஷியின் கட்சி வரலாற்று ஆய்வுப் புத்தகங்களை எழுதும் பணிகளுக்கும் உதவியாக இருந்தார். தீவிர அரசியல் செயல்பாட்டிலிருந்து கல்பனா மெல்ல மெல்ல விலகிக்கொண்டார். “எனது காதல் மனைவிக்கு ஒரு நல்ல கணவனாகவும், எனது இரண்டு மகன்களுக்கும் ஒரு நல்ல தந்தையாகவும் என்னால் நடந்துகொள்ள முடியவில்லை” என்று ஜோஷி எழுதியிருக்கிறார்.

உட்கட்சிப் போராட்டத்தில் பலிகடாவான பி.சி. ஜோஷி

ஜோஷியின் கம்யூனிஸ்ட் கட்சி வாழ்க்கையில் பெரும் புயல் வீசிய கடுமையான உட்கட்சிப் போராட்ட சம்பவங்கள் ஒவ்வொன்றாக 1947 டிசம்பர் மாதத்திலிருந்து தொடங்கியது. கம்யூனிஸ்ட் கட்சியை புரட்சிகரமான, போர்க்குணமிக்கக் கட்சியாக வழி நடத்துவதற்கு பதிலாக அவர் சீர்திருத்தப் பாதையில் கொண்டு செலுத்தினார் என்றும், அவர் முன்வைத்த ஐக்கிய முன்னணித் திட்டம் மற்றும் நடவடிக்கைகள், தேசீய ஜனநாயக அரசு கோரிக்கை, காங்கிரஸ் கட்சியுடன் “ஒன்றுபடுதல், போராடுதல்” போன்ற நடைமுறைத் திட்டங்களனைத்தும் காலாவதியான பின்னரும் அதே பாதையில் கட்சியை வழிநடத்திச் செல்ல ஜோஷி முயன்றது ஆகிய அனைத்தும் தவறு என்று உயர்மட்டக் குழுவான அரசியல் தலைமைக் குழுவிலும் (பொலிட் பீரோ) மற்றும் மத்தியக் குழுவிலும் இருந்த பெரும்பான்மையோர் முடிவுக்கு வந்தனர். பெரும்பான்மையோர் செய்த அரசியல் விமர்சனம் மற்றும் அவர்களின் அழுத்தம் காரணமாக ஜோஷி பொதுச் செயலாளர் பதவியை 1947 டிசம்பரில் ராஜினாமாச் செய்தார். தோழர் பி.டி. ரணதிவே இடைக்காலமாகப் பொதுச் செயலாளர் பொறுப்புக்குத் தேர்ந்தெடுக்கப்பட்டார். 1948 பிப்ரவரி மாதம் கல்கத்தாவில் நடைபெற்ற கட்சியின் 2-வது தேசீய மாநாட்டில் ரணதிவே முறைப்படி பொதுச் செயலாளராக தேர்ந்தெடுக்கப்பட்டார். ரணதிவே உட்பட தோழர்கள் பவானி சென், சோமநாத் லாஹரி, டாக்டர் ஜி. அதிகாரி, அஜாய் கோஸ், என்.கே. கிருஷ்ணன், சி. ராஜேஸ்வர ராவ், எம். சந்திரசேகர ராவ் மற்றும் எஸ்.எஸ். யூசுப் ஆகிய ஒன்பது பேர் கொண்ட அரசியல் தலைமைக் குழு தேர்ந்தெடுக்கப்பட்டது. இந்த மாநாட்டில் எடுத்த முடிவுகள்படி கட்சி 1948 முதல் 1950 ஆண்டு முடிய முரட்டுத் துணிச்சலுடன், இடது அதிதீவிர சாகசப் பாதையில் நடைபோட்டது. கட்சிக்கு மிகுந்த பின்னடைவும்,

தோல்விகளும், சேதாரமும் ஏற்பட்ட விவரங்களை ஏற்கனவே விரிவாகப் பார்த்தோம்.

நாடு சுதந்திரம் பெற்ற பின்னர் புதிதாக அமைந்த நேருவின் அரசாங்கம் எடுக்கும் ஆக்கப்பூர்வமான வளர்ச்சித் திட்டங்களுக்கு கம்யூனிஸ்ட் கட்சியும் ஒத்துழைப்புக் கொடுக்க வேண்டும், காங்கிரஸ் கட்சிக்குள் இன்னும் வலிமையாக இருக்கும் வலதுசாரி பிற்போக்குவாதிகளை தனிமைப்படுத்தும் விதத்தில் காங்கிரஸ் கட்சியுடன் ஒன்றுபடுதல், போராடுதல் கொள்கையை கட்சி பின்பற்ற வேண்டும் என்ற தனது கருத்துக்களை ஜோஷி தொடர்ந்து வலியுறுத்தி வந்தார். இது கட்சியின் அதிகாரப்பூர்வமான செயல்திட்டத்துக்கு எதிரான கொள்கையாகப் பார்க்கப்பட்டது. அதன் விளைவாக பி.சி. ஜோஷி 1949 ஜனவரி மாதத்தில் கட்சியிலிருந்து தாற்காலிகமாக (சஸ்பெண்ட்) நீக்கப்பட்டார். பின்னர் அவர் தனது அரசியல் நிலையை திருத்திக்கொள்ளவில்லையென்ற குற்றச்சாட்டு சுமத்தப்பட்டு 1949 டிசம்பர் மாதத்தில் கட்சியிலிருந்தே நீக்கப்பட்டார். 1950ஆம் ஆண்டில் சில மாதங்கள் தோழர் சி. ராஜேஸ்வர ராவ் பொதுச் செயலாளராக செயல்பட்டார். பின்னர் அஜாய் குமார் கோஸ் பொதுச் செயலாளர் பொறுப்புக்கு வந்த பின்னர், 1951 ஜூன் மாதத்தில் ஜோஷி மீண்டும் கட்சிக்குள் சாதாரண உறுப்பினராக அனுமதிக்கப்பட்டார். மாணவர் பருவத்தில் தனது அரசியல் வாழ்க்கையைத் தொடங்கிய அலகாபாத்துக்குச் சென்று கட்சி வேலைகளில் ஈடுபடுவதாக விருப்பம் தெரிவித்து ஜோஷி அலகாபாத் சென்றடைந்தார்.

O.P. ஷங்கால் என்பவரை ஆசிரியராகக் கொண்டு INDIA TODAY என்ற பெயரில் ஆங்கில மாத ஏடு ஒன்றை பி.சி. ஜோஷி அலகாபாத்தில் தொடங்கினார். சர்வதேச அரசியல் நிகழ்வுகள், நாடு தழுவிய மற்றும் மாநில அரசியல் முக்கியத்துவம் வாய்ந்த சம்பவங்கள் பற்றி நிறையக் கட்டுரைகள் எழுதினார். 1951 நவம்பர் மாத இதழில் "இந்தியா, சோவியத் ரஷ்யா, சீனா ஆகிய மூன்று நாடுகளும் தங்களுக்குள் பொருளாதார உதவி மற்றும் கலாசார நட்புறவு ஒத்துழைப்பு ஒப்பந்தம் ஏற்படுத்திக் கொண்டால், அது உலக சமாதானத்தைப் பாதுகாக்கவும், இந்தியாவின் தொழில் வளர்ச்சிக்கும் மிகுந்த உதவியாக இருக்கும் என்பதைத் தொடர் கட்டுரைகள் எழுதி வலியுறுத்தி வந்தார். மதவாதப் பிற்போக்கு சக்திகளை முறியடிப்பதே கம்யூனிஸ்ட் கட்சியின் முதன்மைத் திட்டமாக இருக்க

வேண்டுமென்பதையும் வலியுறுத்தி அவரெழுதிய பல கட்டுரைகளும் வெளியாயின. *INDIA TODAY* பத்திரிகையை நிறுத்தி விடும்படி கம்யூனிஸ்ட் கட்சி அவருக்கு அறிவுறுத்தியதன் பேரில், அந்த இதழ் வெளியீட்டை அவர் நிறுத்திக் கொண்டார்.

1952ஆம் ஆண்டில் அலகாபாத் நகரிலிருந்து கான்பூர் மாவட்டத்துக்குச் சென்று அங்கு கம்யூனிஸ்ட் கட்சியின் மாவட்டச் செயலாளராகச் செயல்பட்டார். இந்த கால கட்டத்தில் எஸ்.எம். பானர்ஜி மற்றும் அர்ஜுன் அரோரா போன்ற பிரபலமான தொழிற் சங்கத் தலைவர்களோடு தொழிற்சங்கக் கூட்டணியமைத்து புகழ் பெற்ற 84 நாட்கள் கான்பூர் பஞ்சாலைத் தொழிலாளர் போராட்டத்தைத் ” தலைமை தாங்கி நடத்தினார்.

1952ஆம் ஆண்டில் ஆஸ்த்திரியா நாட்டின் தலைநகரம், வியன்னா நகரில் நடைபெற்ற உலக சமாதானக் கவுன்சில் சிறப்பு மாநாட்டில் இந்தியாவின் பிரதிநிதியாகக் கலந்து கொண்டு உரையாற்றினார். இதுவே அவரது முதல் வெளிநாட்டுப் பயணம். தாய்நாடு திரும்பும் வழியில் லண்டனில் இங்கிலாந்து கம்யூனிஸ்ட் கட்சியின் முன்னணித் தலைவர்கள் ரஜனி பாமி தத்தையும் பென் பிராட்லியையும் (மீரட் சதி வழக்கில் ஜோஷியுடன் சிறைத் தண்டனையடைந்தவர்) சந்தித்து இந்திய அரசியல் நிலவரங்கள் பற்றியும், கம்யூனிஸ்ட் கட்சியின் செயல்பாடுகள் குறித்தும் உரையாடினார்.

‘உட்கட்சிப் போராட்டத்தில் இதுவரை பல நெருக்கடிகளைச் சந்தித்தது போல் பொறுமையாக இருங்கள். கட்சிக்குள் சில தோழர்களுடன் சமரசமாகப் போக வேண்டியுள்ளது. ஆனால், சமரசமும் ஒரு கொள்கைப்பூர்வமாக இருக்க வேண்டும். நம்மோடு இணைந்து வேலை செய்யும் தோழர்களுடன் எப்படிச் சமரசம் செய்து கொள்ள வேண்டும் என்று அனுபவம் பெறுவதற்கு சமரசம் பற்றி மாமேதை லெனின் எழுதியிருப்பதை மீண்டும் மீண்டும் படியுங்கள்” என்று ரஜனி பாமிதத் தனக்கு அறிவுரை கூறியதாக பி.சி. ஜோஷி ஒரு கட்டுரையில் பதிவு செய்திருக்கிறார்.

1956ஆம் ஆண்டில் கேரள மாநிலம், பாலக்காட்டில் நடைபெற்ற கட்சியின் நான்காவது தேசிய மாநாட்டில் பி.சி. ஜோஷி மீண்டும் மத்தியக் குழுவுக்குத் தேர்வு செய்யப்பட்டார். 1958 முதல் 1962ஆம் ஆண்டு முடிய கட்சியின் டெல்லி தலைமையலுவலகத்தில் தங்கியிருந்து *New Age* ஆங்கில வார

ஏட்டின் ஆசிரியர் பொறுப்பை ஏற்றுச் செயல்பட்டார். கட்சிக்குள் நிலவிய இறுக்கமான சூழ்நிலை அவருக்கு ஏற்படுத்திய விரக்தியின் காரணமாக அவரால் முன்புபோல் மகிழ்ச்சியுடன் தலைமைக்குழுத் தோழர்களோடு தொடர்ந்து இணக்கமாகச் செயல்பட முடியவில்லை. மீண்டும் உ.பி. மாநிலத்திலேயே கட்சி வேலைகளைக் கவனிக்கப் புறப்பட்டுச் சென்றார்.

உ.பி. மாநிலத்தில், எட்டு மலை மாவட்டங்களில் (இன்றைய உத்தராஞ்சல் மாநிலம்) குடியிருந்த மக்களின் கோரிக்கைகள் மீது தனிக்கவனம் செலுத்தி களஆய்வுகள் மேற்கொண்டார். அந்த மாவட்டங்களில் ஆட்சியதிகாரத்தை கவனித்துக் கொள்ள மாநில அரசு தனியாக ஒரு சுயஅதிகாரங்கள் கொண்ட ஆட்சிமன்றக் குழுவை (ADMINISTRATIVE COUNCIL) நியமிக்க வேண்டும் என்று கோரிக்கையின் மீது மலைவாழ் மக்களை அணி திரட்டினார். மலைவாழ் மக்களின் பிரதிநிதிகளின் கையில் இந்த ஆட்சி அதிகாரம் இருக்க வேண்டும் என்று வலியுறுத்தினார். குழந்தைப் பருவத்தில் அவர் வளர்ந்த இமயமலைச் சாரலில் அல்மோரா மாவட்டத்தில் சுற்றுப்பயணம் மேற்கொள்வதில் மகிழ்ச்சியடைந்தார்.

பள்ளிச் சிறுவனாக இருந்த காலத்தில் அவருடன் ஒன்றாகப் படித்த நண்பர் ஒருவர் அல்மோராவில் புகழ்பெற்ற ஆயுர்வேத வைத்தியராகத் தொழில் செய்து வந்தார். அதே மாவட்டத்தில் அவருக்கு பின்ஸார் என்ற ஊரில் அடர்ந்த வனப்பகுதியில் சொந்தமாக இடம் இருந்தது. இமயமலைச் சாரலில், இயற்கையெழில் கொஞ்சும் அந்த அழகான வனப்பகுதியில் "இமாலய சோசலிஸ்ட் ஆசிரமம்" என்ற பெயரில் ஒரு ஆசிரமம் நிறுவுவதற்கு ஜோஷிக்கு அந்த இடத்தை அவரது நண்பர் இலவசமாகக் கொடுத்தார். பிரபல இந்தி திரைப்படக் கலைஞர் பால்ராஜ் சஹானி, ஆசிரமத்தில் கட்டிடங்களை கட்டுவதற்கு நிதியுதவி செய்தார். மேலும், அன்றைய உத்தரப்பிரதேச மாநிலத்தில் காங்கிரஸ் முதலமைச்சராக இருந்த எச்.என். பஹுகுணாவும் அந்த ஆசிரமத்தைக் கட்டுவதற்குப் பல வழிகளில் உதவி செய்தார். மலைவாழ் மக்களுக்கு மார்க்சீயக் கல்வியளிப்பதற்கும், அரசியல் பயிற்சி கொடுப்பதற்கும் விரிவான திட்டத்துடன் இந்த ஆசிரமம் தொடங்கப்பட்டது. இரண்டு இல்லங்கள் கட்டி முடிக்கப்பட்டன. கம்யூனிஸ்ட் கட்சிக்காக உழைத்துக் களைத்த வயது முதிர்ந்த தோழர்கள் இங்கே தங்கி மருத்துவ சிகிச்சை பெறவும், ஓய்வு எடுக்கவும்,

வசதிகள் செய்து கொடுக்க வேண்டுமென்பதும் அவரது திட்டம். இந்த ஆசிரமம், அவரது நெடுநாள் கனவாகும்.

ஜோஷி இந்த ஆசிரமத்தில் கொஞ்ச நாட்களும் பின்னர், டெல்லி ஜவஹர்லால் நேரு பல்கலைக்கழகத்திலும் தனது இறுதிக் காலத்தை பயனுள்ள வகைளில் கழித்தார். ஜோஷி தனது நெருங்கிய தோழர் கே. தாமோதரனுடன் இணைந்து இந்திய கம்யூனிஸ்ட் இயக்கத்தின் வரலாற்றுக்கு ஆதாரமான ஆவண காப்பகம் ஒன்றை இந்த பல்கலைக்கழகத்தில் நிறுவுவதற்குக் கடுமையாக உழைத்தார். கடுமையான இதய நோயால் பாதிக்கப்பட்டிருந்தும் அவரும், கே. தாமோதரனும் தேசீய ஆவண காப்பகத்தில் பல நாட்கள் பல பழைய ஆவணங்களைத் தேடிக் கண்டுபிடித்து ஜவஹர்லால் நேரு பல்கலைக்கழகத்திற்கு கொண்டுவந்து சேர்த்தார்கள். உடல்நலம் பாதிக்கப்பட்டிருந்தும் 1917ஆம் ஆண்டு முதல் 1947ஆம் ஆண்டு வரையிலான இந்திய கம்யூனிஸ்ட் இயக்கத்தின் வரலாற்றை பெர்லின் (ஜெர்மனி) மற்றும் மாஸ்கோ, லண்டன் ஆகிய நகரங்களுக்குப் பயணங்கள் மேற்கொண்டு முக்கியமான ஆவணங்களைச் சேகரித்து வந்தார். இந்தியாவுக்குள்ளும் பல பழைய மூத்த தோழர்களைச் சந்தித்து அவர்களிடம் கிடைத்த ஆவணங்களை பல்கலைக்கழகத்திற்கு கொண்டு வந்து சேர்த்தார். கம்யூனிஸ்ட் கட்சி 1948 முதல் 1950 வரை மேற்கொண்ட அதிதீவிர சாகச நடவடிக்கைக் காலத்தில் கட்சி தலைமறைவாகவும், ரகசியமாகவும் செயல்பட்டதால் பல முக்கியமான ஆவணங்கள் ஜோஷி எவ்வளவோ முயற்சி செய்தும் அவருக்குக் கிடைக்கவில்லை என்று அவர் வருத்தத்துடன் குறிப்பிட்டிருக்கிறார். இன்றும், ஜவஹர்லால் நேரு பல்கலைக்கழகத்தில் செயல்பட்டு வரும் “ஜோஷி நினைவு ஆவண காப்பகத்தில்” கம்யூனிஸ்ட் இயக்கத்தின் முக்கியமான வரலாற்று ஆவணங்கள் பல ஆய்வாளர்களுக்கு பயன்பட்டு வருகின்றன.

ஜோஷி ஒரு தொழில் முறை கல்லூரி வரலாற்றுப் பேரராசிரியராக இல்லாமல் போனலும்கூட இந்திய வரலாறு பற்றி அவருக்கிருந்த அக்கறையின் காரணமாக ஆங்கிலேய ஆட்சியினரும், அவர்களுக்கு ஆதரவான வரலாற்று பேராசிரியர்களும் “சிப்பாய் கலகம்” என்று தவறாக விமர்சனம் செய்த 1857ஆம் ஆண்டு எழுச்சியைப் பற்றி ஜோஷி விரிவான ஆய்வுகளை மேற்கொண்டார். அந்த சிப்பாய் கலகம், அது நடைபெற்ற காலத்தில் காரல்மார்க்ஸ் ஒருவர் தான் “அது கலகம் அல்ல. மாறாக, அது கிழக்கிந்திய கம்பனியின்

ஆட்சியதிகாரத்திற்கு எதிரான முதல் சுதந்திரப் போர்" என்று வர்ணித்தார். காரல் மார்க்சின் இந்த மதிப்பீட்டால் உற்சாகம் அடைந்த ஜோஷி, அந்த முதல் சுதந்திரப் போர் நடந்த காலத்தில் அதைப்பற்றி எழுதிய ஆங்கிலேய ராணுவ அதிகாரிகளின் புத்தகங்கள், நாட் குறிப்பேடுகள், அந்தக் காலகட்டத்தில் இங்கிலாந்து மற்றும் அமெரிக்காவிலிருந்து வெளிவந்த பத்திரிகைச் செய்திகள் ஆகியவற்றைத் தொகுத்து ஆய்வுகள் மேற்கொண்டார். மேலும் இந்த முதல் சுதந்திரப் போரைப் பற்றி கிராமப்புற மக்கள் பாடியிருந்த நாடோடி பாடல்களையும், வாய்மொழியாகப் பரவியிருந்த உண்மைக் கதைகளையும் சேகரித்து ஆய்வுகள் மேற்கொண்டார். அந்த முதலாம் சுதந்திர போரின் நூறாவது ஆண்டு விழா 1957ஆம் ஆண்டு டெல்லியில் பெரிய விழாவாக நடைபெற்றது. அதுசமயம் இந்தியாவில் தலைசிறந்த வரலாற்று பேராசிரியர்கள் மற்றும் ஆய்வாளர்கள் கலந்து கொண்ட கருத்தரங்குகளையும் ஜோஷி முன்நின்று ஏற்பாடு செய்தார். அந்தக் கருத்தரங்கத்தில் பல வரலாற்றுப் பேராசிரியர்கள் ஆற்றிய சொற்பொழிவுகள், தாக்கல் செய்த ஆய்வு உரைகள் அடங்கிய தொகுப்பு ஒன்றை புத்தகமாக வெளிவருவதற்கு ஏற்பாடு செய்தார். அதில் மார்க்சீய கண்ணோட்டத்தில் ஜோஷி எழுதியிருக்கும் முன்னுரை மிகமுக்கியமான ஆய்வுக் கட்டுரையாகும்.

1968ஆம் ஆண்டு பீகார் மாநிலம் பாட்னாவில் இந்தியக் கம்யூனிஸ்ட் கட்சியின் எட்டாவது தேசிய மாநாடு நடைபெற்றது. இந்த மாநாட்டில் ஜோஷி பிரதிநிதியாகக் கலந்து கொண்டார். இதய நோயால் அவரது உடல்நலம் கடுமையாக பாதிக்கப்பட்டிருந்தும், இந்த மாநாட்டில் உணர்ச்சி பொங்க உரையாற்றினார். மதவாத, வலதுசாரி பிற்போக்கு சக்திகளை அரசியல் அரங்கத்தில் எதிர்த்து முறியடிப்பதுதான் கம்யூனிஸ்ட் கட்சியின் முதல் கடமையாக இருக்க வேண்டும் என்பதை வலியுறுத்தினார். ஒரு சில வடமாநிலங்களில் அமைந்த கூட்டணி அரசாங்கத்தில் ஜனசங்கம் (இன்றைய பி.ஜே.பி) பதவி வகித்த அமைச்சரவையில் கம்யூனிஸ்ட் கட்சியும் பங்கெடுத்துக் கொண்டது மிகப்பெரும் தவறான நடவடிக்கையென்றும், அந்த மாதிரியான கலப்படக் கூட்டணி அரசாங்கத்தில் அங்கம் வகிக்கும் கம்யூனிஸ்ட் கட்சி அமைச்சர்கள் உடனடியாகப் பதவி விலகிக் கொள்ள வேண்டும் என்று வலியுறுத்திப் பேசினார். இது குறித்து மாநாட்டில் அவர் கொண்டு வந்த தீர்மானத்திற்கு 33 சதவீத பிரதிநிதிகள் மட்டுமே வாக்கெடுப்பில் ஆதரவு தெரிவித்தனர். அவரது

இந்தத் தீர்மானம், மாநாட்டில் நிராகரிக்கப்பட்டது. மேலும் இந்த மாநாட்டில் தேர்ந்தெடுக்கப்பட்ட புதிய தேசியக் குழுவில் ஜோஷி இடம்பெறவில்லை என்பதும் குறிப்பிடத்தக்கது. தீவிர அரசியல் செயல்பாடுகளிலிருந்து மெல்ல மெல்ல ஜோஷி விலகிக் கொண்டார். இறுதியாக, அவர் 1978இல் பஞ்சாப் மாநிலம், படிண்டா நகரில் நடைபெற்ற கம்யூனிஸ்ட் கட்சியின் 11 வது தேசிய மாநாட்டின் மேடைக்கு ஒரு சக்கர நாற்காலியில் அமர வைத்துக் கொண்டு வரப்பட்டார். மாநாட்டு பிரதிநிதிகள் அனைவரும் எழுந்து நின்று பலத்த கரவொலி எழுப்பி அவரை வரவேற்று வாழ்த்துச் சொன்னார்கள்.

அவரது இதயநோய் சிகிச்சைக்காக கம்யூனிஸ்ட் கட்சித் தலைவர்கள் அவரை மாஸ்கோவிற்கு அனுப்பி வைத்தார்கள். உயர்தர சிகிச்சையளிக்கப்பட்டும், அவரது உடல்நலத்தில் எந்தவிதமான முன்னேற்றமும் ஏற்படவில்லை. கடுமையான இதய நோய் காரணமாக 1980 நவம்பர் மாதம் 9ஆம் நாள் தனது 73ஆம் வயதில் ஜோஷி டெல்லியில் இயற்கை எய்தினார்.

தோழர் பி.சி. ஜோஷியின் இரண்டு கனவுத் திட்டங்கள் அவரது வாழ்நாளில் நிறைவேறவில்லை. ஒன்று, அவரது சொந்த மாவட்டமான அல்மோராவில் (இன்றைய உத்ராஞ்சல் மாநிலம்) அவர் தொடங்கிய “இமயமலை சோசலிஸ்ட் ஆசிரமம்” தொடர்ந்து செயல்பட முடியாமல் நின்று போனது.

இரண்டு : இந்தியக் கம்யூனிஸ்ட் கட்சியின் தொடக்கம் முதல் அவர் வாழ்ந்த காலம் வரையிலான முழுமையான வரலாற்றைத் தொகுத்து எழுதி, ஆவணப்படுத்துவது. ஒரு பகுதியை மட்டும் அவரும், தோழர் தாமோதரனும் எழுதி முடித்தனர். முக்கியமான வரலாற்றை டாக்டர் ஜி. அதிகாரியும் மற்ற தோழர்களும் எழுதியுள்ளனர்.

ஜோஷியின் மரணத்திற்குப் பின்னர் கல்பனா, தனது இரண்டு மகன்கள், மருமகள்கள, பேரக்குழந்தைகளுடன் குடும்பத் தலைவியாக மேற்குவங்கத்தில் வாழ்ந்து 1995 பிப்ரவரி 8ஆம் நாள் 81ஆம் வயதில் இயற்கையெய்தினார்.

பி.சி. ஜோஷி எழுதிய மறக்க முடியாத கட்டுரைகள்

(குறிப்பு: 1943 மார்ச் 29ஆம் தேதியன்று கேரள மாநிலம் கண்ணூர் சிறையில் தூக்கிலிடப்பட்ட கம்யூனிஸ்ட் கட்சி இளைஞர்கள் மடத்தில் அப்பு, குன்ஹாம்பு நாயர், சிறுகண்டன் மற்றும் அபுபக்கர் ஆகிய நால்வரையும்

தூக்கிலிடப்படுவதற்கு ஒரு வாரம் முன்பு, பொதுச் செயலாளர் ஜோஷி அவர்களைச் சிறையில் சந்தித்து கட்சியின் சார்பில் வீரவணக்கம் செலுத்தினார். பம்பாய் திரும்பிய பின்பு 1943 ஏப்ரல் 11ஆம் நாள் கம்யூனிஸ்ட் கட்சியின் People's War ஆங்கில இதழில் ஜோஷி எழுதிய கட்டுரையின் சுருக்கம்)

மனிதகுலத்தின் வாடாத மலர்களை ஒருபோதும் அழிக்கமுடியாது

மக்களின் புதல்வர்களாகிய நால்வரும் இன்றில்லை. நால்வரின் விடுதலைக்காக நாட்டுபற்று மிக்க ஒவ்வொரு இந்தியனும் தன்னால் முடிந்ததைச் செய்தான். ஏழு கடலுக்கு அப்பால் இங்கிலாந்து நாட்டு கம்யூனிஸ்ட் கட்சித் தலைவர்களும் தொழிலாளர்களும் இந்த நால்வரையும் காப்பாற்றுவதற்காக எவ்வளவோ போராட்டங்களை நடத்தினார்கள். இந்த நால்வரும் இளம் வயதிலேயே மனிதகுலத்தை விடுதலை செய்யும் மகத்தான கம்யூனிஸ்ட் தத்துவத்தை உணர்வுபூர்வமாக ஏற்றுக் கொண்டவர்கள். இந்திய விடுதலைப் போராட்டத்தில் தங்களை இணைத்துகொண்ட இவர்கள் தலைசிறந்த தேச பக்தர்கள். கம்யூனிஸ்ட் தத்துவத்திற்காகவும், கம்யூனிஸ்ட் கட்சிக்காகவும் தங்கள் இன்னுயிரையும் ஈந்து தியாகிகளானார்கள்.

கேரளாவின் மலபார் பகுதியில் நம்முடைய கம்யூனிச இயக்கம் மக்களிடையே செல்வாக்குப் பெற்ற வலிமையான இயக்கமாகும். செங்கொடிகள் நகரங்களில் மட்டுமல்லாது கிராமப்புறங்களிலும் பட்டொளி வீசிப் பறக்கின்றன. நம் கட்சியில் 3000 உறுப்பினர்களும், இந்தப் பகுதி விவசாயிகளின் புதல்வர்கள், 16 தோழர்கள் ஆயுள்தண்டனை பெற்றுச் சிறையில் இருந்தார்கள். இப்பொழுது நால்வரும் தூக்கிலிடப்பட்டுள்ளனர். கம்யூனிஸ்ட் கட்சியின் மலபார் மாநில மாநாட்டிற்கு என்னை அழைத்த போது மகிழ்ச்சியுடன் நான் ஒப்புக்கொண்டேன். நகரங்களிலும், கிராமப்புறங்களிலும் செங்கொடி இயக்கத்தின் வளர்ச்சியையும் அதன் செயல்பாடுகளையும் நேரடியாகக் காணும் வாய்ப்பு எனக்குக் கிடைத்தது. மேலும், கையூர் தியாகிகளை சிறையில் நேரில் சந்தித்து நம் கட்சியின் சார்பில் வீரவணக்கம் தெரிவித்துக் கொள்ளவும் இந்த வாய்ப்பைப் பயன்படுத்திக் கொண்டேன். கையூர் தியாகிகள் சிறை வைக்கப்பட்டிருந்த கண்ணூர் சிறை வாயிலில் கொளுத்தும் வெய்யிலில் 6000 மக்கள் திரண்டு நடத்திய உணர்ச்சிமிகு பேரணியைக் கண்டேன். "கையூர் சகாக்கள் ஜிந்தாபாத்"

என்ற மலையாள மொழி முழக்கம் வானைப் பிளந்தது. நான்கு தோழர்களும் தனித்தனியாக அடைத்து வைக்கப்பட்டிருந்த கம்பிக் கதவுகளுக்குப் முன்னால் நானும் மலபார் மாநிலச் செயலாளர் தோழர் கிருஷ்ண பிள்ளையும் நின்றிருந்தோம். எங்களைக் கண்டதும் இந்த நான்கு தோழர்களும் சிறைக் கொட்டடைக்குள் விரைப்பாக நின்று கையை உயர்த்தி "லால் சலாம்" (செவ்வணக்கம்) என்று முழக்கமிட்டார்கள். அதிர்ச்சியும் ஆச்சரியமும் கலந்த உணர்ச்சிகளோடு நான் அவர்களைப் பார்த்துக் கொண்டு நின்றிருந்தேன்.

உடல் மெலிந்த அந்த நான்கு தோழர்களின் முகங்களில் துணிச்சலும், நெஞ்சுறுதியும் ஒளிவீசின. "கம்யூனிஸ்ட் கட்சி ஜிந்தாபாத்" என்ற வீர முழக்கத்தோடு தூக்குமேடைப் படிகளில் ஏறக்கூடிய வைராக்கியம் அவர்கள் முகத்தில் தெரிந்தது. நாடு முழுவதும் பல்வேறு மாநிலங்களிலிருந்தும் அவரவரது தாய்மொழியில் அந்த இளம் கம்யூனிஸ்ட் தோழர்களுக்கு வீரவணக்கம் செலுத்தி தோழர்கள் எழுதிய ஆயிரக்கணக்கான கடிதங்களையும் எங்களுடன் எடுத்துச் சென்றிருந்தோம். தொழிலாளர்கள், விவசாயிகள், மாணவர்கள், உழைக்கும் பெண்கள், பேராசிரியர்கள், இளைஞர்கள் ஆகியோர் எழுதிய அந்தக் கடிதங்கள் குவியலாக இருந்தன. அந்த வீரவணக்கக் கடிதங்களைக் கண்டதும், அந்த நான்கு இளைஞர்களும் மிகுந்த மகிழ்ச்சியடைந்தனர். அந்த நால்வருக்கும் ஆங்கிலமோ, இந்தி மொழியோ தெரியாது. எனக்கு மலையாள மொழி தெரியாது. நான் ஆங்கிலத்தில் அவர்களுடன் உரையாடுவதைத் தோழர் கிருஷ்ண பிள்ளை மலையாளத்தில் மொழிபெயர்த்து அவர்களுக்குச் சொன்னார். அவர்கள் என்னை நோக்கி மலையாளத்தில் பேசியதை ஆங்கிலத்தில் மொழி பெயர்த்து எனக்குச் சொன்னார். அந்த நான்கு தோழர்களும் பேசிய சொற்களை கேட்டவுடனே எனது கண்களில் கண்ணீர் ஆறாய் பெருகியது. உணர்ச்சிவசப்பட்டு மயக்கம் அடையும் நிலையில் நான் இருந்தேன். எனது உணர்ச்சிக் கொந்தளிப்புகளை மிகுந்த சிரமத்துடன் சமாளித்துக் கொண்டு அவர்களோடு பேசத் துவங்கினேன்.

"தோழர்களே. உங்களால் கம்யூனிஸ்ட் கட்சி இருமாந்த பெருமை கொள்கிறது. கர்வம் அடைகிறது. கம்யூனிஸ்ட் கட்சியில் நாங்கள் சில நூறு பேர்களாக இருந்த காலத்தில் நீங்கள் கட்சிக்கு வந்தீர்கள். இப்போது 17000 உறுப்பினர்களைக் கொண்ட கட்சியாக நாம் வளர்ந்திருக்கிறோம். நாங்கள் 17000

பேரும் நீங்கள் ஏற்றுக்கொண்ட லட்சியத்திற்காக, நீங்கள் உயர்த்திப் பிடித்த செங்கொடியுடன் வீரதீரத்துடன் தொடர்ந்து போராடுவோம். அழிவில்லாத ஒரு புனிதமான லட்சியத்திற்காக நீங்கள் உங்கள் உயிரைத் தியாகம் செய்ய இருக்கிறீர்கள். இந்த நாட்டின் விடுதலைக்காகவும், மனித குலத்தின் முழு விடுதலைக்காகவும், வளமான வாழ்க்கைக்காவும் நீங்கள் உங்கள் உயிரைத் தியாகம் செய்கிறீர்கள். நமது போராட்டம் நியாயமானது. அனைவரின் நீதிக்குமானது. உங்களது லட்சியக் கனவு நிச்சயம் வெற்றி பெறும். உடலால் மறையப் போகும் நீங்கள், மக்களின் உள்ளத்தில் நிரந்தரமாக வாழப் போகிறீர்கள்" என்று நான் நாதழுதழுக்க, அழுத கண்ணீரோடு அவர்களிடம் சொல்லிக் கொண்டிருந்தேன்.

நீங்கள் நால்வரும் எங்களுக்கும் கம்யூனிஸ்ட் கட்சிக்கும் மிகவும் பிரியமானவர்கள். உங்களது மரணம் கம்யூனிஸ்ட் கட்சிக்கு பேரிழப்பு என்பது உண்மை. ஆனாலும், உங்களைப் போன்றவர்களின் தியாகத்தால்தான் கம்யூனிஸ்ட் கட்சி ஒரு பேரியக்கமாக இன்றைக்கு வளர்ச்சிபெற்று எழுந்து நிற்கிறது. மலபார் பகுதியில் நீங்கள் கட்சியைத் துவக்கிய காலத்தில் கம்யூனிஸ்ட் கட்சியில் ஒரு சில தேசபக்தர்கள் கொண்ட குழுவாக மட்டுமே இருந்தது. ஆனால், உங்களைப் போன்றவர்களால் இன்று மலபார் மாநிலத்தில் நாம் மிகப்பெரும் அரசியல் கட்சியாக வளர்ந்திருக்கிறோம். நாடு முழுவதும் உங்களைப் போன்ற சிறந்த மக்களின் புதல்வர்கள் கம்யூனிஸ்ட் கட்சியை நோக்கி புதிதுபுதிதாக வந்து கொண்டிருக்கிறார்கள். நமது கட்சி உறுப்பினர்கள் எங்கெல்லாம் இருக்கிறார்களோ அவர்கள் அனைவரும் உங்களை பாசத்துடனும் பெருமிதத்துடனும் நினைத்து வாழ்த்திக் கொண்டிருக்கிறார்கள். உங்களுக்கு வீரவணக்கம் செலுத்துகின்றனர். உங்களைப் போன்ற இளம் தேசபக்தர்கள் இருக்கும் இந்தக் கம்யூனிஸ்ட் கட்சியில் சேர்ந்ததற்காக புதிய உறுப்பினர்கள் பெருமிதம் கொள்கிறார்கள். உங்கள் நால்வரையும் இந்த அரசாங்கம் தூக்கில் தொங்கவிட்டு அழித்து விடுவதால் கம்யூனிஸ்ட் கட்சியை அழித்துவிட முடியாது, அடக்கி ஒடுக்கிவிட முடியாது. துணிச்சல்மிக்க உங்கள் நால்வரின் தியாகத்தால் உங்களை முன்னுதாரணமாகக் கொண்டு நானூறு பேரல்ல, நாலாயிரம்பேர் கட்சியில் புதிதாகச் சேர்ந்து இருக்கிறார்கள். இந்த வளர்ச்சி உங்கள் தியாகத்தால் ஏற்பட்டது. இந்த வளர்ச்சியை எந்த அரசாங்கத்தாலும் தடுத்து நிறுத்திவிட முடியாது என்று உங்களுக்கு உறுதியாகச் சொல்கிறேன். உங்களின் தியாகத்தால் கம்யூனிஸ்ட் கட்சி வெற்றி பெறும்.

ஏனெனில், நீங்கள் ஏற்றுக் கொண்ட லட்சியம் மகத்தானது, அழிவில்லாதது, நிரந்தரமானது. இந்த வழக்கில் அரசாங்கம் உங்களைத் தூக்கு மேடையேற்றுவதால் கம்யூனிஸ்ட் கட்சியைப் பலவீனப்படுத்திவிட முடியாது. உங்களது தியாகத்தை நினைத்து இந்த நாட்டின் ஒவ்வொரு கம்யூனிஸ்டும் பெருமைப்படுகிறான்.

கம்யூனிஸ்ட் கட்சியில் சேர்ந்த பொழுதே உங்களுக்கு உங்கள் பெற்றோரைத் தவிர இந்த நாட்டின் உழைக்கும் மக்கள் அனைவருமே உங்களை அவர்களின் குடும்பத்தை சார்ந்தவர்களாக ஏற்றுக் கொண்டார்கள். உங்களை இழந்து நிற்கும் உங்கள் குடும்பத்தைச் சேர்ந்த அனைவரையுமே கம்யூனிஸ்ட் கட்சியில் இருக்கும் 17,000 உறுப்பினர்களுக்குச் சொந்தமான குடும்பங்களாகவே நாங்கள் கருதுவோம். ஏற்றுக் கொள்வோம். நீங்கள் மடிந்த பின்பும் உங்கள் குடும்பத்தாரை கம்யூனிஸ்ட் கட்சி தங்கள் குடும்பமாக ஏற்றுக்கொள்ளும். கம்யூனிஸ்ட் கட்சி உறுப்பினர்கள் ஒவ்வொருவரும் உங்களது தாய் தந்தை பெற்றெடுத்த பிள்ளைகள். உங்களைச் சந்தித்த இந்தநாள் என் வாழ்க்கையில் மறக்க முடியாத பெருமைமிகுந்த நாளாகும். உங்களை உயிருக்கும் மேலாக அன்பும், மரியாதை செலுத்தி உங்கள் கம்யூனிஸ்ட் கட்சித் தோழர்கள் வீரவணக்கத்துடன் வாழ்த்துகளுடன் உங்களுக்கு எழுதிய ஆயிரக்கணக்கான கடிதங்களை இங்கே கொண்டு வந்திருக்கிறோம். இந்த சந்திப்புக்குப் பின் நீங்கள் பிறந்து வளர்ந்த கிராமத்திற்கு சென்று உங்கள் குடும்பத்தைச் சந்தித்து நான் ஆறுதல் சொல்ல இருக்கிறேன். உங்களது பெற்றோருக்கும், உங்களை நேசித்த மக்களுக்கும் நீங்கள் தெரிவிக்க வேண்டிய இறுதிச் செய்தி ஏதாவது இருந்தால் சொல்லுங்கள் " என்று கேட்டு நிறுத்தினேன்.

"எங்கள் பெற்றோர், உறவினர்கள், தோழர்களுக்கு நம்பிக்கையூட்டி உற்சாகப்படுத்துங்கள், எங்கள் பெற்றோரைக் கவலைப்படாமல் இருக்கச் சொல்லுங்கள்" என்று நால்வரும் ஒன்றாக உரத்த குரலில் சொன்னார்கள்.

"மக்களுக்கு நாங்கள் செய்த தொண்டுகளனைத்தும் கம்யூனிஸ்ட் கட்சி எங்களுக்குச் சொல்லிக் கொடுத்து நாங்கள் செய்தோம். எங்கள் கட்சிக் கடமையை நாங்கள் ஒழுங்காகச் செய்திருக்கிறோம் - என்று கட்சி கருதுமானால், அதுவே எங்களுக்கு மகிழ்ச்சி" என்று சொன்னான் குஞ்சாம்பு.

"கட்சியின் வளர்ச்சி பற்றி நீங்கள் சொன்ன செய்திகள் எங்களுக்கு இந்த இறுதி நேரத்தில் மிகுந்த மகிழ்ச்சியளிக்கின்றன. நாங்கள் இப்போது கூடுதல் தெம்புடனும், மனநிறைவுடனும் தூக்கு மேடையேறுவோம். எங்களுக்கு எந்த வருத்தமுமில்லை" என்றான் அப்பு என்ற அந்த இருபது வயது இளைஞன்.

"நாங்கள் நாலு விவசாயிகள் இன்று மரணமடையலாம். ஆனால், நாடு முழுவதும் பல லட்சம் விவசாய மக்கள் வாழ்ந்து கொண்டிருக்கிறார்கள். அத்தனை பேரையுமா இந்த அரசால் அழிக்க முடியும்? எங்களுக்கு வாழ்த்தும் வீரவணக்கம் தெரிவித்தும் நாட்டின் பல பாகங்களிலிருந்து, நம் மக்கள் எங்களுக்கு எழுதிய ஆயிரக்கணக்கான வாழ்த்துக் கடிதங்களை நீங்கள் காட்டினீர்கள். அவை எங்களுக்கு மிகுந்த மனநிறைவையும், மகிழ்ச்சியையும் அளிக்கின்றன. இந்தக் கடிதங்களை எழுதிய எண்ணற்ற முகந்தெரியாத அந்த நம் தோழர்களோடு சேர்ந்து இந்த நாட்டின் விடுதலைக்காக, மக்களின் மகிழ்ச்சியான வாழ்க்கைக்காக, மேலும் உழைக்க முடியாமல் பாதியில் போகிறோமே என்ற வருத்தத்தைத் தவிர, எங்களுக்கு வேறெந்த வருத்தமுமில்லை. மறுபிறவி என்றொன்று இருக்குமானால், நாங்கள் மீண்டும் மீண்டும் பிறந்து மகத்தான கம்யூனிஸ்ட் லட்சியத்துக்காக நாங்கள் உழைப்போம்" என்றான் சிறுகண்டன். அமைதியான ஆனால் உறுதியான குரலில்.

"ஏற்கனவே மறைந்துவிட்ட நம் கட்சியின் தியாகிகள்தான் எங்களுக்கு இந்த வாழ்க்கையில் உந்துசக்தியாக, முன்னுதாரணமாக இருந்தார்கள். அந்தத் தியாகிகளின் வரிசையில் நாங்களும் ஒரு காலத்தில் அவர்களோடு இணைவோம் என்று அப்போது நாங்கள் கனவுகூடக் காணவில்லை, எந்தவிதமான பயமும், வருத்தமும் இல்லாமல் துணிச்சலோடும், மனநிறைவோடும், நாங்கள் தூக்குக் கயிற்றை முத்தமிடுவோம் என்ற செய்தியை நம் தோழர்களுக்குச் சொல்லுங்கள். வயதான என் விதவைத் தாய்க்கு ஆறுதல்கூறி சமாதானப்படுத்துங்கள். எங்கள் குடும்பத்தில் நான்தான் மூத்த மகன். எனது தம்பிகள் மிகவும் சிறுவர்கள். அவர்களைப் பார்த்துக் கொள்ள யாருமில்லை. கட்சியால் முடிந்த உதவியை அவர்களுக்குச் செய்யுங்கள். அவர்களுக்கும் போதிய கல்வியளித்துக் கட்சிக்கு கொண்டு வாருங்கள்" என்றான் அபுபக்கர்.

பேட்டி முடிய இன்னும் சில நிமிடங்களே எஞ்சியிருந்தன. சிறையதிகாரி என்னையும், அவரது கைக்கடிகாரத்தையும் பார்த்தார். சிறைவிதிகளை மீறி நான் அந்த மாவீரர்களோடு கைகுலுக்க அனுமதிக்க வேண்டுமென்று அந்த சிறையதிகாரியிடம் வேண்டினேன். பெரிய மனதுடன் அவரும் அனுமதித்தார். ஒவ்வொரு தோழனின் கைகளையும் உணர்ச்சிப் பெருக்குடன், கலங்கிய கண்களுடன் அழுத்தமாகக் கைகுலுக்கினேன். சில நிமிடங்களில் அவர்கள் கைகளை விடுவித்துக் கொண்டு, இரண்டடி பின்னால் தள்ளி நின்று, ராணுவ வீரர்களைப் போல் விரைப்பாக நின்று, வலதுகரத்தை மேலே உயர்த்தி "லால் சலாம்" என்று சிறையறைக்குள் உரத்து முழங்கினார்கள். அந்த உணர்ச்சிகரமான வீரவணக்கம் சிறைச்சுவர்களில் பட்டு வளாகம் முழுவதும் எதிரொலித்தது.

அவர்களது அறைகளுக்கு முன்னால் இருந்த சிறிய தோட்டத்தில் பல அழகிய வண்ண மலர்கள் பூத்திருந்ததைப் பார்த்தேன். அவர்கள் முகங்களையும் கடைசியாகப் பார்த்தேன். "அந்தத் தோட்டத்து மலர்கள் மாலைக்குள் வாடிவிடும். ஆனால் மனிதகுலத்தின் நான்கு மலர்களாகிய நீங்கள், என்றுமே வாடாமல் நிரந்தரமாக எங்கள் மனதிலும், இந்த நாட்டு மக்களின் மனங்களிலும் மணம் வீசிக் கொண்டிருப்பீர்கள்" என்று அவர்களிடம் இறுதியாகச் சொன்னேன். தோழர் கிருஷ்ணப் பிள்ளை இதை அப்படியே அவர்களுக்கு மொழி பெயர்த்துச் சொன்னவுடன் வயதில் மிகவும் இளைஞரான அப்பு, முகம் சிவந்துபோய் நாணப்பட்டான்.

கேரளாவில் நடைபெற்ற மாப்பிள்ளை முஸ்லீம் விவசாயிகள் எழுச்சியில் உயிர்நீத்த வீரத்தியாகிகளின் வாரிசாக அபுபக்கர் என் முன்னால் இந்து, முஸ்லீம் ஒற்றுமையின் சின்னமாக உறுதியுடன் நின்றிருந்தான்.

அந்த நான்கு மாவீரன்களையும் சந்தித்த மனநிறைவுடனும், இந்த மாதிரி துணிச்சல் மிக்க தியாகிகளைக் கம்யூனிஸ்ட் கட்சியால் மட்டுமே உருவாக்க முடியும் - என்ற ஆழ்ந்த சிந்தனைகளோடும் சிறை வாயிலை நோக்கி நடந்தோம். எங்கள் முதுகுக்குப் பின்னால் "லால் சலாம்", "கம்யூனிஸ்ட் கட்சி ஜிந்தாபாத்" என்ற நால்வரின் உரத்த முழக்கமும் ஒலித்துக் கொண்டேயிருந்தது. அந்த முழக்கத்தின் எதிரொலி என்னை உணர்ச்சிவசப்படுத்தியது..

எனது கலங்கிய கண்களைப் பார்த்த தோழர் சுந்தரய்யா "நால்வருக்கும் தைரியம் சொல்ல உங்களை அழைத்து வந்தால், உங்களுக்கு அவர்கள் தைரியம் சொல்லி உற்சாகப்படுத்தும்படியாகி விட்டதே" என்றார் வருத்தம் தோய்ந்த குரலில். "ஆம் உண்மை. தைரியம் சொல்ல வேண்டிய அளவுக்கு அந்த நால்வரும் கோழைகளல்ல.. அவர்கள் மாவீரர்கள். ஆனால், அவர்களைப் பிரிந்து வாழப்போகும் நமக்கு அவர்கள் சொன்ன துணிச்சலான ஆறுதல் வார்த்தைகள் தேவைதான் " என்று பதில் சொன்னேன்..

மலபார் பிரதேசச் சுற்றுப் பயணத்தை முடித்துக் கொண்டு பம்பாய் திரும்பினேன். 29ஆம் நாள் அதிகாலை அந்த நான்கு மாவீரர்களும் தூக்கிலிடப்பட்ட துயரச் செய்தியை கேரளத் தோழர்கள் எனக்குத் தெரிவித்தார்கள். மேலும், முதல் நாள் இரவு முழுவதும் அந்த நான்கு தோழர்களும் தேசவிடுதலைப் பாடல்களை பாடிக் கொண்டிருந்ததாகவும், இடையிடையே "கம்யூனிஸ்ட் கட்சி ஜிந்தாபாத்" என்று உரத்து முழங்கிக் கொண்டிருந்ததாகவும், கண்ணூர் சிறைக்குள் இருந்த ஆயிரக்கணக்கான சிறைவாசிகளும், எந்த அரசியலும் இல்லாதவர்கள் உட்பட, இரவு முழுவதும் தூங்காமலிருந்து நான்கு தோழர்களையும் தூக்குமேடைக்கு அழைத்துச் செல்லும் வரை வீரவணக்க வாழ்த்துக்களை முழங்கிக் கொண்டிருந்ததாகவும் தோழர்கள் சொன்னார்கள்.

சிறைக்குள் வெளியில் சோகமே வடிவாகக் கண்ணீர் சிந்திக்கொண்டு காத்திருந்த 3000 க்கும் மேற்பட்ட நம் தோழர்களிடமும் அந்த நால்வரின் உடல்களையும் சிறையாதிகாரிகள் ஒப்படைக்க மறுத்துவிட்ட துயரச் செய்தியும் வந்தது.

சிரித்த முகத்துடன் கம்யூனிஸ்ட் கட்சி வாழ்கவென்று முழக்கமிட்டுக் கொண்டே தூக்குமேடையேறிய அந்த நான்கு மாவீரன்களையும் உருவாக்கிய மலபார் விவசாயிகள் சங்கத்தையும், கம்யூனிஸ்ட் கட்சியையும் நினைத்து நான் மிகவும் பெருமைப்படுகிறேன். அந்த அமரத் தியாகிகளுக்கு ரத்தச் செங்கொடியைத் தாழ்த்தி அஞ்சலி செலுத்துவோம்.

பகத்சிங்கிடம் கற்றுக்கொள்ள வேண்டியது என்ன?

(1969 மார்ச் 23 – பகத்சிங் நினைவு நாளையொட்டி MAIN STREAM ஆங்கில மாத இதழில் பி.சி. ஜோஷி எழுதிய கட்டுரை)

இந்தியப் புரட்சிக்காக பகத்சிங் தன்னுடைய இன்னுயிரையும் தியாகம் செய்திருக்கிறார். ஆனால், அவரது புரட்சியின் லட்சியம் இந்தியா சுதந்திரமடைந்ததுடன் பாதிவழியிலேயே நின்று போயிருக்கிறது. தேசீய ஜனநாயகப் புரட்சி மூலம் பொருளாதாரத்தில் முழு சுதந்திரம், இந்திய மக்கள் அனைவருக்கும் வளமான வாழ்க்கையை அமைத்துக் கொடுப்பதன் மூலம் மட்டுமே பகத்சிங்கின் லட்சியக் கனவு முழுமையாக நிறைவேறும்.

காலனியாதிக்கத்திலிருந்து இந்தியா முழுவிடுதலையடைய என்ன விலை வேண்டுமானாலும் கொடுப்போம் என்ற இந்திய மக்களின் மனஉறுதியின் சின்னமாக அவர் திகழ்ந்தார். தூக்குமேடையில் அவரது உயிர்த்தியாகம் மட்டுமே இந்த நாட்டின் மக்களை அதிகமாக கவர்ந்திருக்கிறது. ஆனால், அவரிடம் காணப்பட்ட அறிவைத் தேடும் தாகமும் நாம் அவரிடம் கற்றுக்கொள்ள வேண்டிய சிறப்பான குணமாகும்.

பகத்சிங் காலத்து புரட்சியாளர்களில் சந்திரசேகர ஆஸாத் ஆயுதங்களை நம்பிய தலைமுறையின் கடைசிக்கண்ணி. அது கடந்த காலத்துக்குரிய பாதை. பகத்சிங், இந்தியாவின் எதிர்காலத்தோடு சம்பந்தப்பட்டவர். இந்தியப் புரட்சியாளர்களில் முதன்முதலாக விஞ்ஞான சோசலிஸம் பற்றி அக்கறையுடனும், ஆர்வத்துடனும் படிக்கத் தொடங்கிய முதல் புரட்சியாளர் பகத்சிங்கே சோசலிசம் பற்றிய அறிவைத் தேடியதால் இந்தியப் புரட்சியை மேலும் முன்னெடுத்துச் செல்ல புதிய வழிகளை அவர் கண்டடைந்தார். அதுதான் சக்திவாய்ந்த வெகுமக்கள் போராட்டங்கள்.

நான் அலகாபாத் பல்கலைக்கழகத்தில் படித்துக் கொண்டிருந்தபோது, தோழர் அஜாய் குமார் கோஸும் படித்துக் கொண்டிருந்தார். 1928ஆம் ஆண்டிலேயே நான் ஒரு கம்யூனிஸ்ட் என்று மாணவர்களிடையே அறிமுகமாகியிருந்தேன். பகத்சிங்கின் நெருக்கமான நண்பர் அஜாய் கோஸ். அஜாய்கோஸ் தான் ஒரு நாள் பகத்சிங்கை எனக்கு அறிமுகம் செய்து வைத்தார். மார்க்சீய தத்துவம் சம்பந்தமான புத்தகங்கள், கம்யூனிசம் சம்பந்தமாக

இங்கிலாந்திலிருந்து நான் வரவழைத்துப் படித்த பத்திரிகைகள், மாஸ்கோவில் செயல்பட்டுவந்த கம்யூனிஸ்ட் அகிலம் வெளியிட்டு வந்த பத்திரிகைகள் மற்றும் பிரசுரங்கள் என்னிடம் நிறைய இருந்தன. அவற்றை பகத்சிங்குக்குப் படிக்கக் கொடுக்கும்படி அஜாய் கோஸ் என்னிடம் கேட்டுக் கொண்டார்.

அஜாய் கோஸைப் பார்க்க பகத்சிங் அலகாபாத் வரும்போதெல்லாமல் என்னிடம் கம்யூனிஸம் பற்றிய சில புத்தகங்கள், பத்திரிகைகளை வாங்கிச் செல்வார். பல்கலைக்கழக வளாகத்துக்குள் நீண்டதூரம் நானும் அவரும் நடந்துகொண்டே பகத்சிங் படித்த விசயங்கள் குறித்து மணிக்கணக்கில் நாங்களிருவரும் விவாதித்திருக்கிறோம். புதிய விசயங்களில் அறிவைத் தேடுவதில் அவருக்கிருந்த ஆர்வத்தைக் கண்டு வியந்திருக்கிறேன். இது நடந்தது 1928ஆம் ஆண்டில். இப்போது நாற்பது வருடங்கள் கழித்து (1969) நான் பகத்சிங்கைப் பற்றி எண்ணிப் பார்க்கிறேன்.

என்னுடைய அனுபவத்தில், புதிய புதிய விசயங்களில் அறிவைத்தேடி தங்களை பக்குவப்படுத்திக் கொள்ளும் அரசியல்வாதிகளில் பகத்சிங் ஈடு இணையற்ற முதல்வன். அடுத்து, அவரைப் போலவே அறிவை விரிவுபடுத்திக் கொள்வதில் விடாமுயற்சியுடன் செயல்பட்டவர் ஜவஹர்லால் நேரு. இப்படித்தான் பகத்சிங் எனது மனதில் நிலைத்திருக்கிறார்.

1967ஆம் ஆண்டில் நான் மாஸ்கோவில் மார்க்ஸ் - லெனின் நூலகத்தில் மாமேதை லெனின் கடைசியாக கம்யூனிஸ்ட் கட்சி மாநாட்டில் ஆற்றிய உரையைப் படித்துக் கொண்டிருந்தேன். அந்த மாநாட்டு உரையில் லெனின் பேசுகிறார், “நமக்குத் தெரிந்தது கொஞ்சம்தான். படியுங்கள். தொடர்ந்து கற்றுக் கொண்டேயிருங்கள். நாம் எதிர்கொள்ள வேண்டிய பிரச்சனைகள் ஏராளம். புதிய புதிய பிரச்சனைகளை, சவால்களை எதிர்கொள்வதற்கு நமது அறிவை விரிவு செய்து கொண்டிருப்பதுதான் ஒரே வழி.” லெனினது இந்த வாசகங்களைப் படித்துக் கொண்டிருந்த போது, பகத்சிங் மீண்டும் என் மனக்கண்ணில் தோன்றினார்.

இந்தியாவின் ஒளிமயமான எதிர்காலம் இடதுசாரிகளாகிய நம் கையில்தான் இருக்கிறது. பகத்சிங்கின் தியாகம், வீரத்தைப் பற்றிப் புகழ்ந்து பேசுவதோடு நாம் நின்றுவிட முடியுமா? இந்திய அரசியலில் ஏற்பட்டிருக்கும் மாற்றங்களை, பிரச்சனைகளைப்

புரிந்து கொண்டு அவற்றைச் சந்திக்கும் அளவுக்கு நமது அரசியல் அறிவை வளர்த்துக் கொண்டிருக்கிறோமா ... என்று நம்மை நாமே சுயவிமர்சனம் செய்து கொள்ள வேண்டிய நேரமிது.

அறிவைத் தேடுவதில் பகத்சிங்குக்கு இருந்த தணியாத தாகம் நமக்குமிருக்க வேண்டும். நம் கருத்துக்களோடு மாறுபடுவர்களையும் வென்றெடுக்கும் வழிகைள நாம் கண்டறிய வேண்டும். “எதிர்காலத்தை நாம் நம்பிக்கையுடன் வெற்றிகரமாக சந்திக்க வேண்டுமென்றால், பகத்சிங் வழியில் படியுங்கள், கற்றுக் கொள்ளுங்கள், அறிவை விரிவு செய்வதில் விடாமுயற்சியுடன் செயல்படுங்கள்” என்பதே பகத்சிங் நினைவு நாள் நமக்குச் சொல்லும் செய்தி.

மாவீரன் பகத்சிங் பற்றிய கவிதைகள்

இந்தியக் கம்யூனிஸ்ட் கட்சியின் வரலாற்றை எழுதுவதற்காக தோழர் பி.சி. ஜோஷி, 1969ஆம் ஆண்டில் டெல்லி ஜவஹர்லால் நேரு ஆவணக் காப்பகத்தில் ஆங்கிலேயர் ஆட்சிக் காலத்து ஆவணங்களைத் தேடிக் கொண்டிருந்தார். எதிர்பாராதவிதமாக, பகத்சிங்கின் தாய்மொழி குர்மிகியில் (பஞ்சாபி) மக்களிடையே 1931ஆம் ஆண்டில் புகழ்பெற்றிருந்த கவிதை, உருது மொழியில் வெளியாகியிருந்த இரண்டு கவிதைகள் மற்றும் தமிழ்மொழியில் வெளியாகியிருந்த கவிதைகள் அடங்கிய ரகசிய கோப்பு அவருக்குக் கிடைத்தது. அந்தக் கோப்பைத் தயாரித்திருந்தவர்கள் – அன்றைய ஆங்கிலேய ரகசிய போலீசார். ஆங்கிலத்தில் மொழி பெயர்க்கப்பட்டிருந்த அந்த கவிதைகளின் கோப்பில் அந்த சி.ஐ.டி. அதிகாரிகள், அந்தப் பாடல்களை இயற்றிய கவிஞர்கள் மீது “ராஜத்துரோக வழக்குகள்” தாக்கல் செய்யப்படவேண்டும் – என்ற குறிப்பையும் எழுதியிருந்தார்கள். 1931ஆம் வருடத்தில் பகத்சிங், ராஜகுரு, சுகதேவ் மூவரும் தூக்கிலிடப்பட்ட காலத்தில் மக்களிடையே பிரபலமாகப் பரவியிருந்த இந்தக் கவிதைகளை (ஆங்கிலத்தில்) தோழர் ஜோஷி 1969 ஏப்ரல் 5ஆம் நாள் MAIN STREAM ஆங்கில மாத இதழில் எழுதிய கட்டுரை மூலமாக முதன் முதலாக சுதந்திர இந்தியாவில் மக்களுக்குத் தெரியவந்தது.

ஆங்கிலத்தில் வெளியான நான்கு கவிதைகள்

1. பாரத மாதாவுக்கும், பகத்சிங்குக்குமிடையில் நடந்த உரையாடல்

பாரத மாதா: ஓ ..... என் இந்திய மக்களே.
எனது வானத்தில் நிரந்தரமாய்
ஒளிவீசிக் கொண்டிருந்த பகத்சிங்
என்ற முழுநிலவு இன்று மறைந்தது
உலகம் இனி காரிருளில் மூழ்கும்.

பகத்சிங்: அப்படிச் சொல்லாதே தாயே.
உன்னால் ஒளி பெற்ற நான்
இந்த பூமிக்கு மேலும ஒளியேற்றுவேன்.
எங்கள் உடல்கள் தூக்குக் கயிற்றில்
தொங்கவிடப்பட்டு ஊசலாடும் போதும்,
மழைக்கால மாலையில் சிறுவர்கள்
ஊஞ்சலாடி மகிழ்வதைப்போல் நாங்கள்
மகிழ்ச்சியடைவோம்.

பாரத மாதா: ஓ .. என் மகன் பகத்சிங்கே.
தூக்கு மேடையில் நீ செய்யும்
உயிர்த்தியாகம் எனது கைவிலங்குகளை
உடைத்து நொறுக்கும். நான்
விடுதலைப் பறவையாவேன்.

பகத்சிங்: ஆனந்தமான அமைதியில் ஆழ்ந்த
உறக்கத்தில் நான். ஆனால் உனது...
அடிமை விலங்கொடிக்க, கட்டப்பட்ட
சங்கிலிகளை அறுத்தெறிய
மீண்டும் மீண்டும் பிறந்து வருவேன்
என் தாயே.

பாரத மாதா: ஓ .... என் இந்திய மக்களே.
கேளுங்கள். நான் பாலூட்டிச்
சீராட்டி வளர்த்த இளம் சிங்கம்,
பகத்சிங்கை பாவி இர்வின்
கூண்டுக்குள் பூட்டி வைத்துள்ளான்

பகத்சிங்: கவலைப்படாதே, தாயே.
நீ வளர்த்த இந்த சிங்கத்தின்
கர்ஜனை – இங்கிலாந்தின் தூக்கத்தைக்
கெடுத்து நடுநடுங்கச் செய்கிறது
பாரதத் தாயே. நீ வளர்த்த
சிங்கம் இன்று கொல்லப்படலாம்.
எனது லட்சியத்தை நிறைவேற்ற,
எனது இழப்பை ஈடு செய்ய,
லட்சம் லட்சம் பகத்சிங்குகள்
தோன்றுவார்கள்.

பாரத மாதா: இதோ .... பகத்சிங்கும், ராஜகுருவும், சுகதேவும்,
புன்னகையுடன் தூக்குமேடையேறுகிறார்கள்.
அவர்களது வீரத்தைக் கண்டு
நிலநடுக்கம் ஏற்படுகிறது.
வானத்தின் எட்டுத் திசைகளிலும்
பேரோசையுடன் இடிமுழக்கம் கேட்கிறது.
இதோ ... என் கைவிலங்குகள் பட்டெனத்
தெறித்து உடைகின்றன.
என்னைப் பிணைத்த சங்கிலிகள்
சடச்சடவென இற்று வீழ்கின்றன.
உங்கள் உயிர்த்தியாகத்தால் நான்
சுதந்திரதேவியானேன்.

2. "தூக்குமேடையில் மாவீரன்" எனும் தமிழ்ப் புத்தகத்திலிருந்து ஆங்கிலேய ரகசியப் போலீசார் மொழிபெயர்ப்பு செய்திருந்த கவிதை (ரகசியக் கோப்பில்)

1931 மார்ச் 23ஆம் நாள்.
பாரததேவியின் கண்களில் கண்ணீர்.
ஆறாய்ப் பெருக்கெடுத்தோடும் கொடிய நாள்.
இந்நாட்டு மக்களனைவரும் விம்மிவிம்மியழும்
கொடூரமான இந்த கெட்ட நாளும் வந்ததே.
இருப்பினும் இந்த நாள், எதிர்வரும் விடுதலைப்
போருக்கு கட்டியம் கூறும் எச்சரிக்கை நாள்.
எதுவும் செய்ய முடியாமல் இன்று

நாம் கட்டுண்டு கிடக்கிறோம்.
ஆறுகோடி ஆங்கிலேயர்கள் முப்பது
கோடி மக்கள் நம்மை அடிமைப்படுத்தி,
அடக்கியாளும் ஆணவத்தை இனியும் பொறுப்பதா?

தூக்குமேடையில் மூவரின் தியாகம்,
நம் கண்களைத் திறக்கட்டும்.
மூண்டெழும் பகையை முறியடித்து முன்னேறுவோம்.
அதுவரை மூவரின் பெயைரயும்
எந்நாளும் மறவோம், பாரத தேவியின்
அடிமை விலங்கொடிக்க அந்த மூவரும்
நம்மை வழி நடத்தட்டும்.

3. கராச்சி நகரிலிருந்து "மாவ்ஜி" என்ற பத்திரிகையில் வெளியான கவிதை

உண்மையான இந்தியனின் கடமை.

ஓ .... என் இந்திய மக்களே,
அடிமைத்தனத்துக்கெதிராக பொங்கியெழுங்கள்
ஓ .... இளைஞர் படையே, பாரததேவி சிந்தும்
கண்ணீரை நீ இன்னும் காணவில்லையா?
போர்க்களத்துக்கு வாவென உன்னை அறைகூவி
அழைக்கும் குரல் உன் காதில் கேட்கவில்லையா ?
ஓ .... என் இந்திய மக்களே இன்னும் நாம்
அறியாமை இருளில் மூழ்கிக்கிடப்பதா ?
பாரத நாடெனும் அழகிய பூந்தோட்டத்தை,
ஆங்கிலேய ஆணவக்காரர்கள் அழிப்பதை
எத்தனை நாள் சகித்துக் கொண்டிருப்போம்?
பசிபட்டினி, பஞ்சத்தில் மக்கள் மடிவதைக்கண்டு
கல்நெஞ்சமும் உருகுமே. நமது
பொறுமைக்கொரு எல்லையில்லையா?

கோழைகளாய் வாழ்ந்து இந்தியாவின்
பெருமைக்கு களங்கத்தை உண்டாக்காதே.
பகத்சிங், ராஜகுரு, சுகதேவின் வீரம்
விடுதலைப் போரில் நம்மை
வழிநடத்தட்டும்.

அவர்கள் மூவரும் நமக்குத் துணிச்சலை, கடமையை,
வீரத்தைக் கற்பித்தார்கள்.
சிரித்த முகத்துடன் தூக்குமேடையேறினார்கள்.
இன்னும் பல தோழர்கள் வெஞ்சிறையில்.
அன்னையின் அடிமை விலங்கொடிக்க
ஆர்த்தெழுவீர் இன்றே, இக்கணமே.

பகத்சிங் பிறந்த ஊரான லயால்பூரைச் சேர்ந்த (இன்று பாகிஸ்தானில் உள்ளது) புரட்சிகரமான உருது மொழிக் கவிஞர் பண்டிட் சிவலால் பிஸ்மில் எழுதியிருக்கும் உருதுக் கவிதை.

4. நீதிதேவதையின் படுகொலை

புரட்சி .... நீடூழி வாழ்க.
புரட்சி .... நீடூழி வாழ்க.
ஈடு இணையற்ற புரட்சி நீடூழி வாழ்க.

போர்க்களத்தின் இந்தப்பக்கம் .....
உயிரையும் கொடுக்கத் தயாராக நிற்கும் இளைஞர்கள்.
துணிச்சலும், புன்னகையும் அவர்கள் முகத்தில்.
போர்க்களத்தின் எதிர்ப்பக்கம் .....
கொடுங்கோலர்களும், ஆணவக்காரர்களும்.
ஆட்சியதிகார போதை தலைக்கேறியவர்கள்.
துப்பாக்கிகளையும், குண்டாந்தடிகளையும் ஏந்தி நிற்கிறார்.
கலவரம் விளைவிப்பதை அவர்கள் கலையாகப் பயின்றவர்கள்.

இந்தப் பக்கம் நிராயுதபாணிகள் ...
அந்தப்பக்கம் ஆயுதந் தாங்கிய வன்முறையாளர்கள்.
இந்தப்பக்கம் ... பசியும் பட்டினியும் வறுமையும்.
அந்தப் பக்கம் .... அடக்குமுறையும், ஆணவமும்.

மக்களின் பொறுமைக்கும் ஒரெல்லையுண்டு.
புரட்சிதான் இறுதி முடிவைக் கொண்டு வருவதுண்டு.
புரட்சியின் தேவை ரத்தமும், உயிர்ப்பலியும்.
பகத்சிங்கும், ராஜகுரு, சுகதேவ் காட்டிய
பாதை அதுதான். உயிர்த் தியாகம் – அதன் பெயர்.

பகத்சிங் பாதையில் இளைஞர்களின் பயணம் தொடரட்டும்.
தூக்குமேடைக்கஞ்சாதவர்கள் எண்ணிக்கை பெருகட்டும்.

மூவர் மரணத்துக்காகப் பாரதத் தாயே
கண்ணீர் சிந்தாதே. உனது அடிமைச்
சங்கிலியை உடைத்தெறிய ஆயிரம் ஆயிரம்
பகத்சிங்குகள் தயார் நிலையில்.

நாங்கள் புரட்சியை விரும்புகிறோம்.
ரஷ்யப்புரட்சி எங்களுக்கு வழி காட்டட்டும்.
புரட்சியில் துன்பதுயரங்கள் ஏராளம்தான்
அவற்றைத் தாங்கும் துணிச்சல்
பகத்சிங் எங்களுக்கு கொடுத்த கொடை.
ரஷ்யப் புரட்சி .... ஆசியாவின் புரட்சி.
ரஷ்யப் புரட்சி .... இந்தியாவின் புரட்சி

புரட்சியில்லையேல் புதுவாழ்வு இல்லை
எட்டுத்திசையும் புரட்சியின் சங்கநாதம்
ஒலிக்கிறது. ஆம் ... இந்தியப்
புரட்சியும் வந்தே தீரும்.
புரட்சி நீடூழி வாழ்க.

மீரட் சதிவழக்கில் தோழர் பி.சி. ஜோஷி

1925ஆம் ஆண்டில் இந்த நாட்டில் கம்யூனிஸ்ட் கட்சியை முதல் முதலாகத் தொடங்கிய போது, ஆங்கிலேய காலனி ஆட்சியாளர்கள் கம்யூனிஸ்ட் கட்சியை ஒரு பொருட்டாக எடுத்துக் கொண்டு கூர்மையாகக் கவனிக்கத் தவறினார்கள். பின்னர் மிகவிரைவில் பம்பாய், ஜாம்ஷெட்பூர், கல்கத்தா ஆகிய நகரங்களில் கம்யூனிஸ்ட்கள் தலைமை தாங்கி நடத்திய தொழிலாளர் வேலைநிறுத்தப் போராட்டங்கள் வேகமாக மற்ற நகரங்களுக்குப் பரவியது. உடனே ஆட்சியாளர்கள் எச்சரிக்கையானார்கள். கம்யூனிஸ்டுகள் தலைமை தாங்கி நடத்திய தொழிற் சங்கப் போராட்டங்களை அடக்கியொடுக்குவதற்காக தொழில் தாவா சட்டம் ஒன்றையும், அத்துடன் இந்திய கம்யூனிஸ்ட் கட்சித் தலைவர்கள் தலைமை தாங்கி நடத்தும் தொழிற்சங்கப் போராட்டத்தில் இணைந்து வேலை செய்த இங்கிலாந்து நாட்டு கம்யூனிஸ்ட் கட்சி

தலைவர்கள்மீது நடவடிக்கை எடுத்து, இந்த நாட்டைவிட்டு வெளியேற்றும் உள்நோக்கத்துடன் பொதுப் பாதுகாப்புச் சட்டம் ஒன்றையும் அவசர அவசரமாகக் கொண்டு வந்தார்கள். அதன் விளைவாக பி.சி. ஜோஷி உட்பட முன்னணி கம்யூனிஸ்ட் தலைவர்கள் மற்றும் முற்போக்கான இடதுசாரித் தொழிற்சங்கத் தலைவர்கள் உட்பட 31 பேரை 1929 மார்ச் 20ஆம் நாள் கைது செய்து மீரட் சிறையில் வைத்தார்கள். மாட்சிமை பொருந்திய பிரிட்டிஷ் மன்னரின் ஆட்சியை இந்த நாட்டிலிருந்து பலவந்தமாகத் தூக்கியெறிவதற்கு, கைது செய்யப்பட்டவர்கள் கூட்டாகச் சதி செய்தார்கள் என்று அவர்கள் மீது ஆங்கிலேய ஆட்சியாளர்கள் குற்றஞ்சாட்டி வழக்குத் தொடுத்தார்கள்.

இந்தியாவிலும், வெளிநாடுகளிலும் மீரட் சதி வழக்கு பரவலாகப் புகழ் பெற்றது. இந்த வழக்கு ஐந்து ஆண்டு காலம் நடத்தப்பட்ட மிகப் பெரிய சதி வழக்காகும். இந்திய அரசியலில் கம்யூனிஸ்ட் கட்சி தவிர்க்க முடியாத சக்தியாக வளர்ந்திருப்பதை ஆட்சியாளர்கள் உணர்ந்தார்கள். இந்த சதி வழக்கில் கைது செய்யப்பட்டவர்கள் இங்கிலாந்து நாட்டைச் சேர்ந்த பென் பிராட்லி, பிலிப்ஸ் ஸ்பிராட் மற்றும் லெஸ்ட்டர் ஹட்சின்ஸன் ஆகியோரும் இருந்தனர். எஸ். வி. காட்டே, எஸ்.ஏ. டாங்கே, எஸ்.எஸ். மிராஜ்கர், டாக்டர். ஜி. அதிகாரி, முஸாபர் அகமது, சோஹன்சிங் ஜோஷ், ஆர். எஸ். நிம்ப்கார் மற்றும் 22 வயதான மாணவர் தலைவர் பி.சி. ஜோஷி இருந்தனர். பி.சி. ஜோஷி இந்த வழக்கில் சேர்க்கப்பட்டு கைது செய்யப்பட்டதால் உ.பி. மாநிலத்தில், அலகாபாத் மற்றும் பல்வேறு நகரங்களில் பல்கலைக்கழக மாணவர்கள் போராட்டத்தில் குதித்தார்கள். நேருவின் தலைமையில் இயங்கி வந்த இளைஞர் மன்றம் மற்றும் பி.சி. ஜோஷி தலைமை தாங்கிய பலவேறு மாணவர் மன்றங்கள் மீரட் சதி வழக்கை நடத்துவதற்குப் பொதுமக்களிடம் நன்கொடை வசூல் செய்து உதவினார்கள். மீரட் மாவட்டத்தில் செசன்சு நீதிமன்றத்தில் வழக்கு விசாரணை தொடங்கியவுடன், வழக்கை நடத்த நியமிக்கப்பட்ட வழக்கறிஞர்களுக்கு வழக்கின் விவரங்களைத் தொகுத்துக் கொடுப்பதும், மற்றும் பத்திரிகையாளரிடம் செய்திக் குறிப்புகளை வெளியிடுவதுமாகிய முக்கிய வேலைகளை பி.சி. ஜோஷி கவனித்து கொண்டார்.

வழக்கின் இறுதிக் கட்ட விசாரணையில் 65 பக்கங்கள் டைப் செய்யப்பட்ட தனது வாக்குமூலத்தை நீதிமன்றத்தில் பி.சி. ஜோஷி தாக்கல் செய்தார். பிரிட்டிஷ் காலனி ஆட்சியாளர்கள்

இந்த நாட்டில் செல்வ வளங்கள் அனைத்தையும் கொள்ளையடித்துச் சென்றார்கள் என்ற குற்றச்சாட்டை தனது வாக்குமூலத்தில் முன் வைத்தார். குற்றஞ்சாட்டப்பட்ட மற்ற கம்யூனிஸ்ட் தலைவர்களும் கூட்டாகவும், தனித் தனியாகவும் நீதிமன்ற விசாரணையில் கொடுத்த வாக்குமூலங்கள் வரலாற்று சிறப்புமிக்கவை. கம்யூனிஸ்ட் கட்சியின் லட்சியங்கள் மற்றும் அரசியல் கொள்கைகள் மக்களுக்கு பரப்புரை செய்யும் மேடையாக நீதிமன்றத்தை குற்றம் சாட்டப்பட்டவர்கள் பயன்படுத்தி கொண்டார்கள். உலகப்புகழ் பெற்ற மீரட் சதி வழக்கு பற்றிய அதிகமான விவரங்களை இந்த புத்தகத்தின் இரண்டாம் பாகத்தில் டாக்டர் அதிகாரியின் வாழ்க்கை வரலாற்றுப் பகுதியில் விரிவாகக் கொடுக்கப்பட்டுள்ளது.

பி.சி. ஜோஷி நீதிமன்றத்தில் கொடுத்த வாக்குமூலம்

பூரணசந்திர ஜோஷி என்பது என்னுடைய பெயர். எனது தந்தையின் பெயர் பண்டிட் ஹரி நந்தன் ஜோஷி என்பதாகும். நான் சாதியற்றவன். எனக்கென்று எந்த சாதியும் இல்லை. உ.பி. மாநிலம், அல்மோரா மாவட்டத்தில் அல்மோரா நகரம் எனது சொந்த ஊர். கைது செய்யப்பட்டபோது என்னுடைய தொழில், மாணவர் போராட்டங்களை தலைமை தாங்கி நடத்துவதாகும். தொழிலாளர் விவசாயிகள் கட்சியின் உ.பி. மாநிலக் குழுவின் செயலாளராக நான் பொறுப்பு வகித்தேன். அகில இந்திய தொழிலாளர் விவசாயிகள் கட்சியின் தேசிய நிர்வாகக் குழுவிலும் உறுப்பினராக இருந்தேன். சுருக்கமாக சொல்வதென்றால், இந்த நாட்டில் பிரிட்டிஷ் ஏகாதிபத்திய காலனி ஆட்சியாளர்களிடமிருந்து இந்தியாவை முழுமையாக விடுதலை செய்வதும், தொழிலாளர் மற்றும் விவசாயிகள் குடியரசு ஆட்சியை இந்த நாட்டில் நிறுவுவதும், தொழிலாளர் விவசாயக் கட்சியின் லட்சியமாகும் என்று தெரிவித்துக் கொள்கிறேன். இந்த லட்சியத்தை, ஒரு புரட்சி மூலம் அடைவதுதான் எங்களது திட்டம் என்று தெரிவித்துக் கொள்கிறேன். ஏகாதிபத்தியம், புரட்சி என்றால் என்ன என்றும் மற்றும் மக்களுக்கான சுதந்திரம் ஆகியவை பற்றி கம்யூனிஸ்ட் கட்சியின் விளக்கத்தை நான் இங்கே தெரிவிக்க விரும்புகிறேன்.

வேலை நிறுத்தங்கள் மூலம் மக்களைத் திரட்டிப் போராடுவதும், தேவையேற்பட்டால் கம்யூனிஸ்டுகள் புரட்சி மூலம் அந்த லட்சியத்தை அடைவதற்கு போராடுவதும் எங்களுடைய

நோக்கம். ஆனால் ஒட்டுமொத்தமாகக் கம்யூனிஸ்டு தத்துவமே நாகரிக சமூகத்திற்கு பொருந்தாது என்றும், நாங்கள் சட்ட விரோத நடவடிக்கைகளில் மட்டுமே நம்பிக்கை கொண்டவர்கள் என்று எங்கள் மீது முத்திரை குத்தி மக்களிடையே பிரச்சாரம் செய்யும் உள்நோக்கத்துடன்தான் இந்த சதி வழக்கை பிரிட்டிஷ் அரசு எங்கள்மீது போட்டிருக்கிறது என்று தெரிவித்துக் கொள்கிறேன். முதலாளிகள் மற்றும் நிலபிரபுக்கள் ஆகியோரின் துணையுடன் இந்த நாட்டில் பிரிட்டிஷார் படுமோசமாக ஆட்சியை நடத்தி வருகிறார்கள். இதன் விளைவாக, இந்திய மக்கள் வாழ்க்கையில் எந்தவிதமான முன்னேற்றமும் இல்லாமல் பசி, பட்டினி, பஞ்சம் மற்றும் கொடூரமான நோய்கள் ஆகியவற்றில் அடிமைகளாக வாழ்ந்து கொண்டிருக்கிறார்கள். இந்திய மக்களை அடிமைப்படுத்தி வைத்திருக்கும் இந்திய முதலாளித்துவ, நிலபிரபுத்துவ மற்றும் காலனி ஆட்சியதிகாரத்தை முற்றிலுமாக இந்த நாட்டில் அழிக்காமல் மக்களின் வாழ்க்கையில் எந்தவிதமான மறுமலர்ச்சியும் ஏற்படாது என்பதை நாங்கள் உறுதியாக நம்புகிறோம். இவ்வளவு படுமோசமான ஆட்சியதிகாரத்தை, இந்த சமூக அமைப்பு மாற்றப்பட வேண்டுமென்று புரட்சியாளர்களாகிய நாங்கள் போராட்டங்களை நடத்துவதால் எங்கள்மீது இந்த சதிவழக்கு சுமத்தப்பட்டுள்ளது என்று தெரிவித்துக் கொள்கிறேன். எங்களைப் போன்ற சில புரட்சியாளர்களின் தனிமனித சுதந்திரத்தைப் பறித்து, சிறையில் பூட்டி வைப்பதால் மட்டும் இந்த நாட்டில் தேசியப் புரட்சி வெற்றி பெறுவதை அன்னிய ஆட்சியாளர்கள் நீண்ட காலத்திற்கு ஒத்திப் போட முடியாது என்றும், மக்கள் விரும்பும் புரட்சிகரமான மாற்றம் வருவதை இந்த ஆட்சியாளர்களால் தடுக்க முடியாது என்றும் உறுதியாகத் தெரிவித்துக் கொள்கிறேன். ஆங்கிலேய காலனியாட்சியை இந்த நாட்டிலிருந்து முற்றிலுமாக அகற்றுகிற தேசிய விடுதலைப் புரட்சி என்பது நடைபெற்றே தீரும் என்பதை நாங்கள் உறுதியாக நம்புகிறோம். அமைதி வழியில் இந்திய மக்கள் நடத்தும் புரட்சியை ஆட்சியாளர்கள் வன்முறை மூலம் அடக்கியொடுக்க நினைத்தால், எங்கள் வார்த்தைகளுக்குப் பதிலாக ஆட்சியாளருக்குப் புரிகிற மொழியில் எதிர்காலத்தில் இளைஞர்களின் துப்பாக்கி பேசும்.. இந்த வழக்கில் குற்றம் சாட்டப்பட்ட மற்ற தோழர்களுடன் எனக்கு இருக்கிற தொடர்புகள்பற்றி நான் நீதிமன்றத்தில் விளக்க வேண்டிய அவசியம் இல்லை. எங்கள்மீது சாட்டப்பட்ட குற்றச்சாட்டுகளை நிரூபிக்க வேண்டியது அரசுதரப்பின்

வேலை. குற்றச்சாட்டை மறுப்பது மட்டுமே என்னுடைய வேலை..

நீதிபதியின் கேள்வி:

இளம் கம்யூனிஸ்ட்டு கழகத்துடன் உங்களுக்கு இருக்கும் தொடர்பு குறித்து அரசு தரப்பில் தாக்கல் செய்த சாட்சியத்தைப் பற்றி என்ன சொல்கிறீர்கள்?

பி.சி. ஜோஷியின் பதில்:

அரசு தரப்பு சாட்சியத்தை முழுமையாக மறுக்கிறேன்.

அலகாபாத் இளைஞர் மன்றம் ஜவஹர்லால் நேரு தலைமையில் இயங்கி வருகிறது. அந்த அமைப்பில் நான் உறுப்பினராகச் சேர்ந்து தீவிரமாக செயல்பட்டு வந்தேன். அந்த அமைப்பு சட்டவிரோதமானதல்ல. இந்திய விடுதலைக்காக போராட வேண்டிய அவசியம் குறித்து இளைஞர்களுக்கு விழிப்புணர்வூட்டுவது இந்த அமைப்பின் நோக்கம்.

இளந்தோழர்கள் கழகம் (Young Comrades League) என்ற அமைப்பைத் தொடங்குவதற்கு முயற்சி செய்தோம். இந்த அமைப்பு கம்யூனிஸ்ட் கட்சி அமைப்பு அல்ல. இளம் அறிவாளிகளை ஒன்று திரட்டி ஒரு படிப்பு வட்டமாகச் செயல்படுவது தான் இந்த அமைப்பின் நோக்கம். தொழிலாளர் விவசாயிகள் கட்சிக்கும், இளம் தோழர்கள் கழகத்திற்கும் நிறைய வேறுபாடுகள் உள்ளது. இந்த மாதிரியான கம்யூனிஸ்ட் கட்சியின் இளந்தோழர்கள் கழகம் அல்லது தொழிலாளர் மற்றும் படிப்பு வட்டம் கழகம் என்ற அமைப்புகள் இங்கிலாந்திலும் செயல்பட்டு வருகின்றன என்று தெரிவித்துக் கொள்கிறேன்.

நீதிபதியின் கேள்வி:

நீங்கள் இந்தியக் கம்யூனிஸ்ட் கட்சி உறுப்பினர் என்று போலீஸ் தரப்பில் சாட்சி சொல்லியிருக்கிறார்கள். அதைப்பற்றி உங்கள் விளக்கம் என்ன?

பி.சி. ஜோஷியின் பதில்:

எனது நம்பிக்கைகள் அடிப்படையில் நான் ஒரு உறுதியான கம்யூனிஸ்ட்டுதான். ஆனால் 1929 மார்ச் 20ஆம் நாள் நான் கைது செய்யப்பட்ட தேதியில் கம்யூனிஸ்ட் கட்சி உறுப்பினராகச் சேரவில்லை.

போலீஸ் என்னைக் கைது செய்த தேதியில் நான் ஒரு கம்யூனிஸ்ட் மாணவன். கம்யூனிஸ்ட் கருத்துகளை உறுதியாக நம்பிய மாணவன். கம்யூனிசம் பற்றிய எனது கருத்துக்களுக்காக ஆட்சியாளர்கள் என்மீது சதிக் குற்றம் சாட்ட முடியாது. அந்தக் குற்றச்சாட்டு என்னைப் பழிவழங்கும் உள்நோக்கம் கொண்டது என்று தெரிவித்துக் கொள்கிறேன். வேலை நிறுத்தம் செய்வது, ஆர்ப்பாட்டங்கள் நடத்துவது, பொதுக் கூட்டங்களில் உரையாற்றுவது ஆகிய நடவடிக்கைகள் எல்லாம் சட்டவிரோதமான குற்றங்கள் என்று அரசு வழக்கறிஞர் சொல்லியிருப்பது, அபத்தமான குற்றச்சாட்டாகும். நான் கம்யூனிஸ்ட் கருத்துக்கள் மீது நம்பிக்கை கொண்டவன். அவ்வாறு கம்யூனிஸ்ட் தத்துவத்தின் மீது நம்பிக்கை கொள்வது இந்த நாட்டில் ஆங்கிலேய ஆட்சியாளர்கள் அபாயகரமான குற்றம் என்று நினைக்கிறார்கள். சதிக் குற்றம் சுமத்தப்பட்டுள்ள நாங்கள் இந்த வழக்கில் போதிய அக்கறை காட்டவில்லை என்று அரசு வழகக்றிஞர் சொல்லியிருப்பது முற்றிலும் தவறு. கம்யூனிஸம் பற்றிய எங்களது நம்பிக்கைகளுக்காக சட்டவிரோதமாக ஆட்சியாளர்கள் தாக்கல் செய்துள்ள இந்த வழக்கை நாங்கள் மிகுந்த அக்கறையுடன் எதிர்த்து வழக்காடிக் கொண்டிருக்கிறோம். குற்றவாளிக் கூண்டில் நிற்க வேண்டியது நாங்கள் அல்ல. இந்த நாட்டின் செல்வ வளங்களைக் கொள்ளையடித்துக் கொழுத்து வரும் ஆங்கிலேய காலனியாட்சியாளர்கள் தான் உண்மையான குற்றவாளி. எங்களைப் பற்றி இறுதியாகத் தீர்ப்புச் சொல்ல வேண்டியது இந்த நாட்டின் மக்களே தவிர, இந்த நாட்டை அடிமைப்படுத்தி வைத்திருக்கும் காலனி ஆட்சியாளர்கள் அல்ல என்று தெரிவித்துக் கொள்கிறேன்.

நாங்கள் குற்றவாளிகள் அல்ல. மாறாக, இந்த ஆங்கிலேய ஆட்சியின் மீது குற்றம் சாட்டுபவர்களாகிய எங்களை பார்த்து “புரட்சியை நோக்கி முன்னேறுங்கள்” என்று எங்கள் நீதிபதிகளாகிய மக்கள் எங்களுக்கு உத்தரவிடுகிறார்கள். அரசு தரப்பு இளம் வழக்கறிஞர்கள் ஏ. மித்ரா நான் வாக்குமூலம் கொடுக்கிற போது அடிக்கடி குறுக்கிடுகிறார். ஏளனமாகச் சிரிக்கிறார். ஆனால், மக்களின் புரட்சி வெற்றி பெறும் நாளில் அவரும் அவரை போன்றவர்களும் தாங்கள் செய்த செயலுக்காகக் கதறி அழுவார்கள். அரசு தரப்பு தலைமை வழக்கறிஞர் கெம்ப் அவர்கள் “முதலில் நாங்கள் புரட்சிக்காரர்கள்” என்பதைப் புரிந்துகொள்ள வேண்டும். நாங்கள் ஏதோ பொழுதுபோக்கிற்காக அரசியலுக்கு

வந்தவர்களல்ல என்றும், அரசியல் சந்தர்ப்பவாதிகள் அல்லவென்றும், புரட்சியில் உண்மையான நம்பிக்கை கொண்டவர்கள் என்றும் மாண்புமிகு நீதிபதி புரிந்து கொள்ள வேண்டும். குறித்துக் கொள்ள வேண்டும் என்று கேட்டுக் கொள்கிறோம். (ஜோஷியின் இந்த விரிவான வாக்குமூலம் 1931 ஏப்ரல் 21ஆம் நாள் தொடங்கி மே மாதம் 12ஆம் நாள் முடிவடைந்தது. இந்த விரிவான வாக்குமூலத்தின் முக்கியமான சிலபகுதிகள் மட்டுமே இங்கே பதிவு செய்யப்பட்டுள்ளது என்று தெரிவித்துக் கொள்கிறேன்.

தோழர் பி.சி. ஜோஷியின் பன்முக ஆற்றல்

– மறைந்த முன்னாள் பொதுச் செயலாளர், ஏ.பி. பரதன் – இந்தியக் கம்யூனிஸ்ட் கட்சி)

(2007ஆம் ஆண்டில் கம்யூனிஸ்ட் கட்சியின் நியூ ஏஜ் ஆங்கில வார ஏட்டில் அவர் எழுதிய கட்டுரையின் சில பகுதிகள்.)

வாழ்வின் துவக்கக் காலத்தில், மாணவராக இருந்த போதே அவர் இந்திய விடுதலைப் போராட்டத்தின் அறைகூவலை மனதார ஏற்றுக் கொண்டார். அன்றைய ஐக்கிய மாகாணத்தில் (இன்றைய உத்தரப்பிரதேசம்) செயலூக்கமுள்ள புகழ் பெற்ற மாணவராக விளங்கினார். இந்த தேசபக்த உணர்வுதான் அவரது அனைத்து அரசியல் செயல்பாடுகளில் இழையோடியது.

மாவீரன் லெனின் தலைமையில் ரஷ்யாவில் மகத்தான பாட்டாளி வர்க்கப் புரட்சி நடைபெற்றது. அந்த இளம் புரட்சி மீது ஏகாதிபத்திய சக்திகள் திணித்த உள்நாட்டு யுத்தத்தை முறியடித்து வெற்றி வாகை சூடியது. இந்தியா உட்பட காலனி நாட்டு மக்கள் தங்கள் தேசவிடுதலைப் போராட்டத்தை முன்னெடுத்துச் செல்வதற்கும், பின்னர் சோசலிசத்திற்குமான பாதை திறந்து விடப்பட்டது.

சுதந்திரப் போராட்ட இயக்கத்தின் தாக்கமும், ரஷ்யப் புரட்சியின் வெற்றியால் கவரப்பட்ட சோசலிசத்திற்கான போராட்டமும் 1925 ஆம் ஆண்டில் கம்யூனிஸ்ட் கட்சி தோன்றுவதற்கு இட்டுச்சென்றது. அது பகத்சிங் மற்றும் அவரது தோழர்கள் விஷயத்தில் செய்ததுபோல், பி.சி. ஜோஷி போன்ற புரட்சிகர இளைஞர்களை மார்க்சீயம் மற்றும் கம்யூனிஸ்ட் கட்சி ஈர்த்தது. ஜோஷி, இவ்வாறு கம்யூனிஸ்ட் ஊழியராக மலர்ந்தார்.

பி.சி. ஜோஷி 1929 ஆம் ஆண்டில் கைது செய்யப்பட்டு மற்ற முன்னணி கம்யூனிஸ்ட் தலைவர்களோடு சேர்த்து சிறையில் அடைக்கப்பட்டார். அச்சமயத்தில் 22 வயதே ஆன அவர் அலகாபாத் பல்கலைக்கழகத்தின் சட்டப்படிப்பு மாணவராக இருந்தார். மீரட் சிறையில் ஏராளமான மார்க்சீயத் தத்துவப் புத்தகங்களைப் படிக்கும் வாய்ப்பு அவருக்குக் கிடைத்தது. அத்துடன் சிறையிலிருந்த மூத்த தோழர்களின் அரசியல் அனுபவங்களைக் கேட்டறியும் வாய்ப்பும் அவருக்குக் கிடைத்தது.

சிறை தண்டனை முடிந்து அவர் சிறையிலிருந்து 1933 ஆம் ஆண்டு ஆகஸ்ட் மாதத்தில் விடுதலையானார். மீரட் கைதிகள் ஒவ்வொருவராக விடுதலையாயினர். இப்பொழுது, ஆங்கிலேய ஆட்சியாளர்கள் கம்யூனிஸ்ட்கள் மீது ஒரு புதிய தாக்குதல்களைத் தொடுத்தனர். 1934 ஆம் ஆண்டில் இந்தியக் கம்யூனிஸ்ட் கட்சி சட்டவிரோதமாக்கப்பட்டது. எனவே கட்சி, தலைமறைவாகச் செயல்பட ஆரம்பித்தது. 1936ஆம் ஆண்டில் பி.சி. ஜோஷி பொதுச் செயலாளர் பொறுப்புக்கு தேர்ந்தெடுக்கப்பட்டார். அவர் தனது அற்புதமான ஆற்றல் மற்றும் திறமைகளை வெளிப்படுத்தினார். நாடு முழுவதிலும் பல்வேறு மாநிலங்களில் சிதறிக் கிடந்த கம்யூனிஸ்ட் குழுக்களை நன்றாகப் பின்னப்பட்ட ஒரு அகில இந்தியக் கட்சியாக வார்த்தெடுப்பதிலும் தன் அமைப்புத்திறனை வெளிப்படுத்தினார்.

ஜோஷி தலைமையிலான மூன்று உறுப்பினர் அரசியல் தலைமைக்குழு (ஜோஷி, டாக்டர் அதிகாரி, பி.டி. ரணதிவே) சட்ட விரோதமாக்கப்பட்ட மிகக் கடினமான சூழ்நிலைமையில் கட்சியை ஒரு திறன்மிக்க மற்றும் ஆற்றலுடைய புரட்சிகர அமைப்பாகக் கட்டுவது என்ற இமாலயப் பணியைச் செய்தது. காவல் துறையினர் அனைத்துக் கம்யூனிஸ்டுகளையும் வேட்டையாடிக்கொண்டிருந்த நிலைமையில் உளவாளிகளும், காட்டிக் கொடுப்போரும் ஒவ்வொரு மூலை முடுக்கிலும் தங்கள் மூக்குகளை நுழைத்துக் கொண்டிருந்த நெருக்கடியான நிலைமையில் கட்சியைக் கட்டும் பணியைச் செய்ய வேண்டியிருந்தது. ஒரு செயல்படும் கட்சி மையமும், தலைமறைவு மையத்தில் சட்டவிரோத அச்சகமும் உருவாக்கப்பட்டது. அத்தகைய நிலைமைகளில் கட்சியானது ஜோஷியின் தலைமையில் "நேஷனல் பிரண்ட்" மற்றும் "நியூ ஏஜ்" ஆகிய ஏடுகளையும் அச்சடித்து வெளியிட்டனர்.

வேகமாக மாறிவரும் தேசிய மற்றும் சர்வதேச நிலைமைகளில் கட்சியின் கொள்கையை விளக்கும் முக்கியப் பிரசுரங்களான “பாட்டாளிவர்க்கப் பாதை”, “அரசியல் கட்சிகளும் கொள்கைகளும்” போன்றவற்றை வெளியிட்டது. கட்சி மையத்துடனும் மாநில மையங்களுடனும் நிரந்தர தகவல் தொடர்பு உருவாக்கப்பட்டது.

1920 ஆம் ஆண்டில் நிறுவப்பட்ட ஏஐடியுசி, ஒரு சக்திவாய்ந்த தொழிற்சங்க அமைப்பாக வளர்ந்தது. அகில இந்திய விவசாயிகள் சங்கம், அகில இந்திய மாணவர்கள் சம்மேளனம் போன்ற விவசாயிகள் மற்றும் மாணவர்களின் வெகுஜன அமைப்புகள் 1936ஆம் ஆண்டிலிருந்து செயல்படத்துவங்கின. முற்போக்கு எழுத்தாளர்கள் ஒன்று சேர்ந்து முற்போக்கு எழுத்தாளர் சங்கத்தை (PROGRESSIVE WRITTERS ASSOCIATION) உருவாக்கினர். இவை அனைத்திலும் ஜோஷியும், அவரது அரசியல் தலைமைக்குழுத் தோழர்களும் ஒரு ஆக்கபூர்வமான பங்களிப்பை ஆற்றினர். இத்தகைய பகுதி மக்களிடையே வேலை செய்து வந்த கட்சி உறுப்பினர்களை ஈர்த்து வழி காட்டினர்.

சுயேச்சையாகச் செயல்பட்டுக் கொண்டிருக்கும் பொழுதே, கம்யூனிஸ்ட்கள் காங்கிரசிற்குள்ளிருந்தும் - தேசிய விடுதலை இயக்கத்திலும் இணைந்து செயல்பட்டனர். மாகாண காங்கிரஸ் குழுக்களுக்கும், அகில இந்திய காங்கிரஸ் குழுவிற்கும் (AICC) நடைபெற்ற தேர்தல்களில் பல முக்கிய கம்யூனிஸ்ட்கள் மிக அதிகப்படியான வாக்குகளுடன் தேர்ந்தெடுக்கப்பட்டனர். இது ஏகாதிபத்திய எதிர்ப்பு சுதந்திரப் போராட்ட இயக்கத்தில் கம்யூனிஸ்ட்களுடைய சக்திமிக்க மற்றும் சுயநலமற்ற வேலைக்குக் கிடைத்த அங்கீகாரமாகும்.

P.C.J. என்று சகதோழர்களாலும் கட்சி அணிகளாலும் அன்புடன் அழைக்கப்பட்ட அவர், இத்தகைய ஆரம்பகால வருடங்களில் கட்சியைக் கட்டுவதில் அங்கீகரிக்கப்பட்ட சிற்பியாகவும், தலைவராகவும் செயல்பட்டார்.

1942 – 46 காலகட்டத்தில் ஜோஷியின் பணி பிரமாண்டமானதாக இருந்தது. கட்டுரைகளையும், பிரசுரங்களையும், சிறு புத்தகங்களையும் ஏராளமாக எழுதிக் குவித்தார். பிரசுரித்தார். அறிக்கைகள் பலவற்றை வெளியிட்டார். இதர கட்சித் தலைவர்களுக்கு கடிதங்கள் எழுதி கடிதப் போக்குவரத்து வைத்திருந்தார். கட்சிப் பத்திரிகைகளுக்கு தலையங்கங்கள்

எழுதினார். இலக்கியவாதிகள், எழுத்தாளர்கள், ஓவியர்கள், விஞ்ஞானிகள் என்று ஏராளமானோரைச் சந்தித்து விவாதித்தார். கட்சியின் கொள்கையை மக்களிடம் கொண்டு செல்லவும், கட்சியின் லட்சியத்தை முன்னெடுத்துச் செல்லும் பொருட்டும் மாநாடுகளிலும், பேரணிகளிலும் கலந்து கொண்டார். அவருடைய பேனாவின் கவனத்திலிருந்து எதுவும் தப்ப முடியாது.

அக்காலத்தில் மிகவும் குறிப்பிட்டுச் சொல்ல வேண்டிய விஷயம், மகாத்மா காந்தியுடன் அவர் நடத்திய கடிதப் போக்குவரத்தாகும். கம்யூனிஸ்டுகளுக்கெதிரான அனைத்து வதந்திகளையும், அவதூறுகளையும் கேள்விப்பட்ட காந்திஜி, பல கேள்விகளை எழுப்பி அவற்றிற்கான பதிலைத் தரும்படியும், விளக்கங்களை அளிக்கும்படியும் கேட்டு, கட்சியின் பொதுச்செயலாளர் என்ற முறையில் ஜோஷிக்கு கடிதங்கள் அனுப்பினார். தேசத்தின் தலைவருக்கு உரிய மரியாதையுடன் ஒரு கம்யூனிஸ்ட்டிற்கே உரிய முறையான கண்ணியத்துடனும், பெருமையுடனும் ஜோஷி, காந்திஜி எழுப்பிய ஒவ்வொரு கேள்விக்கும் விரிவான பதில் அளித்தார்.

காந்திஜி கேட்ட கேள்விகளில் ஒன்று, கட்சியின் நிதி குறித்ததாகும். பாம்பின் விஷத்தைவிடக் கொடிய விஷம் பொருந்திய கம்யூனிச எதிரிகள் பரப்பிய "ரஷ்ய அரசாங்கத்திடமிருந்து கம்யூனிஸ்ட் கட்சி நிதி பெற்று வருகிறது" என்ற விஷயம் பற்றியும் காந்தி அந்த கடிதங்களில் விளக்கம் கேட்டிருந்தார்.

அதற்கு, ஜோஷி அளித்த சரியான பதில் – "நீங்கள் (அதாவது காந்திஜி) எங்கள் கணக்குகளை நேரடியாக பரிசோதிக்க விருப்பம் கொண்டிருந்தால் கட்சியின் பொருளாளரான பி. சுந்தரய்யா, கணக்காளர் லீலா ஆகியோர் நீங்கள் விரும்பும் நேரத்தில் அனைத்துக் கணக்குப் புத்தகங்களையும் கொண்டுவந்து உங்களிடம் காண்பிக்கத் தயாராக உள்ளார்கள். அல்லது நீங்களோரு பிரதிநிதியை நியமிக்க விரும்பினால் அவரையும் அனுப்பலாம், அவர் ஏற்கெனவேயே எங்களுக்குகெதிராக தப்பெண்ணம் கொண்டுள்ளவராக இராமல் ஒரு நேர்மையான மனிதர் என்று நாங்கள் அறிந்திருக்கக் கூடியவராக இருக்க வேண்டும்.

"எங்கள் கணக்குகள் ஒரு வணிக நிறுவனத்தின் கணக்குகளைப் போன்றில்லாமல் இருக்கலாம், எனினும் பல வருடங்களாக

எங்கள் கட்சி சட்ட விரோதமாகத் தடைசெய்யப்பட்டிருந்த காலத்தில் கணக்குகளை வைத்துக் கொள்வதே மிகப்பெரிய குற்றம் என்ற பரம்பரையில் வந்துள்ள நாங்கள், இப்பொழுதுதான் கணக்கு வைத்துக்கொள்ள கற்றுக் கொண்டிருக்கிறோம் என்பதை உங்களுக்கு நினைவுபடுத்துகிறேன். இந்தத் தேர்வில் எங்களுக்கு நீங்கள் பாஸ் மார்க் போட்டுவிடுவீர்கள் என்பதில் எனக்குச் சந்தேகம் இல்லை" என்று பதில் எழுதினார்.

1943 ஆம் ஆண்டில் வங்கத்தில் உருவான மிகக் கோரமான பஞ்சம் ஜோஷியின் முழுக்கவனத்தை ஈர்த்தது. இரண்டு லட்சத்திற்கும் மேற்பட்டோர் அதில் மடிந்தனர். லட்சக்கணக்கானோர் அநாதைகளாகி உணவுக்காக தெருவில் பிச்சையெடுத்தனர். கட்சி மற்றும் வெகுஜன அமைப்புகள் செய்த மிகப்பெரும் நிவாரணப் பணிகளுக்காக, பஞ்சநிதியும், நிவாரணப் பொருட்களும் திரட்டுவதற்காக தொண்டர்கள் முழுவதுமாக திரட்டப்பட்டார்கள். வங்கத்திற்கு மருத்துவர்கள் குழு அனுப்பப்பட்டது. வங்கத்தில் பரிதவிக்கும் மக்களின் நிலையைச் சித்தரிக்கும் பொருட்டு ஓவியர்கள், பாடகர் குழுக்கள் உருவாக்கப்பட்டது. வீதி நாடகங்கள் நடத்தப்பட்டது. இவையனைத்தும் பி.சி. ஜோஷியின் அற்புதமான அணி திரட்டும் திறமைக்கும், சாதனைக்கும் சான்று பகரும்.

இப்பிரச்சார இயக்கத்தின்போதுதான் இந்திய மக்கள் நாடகக் கழகம் (IPTA) உருவாக்கப்பட்டு புகழையும் பிரபலத் தன்மையையும் அடைந்தது. சித்தோ பிரசாத் மற்றும் சுனில் ஜனா போன்ற திறமைமிக்க ஓவியம் மற்றும் புகைப்படக் கலைஞர்களை ஜோஷி கண்டெடுத்தார். முன் சொல்லப்பட்டவர் ஒரு கேலிச் சித்திரக்காரர், இரண்டாவதாகச் சொல்லப்பட்டவர் மனித வாழ்வையும், சமூகத்தையும் தத்ரூபமாகப் படம் பிடித்த நிழற்படக் கலைஞர். இந்தி திரையுலகக் கலைஞர்கள் பிரித்விராஜ்கபூர், பால்ராஜ் சஹானி, கே.ஏ. அப்பாஸ் மற்றும் பலர் இந்திய மக்கள் நாடகக் கழகத்தின் பதாகையின் கீழ் அணி திரட்டப்பட்டு அந்நாட்களில் அற்புதமாகப் பணி புரிந்தனர்.

பாசிச - எதிர்ப்பு யுத்தம் வெற்றிகரமாக முடிவுற்ற பிறகு அனைத்துக் காலனி நாடுகளிலும் தேசிய விடுதலைப் போராட்டம் மகத்தான எழுச்சியைப் பெற்றது. உலகம் முழுவதிலும், அதைப் போன்றே இந்தியாவிலும் மார்க்சீயவாதிகள் எதிர்பார்த்தது போல் காலனிகள் மீது

ஏகாதிபத்திய நாடுகள் கட்டிவைத்த அடிமைச் சங்கிலிகள் நொறுங்கத் தொடங்கின. இந்தியாவில் அனைத்து முனைகளிலும் மக்கள் போராட்டங்களின் எழுச்சிமிக்க காலகட்டம் துவங்கியது. நேதாஜியின் இந்திய தேசிய ராணுவ வீரர்களை விடுதலை செய்யக்கோரி நடத்தப்பட்ட பிரச்சார இயக்கம், கடற்படை எழுச்சி போன்றவை இந்திய சுதந்திரத்தின் விடியல் வந்தேதீரும் என்பதற்கு கட்டியம் கூறின.

கம்யூனிஸ்ட் பத்திரிகைத் துறையை வலிமையாக நிறுவியவர் பி.சி. ஜோஷி என்று எவரொருவரும் துணிந்து கூறமுடியும். அவரே ஒரு தேர்ந்த பத்திரிகையாளர். கட்சிப் பத்திரிகைகள் என்பவை கட்சியின் பிரச்சாரகர்கள், கிளர்ச்சியாளர்கள் மற்றும் அமைப்பாளர்கள் என்ற லெனினுடைய சொற்களை நன்கு புரிந்து கொண்டவர். ஜோஷி, தூக்குமேடையின் நிழலிலிருந்த கய்யூர்த் தோழர்களை அவர் சந்தித்தது, அதன்பின் அவர்கள் தூக்கிலிடப்பட்டது குறித்து அவர் எழுதிய உணர்ச்சிப்பூர்வமான கட்டுரைகள் பத்திரிகைத் துறையின் தலைசிறந்த காவியமாகும்.

தலைமறைவிலிருந்து கட்சி வெளிவந்தபின், கட்சி மையம், கட்சியின் வார ஏடுகளை ஆங்கிலம், இந்தி, உருது, தெலுங்கு, மராத்தி மொழிகளில் ஜோஷி வெளியிடச் செய்தார். அவை, கட்சியின் அதிகாரப்பூர்வ ஏடுகளாயின. இவை நீங்கலாக, கட்சியின் மாநிலக் குழுக்கள் தங்கள் தாய்மொழிகளில் வார ஏடுகளை வெளியிட்டன. திறமையான எழுத்தாளர்கள், கவிஞர்கள், பத்திரிகையாளர்கள், கேலிச் சித்திரக்காரர்கள், புகைப்படக்காரர்கள் போன்ற அரிய திறனுள்ளோரை அடையாளங் கண்டு, அவர்களைப் பத்திரிகைத் துறையில் பயன்படுத்தியதில் ஜோஷியின் திறமையே அலாதியானது. இவர்கள் பிற்காலத்தில் மிகவும் பிரபலமானவர்களாகப் புகழ் பெற்றார்கள். அவர்கள் பெயரைச் சொல்வதென்றால் அதுவே பெரும்பட்டியலாகிவிடும். அவர்கள் ஜோஷியின் கம்யூனிஸ்ட் பத்திரிகைத் துறைப் பள்ளியின் தயாரிப்புகளாவர்.

ஒரு முக்கியமான தலைவரைக் குறித்து எழுதும் போது, அவர் உயிருடன் இல்லாத நேரத்தில், அவர் குறித்த சில தவறுகளைக் குறிப்பிடாமல் விட்டு விடுவது என்பது ஒரு நடைமுறை மரியாதையாகும். ஆனால், அது யதார்த்தமான மதிப்பீடு அல்ல. அத்தகையதொரு சிறப்பான மனிதரின் தவறுகளையும், குறைகளையும் சுட்டிக் காண்பிப்பது

எவ்வகையிலும் அவருடைய சிறப்பான பெருமைகளைத் திசை திருப்ப முடியாது. மாறாக, அது அவருடைய மனிதாபிமான அம்சத்தையே கோடிட்டுக் காண்பிக்கும்.

மேலும், எந்தவொரு கம்யூனிஸ்ட் தலைவரும் மற்ற கட்சிகளிலிருப்பதைப் போல் தனிப்பட்ட நிலையில் தானாக சில முடிவுகள் எடுத்துச் செயல்படுவதில்லை. அவர் அரசியல் தலைமைக் குழு, செயற்குழு அல்லது ஒரு கவுன்சில் என்ற கூட்டுத் தலைமையின் ஒரு பகுதியே. சரியான செயல்கள் மட்டும் அவருடையதாக ஆகாது. அது ஒரு குழுவின் கூட்டு நடவடிக்கையாகும். அவர் அந்தக் குழுவின் முதலாவது உறுப்பினராக இருந்த போதும் இதுதான் நிலைமை. அதே போன்று தவறான செயல்கள், தவறுகள் மற்றும் பெருந்தவறுகள் ஆகியவை அவர் தலைமையிலிருந்த குழுவையே சாரும். இதுதான் கம்யூனிஸ்ட் கட்சி நடைமுறை. தனிப்பட்ட முறையில் அவரை மட்டுமே அந்தத் தவறுகளுக்குப் பொறுப்பாக்குவது சரியான நடைமுறையல்ல.

அவரது காலத்தில் நடந்த தவறுகள் என்பன: வெள்ளையனே வெளியேறு இயக்கம் குறித்து கட்சியின் அணுகுமுறை சம்பந்தப்பட்டதும், மேலும் சுபாஷ் சந்திரபோஸின் பங்கு மற்றும் ஆளுமை குறித்து கட்சியின் நிர்ணயிப்பு சம்பந்தப்பட்டதுமாகும். கட்சியானது நேதாஜியை அவருடைய அனைத்து நடவடிக்கைகளிலும் இயக்கிய உறுதியான மற்றும் கொழுந்துவிட்டெரியும் தேசபக்தியை கட்சி கருதத் தவறியது என்பதுமாகும். நமது அரசியல் வாழ்வில் இடதுசாரி ஒற்றுமை மற்றும் இணைப்பு என்பதற்காக முன் முயற்சி செய்தவர்களில் நேதாஜியும் ஒருவர் என்பதை நாம் குறிப்பிட வேண்டும். அதை நமது கட்சி அந்தக் காலகட்டத்தில் செய்யத் தவறியிருக்கிறது.

மேலும், பி.சி. ஜோஷியின் பிற்கால எழுத்துக்கள் மற்றும் உரைகள், சரியான வழியிலிருந்து ஒரு குறிப்பிட்டளவு திரிபு ஏற்பட்டதை வெளிப்படுத்தின. தலைமையிலிருந்த சில தோழர்கள், இதைப் பயன்படுத்திக்கொண்டு, அவர் சீர்திருத்தப் பாதையில் போகிறார் என்று குற்றஞ்சாட்டி அவரது தலைமைக்கெதிராக ஒரு கிளர்ச்சிப் பதாகையை உயர்த்திப் பிடித்தனர். 1947ஆம் ஆண்டின் பிற்பகுதியில் கட்சியின் மத்தியக் குழு ஜோஷியை பொதுச்செயலாளர் பதவியிலிருந்து அகற்றி அவருக்கு பதிலாக பி.டி. ரணதிவேயை நியமித்தது.

1948ஆம் ஆண்டின் பிப்ரவரி மாதத்தில் கல்கத்தாவில் நடைபெற்ற கட்சியின் இரண்டாவது தேசிய மாநாட்டில் பி.டி. ரணதிவே முறைப்படி பொதுச் செயலாளராகத் தேர்ந்தெடுக்கப்பட்டார். அதிலிருந்து கட்சி இடது அதி தீவிர முரட்டுப் பாதையில் நடைபோட்டது.

எனினும், ஜோஷியினுடைய பாதையின் முடிவு இதுவல்ல. அச்சமயத்தில் அவர் 40 வயது நிரம்பியவர் மட்டுமே என்பதுடன் நீண்ட தூரம் அவர் செல்ல வேண்டியிருந்தது. அவர் ஒரு உறுதியான கம்யூனிஸ்ட். அவருடைய சிந்தனைகள் மார்க்சீயத்தால் வார்த்தெடுக்கப்பட்டிருந்தன. அவர் அடித்தளத்திற்கு மீண்டும் திரும்பிச் சென்றார். பெருந்தலைமைப் பொறுப்புக்களிடையே அவருக்குக் கிடைத்த நேரத்தை படிப்பதற்கும். ஆராய்ச்சிக்கும் அவர் செலவிட்டார். 1857 ஆம் வருடத்திய சிப்பாய்கள் எழுச்சியின் 1957ஆம் ஆண்டு நூற்றாண்டு விழாவின்போது அவர் மிகுந்த முக்கியத்துவம் வாய்ந்த கருத்தரங்க ஆய்வுகளை முறைப்படுத்தினார் - அதில் மிக முக்கியமான 1857 ஆம் ஆண்டு புரட்சியைக் குறித்த அவரது 100 பக்கக் கட்டுரையாகும்.

அந்தக் கட்டுரையானது, வரலாற்றுச் சிறப்புமிக்க சிறந்த படைப்பாகும். 1857ஆம் ஆண்டு எழுச்சியை சிலர் 'சிப்பாய்களின் கலகமே' என்று கூறி, அதற்குப் பின்னிருந்த முக்கியமான நோக்கங்களை அவதூறு செய்த ஏகாதிபத்திய மற்றும் ஆங்கிலேய ஆதரவுக் கட்டுரைகளை அம்பலப்படுத்தி உண்மையை வெளிக்கொண்டு வந்தது. அந்தப் புரட்சியானது, அழிந்து கொண்டிருக்கும் நிலப்பிரபுத்துவ எஜமானர்கள், குறுநில மன்னர்கள் மற்றும் அவர்களின் கீழிருந்தோர் ஆகியோர் தாங்கள் இழந்த உலகத்தைப் பெறுவதற்காக கடைசியாகச் செய்த விரக்தி முயற்சிதான் என்று சில இந்தியாவின் முக்கிய வரலாற்றாசிரியர்கள் கூறியதை ஜோஷி தகர்த்தெறிந்தார். நம்முடைய வரலாற்றின் இந்தச் சம்பவம் குறித்து ஜவஹர்லால் நேரு கொண்டிருந்த அணுகுமுறை கூடத் தவறென்று ஜோஷி விமர்சித்தார்.

அவர் 200 க்கும் மேற்பட்ட ஆதாரச் சான்றுகளை ஆராய்ந்தார். அவற்றில் பல இந்திய ஆராய்ச்சியாளர்களுடையது. இதுவொரு தேசியப் புரட்சி என்பதை நிரூபிக்க, அன்னிய ஆட்சி மற்றும் சுரண்டல் ஆகியவற்றிக்கெதிரான இந்திய மக்களுடைய போராட்டத்திற்கு கட்டியங் கூறிய புரட்சி என்பதை நிரூபிக்க

அவர் ஆங்கிலேயர்களின் சான்றுகளையும் விமர்சன ரிதியாக பரிசீலித்தார். ராணுவத்தின் கிளர்ச்சியானது ஒரு ஆயுதமோதல் தன்மையைக் கொடுத்திருந்தது. கிராமப்புறத்தின் வர்க்கப்போராட்டத்தை, அதில் விவசாயிகளின் பங்கு, நிலப்பிரபுக்களின் பங்கு போன்றவற்றையும் ஆராய்ந்தார்.

ஜோஷியும் அவரது குழுவின் சகாக்களும் அக்கால கட்டத்தில் மக்களிடையே பிரபலமாக இருந்த கிராமியப் பாடல்களைச் சேகரித்தனர். 1857 எழுச்சியை, அவர் அதற்குரிய வரலாற்று தொலைநோக்குப் பார்வையில், சுதந்திரத்திற்கான தேசிய இயக்கத்தின் திறவுகோலாக அது செலுத்திய தாக்கத்தை வரலாற்றில் அவர் சிறப்பாக பதிவு செய்திருப்பதாகும்.

அவர் 1857 ஆம் ஆண்டு எழுச்சி குறித்து மார்க்ஸ் எழுதிய கட்டுரைகளைக் குறிப்பிட்டார். அதுவரை அவை பதிப்பிக்கப்பட்டிருக்கவில்லை. அவர் பெர்லினுக்குச் சென்ற போது, மார்க்ஸ் எழுதிய கட்டுரைகளின் போட்டோ பிரதிகளைப் படித்தார். மார்க்ஸ் எழுதிய கட்டுரைகள் 1959 ஆம் ஆண்டில் தான் “முதல் இந்திய சுதந்திரப்போர்” என்ற தலைப்பில் பதிப்பிக்கப்பட்டன.

ஜோஷி, தலைசிறந்த மனிதர், கம்யூனிஸ்ட், இந்தியக் கம்யூனிஸ்ட் கட்சியைக் கட்டியவர் மற்றும் தலைவர் ஆவார். அவருடைய பங்களிப்பு ஏராளமானது. இந்த வளர்ச்சிப்போக்கில் அவர் கட்சியை வழிநடத்தியதில் சில தவறுகளையும் செய்திருக்கிறார். யார்தான் தவறு செய்யவில்லை? அவருடைய எளிமை குறிப்பிடத்தக்கது. அவர் அரைக்கால் டிரவுசர், அரைக்கைச் சட்டை மட்டுமே அணிந்து எந்த வேலையையும் செய்யத் தயாராக இருப்பார். வேறு உடையில் நான் அவரை ஒரு போதும் கண்டதில்லை. அது ஒரு பாசாங்கு அல்ல.. எளிமை என்பது ஜோஷி என்ற சிறந்த கம்யூனிஸ்ட்டின் இயற்கைக் குணம்.

கம்யூனிஸ்ட் கட்சி வரலாற்றின் ஒரு முக்கியமான அத்தியாயம் பி.சி. ஜோஷியை நினைவு கூர்வோம்

(– பிரகாஷ் காரத், முன்னாள் பொதுச் செயலாளர், மார்க்சிஸ்ட் கம்யூனிஸ்ட் கட்சி – CPM)

2007 ஏப்ரல் 14 ஆம் தேதியானது பி.சி. ஜோஷியின் நூறாவது பிறந்த நாளாகும். 1934 - 35 ஆம் ஆண்டுகளில் அகில இந்தியக் கட்சி மையம் உருவாக்கப்பட்ட பின், கம்யூனிஸ்ட் கட்சியின் முதல் பொதுச் செயலாளராக அவர் தேர்ந்தெடுக்கப்பட்டார். அவ்வாறான நிலையில், கம்யூனிஸ்ட் கட்சியை ஒரு அகில இந்திய சக்தியாக உருவாக்குவதில் அவர் பெரும்பங்காற்றினார். அவருடைய தலைமையின்கீழ் கட்சி, அதனுடைய வெகுஜன அடித்தளத்தை தொழிலாளிகள் மற்றும் விவசாயிகளிடையே உருவாக்கி இருந்தது. மாணவர்கள், பெண்கள் மற்றும் முற்போக்கு கலாசார இயக்கம் ஆகியவை அவருடைய நேரடியான கவனிப்பில் பெரும் வளர்ச்சி கண்டன. 1936 ஆம் ஆண்டில் அகில இந்திய விவசாயிகள் சங்கமும், அகில இந்திய மாணவர் சம்மேளனமும் நிறுவப்பட்டன. அதே போன்று முற்போக்கு எழுத்தாளர் கழகமும் உருவாக்கப்பட்டன.

புகழ்பெற்ற மீரட் சதிவழக்கில் குற்றஞ்சாட்டப்பட்ட 31 கம்யூனிஸ்ட் மற்றும் தொழிலாளர் தலைவர்களில் பி.சி. ஜோஷியும் ஒருவராவார். 22 வயதேயான ஜோஷி தான் குற்றஞ்சாட்டப்பட்டவர்களில் மிகவும் இளையவராக இருந்தார். அவர் 28வது வயதிலேயே கட்சியின் பொதுச் செயலாளர் ஆனார். அவர் பொதுச் செயலாளராக இருந்த 12 ஆண்டுகள் கட்சிக்குப் பெருஞ்சிறப்பு வாய்ந்த காலகட்டமாகும்.

1935 ஆம் ஆண்டிலிருந்து முதல் கட்சிக் காங்கிரஸ் நடைபெற்ற 1943ஆம் ஆண்டு வரைப்பட்ட காலகட்டத்தில் பி.சி. ஜோஷியின் பங்களிப்பு மிகுந்த முக்கியத்துவமுடையதாகும். கம்யூனிஸ்ட் அகிலத்தின் ஏழாவது காங்கிரசானது, முன்பு நிலவிவந்த இடது தீவிரக் குறுங்குழுவாத அரசியல் மதிப்பீட்டைச் சரிசெய்தது. பாசிச அபாயமானது ஐக்கிய முன்னணிக் கோட்பாடு உருவாக்கப்படுவதற்கு இட்டுச் சென்றது. ஜோஷியின் தலைமையின்கீழ் சுதந்திரத்திற்கான போராட்டத்தில், ஏகாதிபத்தியத்திற்கெதிரான பொதுவான ஐக்கிய முன்னணி அமைப்பது குறித்து இந்தியக் கம்யூனிஸ்ட் கட்சி ஒரு மேம்பட்ட நிர்ணயிப்பிற்கு வந்தது. இந்தக் காலகட்டமானது

காங்கிரஸ் கட்சிக்கு உள்ளும், வெளியிலும் கம்யூனிஸ்ட்களின் செயல்பாடுகள் பலன்தரும் விதத்தில் அமைந்த காலகட்டமாகும். இந்தக் காலகட்டத்தில்தான் புரட்சிகர குழுக்களின் பல நீரோட்டங்கள், காங்கிரஸ் சோசலிஸ்ட் கட்சி மற்றும் தொழிலாளி வர்க்க இயக்கம் கம்யூனிஸ்ட் கட்சியில் இணைந்தன.

தெளளத் தெளிவாக முதன்மையாகத் தெரிவது ஜோஷியின் அமைப்புத் திறமையாகும். மக்களின் பலதரப்பட்ட புதிய பகுதியினர்களையும் கட்சிக்கு கொண்டு வருவதில் அவர் ஒரு திறமைமிக்க அமைப்பாளர். தன் பணியில் சோர்வடையாதவர். கட்சியின் அகில இந்திய மட்டத்திலும், மாகாணங்கள் அளவிலும் செயல்பட்ட முக்கிய ஊழியர்கள் அனைவரும் அவருடைய நேரடி கவனிப்பிற்கும், அவர்களிடம் அவர் காட்டிய அன்புக்கும், பாசத்திற்கும் அக்கறைக்கும் மிகவும் கடமைப்பட்டிருக்கிறார்கள்.

எழுத்தாளர்கள், கலைஞர்கள் மற்றும் ஆக்கப்பூர்வமான கலைப்பணிகளில் ஈடுபட்டிருந்தவர்களை கம்யூனிஸ்ட் இயக்கத்திற்கு ஈர்த்ததில் பி.சி. ஜோஷியே பிரதான பொறுப்பாளர் ஆவார். ஜோஷியின் ஆளுமையினால் ஈர்க்கப்பட்ட கலைத் துறையின் புகழ்பெற்ற சில முக்கியமான செயலாக்கமுள்ள கலைஞர்கள் கம்யூனிஸ்ட் கட்சியில் சேர்ந்தனர். உதாரணத்திற்கு, இந்தித் திரைப்படப் பாடலாசிரியர் கைபி ஆஷ்மி, பிரபல நடிகர் பால்ராஜ் சஹானி, அலி சர்தார் ஜாப்ரி, ஸஜ்ஜாத் ஜகீர், பீஷம் சஹானி, பிரபல கார்டூனிஸ்ட் சித்தா பிரசாத், தலைசிறந்த புகைப்படக் கலைஞர் சுனில் ஜனா மற்றும் பலர் அவருடைய நேரடியத் தொடர்பினால் கட்சியில் சேர்ந்தனர்.

பி.சி. ஜோஷி அற்புதமான மனிதப் பண்புகள் கொண்ட மனிதராவார். அவர் தனிப்பட்ட கோபதாபங்களிலிருந்து விடுபட்டவராவார் என்பதுடன், கொந்தளிப்பான உள்கட்சி போராட்டக் காலங்களில் அவருடைய கருத்தை எதிர்த்த தோழர்களுடன்கூட அவர் நல்லுறுவைக் கொண்டிருந்தார். அவர் தன்னோடு கட்சியில் பணியாற்றிய மற்றொரு அரும்புரட்சியாளர் கல்பனா தத்தை திருமணம் செய்துகொண்டார். இந்த முன்னோடி கம்யூனிஸ்டின் மற்றொரு பன்முகத் தன்மையானது கட்சிப் பிரசுரங்களில் அவர் காட்டிய பத்திரிகைத் துறை அனுபவமாகும். கம்யூனிஸ்ட் இயக்கத்தின் நிகழ்ச்சிப் போக்குகள் குறித்து எழுதப்பட்ட பல சிறந்த

குறிப்புகள் அவருடைய போனாவிலிருந்து வந்தவையாகும். கேராளவில் கய்யூர் தோழர்கள் நால்வர் துக்கிலிடப்படுவதற்கு முன்பு அவர்களைச் சந்தித்தது குறித்து அவர் உணர்ச்சிகரமாக எழுதியதைப் படித்த ஒவ்வொருவர் நினைவிலும் என்றும் நிலைத்திருக்கும்.

ஒரு கம்யூனிஸ்ட் தலைவர் மற்றும் அவருடைய பங்களிப்பு குறித்து ஒரு மதிப்பீடு செய்யப்படும் பொழுது, அவருடைய வாழ்வும், பணியும் ஒட்டுமொத்தமாகக் காணப்படுதல் வேண்டும். 1935ஆம் ஆண்டுக்குப்பின் உருவான கூட்டுத் தலைமையின் ஒரு பகுதி என்ற முறையில் ஜோஷிக்கு அகில இந்தியக் கம்யூனிஸ்ட் கட்சியைக் கட்டியதற்காகவும், அதனுடைய வெகுஜன அடித்தளத்தை வளர்த்ததற்காகவுமான உரிய பெருமை அளிக்கப்பட வேண்டும். 1945 ஆம் ஆண்டில் துவங்கிய, யுத்த - பிற்கால எழுச்சிக் காலத்தில் அவர் கட்சியின் தலைமைப் பொறுப்பில் இருந்தார். தெபாகா விவசாயிகள் இயக்கம், புன்னப்புரா வயலார் போராட்டம், கடற்படை எழுச்சி, நேதாஜியின் ஐ.என்.ஏ. வீரர்களை விடுதலை செய்யக்கோரி நடத்தப்பட்ட இயக்கம் மற்றும் வரலாற்றுச் சிறப்புமிக்க தெலுங்கானா ஆயுதப் போராட்டம் ஆகிய அனைத்தும் தோழர் ஜோஷி பொதுச் செயலாளராகப் பதவி வகித்த காலகட்டத்தில் நிகழ்ந்தவைதான். 1945 - 48 ஆம் ஆண்டுகளுக்கிடையில் நிலப்பிரபுத்துவ எதிர்ப்பு, ஏகாதிபத்திய - எதிர்ப்பு போராட்டங்களின் கூர்முனையாக கம்யூனிஸ்ட் கட்சி விளங்கியது. நிலப்பிரபுத்துவத்திற்கு எதிராகவும், ஆங்கிலேய ஆட்சியாளர்களுக்கெதிராகவும், நடைபெற்ற தீரமிக்க போராட்டங்களில் ஆயிரக்கணக்கானோர் தங்கள் இன்னுயிர் ஈந்ததும் இந்தக் காலகட்டத்தில்தான். இத்தகைய வீரஞ்செறிந்த போராட்டங்கள் நடைபெற்ற பகுதிகளில்தான் கம்யூனிஸ்ட் இயக்கம் இன்றும் பெரும் செல்வாக்கைப் பெற்றுள்ளது.

கட்சி, பெரும் வளர்ச்சியைக் கண்ட இதே காலகட்டத்தில் தான் சில தவறுகளும் நடைபெற்றன. சர்வதேசக் கடமையான பாசிசத்திற்கெதிராகப் போராடுவதென்ற கடமையோடு, ஆங்கிலேய ஏகாதிபத்தியத்திற்கெதிராகப் போராடுவதென்ற தேசியக் கடமையை இணைக்க இயலாமல் போனதானது 1942 ஆம் ஆண்டில் தேசிய இயக்கத்திலிருந்து கம்யூனிஸ்ட் கட்சி தனிமைப்படுவதற்கு இட்டுச்சென்றது. முஸ்லிம் மக்கள் தங்களுக்குத்தனி நாடு கேட்பதற்கு அவர்களுக்கு

சுயநிர்ணய உரிமை உண்டு என்றும் நம் கட்சி பரிந்து பேசியது தேசிய இனக் கோட்பாட்டை நாம் முற்றிலும் தவறாகப் பயன்படுத்தியதாகும். இந்தத் தவறான நிலைபாடு, பின்னர் 1946 ஆம் ஆண்டில் சரி செய்யப்பட்டது. இந்த ஆரம்ப கட்டத்தின் தவறுகளுக்காக பி.சி. ஜோஷியை மட்டும் குறை கூறுவது நியாயமாகாது. இந்த அம்சங்களில் ஒன்று, கட்சித் தலைமை முழுவதுமே கூட்டாக சோவியத் கம்யூனிஸ்ட் கட்சிக்கு அடிமை போன்று இருந்ததாகும். “மாஸ்கோ வழியைப் பின்பற்றுவதில்” நமது நிலை குறித்து கட்சித் தலைமை விமர்சனரீதியற்ற அணுகுமுறையைக் கொண்டிருந்தது. மார்க்சிஸ்ட் கம்யூனிஸ்ட் கட்சி உருவாக்கப்பட்டு இந்த வடிவிலான “சர்வதேசியத்திலிருந்து” உடைத்துக்கொண்டு வெளியே வர மற்றோரு 20 ஆண்டுகள் பிடித்தன.

பி.சி. ஜோஷி, சுதந்திரத்திற்குப் பின்னரும் காங்கிரஸ் - கம்யூனிஸ்ட் ஒற்றுமை வேண்டும் என்பதற்காக தொடர்ந்து வாதாடினார். அவருடைய தலைமையின் கீழ் தான் 1954 ஆம் ஆண்டில் உ.பி. மாநிலக்குழு “தேசிய ஜனநாயக கூட்டணி அரசாங்கம்” என்ற கோஷத்தை எழுப்பியது. ஏகாதிபத்திய ஆதரவு மற்றும் நிலப் பிரவுத்துவ ஆதரவு சக்திகளுக்கும், தேசீய முதலாளித்துவ வர்க்கப் பகுதியினருக்குமிடையிலான வித்தியாசம் காணப்பட வேண்டும் என்று அவர் வாதாடினார். 1956 ஆம் ஆண்டில் பாலக்காட்டில் நடைபெற்ற 4வது கட்சிக் காங்கிரஸில் முன் மொழியப்பட்ட மாற்று தீர்மான நகலைத் தயாரித்தவர்களில் அவரும் ஒருவர். “தேசிய ஒற்றுமை, தேசீய மாற்று அரசாங்கம்” கொண்டு வரப்பட முடியுமென்று இந்த மாற்று நகல் திட்டம் கூறியது. பத்தாண்டு காலமாக கட்சித் திட்டம் மற்றும் தத்துவார்த்தப் பிரச்சினைகள் குறித்து நடைபெற்ற உள்கட்சிப் போராட்டத்தின் பகுதியே இது. கட்சி உடைவதிலும் 1964இல் மார்க்சிஸ்ட் கம்யூனிஸ்ட் கட்சி உருவாக்கப்படுவதிலும் இது முடிந்தது.

பி.சி. ஜோஷி மற்றும் இந்தியக் கம்யூனிஸ்ட் கட்சியில் அவரோடு ஒத்த கருத்து கொண்ட தோழர்களினால் முன் வைக்கப்பட்ட வழியை, மார்க்சிஸ்ட் கம்யூனிஸ்ட் கட்சி உறுதியாக எதிர்த்த போதிலும், கம்யூனிஸ்ட் கட்சியை நாடு தழுவிய அளவில் கட்டுவதிலும், அதை மார்க்சீயக் கண்ணோட்டத்தில் வளர்ப்பதிலும், குறிப்பாக 1930 மற்றும் 1940 ஆம் ஆண்டுகளில் வளர்ப்பதிலும் அவருக்குரிய பங்கை மறுப்பது வரலாற்றுப் பிழையாகும் என்பதுடன் மார்க்சீயமற்றதுமாகும். இவ்வாறு

நாடு தழுவிய அளவில் கம்யூனிஸ்ட் கட்சியைக் கட்டிய முக்கியமான தலைவர்களில் ஒருவராக அவர் கருதப்பட வேண்டும். மதிக்கப்பட வேண்டும்.

பி.சி. ஜோஷியின் நூற்றாண்டு பிறந்த நாளைக் கொண்டாடும் பொழுது, தொழிலாளர்கள் மற்றும் விவசாயிகளின் லட்சியத்திற்காக பி.சி. ஜோஷி போன்ற நம் மூத்த தலைவர்கள் தங்கள் வாழ்வை அர்ப்பணித்த வரலாற்றின் மகத்தான காலகட்டத்தை நாம் நினைவுபடுத்திக் கொள்கிறோம். அவர்கள், நிலப்பிரபுக்கள் மற்றும் காலனிய ஆட்சியாளர்களின் கொடூரமான ஒடுக்குமுறையைச் சந்தித்தனர். கம்யூனிஸ்ட் கட்சி அவர்களுக்குப் போதித்த ஏகாதிபத்திய - எதிர்ப்பு உணர்வு மற்றும் மரணத்தை துச்சமெனக் கருதும் துணிவுடன் அவர்களில் பலர் எவ்விதத் தயக்கமுமின்றி தங்கள் வாழ்வை அர்ப்பணித்ததை நாம் நன்றியுடன் நினைவுகூர்வோம்.

இராண்டாவது உலக யுத்தம் வெடித்ததைத் தொடர்ந்து இந்தியக் கம்யூனிஸ்ட் கட்சி தடை செய்யப்பட்டு தலைமறைவாகச் செயல்பட்டது. கட்சியின் நேஷனல் பிரண்ட்டு இதழ் தடை செய்யப்பட்டது. கட்சியின் முக்கியத் தலைவர்கள் பலர் கைதாயினர். ஆனால் ஜோஷி, டாக்டா அதிகாரி ஆகியோர் போலீசிடம் சிக்காமல் தலைமறைவாக இருந்து செயல்பட்டனர். 1940 - 41ஆம் ஆண்டுகளில் அனைத்து மாகாணங்களிலும் தலைமறைவு மையங்கள் ஏற்படுத்தப்பட்டு "கம்யூனிஸ்ட்" என்ற பெயரில் பம்பாயிலிருந்து ஜோஷி, அதிகாரி கூட்டுத் தலைமையின் கீழ் ரகசியமாக அச்சிடப்பட்டு வெளிவர ஆரம்பித்தது. 1942 ஆம் ஆண்டு ஜூலையில் கம்யூனிஸ்ட் கட்சி மீதிருந்த தடை நீக்கப்பட்டது.

யுத்த பிற்காலக் கொந்தளிப்பான நிலைமையில், 1946 பிப்ரவரி மாதத்தில் கடற்படை எழுச்சி, கமல் தோண்டேயும் 250 பம்பாய் தொழிலாளிகளும் பிரிட்டிஷ் ராணுவத்தால் சுட்டு வீழ்த்தப்பட்டது, பிப்ரவரி 22 - 23 பொது வேலை நிறுத்தம் போன்றவை நடைபெற்றன. ஜோஷி மற்றும் டாக்டர் அதிகாரி தலைமையில் கம்யூனிஸ்ட் கட்சி கடற்படை எழுச்சிக்கு ஆதரவாக எழுந்தது. போராட்டங்களுக்குத் தலைமை தாங்கியது.

பி.சி. ஜோஷி தலையாய ஏகாதிபத்திய எதிர்ப்பு வீரராக விளங்கினார். நமது தேசீய இயக்கத்தினுடைய ஏகாதிபத்திய எதிர்ப்புப் பாரம்பரியத்ததின் போர்க் குணமிக்க வாரிசாக அவர் செயல்பட்டார்.

அவரை நாம் நினைவுகூர்கையில், அவர் நம் சிந்தையில் புகுத்திய உன்னதமான "கம்யூனிஸ்ட் என்ற பெருமையை" மீண்டும் நினைவுபடுத்திக்கொள்வோம்.

◻ ◻ ◻

இந்த புத்தகம் எழுத உதவிய நூல்கள் மற்றும் இதழ்கள்:

1) தென்னிந்தியாவைக் கண்டேன் – அமீர் ஹைதர்கான்
2) தென்னிந்தியாவின் முதல் கம்யூனிஸ்ட் – தோழர் சி.எஸ். சுப்ரமணியம்
3) எஸ்.வி. காட்டே, இந்தியக் கம்யூனிஸ்ட் கட்சியின் முதல் பொதுச் செயலாளர் NCBH கட்டுரைத் தொகுப்பு
4) ஒரு விஞ்ஞானியின் அரசியல் பிரவேசம் – தமிழாக்கம் – எம்.ஏ.பழனியப்பன், டி.எம். மூர்த்தி
5) கான்பூர் முதல் திருவனந்தபுரம் வரை – எம்.ஏ.பழனியப்பன்
6) தெபாகா எழுச்சி – வங்காள ஏழை விவசாயிகளின் போராட்டம் – அபானி வாஹிரி
7) காந்தி – ஜோஷி கடிதப்போக்குவரத்து – NCBH வெளியீடு
8) நினைவுக்கெட்டியவரை – ஜோதிபாசு சுயசரிதை (தமிழில் – V.B. கணேசன்)
9) இந்தியக் கம்யூனிஸ்ட் இயக்க வரலாறு (1920 – 1933) ஆசிரியர்குழு: தோழர்கள் ஹரிகிஷன் சிங் சுர்ஜித், ஜோதிபாசு, ஈ.கே. நாயனார், பி. ராமச்சந்திரன் கொரட்டால சத்ய நாராயணா & அனில் பிஸ்வாஸ்
10) இந்தியக் கம்யூனிஸட் இயக்க வரலாறு – பேராசிரியர் அருணன்
11) இந்தியக் கம்யூனிஸ்ட் இயக்கம் பெருமைமிகு வரலாறு – என். ராமகிருஷ்ணன்
12) சோவியத் நாட்டில் இந்தியப் புரட்சியாளர்கள் – எம்.ஏ. பெர்சிட்ஸ் (ரஷ்யா)
13) மார்க்ஸ் ஏங்கல்ஸ் கம்யூனிஸ்ட் கட்சி அறிக்கை
14) காரல் மார்க்ஸ் – வெ. சாமிநாத சர்மா.
15) மார்க்ஸ் ஏங்கல்ஸ் வாழ்க்கை – முக்கிய நாட்குறிப்புகள் – கீழைக் காற்றுப் பதிப்பகம்.
16) சரித்திரத்தை மாற்றிய சதிவழக்குகள் – சிவலை இளமதி
17) முதல் கிளை – இந்தியாவில் கம்யூனிஸ்ட் இயக்கத்தின் தொடக்கம் – ப.கு. ராஜன்.
18) திரு.வி.க. வாழ்க்கைக் குறிப்புகள்.
19) சென்னைப் பெருநகர தொழிற்சங்க வரலாறு – முனைவர் தே. வீரராகவன்.
20) விடுதலைப் பாதையில் பகத்சிங் – தொகுப்பு – சிவவர்மா.
21) பெரியாரும் சமதர்மமும் – நெ.து. சுந்தரவடிவேலு.
22) ருஷ்யப்புரட்சியும் இந்தியாவும் – இளசை மணியன்.

23) ஒரு கம்யூனிஸ்ட்டின் நினைவலைகள் – இ.எம்.எஸ். நம்பூதிரிபாத்.
24) பி.சி. ஜோஷி – நூற்றாண்டு நினைவுக் கட்டுரைகள் NCBH வெளியீடு
25) ஜவஹர்லால் நேரு – அ. கோரோவ் & வி. ஸிம்யானின், முன்னேற்றப் பதிப்பகம், மாஸ்கோ.
26) நேருவின் மரபு – ஆர். பட்டாபிராமன்
27) காந்தியைக் கண்டுணர்தல் – ஆர். பட்டாபிராமன்
28) ஜனசக்தி கட்டுரைகள்
29) Documents of the History of the Communisty Party of India Vol –I, II, III–B and III–c edited by Com. Dr. G. Adikari (Three Books)
30) The Great Attack – Meerut Conspiracy Case by Com. Sohan Sing Jose
31) Early communist : Muzafer Ahamed in Calcutta By Suchetana Chattopadyaya
32) Dange – (Selected Writtings – Vol–II)
33) P.C. Joshi – A Biography by Gargi Chakravartty
34) Remembering Dr. Gangathar Adhikari (Part I and II) edited by Amar Farooqi
35) New Age Articles
36) An Autobiography – By Jawaharlal Nehru
37) A Brief History of the CPI – Anil Rajimwale
38) Bhagat Sing and on other earlier Revolutionaries – Sohan Sing Josh
39) CHATTO – The life and times of an Indian Anti – Imperialist in Europe – by Nirode K. Barooah
40) M.P.T. Acharya – by C.S. Subramaniam
41) Immortal Heros of Communisty Party of India – CPI Publication
42) 1981 Mainstream Monthly Journels
43) Peoples Warrior – Gargi Chakaravartty
44) P.C.Joshi – A Biography– CPI Publication
45) Subash Chandra's Great Escape – By Bhagat Ram Talwar
46) Saga of Freedom of French India – V.Subbiah (PPH)
47) Life and Works of P.C.Joshi – By Anil Rajimwate
48) S.G.Sardesai – A. Patriot and Communist – PPH Publishing House
49) Com.S.A.Dange – By Ashok .S. Chousal Kar
50) Subash Chandra Bose and Indian Communist Movement – by Gautam Chattopathiyay
51) Brothers Against Raj – Leonard A. Gordon
52) Bow of Burning Gold – Hiren Mukerji
53) Undevided Communist Movement in Bengal – Bhanudeb Dutta
54) Balraj – My Brother – By Bhisham Sahani

மேற்கண்ட புத்தகங்களை எழுதிய ஆசிரியர்களில் பலர் மறைந்துவிட்டனர். அவர்களுக்கு என் வீரவணக்கம். இன்றும் வாழ்ந்துகொண்டிருக்கும் ஆசிரியர்களுக்கு என் வணக்கமும் நன்றியும்.

– கே. சுப்ரமணியன்